Nguyễn Minh Nữu

bằng hữu & văn chương

NGON NGU

NGÔN NGỮ - 2025

NGON NGU

NGÔN NGỮ
TẠP CHÍ VĂN HỌC NGHỆ THUẬT

ẤN BẢN ĐẶC BIỆT
NGUYỄN MINH NỮU
THÁNG 1 NĂM 2025

Nhóm chủ trương:
LUÂN HOÁN • SONG THAO • NGUYỄN VY KHANH
HỒ ĐÌNH NGHIÊM • LÊ HÂN
TRẦN THỊ NGUYỆT MAI • UYÊN NGUYÊN TRẦN TRIẾT
Thiết kế bìa:
PHƯỢNG HỒ
Thiết kế sách:
NGUYỄN MINH NỮU
Cộng tác bài vở trong số này:
BÙI BẢO TRÚC • ĐINH CƯỜNG • HOÀNG ĐOAN TRANG
HOÀNG KHỞI PHONG • HOÀNG KIM OANH
ELENA PUCILLO TRUONG • LÃM THÚY • ĐẶNG TIẾN
LUÂN HOÁN • MINH LƯƠNG • MINH NGỌC NY
NGUYỄN ÂU HỒNG • NGUYỄN MINH DIỄM
NGUYỄN THỤY ĐAN • NGUYỄN VY KHANH
PHẠM CAO HOÀNG • TRẦN DZẠ LỮ • TRIỀU HOA ĐẠI
TRƯƠNG VĂN DÂN • TRƯƠNG VŨ • VÕ PHÚ
NGUYỄN CHÂU • PHAN TRANG HY
Liên lạc:
Luân Hoán: lebao_hoang@yahoo.com
Song Thao: tatrungson@hotmail.com

Tòa soạn & Trị sự:
Lê Hân: (408) 722-5626; han.le3359@gmail.com

NGÔN NGỮ ĐẶC BIỆT

NGUYỄN MINH NỮU - VĂN CHƯƠNG VÀ BẰNG HỮU

NỘI DUNG

PHẦN 4 – THƠ NGUYỄN MINH NỮU

Nhà văn Nguyễn Minh Nữu

Sinh năm 1950 tại Hà Nội. Di cư vào Nam năm 1954.
Định cư tại Hoa Kỳ năm 1995.
Truyện đầu tay đăng trên Tạp chí Văn, số giai phẩm mùa xuân 1971.
Có bài đăng trên các tạp chí Khởi Hành, Thời Tập, từ những năm 1971 đến 1975.
Chủ nhiệm **Tuần báo Văn Nghệ**, phát hành tại Washington D.C., Maryland và Virginia từ 1997-2014.
Sáng lập và là Thư ký Tòa soạn **Tạp chí Văn Phong** ở Miền Đông Hoa Kỳ từ 1999-2001.

Cộng tác bài vở với nhiều tạp chí văn học hải ngoại và tạp chí Quán Văn (trong nước). Cộng tác bài vở với các trang văn học **Phạm Cao Hoàng, Văn Chương Việt, Việt Văn Mới, Sáng Tạo, Vuông Chiếu...**

- Có truyện trong bộ sưu tập **Văn Miền Nam** do Thư Quán Bản Thảo thực hiện 2006.
- Có tên trong bộ sưu tập **Văn Học Miền Nam 1954-1975** do Nguyễn Vy Khanh thực hiện 2016.
- Có tên trong **Tác Giả Việt Nam** do Lê Bảo Hoàng thực hiện 2017.
- Có thơ trong **Thơ Đầu Thế Kỷ 21** do Khánh Trường, Lê Hân, Luân Hoán thực hiện 2018.

Tác phẩm đã xuất bản:

- ***LỜI GHI TRÊN ĐÁ,*** Thơ - Nhà xuất bản Văn Nghệ 2006.
- ***CD VỀ NƠI CHỐN ĐÃ RỜI XA,*** 9 nhạc sĩ phổ nhạc thơ Nguyễn Minh Nữu - Nhà xuất bản Âm Nhạc 2006.
- ***THƯƠNG QUÁ SÀI GÒN,*** Bút ký - Nhà xuất bản Tổng Hợp 2017.
- ***GHI NHẬN 2020,*** Tạp bút viết chung 30 tác giả về Covid-19 - Nhà xuất bản Nhân Ảnh 2020.
- ***THUỒNG LUỒNG MẮT BIẾC,*** Tập truyện và ký - Nhà xuất bản Nhân Ảnh 2021
- ***ĐẤT NHỚ NGƯỜI THƯƠNG,*** Bút ký - Nhà xuất bản Nhân Ảnh 2022.
- ***CHÚT TÌNH ĐỌNG LẠI*** Tuyển tập Thơ Văn Nhạc Họa Biên Khảo, Thực hiện chung với Trương Vũ, Nguyễn Quyết Thắng, Phạm Cao Hoàng, Đoàn Văn Khánh, Nguyễn Minh Nữu, Hoàng Kim Oanh. Nhân Ảnh Xuất Bản 2023.
- **Thơ Văn Nông Sơn NGUYỄN CAN MỘNG**. Đồng Chủ Biên với Nguyễn Thị Bội Thanh, Nguyễn Thị Bội Cẩn. Sưu tập và Biên soạn 2024.
- ***NGUYỄN MINH NỮU, VĂN CHƯƠNG và BẰNG HỮU*** - Nhà xuất bản Nhân Ảnh 2025.

Sẽ ấn hành năm 2025:

QUEN BIẾT QUA VĂN CHƯƠNG

Tùy bút văn học cảm nhận về các chân dung văn học.

TRƯƠNG VŨ: Phác thảo chân dung
NGUYỄN MINH NỮU (2017)

THƯ ĐẦU SÁCH

Làm thơ, viết văn, viết biên khảo, tạp ghi... mọi thứ dính đến chuyện sáng tác bằng cây bút, đều dẫn đến cái thú vị: in những gì đã viết ra thành sách. Có thể những công trình ấy đã được phổ biến, qua nguyệt san, tạp chí, hay đã trình bày trước đám đông, trên đài phát thanh... nhưng hạnh phúc tuyệt hảo nhất vẫn là in ra cầm tay, săm se vuốt ve. Sách của mình hiện diện bên mình, hình như giúp người viết tự tin và sảng khoái hơn.

Và khi đã có nhiều sách cầm tay, tặng bạn bè, bày thư viện... người viết sách không quên mong, tập họp những sản phẩm tinh thần đó in chung vào một gói, đậm đà hơi thở từng thời kỳ đã qua, nhưng chưa mất. Gói chữ nghĩa ấy gọi là tuyển tập. Đã tuyển, hẳn phải có sự chọn lựa và bỏ bớt. Nhưng tôi nghĩ, chẳng mấy ai dễ dàng làm công việc này. Người viết vốn tin mình rất đều tay trong sáng tác, nhất là thơ. Sự chọn lựa do đó thường chuyển qua sự chỉnh sửa. Đấy là tôi suy từ cá nhân yếu kém, có cái thú riêng nho nhỏ, cùng tính ôm đồm của mình để suy diễn thôi. Hy vọng trong làng văn có rất nhiều bạn sẽ khác biệt hơn. Ngoài ra không thiếu những bậc tài hoa thứ thiệt, chỉ ngộ vui trong lúc viết là chính.

Tuyển tập quí bạn đang mở đọc có tên: "Nguyễn Minh Nữu, bằng hữu và văn chương"; thư đầu sách như ngón tay lật trang, ba hoa màu mè như trên đã hơi thừa, xin phép trở lại với cái duyên được hân hạnh.

Nhà văn Nguyễn Minh Nữu, sinh năm 1950, sau tôi 9 năm và anh đã vào nghề văn từ năm 21 tuổi. Ngoài sáng tác truyện thơ, anh còn lão luyện trong nghề báo tại hải ngoại, mà sự thành công hình như nhiều hơn thất bại, dù vài chục năm trước việc làm báo có phần khó khăn hơn bây giờ. Lợi thế thời đó, hình như có thể sinh sống bằng nghề này được, tôi đã từng được nghe anh Nguyễn Minh Nữu kể những điều này. Cắt dán, in ấn, chuyên chở, phổ biến... một dây chuyền linh hoạt vất vả nhưng hấp dẫn. Có lẽ cũng nhờ làm báo, anh đọc nhiều và viết nhiều, nên sau này những bài anh giới thiệu về một tác giả, một tác phẩm nào đó rất chuyên nghiệp, súc tích. Chuyện in sách, chuyện phát hành đối với anh không còn chi mới lạ.

Thể loại chính dựng thành tác phẩm của Nguyễn Minh Nữu gồm thơ, truyện, bút ký, ghi nhận và giới thiệu... Ở bộ môn nào, ngón nghề sáng tác của anh cũng sắc sảo, đúng nghĩa là những sáng tác văn chương. Anh có số lượng bạn văn, bạn đọc khả quan từ hải ngoại lẫn quốc nội. Qua những cuộc gặp gỡ, đối thoại giữa đời thường, đề tài về cuộc sống dễ được anh nhận dạng nắm bắt. Nhà văn của chúng ta lại khá giàu những cuộc ngao du, tôi tin sau tuyển tập này anh sẽ viết những trang sách mới. Nhưng đó là chuyện tương lai. Hiện tại, nhân tuyển tập này, chúng ta rất nên cùng nhau nhìn lại khuôn mặt thủ đô Sài Gòn, cảm nhận lại tâm hồn đô thị thân yêu cũ, qua cái nhìn cùng ngòi bút của Nguyễn Minh Nữu lưu trên trang sách; đồng thời cũng nên xem thử đôi mắt biếc của con thuồng luồng anh nuôi trong tác phẩm, lung linh xanh đến độ nào rồi.

Về Thơ, Nguyễn Minh Nữu hẳn cũng có những ưu điểm riêng của anh. Có đến mười hai vị nhạc sĩ phổ thành ca khúc hẳn nhiên thơ đủ giàu thi vị. Quí mời các bạn đọc chia vui thiết thực cùng nhà văn và những người chung một cuộc chơi với anh: mua sách, duy trì tủ sách gia đình Việt Nam tại hải ngoại, có quá ảo tưởng chăng?

Thành kính,
Luân Hoán

NGUYỄN MINH NỮU
Thời trong quân ngũ tại Ban Mê Thuột 1971

PHẦN 1 - TRUYỆN VIẾT TRƯỚC 1975

MỘT THOÁNG MÂY PHIÊU BẠC

Tết năm đó, Như không về thăm nhà. Lý do thật dễ hiểu là còn nhà đâu nữa mà thăm. Di cư vào Nam, mẹ Như mướn một căn nhà nhỏ trong khu xóm lầy lội ở Sài Gòn làm chỗ thờ bố Như, đó cũng là cái tổ ấm duy nhất của Như, trong suốt tuổi ấu thời. Như là con trai út, đứa con tội nghiệp nhất. Như mất cha từ hồi còn bốn tuổi, cũng cái tuổi này, Như mất cả quê hương. Các anh các chị lần lượt lấy vợ lấy chồng. Căn nhà quạnh hiu còn lại hai mẹ con, kế tới khi Như thi rớt, đi lính, đồn trú ở một tỉnh xa trên cao nguyên. Gần tết, nhận được thư nhà: "Đẻ đã trả lại nhà cho bà Tư. Bàn thờ thầy để trên anh Thạch, còn Đẻ thì nay đây mai đó cũng được, kỳ này giỗ thầy cứ Đẻ ở đâu thì cúng thầy ở đó, mâm xôi hay con gà thì dẫu Sài Gòn hay Đà Lạt cũng được. Tết này Đẻ chưa định ở Sài Gòn với anh Du hay lên Đà Lạt với anh Thạch, nhưng thôi, tết này mày đừng về nữa."

Như đọc thư mà muốn khóc. Mới đầu còn tưởng vì nhớ tới bà con xóm giềng, nhớ tới những con trai con gái đã cùng Như một thời lăn lộn trên đất, chơi đùa, đã cùng Như đánh đáo, u mọi, bắn bi, tạt lon. Nhớ tới sân cỏ, nhớ tới cây trứng cá, cái giếng. Nhưng càng ngày, Như càng cảm thấy một thất thoát khác, chua xót hơn, man mác mà giày vò Như từng ngày từng đêm từng sớm từng chiều. Đó là chỗ trở về.

Như bỗng giật mình khi nghĩ đến một bất ngờ nào đó, thí dụ Như tử trận. Xác Như sẽ đưa về đâu. Không lẽ đem về nhà anh rể? Không lẽ đem về nhà chị dâu? Hay nhẹ nhàng hơn, suốt một năm có dăm ba ngày phép Như cũng chưa nghĩ ra mình sẽ đi đâu. Về Sài Gòn thăm anh rể hay lên Đà Lạt thăm chị dâu? Như nghĩ hoài mà không có câu trả lời.

Như biết mình hơn ai hết. Như biết rằng với số tuổi mình, với kinh nghiệm mình có, hơn nữa với thế đứng bèo bọt nổi trôi này làm sao dám nghĩ đến căn nhà của riêng, làm sao dám nghĩ đến chuyện đón mẹ về ở. Giữa những thảng thốt đó, nhiều khi trong cơn mê nào không rõ giật mình thức dậy, bỗng thấy mình nước mắt đầm đìa.

Như vẫn nói với một vài thân hữu rằng không phải là đùa, cũng không phải là hứng bất tử, nhưng xin tụi mày hiểu cho những u uất không tiện nói ra và chấp nhận giúp cho tao một điều là nếu bất ngờ nào đó lỡ tao có chết, chỉ xin một điều là chết đâu chôn đó.

Cơn gió mùa lập Đông trên cao nguyên lạnh se sắt da môi. Như bước ra ngoài nhìn bao quát chung quanh cái sân Tiểu đoàn rộng mênh mông. Buổi chiều, nắng sắp tắt, doanh trại buồn thiu. Tiểu đoàn hành quân đã ba lần tiếp tế. Ba lần tiếp tế là chín ngày, cộng năm ngày trên lưng là mười bốn ngày. Mười bốn ngày Như sống như một cái bóng. Cái bóng mờ nhạt của chuỗi ngày tác chiến cũ. Đó là thời của kiêu hùng chữ nghĩa, của hào khí men rượu, của hai mươi tám trên ba mươi ngày một tháng trong rừng. Khi đó, Như làm Tiểu đội trưởng Tiểu đội tác chiến sống lay lắt bên bờ rào các buôn ấp xa. Thường khi dành cho những bi-đông rượu đế, cho những con khô mực bằng ba ngón tay. Thường khi quay quắt, suốt ngày cho những nét bút chì xanh đỏ trên chiếc bản đồ xa lạ. Những nét bút ngắn mà đi suốt một ngày không tới. Cũng đôi khi, có khi được nằm một chỗ. Buồn bã suốt ngày, bất chợt bừng mắt dậy nghĩ ngợi vu vơ. Như muốn lấy vợ, muốn đào ngũ, muốn khóc. Nhưng rồi cũng quên đi khi nghĩ rằng đào ngũ là trốn tránh trách nhiệm, khóc hay cười cũng chẳng giải quyết được gì, và lấy vợ, lấy vợ cũng tựa hồ như đeo thêm trên lưng một cái ba-lô nữa, cái ba-lô quá nặng.
Đến khi đi hành quân ở Daksieng, Như bị sốt rét. Điều trị tại bệnh xá hành quân ba ngày, quá nặng phải chuyển về hậu cứ. Tại đây Như nằm thêm mười tám ngày nữa. Những con vi trùng sốt rét đã cho Như một thân thể xanh xao, thiếu máu. Nhưng bù lại đã tặng cho Như một món quà khá hấp dẫn hơn là làm việc

tại hậu cứ, trong một công tác chưa bao giờ được ghi trong bảng cấp số. Sau khi xuất bệnh xá trở về trình diện Tiểu đoàn, Thiếu tá Tiểu đoàn trưởng hỏi Như trước khi đi lính cậu làm gì? Như nói và ông ta muốn xem giấy tờ chứng minh học lực. Như ngạc nhiên nhưng vẫn đưa. Sau đó, những tờ giấy đã trói cuộc đời Như vào những vòng quay khốn khó của cuộc sống, thì cũng chính nó được sử dụng để kèm bốn đứa con ông Tiểu đoàn trưởng.

– Đây là một công việc nhàn nhã, tôi sẽ chỉ thị cho ông Chỉ huy hậu cứ để cậu khỏi canh gác và cấp cho cậu một căn phòng riêng. Như cảm ơn và bắt đầu dạy. Bốn đứa con ông Thiếu tá Tiểu đoàn trưởng là bốn trình độ, bốn vẻ ngỗ nghịch khác nhau. Như là ông thầy tội nghiệp. Nhiều khi Như đã biến thành một trò chơi đầy thú vị của đám trẻ. Như không vừa ý chút nào về thế đứng cũ và cũng không hài lòng chút nào về vị thế mới. Nhưng Như tin mãnh liệt rằng cái chỗ đứng mình mong mỏi từ bấy lâu nay sắp tới. Đó là ngày nào cởi bỏ bộ đồ lính lại cho chính phủ, trở về vùng đèo heo hút gió nào đó khai khẩn dăm ba chục thước đất trồng rau nuôi gà sống cuộc đời bình dị. Như chỉ thấy mình được như vậy trong những cơn mơ. Nhưng cơn mơ đó chỉ có sau một ngày băng rừng lội suối.

Nhiều khi, Như cũng tự hỏi mình đang sống làm gì đây cái chuỗi ngày nhọc nhằn khốn đốn bất biến này. Sống cô đơn và bi thảm như một con chó đói. Bất ngờ sao, Như quen Thúy. Đó là cô giáo trường tiểu học tư rất tầm thường. Sau một vài lần gặp mặt Như đường đột tỏ tình, Thúy rất bất ngờ khi chấp nhận tình yêu này. Thúy mời Như lại nhà chơi cùng tiện dịp giới thiệu cùng gia đình. Như hoan hỉ nhận lời nhưng không tới được vì lệnh hành quân quá đỗi bất ngờ.

Nửa tháng sau, trở về thành phố, Như bất kể dù còn rất dơ dáy, bất kể bụi bặm bám đầy mình, Như cũng chạy đến Thúy ngay, xin lỗi về chuyện hôm trước. Thúy không trách móc, chỉ kín đáo cho Như biết hôm đó ngoài gia đình, Thúy còn mời thêm một số bạn nữa. Như rất ân hận và xin chuộc tội bằng cách sẽ đến đón

Thúy đi chơi vào tối hôm đó, sau khi tắm rửa và thay quần áo xong.

Tối đó, Như không tới vì cơn say đã hạ chàng tại ngay trước cửa phòng chàng. Như mắc cỡ hết sức và toan sẽ không ra nhà Thúy nữa. Nhưng Thúy là mẫu người dịu dàng. Thúy nói Thúy thương Như nhiều hơn yêu Như và bày tỏ một cách bóng bẩy rằng sẽ chờ Như, nếu Như nghĩ đến chuyện lâu dài. Như xúc động tới muốn khóc. Không phải tại vì mới trải qua tình yêu đầu đời mà vì cảm thấy như mình trở lại tuổi bé thơ, sống tự nhiên và thanh thản bên người chị đôn hậu khoan dung. Như cũng không phải là người mơ mộng để tưởng mình là ông hoàng con đi chơi gặp công chúa trong rừng. Như cho rằng chàng đã tới tuổi nói thẳng với Thúy gia đình anh nghèo, rất nghèo. Anh chỉ có tình yêu cho em mà không còn một đảm bảo nào. Như cũng không giấu Thúy chuyện nhà, không giấu cả những xích mích nhỏ giữa chàng và gia đình. Khi Như nói, Như đã tính hoặc là sẽ yêu nhau hơn, hoặc là sẽ rời xa. Vậy mà Thúy vẫn yêu Như. Thúy nói anh làm em yêu anh hơn, yêu vì sự thành thật và cũng vì sự bất hạnh mà anh đã, đành phải gánh chịu.

Thúy quả là một bà tiên đầy quyền phép. Vòng đai quyền lực của Thúy với Như mới đầu chỉ như sợi tơ, dần dần đã nương vào sự vô tình của Như, vòng đai trói buộc Như mỗi lúc một chặt. Như vẫn tự nhủ lòng mình giữa trăm vạn vòng đai trá ngụy của đời sống, chẳng thà chàng chọn vòng đai này.
Người lính bước tới từ dãy nhà đặt làm văn phòng, nhìn Như cười.
- Không đi phố à?
- Hết tiền.
Người lính cười khan ờ ờ rồi ngồi xuống thềm xi-măng, bảo Như ngồi xuống đây chơi. Mấy cây khuynh diệp gió thổi lá rơi ào ào, Như lượm cành khuynh diệp phủi thềm, ngồi xuống.
– Ông bao nhiêu tuổi rồi hả?
- Hai mươi hai.
- Tuổi con cọp hả?
- Không, con trâu.
- Sao hai mươi hai?

- Bị cuối năm ta, đầu năm tây.
Người lính gục gặc vậy ông thua tui mười hai tuổi. Như móc gói thuốc.
- Vậy sao? Vậy mời ông anh điếu thuốc.
- Thôi, cái thứ này hành quân hút sướng hơn. Về đây phải hút thuốc thơm, nhả khói cho khoái lỗ mũi. Có Ruby nè, hút không?
Như cảm ơn không nhận, táy máy lại lượm hòn sỏi liệng ra sân. Đàn sẻ có cớ lượn lên cao bay vòng rồi lại tụ họp trên nóc một mái nhà: Nhà Vĩnh Biệt. Mắt Như cũng hoa lên và thấy đàn chim biến thành đàn quạ. Đàn quạ trên nóc nhà mồ.
- Bao giờ lấy vợ, ông?
- Lấy vợ? Chi vậy?
Người lính nhún vai, - để nó nấu cơm cho ăn, giặt đồ cho bận và chết có người khóc.
- Chắc không?
- Sao không?
Như bật cười lớn:
- Dóc tổ cha ơi, ăn cơm nhà bàn, bỏ đồ giặt mướn không hơn sao?
- Mình cần là cần có người thương kia chớ, chết có người thương khóc.
- Không tin, hay là có đứa cười?
- Chồng chết mà cười, sao cười?
- Mình chết rồi, tiền ta người lấy, ruộng ta người cày, vợ ta người cuỗm không phải là nó cười sao?
Người lính cười theo rồi đứng dậy, ông nói chi bá láp không, thôi tui về.
- Ủa, về sao?

Người lính quay lại nhìn Như nheo mắt cười, bỏ ra ngoài cửa trại. Như còn ngồi nán lại bên doanh trại buồn thiu. Heo hút mà mong được một chỗ trở về. Chỗ trở về dầu được ăn cơm uống nước hàng ngày hay chỉ là chỗ trở về khi vĩnh cửu, khi thịt nát xương tan.

Chiều hai mươi sáu tết, bà Tiểu đoàn trưởng gọi Như vào hỏi chú có muốn về thăm nhà và ăn tết thì tôi bảo ông Chỉ huy Hậu cứ cho chú mấy ngày.

Đây là một đặc ân lớn cho những người tác chiến, Như không khỏi thấy cảm ơn sự đãi ngộ của bà Tiểu đoàn trưởng.

Như mang mang nghĩ tới mẹ, nghĩ tới các anh các chị, nghĩ đến ngày mai ngày giỗ cha, nghĩ tới danh từ chú dành cho các người có chức vụ gọi kẻ thuộc quyền như chú bồi, chú bếp, chú tài xế, chú thầy giáo. Bất ngờ Như từ chối.

– Chú điên à? Bà Tiểu đoàn trưởng kêu lên.
– Thưa không, rồi Như trả lời vắn tắt và viện dẫn vài lý do tưởng tượng như muốn thử ăn tết xứ lạ một lần xem sao, như thấy thích thành phố này, như mới đi phép. Bà Tiểu đoàn trưởng bĩu môi, ờ cái đó tùy chú, nhưng tôi nói trước, không vui đâu.
Như cảm ơn, ra ngoài. Hôm đó dạy tụi nhỏ bài đức dục, Như muốn khóc khi giảng câu "Phải yêu thương và kính mến cha mẹ, sống thì thăm hỏi chết thì cúng giỗ". Đến tám giờ, chiếc đồng hồ treo tường gõ một tràng dài những tiếng động khô. Như đứng dậy bảo tụi nhỏ dẹp tập. Tụi nhỏ ồn ào mai có học không chú?
- Sao không?
- Mốt?
- Có.
- Vậy ba mươi, mồng một?
- Có.
Như cười chua chát tiếp, lính tráng mà, đâu có thằng lính nào nghỉ ngày tết đâu. Như nhìn đám nhỏ đang ngơ ngác rồi bật cười, nói vậy chớ mai nữa rồi nghỉ. Đám trẻ reo vui trong khi Như dời nhà ra lộ đón xe đi phố. Đến Thúy khi Thúy đang làm mứt. Gọi Thúy ra một góc vườn, Mai em đi chợ mua cho anh một thẻ hương, hai ngọn nến và nải chuối. Đem vào trại cho anh vào buổi sáng.
- Chi vậy?
- Em sẽ biết sau.

Đêm đó, Như thức đến khuya thu xếp tất cả những thứ gì lộn xộn vào cái va-ly. Cái bàn ọp ẹp bằng gỗ pháo binh được lau chùi lại, và kê vào chỗ trang trọng nhất trong phòng. Trải bàn bằng tờ nhật báo. Như tìm trong ví tấm ảnh nhàu nát của người cha già, dán trên bìa sau tấm lịch, rồi treo lên. Cái ly cũng được lau chùi đựng gạo để cắm nhang. Khi ngủ, Như nằm mơ thấy mình đi trên những con đường ngút ngàn, vừa đi vừa té mà đi hoài không tới. Hình như hai bên bờ mọc toàn cây khuynh diệp, những cây khuynh diệp lá sắc như dao, những con dao làm Nhự trầy da xước máu tay chân. Nhự mơ hồ thấy có đi ngang sông, có đi ngang đèo mà không rõ mình định đi đâu.

Thức dậy, Thúy đến, nụ cười đầu ngày rạng rỡ. Nhự mở cửa phòng nói với Thúy đây là lần giỗ thứ mười bảy của thầy anh, và là lần đầu tiên đứa con trai út giỗ bố. Nhự mang mang nghĩ đến mẹ. Người đàn bà gian khổ đó bây giờ ở một phương trời nào đó hẳn vừa cúng xong tuần nước trà đầu tiên. Thúy hỏi sao mắt anh đỏ vậy? Nhự giật mình.

- Em vào đây.
Nhự lục giỏ ra nải chuối, hai ngọn nến và thẻ hương. Bày trên bàn thờ. Nhự chỉ biết lễ mà không biết khấn. Rồi quay lại Thúy.
- Lần đầu tiên trong đời anh tự tổ chức một bàn thờ, lần đầu tiên anh giỗ cha, vui sao lại có em.
Nhự xúc động cứng lời. Khựng lại rồi hôn Thúy. Nụ hôn kéo dài như hứa hẹn mai sau. Mai sau thì vốn mịt mùng sương khói. Tới khi có bước chân người tới Thúy mới đẩy Nhự ra, bỏ xuống dưới nhà. Viên sĩ quan bước vào phòng.
- Làm gì đó mày?
Nhự lắc đầu không nói. Viên sĩ quan bước tới gần. Con Cá nào khá quá vậy mày?
- Không.
- Không C. Tính xài riêng sao? Cho anh em ké với chớ?
- Xin lỗi Thiếu úy, tôi nói chuyện với Thiếu úy đàng hoàng mà Thiếu úy mày tao với ai? Và Thiếu úy nói C. với ai?

Cơn nóng làm Nhự đứng dậy: "Tôi cấm Thiếu úy xưng hô mày tao với tôi, nếu không tôi sẽ dùng danh từ này với Thiếu úy".
Thúy cũng vừa chạy lên gì đó anh. Viên sĩ quan trố mắt nhìn Thúy bất chợt quay lại Nhự.
- Yêu cầu anh nói chuyện nhã nhặn lại. Tôi là Sĩ quan An ninh của Tiểu đoàn này. Ai cho phép anh đem gái vào trại? Tôi đủ quyền hạn giam anh vào chuồng cọp. Cái dành cho hạ sĩ quan vô lễ.

Như cười nhạt.

- Tôi chờ hình phạt của Thiếu úy, và chờ nghe quyết định của Thiếu tá về trường hợp một sĩ quan có lối nói nham nhở mất dạy với vợ lính như Thiếu úy.

Viên sĩ quan bỏ ra ngoài, mặt hầm hầm, tao sẽ trình Thiếu tá vụ này. Đ.m, đừng có cậy thế. Như nói vọng theo thưa Thiếu úy tôi chờ.

Những ngày sau đó Như luôn bị sự dòm ngó và trả thù nhỏ mọn của Sĩ quan An ninh. Kẹt cho hắn là Như tuy trẻ nhưng không phải thuộc loại ham chơi cà chớn. Hơn nữa, Như lại là nhân viên riêng và tín cẩn của ông Tiểu đoàn trưởng. Mà những kẻ hà hiếp cấp dưới lại là những kẻ khiếp hãi cấp trên. Sáng mồng một, Tiểu đoàn tập họp nghe thông điệp của vị nguyên thủ quốc gia và nhật lệnh đơn vị trưởng. Tiểu đoàn cấm trại và ứng chiến cho thị xã, ông Tiểu đoàn trưởng nhấn mạnh, tập họp bất thần vắng mặt sẽ bị nghiêm phạt. Trừ ông Trung sĩ Như có công tác riêng. Như được mời về nhà ông Tiểu đoàn trưởng "ăn tết với các cháu cho vui". Như thầm cám ơn sự trọng đãi của ông Tiểu đoàn trưởng cho Như - kẻ bất đắc chí về học vấn đã phùng thời về cái mình hèn kém – Nhưng lễ phép từ chối sau khi theo xe của ông ta ra nhà chúc tết. Như mừng tuổi bốn đứa nhỏ mỗi đứa một tờ hai chục mới tinh. Như cũng được vợ chồng Thiếu tá Tiểu đoàn trưởng lì xì khá trọng hậu so với số tiền Như mừng tuổi tụi nhỏ. Như dự tính sẽ mua cho Thúy một món quà, thật ngạc nhiên vào dịp đầu năm mới.

Như bỗng bàng hoàng thức dậy vì những tiếng la lớn quanh mình. Bóng tối kín như bưng. Có tiếng la lớn pháo kích, pháo kích. Như xô đống chăn màn qua một phía, chụp vội khẩu súng bước ra cửa. Tiếng nổ lớn đập mạnh vào tai. Như ù tai và té xuống.
Khi tỉnh dậy thấy chân tay mình trắng xóa. Cuối giường đứa con gái đang ngồi gọt trái cam.

- Thúy.
Thúy quay lại nhìn Như mỉm cười, tỉnh rồi hả?

Như cử động thử tay chân và nhắm mắt coi mình đau đớn ở đâu, chỉ thấy rêm rêm nhức nhức ở bắp đùi bên trái.
- Anh sao đó Thúy?
- Mảnh đạn vào đùi và trầy trụa sơ sơ.
- Nặng không?
- Năm mươi hai ký. Thúy cười, anh bị xoàng thôi mà làm em hết hồn.
- Hết hồn sao?
- Anh Dị ra báo tin anh bị pháo kích nằm Quân Y Viện. Mợ bảo em vào xem ngay. Sợ anh có bề gì.

Sự tỉnh táo và không quá đau nhức cho Như biết tình trạng mình không nguy hiểm. Có lẽ chàng bị bất tỉnh vì đứng quá gần chỗ viên đạn rơi xuống. Bất tỉnh vì tiếng động mạnh.

- Anh đưa cho em cái địa chỉ để đánh điện về nhà cho... bác lên thăm.
Như lúng búng miếng cam trong miệng im lặng, và lắc đầu:
- Không biết chỗ nào mẹ ở mà đánh điện về.
- Anh không có chỗ nào để trở về sao?
Như nuốt chửng miếng cam, lắc đầu.
- Ờ, mà có chứ.
- Đâu?
- Ở một khu vườn có trồng trăm thứ cây ăn trái, có hồ nuôi cá, có thân yêu, có ruột thịt, có tất cả những gì trên đời người ta cho là hạnh phúc. Với chuỗi ngày chỉ có hưởng nhàn, có sách, có kẻ lông mày cho ái thê. Là em đó, Thúy.

Như chống tay lên giường ngồi dậy. Toan choàng vai Thúy. Bỗng vết thương nhói đau làm chàng ngã xuống lại và lịm đi. Trong tiếng khóc của Thúy, Như mơ hồ thấy những đợt sóng biển, những dợn mây bay, thấy yêu dấu, thấy hạnh phúc. Thấy trong tầm tay của mình cả mảnh đất trở về. Chỗ trở về mơ ước, cầu khấn hoài hoài trên cái đất lạ quê người mà Như trôi giạt bấy lâu nay.

(MỘT THOÁNG MÂY PHIÊU BẠC là truyện ngắn đầu tay của Nguyễn Minh Nữu, đăng trên tạp chí VĂN – Sài Gòn, 1971)

DÒNG NƯỚC MẮT XANH

Mối tình đầu tiên trong đời? Vâng, nếu anh muốn tôi xin kể với anh mối tình đầu tiên trong đời của tôi, anh đừng cười nhé, tôi nói một cách chân thành rằng cho tới giờ phút này đây tôi vẫn còn là một đứa bé nếu nói về cái tình yêu đầu đời đó.

Năm đó tôi mười bốn, à chỉ độ mười ba tuổi rưỡi, tôi học lớp Đệ Ngũ, còn đứa con gái học Đệ Nhị, cùng trường, cô ta tên Hằng, Minh Hằng, cái tên thật đẹp phải không anh?

Hai đứa chúng tôi có chung với nhau một mái trường đầy những gốc bàng to lớn, hai đứa chúng tôi lại có chung một đường đi đi về về, con đường Lê Thánh Tôn, anh à, nếu anh đã từng sống ở Sài Gòn thì anh phải biết đường Lê Thánh Tôn, là con đường đẹp nhất Sài Gòn, chiều chiều, đi học về, những hàng lá me rơi vàng trên mái tóc, con đường đã đẹp lại còn trang điểm thêm bằng những tà áo trắng thì sao mà không chết người cho được? Ngoài ra, tôi với Hằng lại có chung với nhau một con hẻm lầy lội bốn mùa như cái tình yêu đầu đời của tôi, sướt mướt. Nhà Hằng ở cách nhà tôi bằng cái hàng rào ván mục, Hằng gọi tôi là em, và tôi gọi Hằng là chị. Cái tình chị em đằm thắm chân tình, trong sạch và thánh thiện tới mức Hằng vẫn ru tôi ngủ, xoa đầu tôi và thường xuyên hôn lên trán tôi. Đó là sợi dây liên lạc đầu tiên của những hành động vô thức đưa ta tới cái tình yêu sau này phải thế không anh? Bố Hằng làm việc ở Nha Quan Thuế, mẹ Hằng buôn bán thường xuyên vắng nhà. Hằng có hai đứa em, một trai một gái. Con trai là Cường học lớp Đệ Tứ, và con gái là Ngọc, học Đệ Ngũ với tôi.

Tôi mồ côi cha từ năm bốn tuổi. Tôi thèm khát cái không khí nghiêm khắc nhưng không kém phần chiều chuộng của người cha, mà tôi không có được, nên tôi thích chạy qua nhà Hằng chơi. Hằng cũng vậy, mỗi lần tôi qua là mỗi lần được chiều chuộng, và tha hồ làm nũng, tôi chỉ thành thật yêu mến Hằng, tới độ không thể xa rời. Cái thứ tình cảm dễ dãi ấy mỗi ngày một đậm đà thêm lên. Không một ai ngăn cản chúng tôi. Mà ngược lại, cả mẹ tôi lẫn bố nàng còn gần như khuyến khích thêm. Những sớm đi học, những trưa cùng về, những tối sáng trăng, ngồi bên nhau nghe Hằng kể chuyện cổ tích. Anh ạ, có lẽ thiên đường có thật, ít nhất là đã có thật với tôi lúc bấy giờ. Tôi cũng rất thương yêu anh Cường, Ngọc, nhưng hình như cái tình cảm của tôi đối với anh Cường và Ngọc nó khác cái tình cảm của tôi đối với Hằng.

Tôi bắt đầu phát hiện lòng mình vào dịp Noël năm đó thì phải. Phải rồi, buổi tối, khi vừa ăn cơm xong, tôi chạy qua nhà Hằng, Hằng đang sắp xếp lại đống thiệp người quen gởi tới. Tôi thấy Hằng khen nhiều lần một cái thiệp, và bí mật cất giữ riêng chứ không treo như hàng lô thiệp khác. Tôi thắc mắc thì Hằng lắc đầu, tôi đòi xem thì Hằng giấu. Một cảm giác là lạ trong người tôi, tôi đã tự nhủ thầm, thế nào mình cũng phải xem cho được, xem một cách lén lút và thích thú. Thực ra, hàng chữ trong đó cũng chẳng có gì lạ, "Cho Hằng một mùa Noël rực rỡ" ký tên Hóa. Dù mỗi ngày đi học mẹ tôi cho hai đồng, nhưng tôi cũng xin anh xin chị đủ mười đồng. Anh biết rằng thời đó mười đồng khá lớn chứ, ra tiệm, tìm mua cái thiệp giống hệt như vậy, để y hệt dòng chữ tôi nhìn thấy, khác chăng là chỗ ký tên. Khi đưa cái thiệp cho Hằng, tôi nói, em muốn chị giữ cái thiệp của em thật quý, y như cái thiệp của ông Hóa. Hằng cười, xoa đầu tôi, em khỏi lo, chị sẽ cất cái thiệp của em vào chỗ khác, quý hơn nữa kia, đó là chính ngay trong lòng chị.

Lòng tôi nhẹ đi, nhìn hàng trứng cá ngoài hiên mà lòng mình cũng đỏ hồng như những quả chín mọng. Nhưng Hằng đã gọi tôi lại, nghiêm giọng, sao em lại để kỳ thế này, gọi tên chị không là hỗn đó. Tôi lắc đầu, sao ông đó để tên chị không mà chị không nói? - Ông đó khác. Tôi bỏ chạy về nhà giữa tiếng gọi thất thanh của Hằng. Hôm đó tôi bỏ cơm, và khóc ướt sũng gối.

Những ngày sau đó tôi không thèm đợi Hằng đi học, không thèm chờ Hằng cùng về, buổi chiều tôi ra ngoài xóm đánh đáo, chơi u mọi, bắn bi chứ không như thường lệ chạy qua nhà Hằng. Tôi hay nổi nóng cùng bạn bè cùng lớp tuổi, thích gây sự và đánh nhau. Nhưng hầu như tất cả mọi trò chơi đều không quyến rũ nổi tôi. Tôi vẫn hay buồn, hay khóc một mình. Thật vô vị những buổi tối sáng trăng. Nhưng rồi thì Hằng cũng bắt được tôi, ngay tại gốc cây trứng cá, buổi tối. Hằng giữ tôi lại trên băng ghế gỗ, sao độ này em không qua nhà chơi? Giận chị à? Tôi nhún vai, thật người lớn, em khác, ông đó khác. Hằng kêu lên ơ kìa?

Hằng trợn mắt nhìn tôi, đôi mắt to sáng và trong vắt như mặt trăng ngày rằm. Anh có biết rằng đôi mắt Hằng đêm đó còn đeo đuổi tôi cho đến bây giờ không?

Hằng kinh ngạc nhìn tôi lúc lâu, hai tay Hằng đặt trên vai tôi run lẩy bẩy. Hằng nói trong hơi thở rộn, ông nào em điên hay sao? Lẩm cẩm quá?

Tối hôm đó tôi nói với Hằng rằng, em yêu chị quá. Nếu phải mất hết để được mình chị hay là mất chị để được tất cả em xin chọn trường hợp một. Hằng cười, nâng mặt tôi lên, em của chị đang làm thơ phải không? Tôi nói được với Hằng câu đó là nhẹ hẳn nửa hồn, Hằng nói rằng em không mất gì mà vẫn được chị thì tại sao em lại không thèm qua nhà chị chơi?

- Tại chị coi ông ấy trọng hơn.

Tình yêu của tôi với Hằng chỉ có vậy, trong sạch và tinh khiết. Chúng tôi gần nhau cho tới khi Hằng lên Đệ Nhất, tôi lên Đệ Tứ thì một sớm mai, một buổi sớm mai đáng ghét, bố Hằng đột ngột trở về báo tin bị thuyên chuyển tới Tây Ninh. Tây Ninh? Cái tên nào đó thật lạ lùng và nghe xa xôi làm sao. Cuộc bàn tính được quyết định gấp gáp cho số phần ba chị em Hằng. Hằng, Cường và Ngọc sẽ được gửi lại một nhà người quen trên ngã tư Bảy Hiền học nốt niên khóa. Buổi tối đó chúng tôi chung băng ghế gốc cây trứng cá, Ngọc thì ao ước được đi Tây Ninh với bố mẹ, Cường thì trầm ngâm, còn Hằng thì buồn thấy rõ.

Còn tôi, làm sao tôi ngăn nổi những cảm xúc trong lòng mình? Một vài ngày nữa Hằng sẽ đi, tuy không xa, nhưng dễ gì gặp lại. Tôi linh cảm rằng có lẽ đây là lần chia tay vĩnh viễn. Tôi thầm cầu khấn ngày hôm nay thật dài, ngày mai vô tận, ngày mốt hoài hoài không có. Nhưng rồi đêm đã thật khuya, chia tay vào nhà ngủ. Đêm đó tôi lên cơn sốt, sốt thương hàn. Cơn sốt kéo dài không biết bao nhiêu ngày, Hằng vẫn còn ở đó, ngày ngày qua đút cháo cho tôi, bóc cam cho tôi.

Hôm nhà Hằng dọn đi, tôi tung chăn chạy ra ngoài, nhìn người phu khiêng ra ngoài cái giường cái tủ mà phát khóc. Hằng không có ở đó mà dỗ dành. Hằng đi học và lát trưa sẽ về trên nhà bà dì, ở ngã tư Bảy Hiền.

Tôi không còn gặp Hằng từ dạo ấy. Thời gian cách biệt thật cũng quá lâu, bảy năm. Bảy năm sau, tôi thi rớt, rồi đi lính phục vụ trên một đơn vị ở Cao Nguyên. Có lần, về phép, bất ngờ mẹ tôi nhắc đến Hằng.

- À, mày còn nhớ ông bà Điều không nhỉ, ông Điều làm Quan Thuế ngày xưa ở cạnh nhà đó?
- Nhớ chứ, ba chị em Hằng, Cường, Ngọc?
- Tao vừa gặp bà Điều.
- Ở đâu?
- Chợ Lăng Cha Cả.
- Bây giờ gia đình đó ra sao?
- Ông Điều bị lật xe chết đã ba năm nay. Con Hằng lấy chồng rồi, thằng chồng đi lính tử trận khoảng tháng nay, thằng Cường gãy chân nằm nhà, còn con Ngọc, thật ghê cho con gái thời nay, bỏ nhà theo trai từ năm mười bảy tới giờ chẳng biết lưu lạc phương nào. Gia đình đó thật đủ mọi điều đau đớn. Con Hằng nó hỏi thăm về mày.

Tôi bất ngờ trở lại cái cảm giác ngày xưa, bàng hoàng, đau xót. Thấy ngay trái tim mình là vực sâu. Thấy ngay hình bóng mình là những đám mây trắng, thấy ngay trí nhớ mình cũng mù mịt như sương. Ôi đám mây trắng che ngang đôi mắt lóng lánh như mặt trăng rằm của buổi tối nào đó. Mới hôm nào vậy mà thấm thoắt đã bảy năm rồi.

Tôi cũng toan trở lại thăm Hằng, không, thăm chị Hằng của ngày xưa, nhưng rồi mải mê bạn bè. Anh cũng biết đó, ngày phép của một thằng lính vốn thật hẹp, hẹp còn hơn số tiền lương lãnh hằng tháng. Rồi tới ngày trở ra đơn vị, rồi quên đi.

Cũng một đôi khi, giữa những cuộc vui bạn bè, giữa những cơn buồn, giữa những hồi tưởng lại với bạn bè, Hằng lại trở lại với tôi. Cũng có khi với vóc dáng ngày xưa áo dài trắng, cũng có khi với những hình bóng tôi tưởng tượng ra như áo tang trắng, khăn tang gầy còm ốm yếu vừa đi vừa khóc.

Nhưng anh ạ, cho dù với hình bóng nào, Hằng cũng có đôi mắt thật trong sáng. Như một dòng sông, mà không, phải coi như một dòng suối mới phải, dòng suối màu xanh.

Anh à, cái thời gian mà tôi còn đi tác chiến ở Tiểu Đoàn 2/45 có lẽ là chuỗi thời gian bi thiết nhất, mà cũng thân ái nhất đời tôi. Tôi được thuyên chuyển về đây, cái đơn vị không tác chiến này, hãy tạm xem như thảnh thơi với chuỗi ngày sớm vác ô đi tối vác về, nhàn nhã hơn. Bất ngờ, bất ngờ anh ạ! Tôi gặp Ngọc ở thành phố này. Hôm đó, tôi cùng vài bạn bè tới khu xóm chị em ta, tôi gặp Ngọc. Mới đầu tôi không nhận ra rõ ràng đây chính là Ngọc, nhưng đôi mắt đã cho tôi cái cảm giác mơ hồ tới một thân tình nào đó, Ngọc cũng không nhận ra tôi. Tôi cố hỏi dò, Ngọc nói tên là Cúc, hỏi nhà thì nói ở Huế, hỏi đã bao giờ về Sài Gòn chưa thì lắc đầu. Thật tình tôi chưa nghĩ ra nổi cô gái bán hương này là ai, và quen ở đâu. Nhưng chắc chắn là quen, quen thân.
Tôi cố hỏi, nhưng càng hỏi càng thấy bực mình. Ngọc chối tất cả những gì tôi nghi ngờ đưa ra. Tôi thì cũng nhất định không tin những điều Ngọc nói. Ngày hôm đó, ngày hôm sau, tôi bị quay cuồng trong trí nhớ của mình, rồi bất ngờ tôi nhớ ra. Tôi nhớ ra rồi. Tôi đã nghĩ tới Ngọc. Có lẽ chính là Ngọc, tôi làm sao quên

được đôi mắt của Hằng, tôi trở lại tìm Ngọc, chặn đầu chặn đuôi mãi, cuối cùng cô gái bán hoa tên Cúc kia đành phải xác nhận mình là Ngọc, Minh Ngọc.

Cơn xúc động làm tôi tối tăm mặt mày, dù là tôi đã chờ ôm Ngọc trong vòng tay, và quyết định, với bất cứ giá nào cũng phải đem Ngọc ra khỏi chỗ này. Điều này không khó với Ngọc, nếu Ngọc dám quay lưng lại với tất cả mọi dư luận để làm lại đời mình. Nhưng lại thật khó khăn với tôi, liệu với số lương chết đói nhà binh có thể nuôi được Ngọc không?

Tôi nhủ với lòng mình rằng, dù sao, dù sao, dù phải vượt hàng hàng lớp lớp chông gai, dù phải, dù phải khốn cùng kiệt quệ cũng phải đưa Ngọc đi, cũng phải đưa Ngọc đi.

Gửi Ngọc ở nhà vợ chồng người bạn được sáu ngày, thì tới đầu tháng lương. Ngọc cũng còn một số tiền nhỏ, chúng tôi mướn căn nhà dưới Suối, và tạm thiết trí một đời sống tạm. Tôi nói với Ngọc rằng hãy chờ anh đến kỳ phép thường niên, anh sẽ đưa em về gặp Mẹ, để chính thức chúng ta ăn ở với nhau. Ngọc đã kể cho tôi nghe về mối tình đằm thắm đầy bất ngờ của nàng. Mối tình của đứa học trò con gái Đệ Nhị, yêu một thằng học trò con trai Đệ Nhị. Hùng, đứa con trai đã tàn nhẫn rủ bạn bè về phá hoại đời tình nhân mình. Hùng, đứa con trai đã trốn đi một cách hèn nhát vô trách nhiệm khi hay Ngọc có thai.

Ngọc nói:

- Em trốn lên Đà Lạt và phá thai trên thành phố đó. Lên Đà Lạt vì còn mặt mũi nào sống ở Sài Gòn nhìn trăm con mắt khinh miệt của bạn bè. Nguyên thấy đó, con gái không bằng cấp, không một nghề nghiệp trong tay sẽ sống bằng gì? Ngoại trừ nghề này.

Ngọc khinh bạc tiếp:

- Đây là khoảng thời gian em đã dần hồi tỉnh, ngày trước ở Bồng Sơn em chỉ tiếp khách ngoại kiều.

Ngọc bằng tuổi tôi, nhưng hơn tôi hai tháng, nhưng thói quen nghề nghiệp nàng xưng em, và theo thói quen từ thời còn nhỏ Ngọc gọi tôi bằng tên. Điều này không làm tôi buồn mà chỉ làm tôi hơi mắc cỡ khi nghĩ rằng mình hãy còn là con nít so với Ngọc. Mặc cảm e sợ Ngọc vẫn còn trong tôi dù đã bảy năm.

Bảy năm, bảy năm đã làm tôi chai đá đi nhiều, cái ấu thời ngây thơ mơ mộng đã đánh rớt ít nhiều tại các quân trường Quang Trung Đồng Đế, ít nhiều ở những gặp phải chông gai, còn lại bao nhiêu cũng vung tay khắp các núi đồi cao nguyên (những địa danh như Buprang, Quảng Nhiêu, Dakto, Chupao đời đời vẫn nhớ). Bảy năm làm cô Ngọc, học trò Đệ Tứ ươm mơ đã thành cô gái điếm chai lỳ, thích tiếp khách ngoại kiều. Nhưng bảy năm quả nhiên không đủ làm cho tôi quên đi cặp mắt đêm nào.

Có những buổi tối sáng trăng, hai đứa bắc ghế ra trước sân ngồi nói chuyện, đôi mắt Ngọc cũng thật to thật sáng. Nhưng đôi mắt Hằng là hai vầng trăng sáng, còn đôi mắt Ngọc lại là một dòng suối xanh, lặng lờ đó mà cũng sôi động đó, tôi bất ngờ khen ngợi:

- Đôi mắt em thật đẹp.

Ngọc nhìn tôi cười nửa miệng:

- Cách đây bốn năm, Hùng cũng nói câu đó, nói trước khi rủ bạn bè.

- Em đừng nhắc tới Hùng nữa.

Ngọc nhìn thẳng vào mắt tôi, nói gằn giọng:

- Em nói thật cho anh biết, em vẫn yêu Hùng như ngày nào, yêu hơn nữa là khác.

Tôi lắc đầu, lúc đó tâm hồn tôi thật trống rỗng và thanh tịnh. Cố gắng tìm một chút tức giận để thấy mình yêu Ngọc, cố gắng tìm một chút hờn ghen để thấy mình mất mát, nhưng không. Lòng tôi như một tấm drap ướt, buồn bã và tịnh mạc.

- Anh thật lòng tôn trọng tình yêu đó của em.

Ngọc sững sờ. Điều này tôi nhìn thấy nơi đôi mắt của Ngọc. Thực ra, hết sức khó khăn giải thích với Ngọc rằng tôi không hề, chưa hề yêu Ngọc bao giờ. Cái tình cảm làm tôi quyết định đưa Ngọc về chung sống chỉ là tình thương hay có khác đi chăng cũng chỉ là thứ tình yêu được biến thái, biến thái nhiều.

Ngọc có những cái giống Hằng, thí dụ đôi mắt, thí dụ cái hất mặt kiêu ngạo đàn chị. Ngọc cũng có những cái khác Hằng, thí dụ đường đột hơn, mạnh bạo hơn. Tôi chưa nhận được nơi Ngọc cái đằm thắm của bàn tay Hằng trên tóc tôi.

Ngọc có vẻ hiểu những điều tôi muốn nói nhưng chưa nói đó. Ngọc thường có thái độ chống đối tôi bằng cách giận hờn vô lý, trách móc vẩn vơ, và hay kể về Hùng để so sánh với tôi.

Dĩ nhiên Ngọc làm tôi nổi giận khi nghe Ngọc nói Hùng hơn tôi về đủ mọi mặt. Từ lối sống, cách ăn chơi, cách xử sự, lối ăn nói, nét mặt hình dáng, hỡi ơi, thậm chí, Ngọc còn nói cả về kỹ thuật ăn nằm.

Cơn giận làm tôi quên mất rằng mình đang đóng vai một khách phong trần cứu vớt cánh hoa lạc loài. Tôi nói, anh thua Hùng nhiều điểm lắm, em nhắc không hết đâu, để anh nhắc phụ với, thí dụ như anh không thể rủ bạn bè về bề hội đồng người yêu mình được, thí dụ anh không tàn nhẫn bỏ trốn khi người tình có thai.

Ngọc òa khóc và nhiếc mắng tôi là đồ khốn nạn, sở khanh, sau đó Ngọc bỏ đi. Buổi trưa đi làm về, nhìn tờ giấy trên bàn, "Tôi không thể sống với anh được, kẻ mà tấm lòng chỉ như vũng nước đó làm sao chứa đựng được ai."

Tôi thành thật nhận thấy Ngọc nói đúng. Hẹp lòng vẫn không phải là không có lòng. Trong cái hạn hẹp của lòng mình, tình cảm tôi còn cho biết phải tìm Ngọc. Phải tìm Ngọc ngay. Với bất cứ giá nào. Tôi đến tất cả mọi địa chỉ quen biết, không thấy, tôi tìm đến cả những khu vực cấm quân nhân, cũng không thấy.

Ngọc mù mịt tăm hơi giữa khi tôi kiệt lực. Đã mười ngày, nhìn trong gương khuôn mặt mình thất sắc, tôi tự hỏi lòng mình hay là mình yêu Ngọc? Ờ hay là mình yêu Ngọc?

Tôi đã đầu hàng, và sửa soạn trả nhà thì Ngọc về. Ngọc về nhà vào lúc gần nửa đêm, Ngọc khóc và nói với tôi thật nhiều.

- Em cảm ơn sự giúp đỡ của anh. Em nhận biết được lòng anh đối với em chỉ là tình thương chứ không phải tình yêu. Em thấy đã tới lúc em trở về nhà giúp đỡ mẹ, giúp đỡ chị để nuôi sống gia đình.

Có lẽ đời sống em sẽ bình thường hơn...

Đôi mắt Ngọc sáng lên, rực rỡ.

- Làm đĩ mười phương còn một phương lấy chồng chứ.

Và trở lại mềm mỏng, cầm tay tôi và nói như khóc:

– Anh Nguyên, em chỉ xin anh một điều, em đã làm đĩ tại thành phố này, làm đĩ với tất cả đàn ông trong thành phố này, nhưng em tin là em chưa từng làm đĩ với anh, em đã sống với anh như một người vợ hiền.

Vuốt trên mái tóc Ngọc:
- Chưa bao giờ anh nghĩ đến điều đó. Ngọc ơi, anh thật tiếc rằng anh không yêu Ngọc và cũng thật tiếc là anh không có khả năng nói dối là anh yêu Ngọc. Nhưng anh nghĩ cái tình cảm anh dành cho em lớn lắm, lớn hơn cả cái gọi là tình yêu nữa.

Hôm đưa Ngọc lên phi cơ về Sài Gòn, tôi hôn Ngọc, và hình như có khóc. Sự mất Ngọc trong thành phố này tạo cho tôi một lỗ hổng lớn về thời giờ. Dòng suối xanh đã lên đường, không biết ra biển hay về núi, nhưng nào ai biết có bị lạc đường hay không? Nhiều lúc lang thang trên những con đường tối về đêm. Ngước nhìn vầng trăng tươi mát trên đầu mà bất ngờ nhận ra, hình như Ngọc đẹp hơn Hằng, hình như tôi yêu Ngọc, tôi yêu Ngọc anh ạ, có thể lắm chứ, phải không anh?

Nhớ Ngọc kinh khủng, nhiều khi tôi muốn bỏ lại tất cả để nhào về tìm Ngọc. Nhưng tôi cố dằn lại được. Tôi đã biết rằng mình không thể nào lấy Ngọc được, không lấy được bởi vì Ngọc là em Hằng chứ không phải Ngọc đã một thời làm đĩ. Cũng chắc chắn không phải tôi khinh Ngọc.

Người ta nói có thể lấy đĩ làm vợ chứ ai lại lấy vợ làm đĩ, phải thế không anh?

Tuần trước, tôi nhận được thư Ngọc.

"... Em hiện đứng bán cái quán tạp hóa nhỏ của mẹ, đời sống bình thường mực thước. Một đôi khi cũng nhớ tới anh, nhớ như nhớ một người anh trai không hơn không kém.

... Chị Hằng đã đi làm tại ngân hàng. Thằng Tùng con chị ấy đã đi học. Anh Cường đã giải ngũ và đang xin việc làm. Một đôi khi ngồi chung với nhau lại nhắc về anh, nhưng nhắc tới thằng Nguyên của tám chín năm về trước kia. Thằng Nguyên đầu húi cua học Đệ Ngũ trường Nguyễn Bá Tòng. Những gì trên Ban Mê anh quên đi nhé."

Anh ạ, tôi thì cho tới bây giờ vẫn cô đơn, vẫn chưa lập gia đình, tôi vẫn còn bị quay trong đôi mắt đêm nào. Tôi vẫn thường chắp tay nguyện cầu hàng đêm, cầu nguyện với những thần linh cao cả nhất trên cõi đời mong sao dòng suối xanh sẽ tìm được một cửa bể thật rộng, thật rộng thế thôi.

À quên nãy giờ cứ mải mê kể chuyện mà quên mất chai rượu, nào chúng ta cùng nâng ly chứ, mời anh, mời anh.

(Tạp Chí Văn - thời Nguyễn Xuân Hoàng làm Thư Ký Tòa Soạn - số tháng 4-1973)

Nguyễn Minh Nữu
Tranh sơn dầu của MAI SINH (2018)

PHẦN 2 : BÚT KÝ

THƯƠNG QUÁ SAIGON, NGÀY TRỞ LẠI

1/
Tháng 9 năm 2016, Tôi về đến Saigon. Ngay trong đêm, tôi gửi tin nhắn đến Đoàn văn Khánh: "Về tới Sài Gòn rồi, mai gặp nhau uống cà phê".

Bây giờ là 11:30 đêm. Tôi nghĩ lúc 4 giờ sáng thức dậy để đi bộ tập thể dục, Khánh sẽ nhận được tin nhắn của tôi. Đêm đầu tiên về tới Sài Gòn tôi không ngủ được. Chắc chẳng phải riêng tôi. Những người xa xứ về quê khó tìm được giấc ngủ; một phần vì khác biệt về giờ giấc, một phần vì nôn nao trong lòng khi nghĩ tới các cuộc gặp gỡ sắp tới.

Nằm mơ mơ màng màng chút xíu, thấy có tin nhắn của Đoàn văn Khánh: "Khi ngủ dậy thì gọi nhé". Tôi nhìn đồng hồ, 5:15 sáng. Tôi bấm máy gọi cho Khánh, nói Khánh ra Sài Gòn đi, tôi sẽ ra ngay và gặp nhau.

Sài Gòn có 19 quận và 5 huyện với số dân lên tới 10 triệu người, nhưng khi chúng tôi nói tới Sài Gòn là nói tới các quận trung tâm, hay nói cụ thể hơn là nói tới chợ Bến Thành và chung quanh bán kính khoảng một cây số.

Chúng tôi gặp nhau ở quán cà phê trong khuôn viên Dinh Độc Lập; ngoài Đoàn văn Khánh còn có Cao Bá Hưng. Cao Bá Hưng là một người bạn vai em, quen nhau sau 1975, làm thơ, viết nhạc và sống bằng nghề điêu khắc ở Sài Gòn.

Khánh sinh trước tôi 6 tháng. Tôi sinh vào tháng giêng năm sau, nên theo tuổi thì Khánh hơn tôi một tuổi. Chúng tôi quen nhau thời sinh hoạt Thi Văn Đoàn thiếu niên. Thập niên 60, ở miền Nam rộ lên phong trào thành lập thi văn đoàn - nơi các nhóm bạn trẻ cùng nhau sáng tác và gửi bài đăng báo. Dạo ấy có khoảng mười tờ báo thiếu nhi như Bạn Trẻ, Tuổi Xanh, Tuổi Hoa, Măng Non, Việt Sinh... và hầu như các nhật báo hàng ngày, báo nào cũng dành một góc cho trang thiếu nhi.

Năm đó, tuần báo Việt Sinh tổ chức cuộc thi viết Việt Sinh. Kết quả Đoàn văn Khánh đoạt giải nhất về thơ. Giải nhất về văn cũng trao cho một người tên Khánh - Hà Thúc Khánh. (Mấy chục năm sau, tôi gặp lại Hà Thúc Khánh ở Mỹ. Hà Thúc Khánh vẫn viết văn, nhưng viết bằng tiếng Anh, lấy bút hiệu là Khanh Ha. Khánh có tặng cho tôi tác phẩm mới nhất của anh. (Gặp một lần và sau đó không có dịp gặp nữa).

Đoàn văn Khánh lúc đó cùng mấy người bạn lập thi văn đoàn Hàn Mặc Tử. Những người trong nhóm ấy bây giờ chỉ còn Đoàn văn Khánh và Lê Hồng Thái theo đuổi việc sáng tác nhưng Thái nghiêng về điêu khắc nhiều hơn và là một điêu khắc gia nổi tiếng vùng đồng bằng sông Cửu Long. Khánh thì vẫn là người chung thủy với thơ. Câu thơ Đoàn văn Khánh làm năm 17 tuổi: "Người ta biết cũng đâm liều, còn hơi thở yếu, còn yêu em hoài" hay câu thơ làm năm 27 tuổi: "Cảm ơn riêng một góc ngồi, cho tôi xin nửa vành môi trữ tình" hoặc câu thơ 50 năm sau: "Thưa em con gái miền tây, Bắt qua tơ tưởng đêm ngày không yên".

Vẫn là những dòng thơ trữ tình, sử dụng lục bát chuyên chở chất lãng mạn thiết tha của cái tình đắm đuối. Tất nhiên, thơ Khánh không chỉ là lục bát, mà nhiều thể loại và nhiều đề tài, nhưng trong lòng tôi, lúc nào nghĩ đến thơ Khánh là nghĩ đến lục bát và nghĩ đến thơ tình. Quen biết và thân với nhau hơn 50 năm rồi, chúng tôi đã vượt qua khỏi cái giao tế bằng hữu bình thường mà chỉ nhìn ánh mắt nhau đã hiểu người kia muốn gì, đoán được ý nhau và hòa được cái sở thích của nhau.

Khánh nói, sáng nay Nguyên Minh ở nhà chờ ông đến, có mấy bạn văn nữa. Buổi cà phê hội ngộ đầu tiên thu ngắn lại. Cả ba chạy về phía Tân Sơn Nhất để đến nhà Nguyên Minh.

"Tòa soạn Quán Văn" thực ra chỉ là một căn phòng nhỏ, diện tích khoảng vài chục thước vuông, ở đó là sách vở, computer, máy in. Vòng quanh vách là mấy băng ghế để anh em ngồi chơi trò chuyện, khung cửa sổ nhìn xuống một khoảng sân mênh mông vắng lặng của một góc phi trường. Đây là một nơi gặp gỡ của rất nhiều người cầm bút, là nơi làm việc của nhà văn Nguyên Minh, một nhà văn cao tuổi nhưng có đôi mắt như trẻ thơ và một cái đầu mơ mộng chất chứa biết bao nhiêu dự án hết sức mộng mơ. Nguyên Minh cầm bút từ đầu thập niên 1960. Năm 1970, anh sáng lập tạp chí Ý Thức, với sự đồng hành của Đỗ Hồng Ngọc, Lữ Kiều, Lữ Quỳnh, Trần Hữu Ngũ, Châu văn Thuận... Sau đó, trải mấy mươi năm sống với ngành in ấn, năm 2011, anh chủ trương một tuyển tập văn chương lấy tên là Quán Văn. Với 4 tác phẩm văn xuôi, mọi người gọi anh là nhà văn, nhưng ngay lần đầu tiên được gặp và làm quen với anh hồi năm sáu năm về trước, tôi nhìn thấy từ anh là một nhà báo - một nhà báo văn học.

Một người viết văn làm báo thì chỉ có thể làm một loại báo: đó là báo văn học vì tờ báo loại này đòi hỏi những khả năng khác với báo thông thường. Tờ báo bình thường đòi người chủ biên phải nhạy bén với kinh doanh, am tường chính trị, hiểu biết đời sống và nhất là thích nghi với thị hiếu độc giả. Những đòi hỏi đó Nguyên Minh không có, hay nói một cách khác là anh không mặn mòi gì với những thứ đó. Nguyên Minh có cái khác, đó là lòng yêu thích chữ nghĩa văn chương, và niềm đam mê với những sản phẩm in ấn.

Có một bất ngờ nào đó khi bắt gặp Nguyên Minh bên cạnh một tác phẩm văn chương mới được in ra, còn long lanh vết mực và ngát thơm mùi giấy mới, thì mới thấy được hết cái hạnh phúc của anh bên những sản phẩm mới làm. Xuất bản được Quán Văn và duy trì Quán Văn suốt năm năm qua là do một thiên khiếu riêng chỉ có ở Nguyên Minh. Suốt hơn 60 năm sống với chữ nghĩa, anh có giao tình, quen, biết rất nhiều người cầm bút, cộng thêm cách sống hòa nhã và chia sẻ, nên anh giữ được mối thân tình với anh em gần xa. Nguyên Minh có khả năng cảm nhận và phân tích rất nhanh cái đúng sai, hay dở của một bản thảo gửi về. Và quan trọng hơn cả là anh chấp nhận các dị biệt trong văn chương, các dị biệt trong ứng xử và cả những dị biệt trong cách nhìn, để rồi, trong căn phòng nhỏ làm tòa soạn Quán Văn đó, mọi dị biệt vẫn có thể trộn lẫn một phần riêng vào phần chung cho một ham thích thực hiện một sân chơi văn chương của mọi người.

Trong căn phòng hôm đó có Nguyên Minh, Đỗ Hồng Ngọc, Thân Trọng Minh, Mang Viên Long, Đoàn Thị Phú Yên, Đoàn văn Khánh, Hoàng Kim Oanh, Trương Văn Dân, Elena, Nguyễn Minh Nữu, Cao Bá Hưng... Một lát sau thì có thêm Cúc Hoa, Phạm Cao Hoàng, Nguyễn Sông Ba và Hoàng Kim Chi.

Đây là lần đầu tiên tôi gặp nhà văn Mang Viên Long - một tác giả tôi yêu thích từ lâu với những bài văn ngắn chan chứa tình người. Trước đây mấy năm, tôi có cơ hội liên lạc với anh qua điện thoại và rất quý mến chất hào sảng và chân tình của anh.

Bác sĩ Thân Trọng Minh với bút hiệu Lữ Kiều là một kịch tác gia quen thuộc với tạp chí Ý Thức ngày xưa, và nhiều tạp chí văn học cùng thời. Anh còn là một họa sĩ, đã nhiều lần tổ chức triển lãm tranh. Kịch của Lữ Kiều là kịch của cảm xúc, trong đó những đối thoại như từng nhát chém, khảo tra vào nội tâm người đối thoại, nếu nghe thoáng qua, khó lòng nắm bắt được ý nghĩa bên trong, do đó chỉ có thể là kịch đọc và truyền thanh chứ khó dàn dựng, bởi vì, những suy tư trăn trở ở trong các nhân vật quá nặng, tìm được người diễn đạt nổi yêu cầu là cả một khó khăn. Tranh của Thân Trọng Minh là tranh trừu tượng, màu sắc rạch ròi và cảm nhận người xem là tự suy và thỏa thuận với những biểu tượng mà tác giả đưa ra.

Nhà thơ Đỗ Hồng Ngọc cũng có ghi lại buổi gặp gỡ đó trong trang cá nhân của anh: "Hôm 9.9.2016, Phạm Cao Hoàng & Cúc Hoa từ Tuy Hòa về, anh chị em Quán Văn lại có buổi họp mặt thân mật ở tòa soạn "chuồng cu" Quán Văn tận Gò Vấp. Có Mang Viên Long cũng vừa từ Quy Nhơn vào, Nguyễn Minh Nữu, Phú Yên, Hưng, Kim Oanh, TVD, Elena... đông đủ. Quả là cái tòa soạn "chuồng cu" Quán Văn đã ngày càng chật chội, nhưng thân tình và ấm áp biết bao. Chủ báo Nguyên Minh cũng vừa chuẩn bị xong cái bìa số 40, số đặc biệt giới thiệu nhà thơ Phạm Cao Hoàng, với tranh Cúc Hoa của Đinh Cường rất đẹp để mang ra khoe bạn bè".

Hôm đó gặp Phạm Cao Hoàng và Cúc Hoa quá vui, bởi vì, tôi và PCH đều có kế hoạch đi Việt Nam, mỗi người một việc. Phạm Cao Hoàng thì đưa con gái và con rể về thăm gia đình sui gia; tôi thì đưa bà chị lớn tuổi về VN làm từ thiện. Ngày 9/9 là ngày thứ nhất tôi tới Việt Nam lại là ngày chót Phạm Cao Hoàng còn ở Việt Nam. Cho nên cái gặp chớp nhoáng làm cả hai cùng thú vị.

Tôi đọc và quý mến cái tên Phạm Cao Hoàng từ thời 1971, 1972. Khi đó, tạp chí Ý Thức đăng bài thơ "Thơ Tặng Người Tuổi Trẻ" của anh. Tôi đọc bài thơ đó khi vừa vượt qua tuổi hai mươi, thế mà cái hào khí của bài thơ làm tôi xao xuyến và tự kỳ vọng vào cái tuổi trẻ của năm mình ba mươi biết bao nhiêu. Từ đó, tôi theo dõi thơ của Phạm Cao Hoàng. Mỗi bài thơ của anh thời đó đều toát lên một khí chất đông phương và cái hào sảng của bậc hiền sĩ. Lúc đó, tôi chưa biết anh ở đâu, và bao nhiêu tuổi. Rồi tới bài thơ làm tôi thuộc lòng dù bài thơ đó là bài thơ anh viết để tặng cho người yêu lúc đó và là người bạn đời sau này: bài Nhớ Cúc Hoa. Gần 40 năm sau tôi mới có dịp gặp và quen Phạm Cao Hoàng nhưng không phải ở quê nhà mà là ở Virginia thuộc miền Đông nước Mỹ. Phạm Cao Hoàng có ghi lại kỷ niệm đó trong bài thơ Thương nhớ Ngựa Ô(*): nhớ Ngựa Ô là nhớ những đêm bạn bè hát khúc sầu ca viễn xứ/ nhớ Nguyễn Ngọc Phong và Gửi Em, Đà Lạt/ nhớ Đinh Cường và Đoạn Ghi Đêm Centreville/ nhớ Nguyễn Minh Nữu và Mênh Mông Trời Bất Bạt/ nhớ Nguyễn Trọng Khôi và Giấc Mộng Trên Đồi Thơm/ nhớ Ngựa Ô là nhớ con đường/ in dấu chân bạn bè tôi từ những nơi xa xôi/ có khi là nửa vòng trái đất

ngồi bên nhau giọt rượu cay trong mắt
ngồi bên nhau cùng nhớ một quê nhà
quê nhà thì xa mây thì bay qua
đời phiêu bạc như những đám mây trôi giạt
nhớ Ngựa Ô là nhớ những bàn tay ấm áp
tôi thương Ngựa Ô và thương bạn bè tôi.

Từ đó, chúng tôi thành bạn. Thú vị biết bao nhiêu khi bạn của Phạm Cao Hoàng thành bạn tôi và bạn tôi nay đã là bạn của Phạm Cao Hoàng. Gặp gỡ hôm nay ở nhà Nguyên Minh là gặp gỡ của những người bạn chung đó.

Cùng gặp gỡ lần này còn có Trương Văn Dân, Elena, Hoàng Kim Oanh, Nguyễn Sông Ba, Hoàng Kim Chi, Đoàn Thị Phú Yên và nhiều bằng hữu khác - những người để lại trong tôi nhiều ấn tượng tốt đẹp mà tôi sẽ đề cập trong những phần tiếp theo của bài viết này.

Ôi thương quá Sài Gòn ngày trở lại, ngay ngày đầu tiên đã chạm được tay vào rất nhiều mối thân tình.

ảnh sưu tầm từ internet, bờ Kênh Tẻ ngày xưa và ngày nay.

2/

Tôi chạy xe một mình, lang thang trong thành phố với cái tâm hết sức thanh thản. Đi mà chẳng nhắm đi đâu, lại thú vị hơn nữa là không câu thúc gì giờ giấc, muốn về lúc nào thì về. Chạy xe gắn máy ở Sài Gòn? Vâng, với một số bạn hữu bên Mỹ thì chuyện chạy xe gắn máy ở Sài Gòn là chuyện không dễ dàng dù bên này ngày nào cũng lái xe cả giờ đi làm và về nhà, cuối tuần lái xe xuyên bang đi New York, đi Florida.

Thực ra, lái xe hơi ở Sài Gòn thì quả thật tôi không dám lái, vì đang chạy mà chẳng biết ai đó bất chợt đâm ngang trước mặt, hay đang chạy họ thắng giữa chừng, hoặc bên trái, bên phải có ai lượn qua, cúp đầu xe hay không. Còn lái xe gắn máy thì người Sài Gòn sao tôi vậy.

Đứng trên cao, nhìn xuống bùng binh ngã sáu, ngã bảy thấy tràn lan xe gắn máy, hàng ngàn chiếc xe từ các hướng chạy vào, vai sát vai, tay lái thiếu điều chạm tay lái, mà mọi người vẫn cứ ào ạt chạy tới, chẳng có chiếc xe nào dừng lại nhường chiếc xe nào. Nhưng nếu mình là người trong cuộc, là người chạy chung trong đám xe đó mới "thấy vậy mà không phải vậy". Với tốc độ thường khoảng 15 km/giờ khi di chuyển đường thẳng, và khoảng 10 km/giờ khi vào giao điểm, các xe liếc nhìn nhau, mày phóng nhanh hơn thì tao chạy chậm lại, mày nghiêng qua trái thì tao tạt qua phải, rồi thì bất ngờ có chiếc nào chặn trước mặt thì chỉ một cái nhấp thắng nhẹ, xe lướt êm qua phía khác và lượn trở lại hướng mình muốn đi, nhẹ nhàng, êm ái chỉ có hơi ồn. Tai nạn xe gắn máy chỉ xảy ra ở đường liên tỉnh, còn ngay tại Sài Gòn hiếm khi có tai nạn lớn giữa hai cái xe gắn máy, còn va chạm nhau té lăn kềnh rồi lồm cồm bò dậy chạy tiếp là chuyện... bình thường.

Suy nghĩ miên man rồi bỗng dưng tôi tấp lại lề đường không chủ đích. Dừng lại rồi mới nhìn quanh và tự lòng có chút gì ngạc nhiên. Sao lại dừng ở đây nhỉ? Ồ thì ra từ tiềm thức nào đó, tự nhiên dừng lại ngã ba đường. Đây là đường Phan Thanh Giản, và ngã ba là đường Bàn Cờ. Ký ức điều khiển tôi. Tôi đang dừng lại một chỗ ngày xưa lưu biết bao kỷ niệm. Cách ngã ba khoảng 50 mét, phía bên trái là quán cà phê Bình Minh, phía bên phải là đường hẻm nhỏ chạy ngoằn ngoèo để ra chợ Bàn Cờ, trong hẻm là nhà của Lê Hồng Thái, Nguyễn Ngọc Nhung và Đoàn văn Khánh, phía bên kia là hẻm ra Nhà lầu Năm Tầng, nơi có nhà Lê Ôn Vũ... gợi nhớ tới cái thời tết Mậu Thân.

Năm đó, chúng tôi vừa vào tuổi thanh niên, trong đám bạn làm thơ viết văn có Vũ Chinh. Vũ Chinh tên thật là Đỗ Xuân Chinh. Chinh 17 tuổi, đăng khá nhiều thơ ở tuần báo Tuổi Hoa lúc đó do các nhà văn Trường Sơn, Quyên Di phụ trách. Có thể nói, giai đoạn đó, Chinh khá nổi tiếng trong những người bằng vai phải lứa với Chinh. Chinh khao khát in tập thơ đầu tay, và gần Tết thì Chinh đạt được ước mơ. Tập thơ đã đưa nhà in sắp chữ, và có một bản vỗ đưa cho Chinh để về đọc dò lỗi chính tả. Chinh có nhiều bài thơ hay, như bài thơ viết khi đi thăm mộ người bạn mới mất:

Giờ trước mộ mày, tao đứng thắp nhang
Tao lạy hai lạy vụng về hết sức
Tao lạy hai lạy nghe cay tròng mắt
Rồi thì thế nào tao cũng như mày.

Hay một bài lục bát gửi tặng một người con gái tên Kim Xuyến:

Phố khuya tóc rối tỉnh say
Không Kim Xuyến thấy mặt ai cũng buồn.

Vũ Chinh chưa kịp nhìn thấy tập thơ của mình chính thức phát hành thì anh đã chết trong Tết Mậu Thân năm ấy. Khi chiến trận lan qua tới Hương Lộ 14 - khu nhà của Chinh, gia đình kéo nhau chạy về thành phố tránh đạn bom, còn Chinh thì nhất định ở lại coi nhà. Người ta kể lại: Chinh nằm sấp, dưới đất, đọc bản vỗ tập thơ của mình, trước mặt xếp mấy két bia che chở, nhưng một loạt đạn đã bắn lạc vào chàng, Chinh gục xuống chết ngay, tay vẫn giữ vào tập thơ.

Tôi không nhớ tập thơ tên gì, nhưng nhắc đến Vũ Chinh là nhớ đến khuôn mặt vuông vắn, cặp kính cận thị gọng đen thân hình thấp ngắn và những câu thơ gợi nhiều cảm xúc. Sau này, bằng một cái duyên, tôi có liên lạc được với một trang web tên là Phay Van, ở đó, có một nhà văn nữ viết cùng thời với Vũ Chinh ở Tuổi Hoa là Cam Li Nguyễn Thị Mỹ Thanh. Khi biết tôi là bạn cũ của Vũ Chinh, Mỹ Thanh đã có nhã ý gửi cho tôi bốn bài thơ nữa của Vũ Chinh. Như một kỷ niệm thời mới lớn.

Thời đó chúng tôi hay ra ngồi quán cà phê Bình Minh. Quán không trang trí gì cả, sáu cái bàn, ghế ngồi thấp. Chúng tôi ngồi đó, hẹn hò nhau tại đó và không hẹn nhau cứ ra đó rồi cũng gặp, có lẽ phần lớn là do chủ quán có một cô con gái dễ thương. Tuyết có đẹp hay không thực ra tôi không nhớ rõ, loáng thoáng là da trắng, bầu bĩnh, tóc dài và hay mắc cỡ. Cho đến cuối năm 1968 là chúng tôi tan tác mỗi đứa một phương trời. Kỷ niệm còn nhớ là Lê Hồng Thái, người rời đám đông trước nhất, Thái tụ tập anh em lại làm một buổi chia tay, Thái đọc một bài thơ, câu kết là "trước nhớ Tuyết Bình Minh, sau đó nhớ tụi mày".

Câu thơ đọc xong cả bọn ồ lên như ong vỡ tổ và xúm nhau lại kể về những tình ý riêng của Tuyết dành cho mỗi thằng, thằng nào cũng đặc biệt, chẳng thằng nào giống thằng nào. Và thằng nào cũng nghĩ trong bụng là Tuyết để ý riêng một mình mình. Lê Hồng Thái tướng tá cồng kềnh, có võ và nói chuyện hết sức mềm mỏng. Có lẽ cái lợi thế đó cộng thêm tài làm thơ nên Thái rất đắt đào. Thơ của Lê Hồng Thái hay, lục bát mà ngôn từ mới lạ, bí hiểm. Vì lạ và bí hiểm nên dù lúc đó thích thơ Lê Hồng Thái mà tôi không còn thuộc được câu nào.

Tin tức về Thái là sau một thời gian đi xa Bàn Cờ, Thái trở lại thăm nhà, Tuyết Bình Minh đã lấy chồng nên Thái lập gia đình với một cô chủ quán cà phê khác gần đó. 40 năm sau gặp lại, Thái vẫn làm thơ, nhưng chuyên chú nhiều về tranh và tượng. Lê Hồng Thái bây giờ nổi tiếng khắp miền tây là do những tác phẩm điêu khắc này. Tưởng là Tuyết Bình Minh đã đi vào quá khứ mù tăm thời niên thiếu, thế mà bất ngờ khi đọc bài thơ Lê Hồng Thái viết năm 2016, nghĩa là hơn 40 năm sau:

Ngồi một mình nhớ Tuyết Bàn Cờ
gót chân mòn mỏi quạnh hiu
về ngang xóm cũ ru chiều tóc phai
năm mươi năm nỗi nhớ đầy
làm sao gặp lại em ngày tròn xưa.

Lê Ôn Vũ thì biệt tích, Nguyễn Hoàng Nhung ở Ban Mê, Đoàn văn Khánh về Hóc Môn, Lê Hồng Thái ở Mỹ Tho. Tôi bất ngờ dừng lại góc phố xưa, đứng nhìn bốn phía, thương nhớ:
Từng góc phố ngát thơm từng ký ức
Mỗi mặt người đăm đắm một riêng tư...

Vừa lúc ấy Đoàn văn Khánh gọi điện báo tin Phạm Thành Châu cũng mới về, hẹn đi ăn trưa cùng anh em Quán Văn.

Phạm Thành Châu là một tác giả quen thuộc với người Việt hải ngoại. Truyện của ông thường là những mối tình éo le nhưng kết cuộc tốt đẹp và hoàn hảo. Bối cảnh truyện đa số là hải ngoại, hoặc một phần từ trong nước ngày xưa nối kết với ngoài nước bây giờ. Lối kể chuyện của Phạm Thành Châu dí dỏm, hấp dẫn và cuốn hút người đọc ngay từ những trang đầu.

Người đưa Phạm Thành Châu tới gặp anh em là Nguyễn Sông Ba. Nguyễn Sông Ba là nhiếp ảnh gia chuyên nghiệp và là họa sĩ. Tranh của Nguyễn Sông Ba nhẹ nhàng như minh họa cho một cái tâm thanh tịnh. Nguyễn Sông Ba ít nói và cũng ít cười, dù ngồi với đám đông, nhưng Nguyễn Sông Ba luôn lúi cúi chọn góc nhìn để lưu vào máy những khuôn mặt, những sự kiện, những tình huống và rất nhiều sinh hoạt của Quán Văn đã lưu lại được nhờ ống kính Nguyễn Sông Ba.

Sau bữa ăn hội ngộ với Phạm Thành Châu ở trung tâm thành phố, Nguyên Minh lại mời Phạm Thành Châu ghé tòa soạn Quán Văn vào một ngày khác để gặp nhiều anh em hơn.

Đến ngày hẹn, tôi lấy xe gắn máy lên khách sạn đón Phạm Thành Châu và chở xuống Quán Văn. Hôm đó, nghĩ là sẽ gặp nhiều người nên tôi đem theo món quà đặc biệt để mời mọi người. Một món ăn lạ của miền Bắc.

Món ăn này phải đúng mùa mới có và phải biết làm mới ngon và đặc biệt hơn nữa là phải ăn ngay chứ không để dành được, đó là món cốm nén. Nhà văn Vũ Bằng, tác giả "Món Ngon Hà Nội" đã ghi nhận về cốm nén như sau: "Món ăn cổ kính vào bậc nhất là cốm nén. Có lẽ vì cốm là một thứ quà quý mà lại không để được lâu, nên người ta mới nghĩ ra cách nén cốm, để cho cốm không bị mốc mà ăn vẫn có thể ngon và dẻo." Cốm đã là một món ăn trang nhã và quý hiếm rồi, ngay bây giờ, ở Sài Gòn muốn ăn cốm thì chỉ có thể ăn cốm khô, còn cốm tươi, đúng mùa thì tới ngay siêu thị Hà Nội ở đường Cống Quỳnh cũng lắc đầu, và nói phải đặt hàng từ 5 ký trở lên mới gọi được hàng từ Hà Nội gửi vào.

Cốm được thu hoạch vào những ngày đầu Thu, suốt vùng đồng lúa ngào ngạt hương thơm mùa lúa chín. Người làng hái những đọt lúa non về và trong thời gian một ngày phải bắt tay vào chế biến cốm ngay. Cách chế biến từ đọt lúa non ra cốm vẫn là những công thức bí truyền của từng dòng họ, mà khéo léo nhất, giữ được hương vị nhất vẫn là cốm làng Vòng. Muốn làm cốm nén thì phải dùng cốm tươi. Cốm tươi, lấy ra rải lên đó một lớp nước đường mỏng, trộn đều cho dẻo hạt cốm rồi đưa lên chảo xào. Lúc xào phải quấy đều tay, nhanh quá thì cốm nát, chậm quá thì cốm khét, sau đó đổ ra đĩa chờ cho nguội. Mặt cốm màu xanh mạ non, khi ăn cắt ra từng miếng bằng hai ngón tay và đưa vào miệng từng miếng nhỏ. Vị ngọt và mùi hương ngát thơm vào khứu giác. Hôm đó, người chị ruột của tôi đã chiều ý đứa em trai từ xa về, thực hiện một đĩa cốm nén để em đem lên đãi bạn.

Thật là vui khi ngoài những người bạn Việt Nam ở nhiều tỉnh thành, lại có thêm một người nước ngoài nữa là nhà văn Ý Elena Etala Pucillo. Đây là cô gái người Ý thật đặc biệt. Elena là tiến sĩ văn chương và hiện dạy tiếng Pháp và tiếng Ý tại Sài Gòn. Elena đến Việt Nam và ở lại Việt Nam bởi vì chồng cô là người Việt. Elena lập gia đình với Trương Văn Dân ở Ý, sau đó, khi Trương Văn Dân quyết định về cư trú lâu dài ở Việt Nam, Elena theo chồng cùng về. Tập truyện "Một Phút Tự Do" của cô do Trương Văn Dân chuyển ngữ kể về sinh hoạt đời thường được nhìn tinh tế và sâu lắng nội tâm, để lại người đọc cái dư âm thấm đẫm tình người.

Tôi có dịp ở gần đôi uyên ương này hơn 10 ngày, khi họ qua Mỹ và tạm ngụ tại nhà tôi, mới đầu thì ngạc nhiên bởi tính chất nhẹ nhàng thân thiện và hòa đồng với mọi người của một phụ nữ gốc Ý, sau đó, dù vẫn thấy mái tóc vàng, đôi mắt xanh biếc và nụ cười cởi mở, nhưng tôi quên hẳn đi cô ta là người ngoại quốc. Elena tế nhị và dịu dàng, hiểu biết và chia sẻ cảm xúc như một người bạn Việt. Cô nói tiếng Việt không thành thạo nhưng hiểu hầu hết những câu bạn bè người Việt chung quanh nói ra.

Một người nữa có mặt hôm đó đã cho tôi ấn tượng thật nhiều là Hoàng Kim Oanh. Tôi thấy và nghe Hoàng Kim Oanh nói chuyện lần đầu trong lần ra mắt Quán Văn kết hợp giới thiệu tác phẩm Một Phút Tự Do của Elena. Hoàng Kim Oanh cũng là tiến sĩ văn chương, hiện đang giảng dạy tại một trường đại học ở Sài Gòn. Hoàng Kim Oanh là diễn giả thứ hai nói về tác phẩm này. Tà áo dài duyên dáng, tiếng nói chậm rãi và nhỏ nhẹ, đã làm cả hội trường ngừng trò chuyện riêng để lắng nghe.

Tôi thực lòng không nhớ rõ hết những gì Hoàng Kim Oanh nói hôm đó, chỉ còn cảm giác là diễn giả rất trân trọng với tác phẩm, và quyến rũ được người khác có chung lòng yêu thích này, nên hôm đó tôi đem về nhà hai thứ, cuốn truyện của Elena và lòng quý mến của Hoàng Kim Oanh.

3/

Trước 1975, Saigon có rất nhiều nhà sách nổi tiếng, như Khai Trí, Xuân Thu, Lê Phan , Vĩnh Bảo, Tự Lực... Mỗi nhà sách có một phong cách riêng. Xuân Thu thiên về sách dịch và văn học nước ngoài, Lê Phan, Vĩnh Bảo bán nhiều sách triết học, còn Khai Trí thì tổng hợp sách báo tạp chí... Nhà sách Khai Trí là lớn nhất, với bề rộng của ba căn nhà mặt tiền đường Lê Lợi và khi tôi lớn lên, bước vào thì nhà sách có tới hai tầng trình bày hầu như đầy đủ các loại sách báo tạp chí đang lưu hành. Ở các nhà sách đó là không gian thanh nhã, nghiêm trang...

Đối diện với nhà sách Khai Trí, phía bên kia đường là chợ sách Lê Lợi. Tôi không rõ là chợ sách này hình thành từ lúc nào, chỉ biết nó tan rã vào tháng 4/1975. Chợ sách bắt đầu từ ngã tư Lê Lợi và Nguyễn Trung Trực tới ngã tư Lê Lợi - Pasteur. Những người bán sách dựng những sạp, trên che bằng tôn, sách bày từng kệ cao ngất ngưởng, rồi từng chồng trên sạp và lấn ra bày đầy trên những miếng nylon trải trên đất. Tôi tới đây nhiều lần thời mới lớn, khoảng năm 1970. Sách ở đây đủ thứ, sách mới, sách cũ, đủ thứ đề tài khoa học, chính trị, xã hội, văn hóa...

Đi dạo chợ sách Lê Lợi là một thú vui, khởi đi từ đầu chợ, chậm rãi lang thang, ghé chỗ này cầm lên một cuốn, tò mò lật ra vài trang rồi bỏ xuống, qua chỗ kia bị hấp dẫn bởi cái bìa nào đó, lại một cái tựa hay... Đi đến cuối là ngã tư Pasteur, băng qua đường ăn vài miếng phá lấu thơm phức, uống ly nước mía Viễn Đông ngọt lịm, có thể đi thẳng để đến Thương xá Tax, có thể băng qua đường để ghé Kem Bạch Đằng.

Sau 75, những người bán sách đó tập trung ở con đường nhỏ, nằm cạnh hãng máy may Sinco, và chuyên bán sách cũ. Đường sách này có thêm nhiều người mới hành nghề bán sách cũ. Họ có thể là nhạc sĩ, nhà văn, nhà thơ, giáo sư, viên chức cũ, do thời cuộc đưa đẩy, lấy sách của chính mình thu thập tích trữ bấy lâu đem ra bán kiếm chút gạo nuôi con. Đường sách này cũng chỉ tồn tại một thời gian ngắn, y hệt như chợ bán đồ máy móc cũ, lạc-xoong ở ngã tư Huỳnh Thúc Kháng - rộ lên năm ba tháng rồi bị dẹp và tan hàng.

Tôi còn nhớ mãi một kỷ niệm về đường sách Đặng Thị Nhu này.

Giữa năm 1976 tôi làm công nhân, lương mỗi tháng 65 đồng, cứ cuối tuần là lê la ra khu chợ sách, nhìn ngắm cầm lên đặt xuống thì nhiều chứ mua chẳng bao nhiêu. Khoảng gần đầu chợ có một sạp tôi hay ghé, chủ nhân là một người đàn ông đứng tuổi, tóc hoa râm, nói tiếng Huế, ít cười, nhưng khuôn mặt hiền hòa, thường thì ông ta cầm trên tay một cuốn sách gì đó, cố ý ra vẻ chăm chú đọc để không làm người mua sách ngại ngùng. Ngại ngùng vì cầm cuốn sách quá lâu, đọc cuốn sách quá nhiều, có khi đọc tới năm bảy trang, đọc mà tự ngượng, rồi bỏ sách xuống đi về. Tôi cũng đã từng mua ở đó vài ba cuốn, nhưng lựa sách mỏng, giá nhẹ như "Thư gửi người thi sĩ trẻ tuổi" của Rainer Maria Rilke hay "Lời Dâng" của Tagore, vì đó là những cuốn tôi yêu thích và tự nhủ sẽ phải gối đầu giường, còn đọc đi đọc lại nhiều lần và nhất là giá có vẻ phù hợp với số tiền trong túi, hai cuốn đó, dường như mỗi cuốn chỉ khoảng 3 đồng.

Sau đó, tôi thèm cuốn "Thiền Luận" của Suzuki, nhưng với chiều dày khoảng 8 phân thì giá không rẻ rồi. Tần ngần nhiều lần, đọc cái thẻ giấy dùng để làm dấu trang đang đọc, mà trong cuốn Thiền Luận in kèm sách đã thuộc lòng: Tăng tôi lúc chưa biết gì, thấy núi là núi, thấy sông là sông. Sau được bậc thức giả chỉ dạy mới biết núi không phải là núi, sông không phải là sông. Nay đã tu hành và hiểu, mới hay núi chỉ là núi, sông chỉ là sông...

Cầm cuốn sách trong tay cả ba lần ghé lại mà không dám hỏi mua, sau đó, mới ngại ngùng ướm thử... cuốn này giá bao nhiêu? Người đàn ông kéo cái kính xuống thấp trên sóng mũi, nhướng mắt nhìn tôi một lúc rồi mới trả lời, "Cuốn này không bán, nếu anh thích, cứ lấy về đọc, đọc giữ sách cho kỹ, đọc xong đem trả". Tôi sửng sốt, nhìn ông ta, lúng túng chưa biết trả lời sao thì người đàn ông ở sạp bên cạnh góp lời: "Nếu ngại thì cứ ra đây, ngồi vào trong này mà đọc, có sẵn trà và thuốc lào nữa nè".

Từ đó, tôi được kết giao với ba người chủ sạp sách cũ ngồi kế bên nhau: Ca trưởng Viết Chung, một nhạc sĩ bậc thầy về hợp xướng, ông bán sách cho tôi là họa sĩ Cù Nguyễn, người đã cùng Đinh Cường, Nguyễn Trung và vài người nữa sáng lập Hội Họa Sĩ Trẻ Việt Nam, và người cho phép tôi ngồi bên đọc sách có nước trà uống là nhạc sĩ Trần Văn Bùi, tác giả nhiều ca khúc mà phong trào du ca hồi ấy thường hay hát.

Ba người này, sau đó trở thành những người anh thân thiết, trong đó, họa sĩ Cù Nguyễn xém chút xíu trở thành thông gia với tôi.

Bây giờ thì Sài Gòn có nhiều khu bán sách như khu Trần Nhân Tôn hay đầu đường Hồng Thập Tự (Nguyễn thị Minh Khai), gần bùng binh Cộng Hòa, đường Trương Tấn Bửu (Trần Huy Liệu) nhưng gần đây có một đường sách nữa nằm bên hông Bưu Điện chính ở Sài Gòn.

Buổi sáng đó, hẹn với Đoàn văn Khánh ra uống cà phê, tôi ra sớm quá, gửi xe rồi một mình tản bộ khu nhà thờ Đức Bà, bất ngờ thấy một khu đường bày bán sách, mừng quá, tưởng là khám phá mới của mình, té ra Khánh biết lâu rồi. Biết được khu đường sách, trong đó lại có sẵn quán cà phê, địa điểm này tôi ghé lại rất nhiều lần trong chuyến đi này.

uổi sáng ở đây thanh tĩnh và hết sức nên thơ. Cái nắng lên chỉ làm sáng con đường chứ không làm cho mồ hôi toát ra, và cái sinh hoạt chung quanh cũng có vẻ nhẹ nhàng, lời nói trao đổi vừa đủ nhau nghe chứ không ồn ào như đường phố. Vị trí tôi thường ngồi lại là quán cà phê của nhà xuất bản Phương Nam, nhìn ra nhà sách Đông A.

Tại đây tôi có dịp làm quen với một người làm thơ còn trẻ. Nhà thơ Trần Võ Thành Văn và một người phụ trách bán sách rất dễ mến, có trình độ giới thiệu cho mình những tác phẩm nên mua, nụ cười hiền hòa và tia mắt rất thông minh, sau mới biết đó là cô giáo Phạm Bích Thơm.

Trần Võ Thành Văn vừa học xong Đại học Sư Phạm. Thơ của Văn toát ra cái nội lực sung mãn của tuổi trẻ, nhìn sự vật, hay tình yêu với những khát khao mới lạ, yêu thiết tha và tỏ bày theo ngôn ngữ của thời đại Văn đang sống. Tình say đắm thì Trần Võ Thành Văn đặt tên là "Sến Khúc".

"Chẳng thể gặp em giữa mùa Đông buồn bã anh giấu trái tim mình sâu thẳm mỗi câu thơ chẳng thể yêu em, chẳng thể làm kẻ lạ anh cứu vớt đời mình trong nước mắt đêm mơ."

Lần ngồi ở quán cà phê Phương Nam trong Đường sách, Trần Võ Thành Văn đưa Vũ Trọng Quang tới. Tôi nghe tên Vũ Trọng Quang từ lâu lắm trước 75, hồi đó, Cơ sở Động Đất gồm có các thành viên mà tới bây giờ vẫn còn cầm bút như Vũ Trọng Quang, Trần Hữu Dũng, Linh Phương. Vũ Trọng Quang và tôi nhắc lại những khuôn mặt quen thời mới lớn, đặc biệt là một người bạn thân mà cả hai cùng quen giờ không biết nơi đâu là Kiều Linh Giang.

Kiều Linh Giang tên thật là Trần Thanh Liêm. Giang với tôi cùng tuổi, tướng cao lớn mập mạp, người miền Nam. Giang có lập một thi văn đoàn tên Hoa Tình Thương, trong đó có Trịnh Ngọc Minh, sau này hơn 40 năm bất ngờ gặp đã trở thành một nhà văn nổi tiếng hải ngoại, đó là nhà văn Trịnh Y Thư - có thời gian trông nom tờ tạp chí Văn Học ở California.

Vũ Trọng Quang gọi điện thoại tới vài người bạn xưa, tìm dấu vết Kiều Linh Giang mà đều không có kết quả.

Kiều Linh Giang Trần Thanh Liêm ơi, thiệt lòng tao mong từ bài viết này, từ những cơ duyên nào đó, mày đọc được những dòng này thì liên lạc với tao nghe. Nhớ lắm căn nhà cạnh Rạch Ông Lớn, nhớ lắm những lần tụi mình đi đò từ quận Tám, qua Tân Quy Đông, rồi lại lên đò để về quận Tư, nhà bà nội mày. Con đường đó sao nó xa, dài và chông gai như một chuyến phiêu lưu vào nơi đất khách.

4/

Quán cà phê ở Saigon nhiều tới độ dù là người thường đi uống cà phê cách mấy cũng không thể đi hết nổi. Các thương hiệu nổi tiếng như Window, Highland, Coffee Bean, Trung Nguyên... mở tràn lan, mỗi thương hiệu năm bảy địa điểm. Cà phê Starbucks của Mỹ cũng đã có mặt tại Saigon với cả chục địa điểm. Địa điểm đầu tiên nằm ở ngã sáu Phù Đổng. Tôi biết địa điểm này và lưu nó vào bộ nhớ bởi vì ngày khai trương quán này đã là một hiện tượng. Cả ngàn người xếp hàng chờ tới lượt được mua một ly cà phê mà họ nghĩ rằng mang theo chất Mỹ đầu tiên có mặt ở Việt Nam. Thực ra chỉ là thương hiệu, vẫn là các ly cà phê mang tên Mỹ như Espresso, Cappuccino, Frappuccino nhưng hương vị ở đây khác nhiều so với bên Mỹ.

Cái giống nhau là phương pháp phục vụ như mua tại quầy, và tự tìm ghế ngồi, giá cả tương ứng với giá đô la (Cappuccino giá 120 ngàn tương đương 5,60 đô). Thực sự thì người chủ quán này mua thương hiệu để bán hàng chứ không phải chi nhánh của cà phê Starbucks. Tôi thử nghiệm bằng cách mua cà phê và trả tiền bằng thẻ thành viên của Starbucks, và bị từ chối.

Nhưng chỗ ngồi thì tuyệt vời. Từ trên lầu, ngăn cách với bên ngoài là kính, có thể nhìn thông thoáng bốn phía như đang ngồi giữa Saigon. Trước mặt là đường Lê văn Duyệt (Cách Mạng Tháng 8) chạy tới ngã tư Bảy Hiền rồi đi thẳng (rất xa) qua biên giới phía tây, phía phải là chợ Bến Thành ven theo Hồng Thập Tự (Nguyễn Thị Minh Khai) đi về Xa Cảng Miền Đông. Sau lưng thì về phía quận 7, hoặc nhánh rẽ vào Xa Lộ Đông Tây để về miền châu thổ Cửu Long:

Về giữa Saigon, nhìn ra bốn phía
Sao thấy lòng mình chia như nhánh sông
Quốc lộ 13 đi về phía Bắc
Qua hầm Thủ Thiêm để miết về Đông

Về giữa Saigon, nhìn ra bốn phía
Xa lạ mặt người thấm thía lưu vong
Xa cảng Miền Tây về phía Nam đất nước
Thấy được rất nhiều mà hiểu được bao nhiêu

Như cơn gió thổi giữa đồng bát ngát
Mái nhà tranh phơ phất khói lam chiều
Về giữa Saigon, nhìn ra bốn phía
Từ Hóc Môn về bỗng một cơn mưa
Ai đã nói một dòng sông giữa phố
Mà dắt xe đi, sóng vỗ nhịp mông người
Kỳ lạ quá những mảnh đời chịu đựng
Bình thản sống chung với lũ quen rồi

Về giữa Saigon, nhìn ra bốn phía
Thấy cả hân hoan chen với ngậm ngùi
Dòng kênh đen đã chuyển dần trong đục
Nhưng chuyển thế nào được một nghĩ suy.

Về giữa Saigon, nhìn ra bốn phía
Dâu biển lòng người hoang phế bao năm
Lối cũ rêu phong mắt đẫm giọt lệ
Không chỗ cho người thất thế dừng chân

Hiu hắt quá ngựa xe đời hỗn độn
Ngơ ngác bóng người, trộn với bóng bâng khuâng

Về giữa Saigon mà chân bước chênh vênh
Chịu lạc lối ngay trong thành quách cũ.

Đối diện với nhà thờ Dòng Chúa Cứu Thế, bên kia đường, chênh chếch về phía trái là tòa biệt thự số 19 Kỳ Đồng. Một địa danh in dấu thật nhiều của thời tuổi trẻ tôi. Là trụ sở và trung tâm sinh hoạt của Văn Phòng Liên Lạc Sinh Viên Quốc Nội và Hải Ngoại.

Năm 1973, khi tôi đến đây lần đầu là đi theo nhạc sĩ Nguyễn Quyết Thắng. Lúc đó, Ca Đoàn Trung Ương của Phong trào Du Ca tập hát và sinh hoạt ở đây, Ca trưởng là Nguyễn Ngọc Cẩn, một chàng trai nho nhã hiền lành, ăn nói nhỏ nhẹ, dường như Cẩn là giáo chức. Đã nhiều lần ngồi lại trong vòng tròn để tập hát với nhau, làm quen và đưa tới thân tình với Đinh Việt Hùng, Bùi Công Bằng, Nguyễn Ngọc Linh. Mỗi người bạn đó đều ghi lại trong lòng tôi những kỷ niệm đẹp và khó quên, vì không thể nhầm lẫn họ với bất kỳ ai tôi gặp sau này.

Bùi Công Bằng lập Đoàn Du Ca Giao Chỉ, lúc đó làm Giám học trường Trung học Đắc Lộ. Giao Chỉ tập họp nhiều giáo sư, học sinh và cựu học sinh Đắc Lộ. Bằng là Ca Trưởng có tài, những ca khúc mà Giao Chỉ hát như Biết Đâu Nguồn Cội, Người Yêu Tôi Bệnh, Tuổi trẻ và Ước Mơ, Anh Sẽ Về qua hòa âm dàn dựng của Bùi Công Bằng là những hợp xướng khúc ba hoặc bốn bè, có lần tôi được nghe các ca khúc này không cần nhạc đệm. Không nhạc đệm nên giọng lãnh xướng vút lên trong vắt được hòa theo âm thanh dồn dập, hùng tráng và âm hưởng rất đầy.

Đinh Việt Hùng hát rất hay, giọng mạnh và đầy nội lực, khi tôi về lần này thì Đinh Việt Hùng ở tuổi trên 60, tham gia cuộc thi Tiếng Hát Mãi Xanh. Trong một vòng thi, Giám khảo là ca sĩ Tuấn Ngọc nói rằng: "Tôi sinh ra trong một gia đình nghệ sĩ, nên từ thủa nhỏ 5 tuổi đã bước lên sân khấu trình diễn mà không phải qua một kỳ thi nào, chứ nếu đi thi mà gặp thí sinh như Đinh Việt Hùng thì coi như tiêu rồi.

(https://www.youtube.com/watch?v=dn8SHxYkCEk)

Câu nói của Tuấn Ngọc tất nhiên có chút cường điệu để khuyến khích, nhưng đó cũng là một cách nhận xét về một tiếng hát rất chân tình của tiếng hát thần tượng mấy chục năm nay.

Nguyễn Ngọc Linh là một Du ca viên thì tất nhiên là anh hát hay rồi, nhưng Nguyễn Ngọc Linh lại là một nhạc sĩ và một sinh hoạt anh tham gia từ thời niên thiếu vẫn còn duy trì tới bây giờ là Hướng Đạo.

Con người của Linh gắn liền với các sinh hoạt này mà có lần anh nói như là máu thịt. Một Nguyễn Ngọc Linh trầm ngâm ít nói lập tức biến mất khi anh khoác trên người bộ đồng phục Hướng Đạo và tươi tắn với tên rừng Ngọc Linh Sơn Ca. Chuyến này về có dịp ngồi bên cạnh nhau, Linh vừa vượt thoát qua một cơn bệnh hiểm nghèo, thân thể đã gầy lại còn gầy hơn. Ôm chặt nhau tôi nghe lòng mình ngập tràn cảm xúc xót xa.

Linh phổ nhạc khá nhiều thơ của bạn bè, trong đó có thơ Khánh và thơ tôi. Một ca khúc Linh viết theo âm hưởng Huế mà khi Linh hát, bày giãi ra cả cái thiết tha trữ tình chung với cảm hoài bi thiết là ca khúc "Cuối Cùng, Người Cũng Yêu Tôi", bài hát này sau đó đã do ca sĩ Vân Khánh trình bày.

(https://www.youtube.com/watch?v=hzV0pduke9U).

Cà phê ở Saigon bây giờ khác với cà phê Saigon thời tôi mới lớn. Không nói là hay hơn hay dở hơn, mỗi thời đại, sẽ có một cách sống khác nhau. Thời đó, với chúng tôi ra quán cà phê ngồi là mang cảm giác trầm mặc, gọi ly cà phê, nhìn từng giọt nhỏ xuống chậm chạp, đưa mắt nhìn mông lung và nhớ nhung suy nghĩ chuyện bâng quơ.

Cà phê ngày xưa cũng nhiều hạng lắm, sang trọng như La Pagode, Brodard, nằm trên các trục đường Nguyễn Huệ, Lê Lợi là nơi các văn nhân thi sĩ tụ hội, không phải chỗ cho chúng tôi. Hào hoa phong nhã thì có cà phê nhà hàng Kim Sơn, Bạch Đằng, Continental, ngồi đó là dân có máu mặt, có tiền, ăn mặc sang trọng ngồi ngoài hàng ba ngắm người và để người ngắm mình, đó cũng không phải là chỗ cho chúng tôi. Chỗ chúng tôi ngồi bình thường là những quán không tên, nằm đầu đường hẻm, nằm lẩn khuất trong ngõ nhỏ mà chúng tôi gọi bằng tên chủ quán như Năm Dưỡng, nằm trong hẻm Nguyễn Thiện Thuật, Ba Tống trên đường Bùi Viện, và còn nhiều nữa, những góc ngồi quen mà thời đó, ai cũng có một vài điểm ghé vào. Vào đó, gọi một ly cà phê sữa nóng vào buổi sáng, hay ly cà phê đá vào buổi chiều, châm điếu thuốc nhìn bâng quơ mong chờ gặp bạn, những người bạn không cần hẹn hò, cứ ra đó ngồi là gặp. Cho nên nhớ cà phê ngày xưa là nhớ cái chỗ ngồi, nhớ cái thân tình bằng hữu cũ.

Một đôi khi có chút tiền, rủ nhau vào những quán cà phê có nhạc như Thằng Bờm trên đường Nguyễn Thái Học, Cây Tre trên đường Đinh Tiên Hoàng để nghe nhạc Trịnh Công Sơn. Mỗi lần được đi vào đó là một hạnh phúc, mà hạnh phúc thì có không nhiều.

Cà phê Saigon bây giờ thì thành một thứ văn hóa riêng. Có rất nhiều quán được đầu tư rất lớn từ địa điểm, tới không gian và chỗ ngồi. Cà phê vườn, cà phê hoa viên, cà phê máy lạnh, wifi. Như có lần cùng Phạm Cao Hoàng, và cả nhóm anh em Quán Văn ghé vào cà phê Du Miên ở Gò Vấp, quán rộng mênh mông, cây xanh bóng mát, có dòng suối chảy quanh co, có tầng lầu gác trên cây cổ thụ, một hàng ngũ tiếp viên mặc đồng phục đông đảo chào mời phục vụ khách. Cả tôi, cả Hoàng đều ngạc nhiên và thú vị, khi hỏi anh em ở Saigon, mới biết dạng quán lớn, trang trí sang trọng và đẹp mắt như Du Miên ở Saigon bây giờ đếm không xuể.

Nhưng cái thứ người ta vào đó để uống không phải là cà phê nữa mà sinh tố, nước cam, kem, bia, dừa tươi, hay nếu có là cà phê thì cũng là cà phê sữa đá.

Suốt cả tháng đi về Saigon, ngồi quán cả mấy chục lần, nhìn bạn bè, nhìn chung quanh tôi chưa bao giờ thấy ai gọi một ly cà phê đen cả. Có thể cái chất nước đen đó, bây giờ chẳng ai tin nó là cà phê, mà cũng có thể loại người vào quán để trầm tư mặc tưởng, suy nghĩ mênh mông, nhìn từng giọt cà phê buồn bã kia, đã tuyệt chủng mất rồi.

Sinh hoạt ra mắt sách của Quán Văn. Hình buổi ra mắt sách Quán Văn số 60 đặc biệt nhà văn Nguyễn Minh Nữu,

5/

Buổi họp mặt mừng Quán Văn 5 tuổi được tổ chức tại quán cà phê Lọ Lem. Một buổi sinh hoạt đông vui và thú vị.
Thời điểm này 5 năm trước tôi đã bất ngờ được dự buổi ra mắt Quán Văn số 1, lúc đó ngoài Nguyên Minh và Đoàn văn Khánh ra, tôi chưa quen biết với ai, thế mà bây giờ đã trở thành bạn tâm giao với rất nhiều người - những người yêu quý văn chương, trân trọng chữ nghĩa.

Lúc mới hình thành, Quán Văn có những cây bút nòng cốt: Trương văn Dân, Elena, Đoàn văn Khánh, Từ Sâm, Hiếu Tân, Cao Quảng Văn, Nguyễn Hòa, Nguyễn Sông Ba... Nhiều người trong họ vẫn còn viết đều đặn cho Quán Văn, và cũng có mặt trong buổi sinh hoạt kỷ niệm này. Từ nhiều năm nay, mỗi số Quán Văn thường dành một số trang cho một chân dung văn học. Những số trước đã làm cho Nguyễn Mộng Giác, Đinh Cường, Lữ Quỳnh, Thân Trọng Minh và số Quán Văn kỷ niệm 5 năm này phần Chân Dung Văn Học dành giới thiệu tác giả Phạm Cao Hoàng.

Trương Văn Dân kể lại: lúc đầu khi mới quen nhà văn Nguyên Minh, anh hiểu được những trăn trở của một người thích làm báo mà chưa thực hiện được ước mơ của mình nên đã bàn bạc cùng Nguyên Minh thành lập Quán Văn và đồng hành cùng Nguyên Minh từ đó cho đến bây giờ. Trương Văn Dân vốn là người mê văn chương. Trước 1975 anh du học ở Ý, lập gia đình và định cư ở đó nhưng vẫn theo đuổi giấc mộng văn chương. Năm 2005, anh cùng vợ là Elena về sống tại quê nhà. Hai năm sau, anh xuất bản tập truyện đầu tay "Hành Trang Ngày Trở Lại".

Elena và Trương Văn Dân đã được Hoàng Kim Oanh mô tả: "Đôi uyên ương Ý-Việt tuyệt vời là hạt nhân gắn kết nhiều thế hệ, nhiều đối tượng độc giả, tác giả QV... Chưa cặp đôi nào gắn bó thực sự đến như thế... Cả cuộc sống đời thường, cả vui buồn văn chương bè bạn, cả cách nhìn cùng một hướng và cách nghĩ về những vấn đề xã hội hôm nay!"

Suốt 5 năm qua, chưa bao giờ Trương Văn Dân và Elena vắng mặt trong các buổi gặp gỡ của Quán Văn. Trương Văn Dân chịu đọc, chịu kết bạn, và chịu viết. Truyện hay bài viết của Trương văn Dân thường hướng về phân tích nội tâm nhân vật, tạo chiều sâu cho tác phẩm...

Từ Sâm ở Nha Trang vào Saigon dự cho được kỷ niệm 5 năm của Quán Văn. Anh nồng nhiệt bắt tay chào hỏi mọi người rồi vội vã bước lên sân khấu nói lời chúc mừng và tạm biệt; anh phải về cho kịp chuyến xe chiều. Từ Sâm viết thường xuyên mỗi ngày trên trang của mình "Chuyện làng Nguyệt Tui" mà tôi được đọc cũng đã hơn 50 kỳ. Là người gốc Quảng Bình, anh không ngại đem chính giọng nói của quê mình vào văn chương. Từ Sâm viết giọng châm biếm, đưa những sự kiện nho nhỏ mắt thấy tai nghe thành thâm trầm một cách hài hước rất dễ gần.

Một trong những truyện ngắn của anh tôi đọc một lần mà nhớ luôn trong đầu, có thể kể lại bất cứ lúc nào là truyện "Thằng Tít Rằn" được một nhà xuất bản đưa vào danh sách các truyện ngắn mini đặc sắc.

Hiếu Tân ở Vũng Tàu, về với Quán Văn lần này để kể lại bài viết anh đã tường thuật lần ra mắt Quán Văn số 1 hồi 5 năm về trước.

Nguyễn Hòa vcv, người chủ trương trang mạng Văn Chương Việt, đang nằm bệnh, không đến được. Cao Quảng Văn sức khỏe cũng không tốt, thỉnh thoảng mới đến với QV.

Quán Văn được biên tập bởi Nguyên Minh và một số anh em văn hữu, trình bày do Nguyễn Sông Ba, còn phát hành thì có hai cách: gửi tới các đại lý và thân hữu và phát hành trực tiếp trong các buổi sinh hoạt ra mắt sách. Những buổi ra mắt sách thường rất vui với sự đóng góp công sức của nhiều người như Đoàn văn Khánh, Đoàn Đình Thạch, Đặng Châu Long, Ngô Thị Mỹ Lệ, Hoàng Kim Oanh, Quách Mạnh Kha... Sinh nhật 5 năm Quán Văn, Ngô Thị Mỹ Lệ đem tới một cái bánh Sinh Nhật, trên mặt bánh là chữ Quán Văn, chung quanh ghi tên những nhân vật mà Mỹ Lệ vinh danh. Mỹ Lệ khiêm tốn ghi tên mọi người mà không ghi tên chính mình.

Lần ra mắt nào cũng vẫn do một người điều hợp là nhà thơ Đoàn văn Khánh. Đoàn văn Khánh có giọng nói mạch lạc, lưu loát. Hôm đó, Đoàn văn Khánh làm một việc ý nghĩa khi anh mời chị Lan - phu nhân của Nguyên Minh - lên sân khấu. Chị Lan là người thầm lặng bấy lâu, vừa là yểm trợ, vừa là nội tướng; là người thực sự tạo mọi điều kiện để Nguyên Minh thảnh thơi rong chơi cùng chữ nghĩa. Thế mà bấy lâu nay chàng vẫn để nàng sau bức màn nhung!

Hỗ trợ đắc lực nhất cho Khánh là Đoàn Đình Thạch. Đoàn Đình Thạch là nhạc sĩ, đã từng phổ bài thơ "Viết Trong Buổi Chiều Mưa" của Kim Tuấn thành ca khúc. Đoàn Đình Thạch khiêm nhường, ít nói, đàn hay và hát giỏi; bao giờ cũng chọn vị trí bên trái sân khấu, với cây guitar trên tay và đệm cho bất cứ ai lên hát, và hát bất cứ khi nào cần.

Hoàng Kim Oanh có những đóng góp kiểu khác, có khi là một diễn giả giới thiệu tác phẩm, có khi là người trong Ban Biên Tập để kết nối Quán Văn với các bạn trẻ, và có khi bước lên sân khấu theo lời yêu cầu để hát một ca khúc giúp vui. Lần kỷ niệm 5 năm này, dù đã mời và chưa nhận được lời từ chối để cùng làm MC cho chương trình nhưng Hoàng Kim Oanh đã... khéo léo đi trễ với lý do... em tưởng các anh nói đùa, và sau đó tạ lỗi bằng cách lên hát liên tục hai ca khúc trữ tình rất hay.

Hoàng Kim Oanh viết ít nhưng những bài của cô là những cảm xúc rất chân thành, thông minh và thật sâu lắng như một đoạn Hoàng Kim Oanh viết để cám ơn những cuốn sách được tặng:

"Sách là sách. Là giấy vàng giấy trắng. Là mực đen mực xanh với đủ sắc màu xanh đỏ tím vàng... Nhưng mỗi cuốn sách tôi cầm trên tay đây luôn nói trước tiên về những ân tình tôi đã nhận và mỗi khi giở ra, mỗi cuốn đều nhắc nhớ cùng năm tháng duyên do nào tôi được có bạn ấy trong tủ sách của tôi. Mỗi người bạn trò chuyện cùng tôi theo cách của họ... Mỗi cuốn sách cũng thì thầm cùng tôi qua ngập ngừng ám dụ bao thông điệp cuộc đời..."

Quán Văn giống như một cái quán thực sự. Biết bao nhiêu bằng hữu gần xa ghé đến, dù chỉ ngồi chơi chuyện trò, thăm hỏi. Hôm nào có mặt Đặng Châu Long anh đều ghi được những bức ảnh bất ngờ khá thú vị ... Và Trần Hữu Hội với tập thơ "Hạt mầm trót vay" là một người dễ mến, tổn thương về cơ thể, nhưng Hội lại được sống trong tình yêu thương đùm bọc của gia đình và sự quý mến chân thành của bằng hữu văn nghệ. Hôm đó, Hội ngồi với nụ cười hiền lành luôn có trên môi, phụ trách phần âm thanh cho buổi họp mặt.

Tôi không thể nói về tất cả những người tham dự. Chỉ thoáng qua để nhớ những người mà tôi biết mặt như Thân Trọng Minh, Lê Hồng Thái, Miên Đức Thắng, Nguyễn Phú Yên, Lê Ký Thương, Phan Văn Quang, Trần Thoại Nguyên, Trần Hữu Dũng, Vũ Trọng Quang, Nguyên Tâm, Nguyễn Như Mây, Đoàn Thị Phú Yên, Trần Võ Thành Văn, Bích Ngân, Phạm Thành Châu, Hoàng Hưng, Lại Quảng Nam, Cao Bá Hưng, Trần Hoài Anh, Kiều Huệ, Trần Hương Giang, v.v...

Hai ngày nữa là rời Saigon rồi, rời khỏi cà phê Lọ Lem trong tiếng cười sảng khoái nhưng trong lòng tôi nặng trĩu những tiếc nhớ, sao chưa muốn chia tay. Cám ơn mọi người đã cho tôi những kỷ niệm đẹp của một chuyến đi ngắn ngày. Kết bài viết bằng một tin nhắn của Trần Thoại Nguyên: dù mới gặp nhau mà sao như thấy thân thiết từ lâu rồi. Đúng vậy nhà thơ Trần Thoại Nguyên, tôi cũng nghĩ như anh, và tôi muốn nói thêm: ngay cả những người tôi chưa được biết tên, chỉ nhìn hình thôi đã như là bạn cũ.

6/

Con đường nối từ khu trung tâm thành phố về miền tây đi theo mé sông, đoạn mở đầu ở quận Nhất tên là bến Vân Đồn, khi tới ngã ba đường Cộng Hòa, chợ Nancy thì đổi tên thành Bến Hàm Tử, sau đó tiếp tục chạy vào tới ngã ba Tổng Đốc Phương thì đổi thành Bến Lê Quang Liêm và chạy tới một ngã ba Kênh Tàu Hủ với rạch Lò Gốm là hết đường.

Bây giờ thì đường mở rộng và chạy thông suốt từ Hầm ngầm Thủ Thiêm vào tới gần xa cảng miền Tây gọi chung một tên là Xa Lộ Đông Tây. Bản tin trên báo chí ghi là: "Với chiều dài 24 km qua địa bàn 8 quận huyện, đại lộ Đông Tây được đánh giá là con đường 'dài 300 năm' bởi nó chạy suốt chiều dài lịch sử hình thành và phát triển vùng đất Sài Gòn – Kênh Tàu Hủ chạy qua địa bàn các quận 5, 6 và 8, dự kiến ở đây sẽ hình thành một khu chợ nổi để vừa phục vụ nhu cầu kinh doanh buôn bán hiện tại, vừa tái hiện không gian của những ngày đầu hình thành đô thị Sài Gòn."

Thời đó, khi 18 tuổi tôi đã quen thuộc với con đường này, đạp xe đạp chạy luồn dưới chân cầu chữ Y và thong thả chạy về hướng Chợ Lớn, băng qua những địa danh nhà thương điên Chợ Quán, chợ Hòa Bình, rồi cầu Ba Cẳng, tới cầu Chà Và, rồi vào đường Lê Quang Liêm vắng vẻ chỉ toàn những dãy nhà kho nối tiếp nhau, tới gần giữa đường thì là nhà Phùng Xuân Mai.

Phùng Xuân Mai là bạn cùng lớp. Mai mập mạp và chân chất. Gia đình Mai có bà nội, mẹ và hai đứa em trai: Hưng và Quý. Mẹ của Mai bị hỏng một con mắt, làm nghề bán tàu hũ chén. (Khác với tàu hũ miếng, gọi là đậu phụ). Gia đình Mai sống đạm bạc mà rất đầm ấm. Cái làm tôi ngạc nhiên nhất là ba của Mai có vợ bé, sống ngay trong con hẻm gần đó cùng với bà này và đứa con.

Em cùng cha khác mẹ với Mai cũng có tuổi tác ngang ngang với tôi, nghĩa là không phải ông bỏ bà này lấy bà kia, mà song song cùng thời có hai dòng con. Còn bà nội của Mai thì sống với gia đình Mai. Tôi thường lên chơi và ngủ lại nhà Mai vào những ngày cuối tuần.

Nửa đêm tiếng động của nồi niêu vang lên, nhẹ khẽ, nhưng tôi vẫn bật dậy, ra sau bếp phụ với mẹ Mai nhóm bếp, xay đậu nành, bưng bê lặt vặt, và ngồi nhìn nồi đậu nành đến trời hưng hửng sáng là hoàn thành một nồi tàu hũ thơm phức trắng tinh.

Bà cụ thì lúi húi với chảo cơm rang, và thưởng cho tôi một chén thơm phức, sau đó quang gánh bắt đầu một ngày.

Mai dắt tôi đi chơi trong xóm, băng qua con hẻm nhỏ nối Lê Quang Liêm qua Phạm Văn Chí, đi tới cuối đường là Hãng Rượu Bình Tây. Hãng Rượu Bình Tây do Tập Đoàn Société Française des Distilleries de l'Indochine (SFDIC) của Pháp khởi công xây dựng năm 1900 và đi vào hoạt động năm 1902, nằm trên một mảnh đất rất lớn, trong đó xây dựng nhiều tòa nhà kiên cố hai tầng kiểu Pháp, mỗi tòa nhà cách xa nhau, chung quanh là cây cỏ rộng rãi.

Khi chúng tôi vào đó chơi là giữa năm 1968. Vừa qua tết Mậu Thân mấy tháng, nơi đây vẫn còn đầy dấu tích chiến tranh. Những tòa nhà loang lổ vết cháy, hoang phế, không người cư trú và làm việc, tường và mái ngói chỗ còn chỗ vỡ nát. Theo Hùng, người bạn học với Mai và là con của một nhân viên kỳ cựu trong hãng rượu được cấp một căn nhà trong đó, khi ấy đạn bay tứ phía không biết phe nào với phe nào, tòa nhà này bắn qua tòa nhà kia, cứ thấy cái gì di động là bắn, gia đình Hùng trốn dưới gầm giường, ba bốn ngày đầu còn có cơm, sau đó qua mì gói và kéo dài thêm là nhịn đói uống nước trừ bữa.

Hùng kể về một nhân vật khá lạ, đó là một sinh viên đại học ở Saigon, lớn hơn chúng tôi vài ba tuổi, tức là khoảng 19, 20. Anh ta bị thương ở cánh tay mặt, chân cũng bị thương nhưng nhẹ hơn, không còn cầm súng được, anh ta cố bò ra khỏi một tòa nhà đang là mục tiêu bị tấn công để trốn, bất ngờ sao lại lọt vào mảnh vườn sau lưng nhà Hùng. Má Hùng tìm thấy, rất sợ nhưng lại thương nên bà ráng kéo anh ta vào nhà, lấy khăn ướt lau chùi và băng bó lại. Cánh tay mặt thì hầu như gẫy nên quặt qua một bên, gia đình chỉ lấy vải cũ quấn lại để không lặc lìa chứ đâu có thuốc men gì.

Hùng là người giúp anh ta trong việc ăn uống và vệ sinh. Trong thời gian ở đó, anh ta nói chuyện cho biết anh đang học năm thứ hai Đại học Khoa Học Saigon. Và khi biết Hùng học trung học Hưng Đạo, anh ta cho biết trước đó cũng học trung học ở trường Hưng Đạo và hỏi thăm nhau biết thầy này, thầy nọ... Cả hai cùng mừng như gặp bạn cũ. Anh ta là học trò cưng và sau đó thành đồng chí với một giáo sư dạy Văn và có viết sách ở Saigon. Những bài thơ, truyện ngắn của ông thầy nhà văn đó đã là chất kích thích mạnh.

Từ lòng kính thầy, qua yêu thương văn của thầy và sau đó gặp gỡ trở nên thân cận với thầy, anh ta đã bỏ nhà vào bưng và đây là chiến cuộc đầu tiên anh tham dự. Anh ta đọc cho Hùng nghe rất nhiều bài thơ của người thầy đó, và cả một số bài thơ của anh ta, nhưng Hùng không nhớ bài nào. Anh ta kể với Hùng là trong khi cố thủ ở một tòa nhà trong khu vực, anh ta đã dùng sơn đỏ viết lên tường những câu thơ của người thầy của mình.

Được khoảng một tuần thì đồng đội tìm thấy và đưa anh ta đi. Khi chiến cuộc tan hẳn, khoảng nửa tháng sau, bất ngờ một người tới báo tin anh ta đã chết trong lúc di chuyển về căn cứ, vì họ tưởng gia đình Hùng là thân nhân của người quá cố.

Tôi có lên tòa nhà hoang phế mà Hùng nói và thấy trên vách bài thơ này viết tháu bằng sơn đỏ, như màu máu tươi:

Có những thần linh,
cho đến trọn đời ta không được thấy
Có những con người
Cho đến trọn đời ta không được yêu
Như con sông kia
nước chảy mãi về đông
Ngọn nước suối chiều
Thấy những sườn non tươi tốt nhưng không bao giờ gần gũi
Hạnh phúc mơ hồ trong đôi tay chới với.
Cúi xuống dòng sông ôm lấy trời xa

những gì yêu thương dưới đáy lòng ta và niềm tin tưởng vô biên đặt lên chót đỉnh.

Vị giáo sư dạy Văn này lúc đó chúng tôi không biết là ai, nhưng sau này, có dịp đọc thì biết đó là một bài thơ lồng trong truyện ngắn Vàng Tháp Hời. Tác giả truyện này là tác giả nhiều tập truyện, trong đó có tập truyện Bút Máu mà ông ghi là:

"Ta từng bảo cháu ngòi bút không phải không có oan khiên. Lưỡi gươm tuy ác mà trách nhiệm rõ ràng, lỗi lầm tác hại cũng trong giới hạn. Mượn sự huyễn hoặc của văn chương mà gây điều thiệt hại cho con người, tội ác của kẻ cầm bút xưa nay kể biết là bao, nhưng chẳng qua vì mờ mịt hư ảo nên không thấy rõ hay không muốn rõ mà thôi. Làm cho thiếu nữ băn khoăn sầu muộn, làm cho thanh niên khinh bạc hoài nghi, gợi cho người ta nghĩ vật dục mà quên nhân ái, kêu cho người ta tiếc tài lợi mà xa đạo nghĩa, hoặc cười trên đạo nghĩa của tha nhân, hát trên bi cảnh của đồng loại, đem sự phù phiếm thay cho thực dụng, lấy việc thiển cận quên điều sâu xa, xuyên tạc chân lý, che lấp bần hàn, ca ngợi quyền lực, bỏ quên con người, văn chương há chẳng đã làm những điều vô đạo? Tội ác văn chương xưa nay nếu đem phân tích biết đâu chẳng dồn thành ngàn dãy Thiên Sơn! Thần tạng của cháu kinh động thất thường, nhưng mà bản chất huyền diệu có thể cảm ứng với cõi vô hình, chắc cháu làm điều tổn đức khá nặng nên máu oan mới đuổi theo như vậy. Hãy xem có lỡ hứng bút đi lệch đường chăng? Soát lại cho mau, soát lại cho mau, chớ để chậm thêm ngày nào!

Lương Sinh nghe xong bồi hồi tấc dạ, trí tuệ xem như minh mẫn hơn nhiều, cơn bệnh do đó lui được khá xa. Sinh đem mấy tập thi tuyển của mình đọc lại từng câu, dò lại từng chữ, thấy toàn là ý bướm tình hoa, phát triển cảm xúc mà xao lãng trí tuệ, tán tụng thiên nhiên mà bỏ mất cảnh đời, trốn tránh thực tại, từ chối tương lai, nhưng nghĩ kỹ vẫn chưa dò được lối máu từ đâu. Bỗng sực nhớ đến những lời phóng bút viết cho quan Tổng trấn, không ghi lại trong thi tuyển, tâm não trở nên bàng hoàng. Đồng thời bao nhiêu gương mặt hốc hác trong ngày hội chùa lại hiện rõ, mấy cánh đồng trơ trọi, những tiếng thì thầm hai bên kiệu hoa, vẻ người nhón nhác sợ hãi, những đòn dây trói, mấy dãy nhà giam, lần lượt như sống lại trước mắt. Những cảnh ấy thật trái ngược với những bài tán, bài minh đã viết. Mồ hôi toát ra như tắm, Sinh đứng lên được, quyết định trở lại chốn cũ để tìm hiểu sự thật. "

Người sinh viên chết trẻ đó tên là Lê Anh, trong tập giấy học trò anh ta bỏ quên lại tại nhà của Hùng, có viết thảo một vài đoạn thơ:

Con lớn lên thấy đời bơ vơ quá. Mẹ cha xa, thầy bạn cũng nghi ngờ. Không chỗ nghỉ chân, không nơi nương tựa. Đời con tha thẩn một mình cùng nỗi nhớ bao la...

Vào lớp học mới thấy mình còn trẻ,
Còn tự do thở hít những hơi tàn...

Nếu đôi lúc nghe giảng bài con ngủ gục. Hoặc reo hò như một chỗ không người. Thầy tha thứ cho con đừng trách phạt. Vì bây giờ không còn chỗ vui chơi.

Sau này, khoảng thời gian sau 1975, bất ngờ tôi đọc được bài thơ này trong một đặc san in ấn bằng kỹ thuật ronéo của sinh viên trường Đại học Khoa Học xuất bản năm 1966. Bài thơ ký tên là LAX.

Thời gian 1970 ở Ban Mê Thuột, Phan Ni Tấn là một nhạc sĩ, có thời gian học Đại học Khoa Học, Tấn phổ nhạc ba bài hát có chung tựa đề là Bài Ca Học Trò, từ thơ ba người: bài 1 phổ thơ Cao Huy Khanh, bài 2 chính là bài thơ này và bài thứ 3 phổ thơ ND, ND là một bút danh về thơ của Phan Ni Tấn.
Phan Ni Tấn là một nhạc sĩ có tài. Trước 1975, nhiều ca khúc của ông lưu truyền rộng rãi trong giới sinh viên học sinh. Sau 1975, trong những ngày sống chìm nổi và lang bạt ở Saigon, Tấn đã viết và hát cho bạn bè nghe nhiều ca khúc lạ, mang tính tự sự và rất xúc động. Tôi thích một bài Tấn viết và hát, mô tả chính mình một cách ấn tượng. Đó là bài "Bản Du Ca Cuối Cùng".

Hãy im lặng, nghe Tấn dạo đàn và hát buồn bã:

"Tôi đến từ núi lạ,
hát mấy lời tăm tối,
mang dấu buồn trên dòng cuồng lưu"

Một bài hát nữa cũng viết và hát cho bạn bè nghe trong thời gian đó là Hamlet.

Bài này lạ vì không phải viết về cuộc đời của chàng Hoàng Tử Hamlet trong truyện của William Shakespeare, mà là một bài thơ phổ nhạc. Bài thơ này do nhân vật Bác Sĩ Zhivago trong tiểu thuyết Bác Sĩ Zhivago của nhà văn Nga Boris Leonidovich Pasternak (1890-1960). Nhân vật Bác Sĩ Zhivago yêu cô gái Lara nhưng gặp nhiều trở lực, nên khi làm việc ở một miền đất xa, giữa cơn bão tuyết, ngồi thắp ngọn nến viết bài thơ Hamlet, không phải nói về Hamlet mà nói về nhân vật được giao nhiệm vụ đóng vai Hamlet trong một buổi trình diễn. Đời như một vở kịch buồn, không muốn làm cũng không được.

"Huyên náo lắng chìm, tôi bước lên sân khấu. Tựa lưng vào cánh gà, tôi cố lắng nghe. Một âm hưởng xa xa từ đâu vọng đến. Định mệnh nào đã dành sẵn cho tôi.

Ôi Allah, nếu có thể, xin cho tôi khỏi chén đắng cay này.

Ý Chúa chấp nhất, lòng riêng tôi vẫn thích, và bằng lòng thủ diễn vai này."

Tôi với Phan Ni Tấn quen biết nhau đã lâu, nếu nói vơ vào thì là bạn, nhưng thực sự do khoảng cách địa lý quá xa, ít thời gian gặp gỡ, và chưa bao giờ có dịp hai đứa ngồi riêng nói chuyện với nhau, nên cái hiểu biết về nhau rất hời hợt có chăng chỉ là bạn chung, nghĩa là nhiều người bạn của Tấn lại là bạn của tôi. Sau này, Phan Ni Tấn định cư tại Canada và hoạt động rất mạnh trong lãnh vực thi ca và âm nhạc. Từ khi chia tay với nhau một đêm ở nhà Bùi Công Bằng khoảng năm 1977, cho tới nay, chưa bao giờ gặp lại. (Ngoại trừ trên Facebook).

Lần trở về này, ghé lại nhà Phùng Xuân Mai, thì gia đình Mai đã dọn vào trong hẻm. Phùng Xuân Mai lên Phú Giáo - Bình Dương lập nghiệp, lấy vợ và định cư ở đó từ lâu. Mẹ của Mai đã mất, hai đứa em trai còn ở đó, nhưng thật đau lòng khi chỉ còn gặp vợ và con đứa em của Mai, Phùng Xuân Hưng cũng vừa mất. Thật xúc động khi chàng thanh niên con của Hưng ồ lên khi nghe tên của tôi, con biết bác, Bà Nội, Ba con và bác Mai nhắc tới bác hoài...

7/

Tôi nhận được lời mời qua tin nhắn của nhạc sĩ Trần Huân:

"Tụi em sinh hoạt vào buổi tối ngày... ở quận Ba. Anh đến chơi với tụi em nhé."

Trần Huân là một nhạc sĩ trẻ, hát hay, đàn giỏi lại thêm bản tính thích sinh hoạt thanh niên nên từ từ anh chàng trở thành đầu đàn của một nhóm Du Ca, lấy danh xưng là Du Ca Saigon.

Tôi mới quen biết với Trần Huân vài năm nay, nhưng tên tuổi của chàng nhạc sĩ này thì biết từ lâu. Khoảng năm 1999, ca khúc Họa Mi Tóc Nâu của Trần Huân do ca sĩ Mỹ Tâm trình bày là một ca khúc đưa tên tuổi của Mỹ Tâm lên đỉnh cao, và báo chí cũng như nhiều người thích nhạc đã gọi cô ca sĩ này Họa Mi Tóc Nâu là do cô hát và tạo dấu ấn của ca khúc này trong lòng khán giả. Một bài viết Tùng Lâm đăng trên News Zing ghi rằng: "Ít ai biết rằng, vị nhạc sĩ có công tạo dựng "thương hiệu" và dìu dắt cô từ những ngày đầu tiên cũng có cùng tên nhưng khác họ. Anh là Lê Trần Châu Huân (Trần Huân).

Là một nghệ sĩ du ca, cái tên Trần Huân dường như rất hiếm hoi xuất hiện trên mặt báo. Sinh năm 1976, gia đình Trần Huân có nhiều biến động mà sự kiện đáng nhớ nhất là người cha qua đời năm anh mới 8 tuổi. Trần Huân chủ yếu lớn lên trong nhà thờ với những lời dạy dỗ, bảo ban của các sơ và mẹ. Điều đó ảnh hưởng nhiều đến âm nhạc của anh sau này."

Trần Huân trẻ hơn tôi khoảng hơn mười tuổi, nên gọi anh là Nhạc Sĩ Trẻ, và thực sự thì anh chính là một thành viên của Hội Nhạc Sĩ Trẻ. Trần Huân đang ở tuổi trung niên, thời của tài năng sung sức nhất, ngay thời điểm này anh đã có trên 50 ca khúc được phổ biến rộng rãi. Các ca sĩ trong nước như Lam Trường, Mỹ Tâm, Việt Quang hay các ca sĩ hải ngoại như Trúc Linh, Trúc Lam, Nguyên Khang, Lương Tùng Quang đều đã trình bày những ca khúc của anh trong các chương trình của Thúy Nga và Asia.

Nhóm Du Ca Saigon sinh hoạt đều đặn đông vui, và còn chung tay tổ chức các chuyến công tác xã hội cứu trợ nhiều nơi. Tuổi trẻ và nhiệt huyết của các bạn làm tôi thèm và nhớ các sinh hoạt của Phong Trào Du Ca ngày xưa, và thèm khát được đứng chung, được đóng góp như một thời tôi đã từng... Tôi gặp Trần Huân mấy lần trong các buổi sinh hoạt Du Ca mà tôi bất ngờ có mặt ở Saigon, và đến tham dự với anh em.

Những buổi sinh hoạt đó rất vui, hào hứng, bởi vì không phải chỉ nghe hát, mà là chúng ta cùng hát, các ca khúc sinh hoạt như Đường Việt Nam, Về với Mẹ Cha, Người Yêu Tôi Bệnh... Mỗi khi cất lên là cả một rạo rực từ trái tim và những nhịp vỗ tay của đám đông tuôn trào như mạch suối. Có lần, nghe nhóm hợp ca giọng Nam bài "Đứa Học Trò Trở Về" của Nguyễn Quyết Thắng, tôi nồng nhiệt vỗ tay theo nhịp và ngồi bên dưới nhưng vẫn cao giọng hát theo, hào hứng như cái thời... ngày xưa đó.

Du Ca, những ca khúc cộng đồng, những sinh hoạt thanh niên, và những ước mơ, khát khao mà tôi mang theo từ thời trai trẻ lúc nào cũng như nằm sâu trong lòng tôi và bỗng nổi lên dạt dào mỗi khi có dịp.

Ngày xưa đó... Tôi gặp Nguyễn Quyết Thắng năm 1969 ở Ban Mê Thuột. Tôi 19 tuổi, mới ra trường và đang làm việc tại bệnh viện. Thắng 20 tuổi, đang bị thương và nằm bệnh viện chờ giải ngũ.

Khuôn mặt trắng trẻo thư sinh, thêm giọng hát trữ tình và ngón đàn guitar điêu luyện hấp dẫn tôi ngay từ lần đầu tiên nhìn Thắng ôm đàn ngồi hát một mình ở hành lang bệnh viện. Tôi ghé tới gần, ngồi xuống rút điếu thuốc châm mồi và im lặng nghe Thắng hát.

Chúng tôi làm quen với nhau như vậy. Thắng tặng tôi một xấp những tờ nhạc của Thắng quay ronéo, trong đó một ca khúc đã được dùng làm nhạc chính của phim Trường Tôi: ca khúc "Vắt Tay Lên Trán" qua tiếng hát Thái Hiền. Tôi cũng tặng Thắng tập thơ quay ronéo mỏng dính, mà tôi không còn nhớ tên.

Ba hôm sau, Thắng ôm đàn đến và hát cho tôi nghe một bài thơ Thắng vừa phổ nhạc là bài "Giòng Ăn Năn".

Lúc đó, khoảng giữa năm 1970, Đoàn văn Khánh cũng vừa đổi lên làm việc ở Ban Mê Thuột. Ba đứa tự nhiên kết nối với nhau thành một nhóm mà tình cảm và kỷ niệm vẫn còn giữ được đến bây giờ.

Trong bài tùy bút "Buổi sơ ngộ thanh xuân", Đoàn văn Khánh ghi lại: *"Một tối hạ nồng 1970 trên cao nguyên, hai thằng lính trẻ từ doanh trại ngang qua khu Biệt điện Bảo Đại, thong dong dưới tán mưa không đủ thấm ướt áo quãng đường hơn một cây số thì ra tới trung tâm thị xã. Nhà thờ Chính Tòa vẫn đang lặng thinh với pho tượng Chúa dang rộng đôi tay mong cứu vớt muôn loài thoát khổ nạn chiến tranh. Nguyễn Minh Nữu phục vụ ngành Quân Y tại đây hồi năm trước còn tôi từ một đơn vị tác chiến ở Đồng Tháp Mười mới chân ướt chân ráo xin chuyển lên để quên đi cuộc tình lỡ đầu đời và cái chính là theo lời... rủ rê của NMN - người bạn chí cốt thời niên thiếu- rằng Ban Mê Thuột không phải Buồn Muôn Thuở đâu mà là "hứa địa" văn nghệ bởi nơi đây Bạn Một Trời. Lát nữa, anh sẽ gặp một tên thương binh, đúng hơn là một nhạc sĩ Du Ca đàn hay hát giỏi. Nguyễn Quyết Thắng cùng tuổi với bọn mình rất... dễ thương! "*

Buổi sơ ngộ của chúng tôi diễn ra tại nhà bố mẹ Thắng: Quán bánh cuốn Thanh Tùng đường Hai Bà Trưng nức tiếng một thời. Mái tóc dài bồng bềnh phủ gáy. Nước da trắng xanh do nằm bệnh nhiều ngày. Chiếc áo lính thám kích rằn ri hờ hững khoác vai. Giọng Hà Nội rặt thật truyền cảm khi NQT cất cao tiếng hát những bản Du Ca trầm hùng. Cứ thế đan xen giữa nhạc NQT với thơ NMN và ĐVK hừng hực tuôn tràn bất tận đến khi nhìn ra ngoài đường thì đã tới giờ giới nghiêm/cấm quân. Dọc ngang nhiều chiếc xe Quân Cảnh tuần tra hú còi inh ỏi. Từng đốm hỏa châu thay nhau bì bụp nổ và lửng lơ rơi rơi giữa thinh không thắp đỏ rực lên những mảng trời thần chết. Thắng nhờ cô em gái pha thêm café, ấm trà nóng và chúng tôi cùng ngồi đếm tiếng đại bác đì đùng vọng về đợi hừng đông lên."

Nguyễn Quyết Thắng cũng ghi trong Hồi Ký:

"Ngày 08-08-1971 tại căn nhà của tôi được mệnh danh là "căn nhà của lần bom qua" số 83 Lê Văn Duyệt BMT, chúng tôi gồm 3 người là Nguyễn Quyết Thắng, Nguyễn Minh Nữu và Đoàn văn

Khánh đã ngồi bên nhau thành lập hội văn nghệ lấy tên là: "Cơ Sở Văn Nghệ Con Người", với mục đích ấn hành các tác phẩm do chúng tôi sáng tác trong khả năng và phương tiện sẵn có, đa phần là quay ronéo. Cũng từ đó tôi có thêm được khá nhiều những người bạn văn nghệ khác tham gia như: Hoàng Ngoan Đồng, Nguyễn Phương Căn, Xuân An, Lâm Văn Sang, Trần Hoài Thư, Phạm Tuấn Ngọc, Phan Ni Tấn, Lê Hồng Thái, Nguyễn Thế Hùng, Nguyễn Mạnh Tấn, Trần Bề, Nguyễn Thành Long, ...

Nhớ về những ngày tháng đó, trong hào hứng của tuổi thanh niên, chúng tôi ngồi và suy nghĩ thật viễn mơ rằng khoảng năm ba năm nữa, khi không còn chiến tranh, chúng ta cũng vừa vượt qua khỏi cái tuổi mới lớn, mỗi người làm việc từ vị trí riêng, sẽ cùng nhau thực hiện một cơ sở văn nghệ liên kết với nhau thành Ấn Quán, Xuất Bản, Thư Trang, Tạp Chí, và Câu Lạc Bộ. Đã qua rồi cái thời Bút Nhóm, Thi Văn Đoàn, nên chúng tôi đặt tên là Cơ Sở Văn Nghệ Con Người. Thật tiếc là khi chúng tôi (Thắng, Khánh, Nữu) chưa kịp lớn để có cơ ngơi ổn định cùng chung tay thực hiện ước mơ thì đời đã đưa ba đứa đi ba phương trời...

Nguyễn Quyết Thắng là con người hiền hòa, đằm thắm, chơi với bạn bè nhún nhường, thường chịu đựng nhiều hơn. Đời sống rất đạo đức, yêu một người và yêu một đời, cho nên trong nhạc của Thắng thường là một thứ tình cảm trong sáng, nhẹ nhàng và hướng về quê hương đất nước.

Nhưng nói như thế không phải Thắng là người dễ chịu, rất khó tính là khác. Cái gì Thắng cho là đúng thì dẫu có chứng minh thế nào cũng không thuyết phục được, quá lắm, nghĩa là Thắng thấy không thể phản bác được thì Thắng im lặng và... tiếp tục suy nghĩ theo ý của mình.

Trong hơn trăm ca khúc Thắng viết xuống, nhiều nhất vẫn là những ca khúc viết về thân phận con người và tình yêu nồng nàn với đất mẹ. Và thực sự là Thắng rất thành công ở thể loại này. Thí dụ ca khúc "Vắt Tay Lên Trán":

Nằm vắt tay lên trán, ta nghĩ đến chuyện cuộc đời,
Ngồi bấm đốt ngón tay, ta nghĩ đến chuyện ngày sau.

hay "Hát Từ Tim Hát Bằng Hơi Thở":

Hãy đến từ lòng người, và đến chính nơi ta. Đến với lòng thật thà, đừng dối trá điêu ngoa.

Hoặc Đứa Học Trò Trở Về:

Nhìn diều đang lên cao, nghe sáo trúc reo. Nhìn về nơi phương xa trái tim con nở hoa. Nhìn đàn em thơ qua, nghe chúng múa ca Nhìn vào lòng thương yêu ngậm lúa thơm quê nhà...

Còn về tình yêu, có lẽ chỉ năm ba bài rất hồn nhiên và cũng rất nhẹ nhàng. Thắng phổ nhạc thơ của nhiều người, dường như cũng với tiêu chí đó, những lời thơ về thân phận, về đất nước. Những ca khúc tình yêu đắm đuối thì có lẽ chỉ có trong những ca khúc nhạc của Thắng nhưng người viết lời là Đoàn văn Khánh hoặc Nguyễn Minh Nữu.

Trong khoảng 15 ca khúc viết chung Nguyễn Quyết Thắng và Nguyễn Minh Nữu thì chỉ có ba bài là phổ từ thơ, còn lại hầu như nhạc của Thắng viết, đưa qua, và tôi ngồi viết lời xuống theo cảm nhận của lúc mình nghe.

Thú thật là tôi yêu thích những ca khúc viết lời trên nền nhạc của Thắng nhiều hơn các ca khúc Thắng phổ từ thơ của tôi. Tại sao vậy? Tôi nghĩ có lẽ, lúc nhắm mắt lại, nghe tới nghe lui một âm điệu, rồi tới lúc thấm thía, thú vị mới viết lời xuống như một bài thơ hòa được cái cảm xúc của người viết nhạc và chung được cái rung động của chính mình.

Chuyện viết lời trên nền nhạc có sẵn thì trước đó đã có nhiều lắm. Mộng Dưới Hoa mà Phạm Đình Chương phổ nhạc đâu phải là thơ của Đinh Hùng hết, mà chính Đinh Hùng đã ngồi bên cạnh Phạm Đình Chương để viết lời cho nhiều đoạn. Hay bản nhạc của Trần Trịnh đưa Hà Huyền Chi viết lời thành Lệ Đá, sau đó, tiếp tục cảm hứng, Hà Huyền Chi đã viết tới 6 lời khác nhau cho một bài hát. Và nhất là Hoài Linh (Nhạc sĩ, không phải Nghệ sĩ hài Hoài Linh) đã gần như một người viết lời chuyên nghiệp cho Minh Kỳ, Tuấn Khanh, Mạnh Phát, Song Ngọc, Nguyễn Hiền, Văn Phụng... đó sao.

Khi gặp và chơi với nhau, tôi đã viết lời khoảng một hai bài, sau đó, nhiều nhất là lần ba đứa quyết định in chung tập nhạc mà tôi có dịp kể lại trên Facebook như sau:

Năm 1972, vợ chồng Nguyễn Quyết Thắng - Hồ Minh Chiến vừa mới thành hôn và có một chuyến đi chơi lên Đà Lạt. Lúc đó tôi đang ở Đà Lạt, ngồi lại bên nhau và quyết định làm tập nhạc Hát Ngợi Ca Tình Nhân với 12 ca khúc do Nguyễn Quyết Thắng soạn nhạc và Đoàn văn Khánh với Nguyễn Minh Nữu viết lời. Bây giờ hồi tưởng lại, hoàn toàn không nhớ nổi là làm thế nào để làm được. Nhớ là nhớ cái kỹ thuật in lúc bấy giờ là Muntilic Ronéo, một kỹ thuật mới toanh, và không phổ biến bên ngoài, chỉ có một máy in nằm trong Trường Võ Bị Quốc Gia Đà Lạt. Máy này in ấn ra sao, tôi không biết, nhưng layout trên một tờ giấy giống như giấy Stencil, loại giấy để quay ronéo, khác là không cần làm thủng giấy, mà viết lên bằng bút nguyên tử đen. Về loại máy in ấn này, Trần Thị Nguyệt Mai đã bỏ công vào Internet tìm kiếm, và sau đó cho biết đó là loại máy Mimeograph machine. Ngày đó, dù đang đi du lịch, Nguyễn Quyết Thắng cũng ngồi kẻ nhạc, sau đó Trần văn Nghĩa viết chữ.

Tại sao vào đó in được? Tại sao quen Trần văn Nghĩa để nhờ Nghĩa viết chữ? Trí nhớ mù mờ không nhớ nổi. Tập nhạc in ra, Thắng đem về Ban Mê Thuột và Saigon, rồi tặng khắp nơi.

Sau 1975, Thắng đi Hòa Lan, Khánh ở Ban Mê, tôi ở Saigon qua năm bảy lần dọn nhà... chẳng đứa nào còn giữ được.

Năm 2013, Anh Phạm Tuấn Ngọc từ trần. Khi soạn lại sách vở cũ trong nhà, Chị Phạm Tuấn Ngọc đưa lại cho Đoàn văn Khánh một bản mà ngày xưa năm 1973 cả ba đứa ký tên tặng anh Ngọc.

Khi Khánh đưa cho tôi để photo, đã nhiều lần tôi nghĩ tên TRẦN VĂN NGHĨA, chỉ loáng thoáng là một bạn làm thơ có nét chữ rất đẹp, bay bướm mà lại dễ đọc. Nghĩa là ai, ai trong đám đã quen để nhờ, và anh ta giờ ở đâu, ra sao...

Thế mà nhờ Facebook tôi đã tìm ra Trần văn Nghĩa, là một người làm thơ, cũng là một nhà giáo và đang nghỉ hưu tại Phan Rang. Tuyệt vời nhất khi tôi gửi qua một trang hình chụp và hỏi có phải đây là nét chữ của ông? Nghĩa xác nhận và muốn có toàn bộ những trang chữ viết cũ.

Hôm nay viết lại để nhớ tới Trần văn Nghĩa là người có nét chữ tài hoa, gửi tới Lê Hồng Thái là họa sĩ vẽ phụ bản, gửi tới Nguyễn Quyết Thắng, tác giả soạn nhạc, gửi tới Đoàn văn Khánh và lưu lại cho chính mình như một kỷ niệm tuyệt đẹp của thời mới lớn. Cùng lúc để nhớ về Huynh Trưởng Phạm Tuấn Ngọc, một người anh đã đi xa.

Rồi tới khi ba đứa ba nơi, Đoàn văn Khánh ở Saigon, Nguyễn Quyết Thắng ở Hòa Lan và tôi ở Hoa Kỳ. Thắng lại gửi liên tiếp một số bài nhạc nữa, trong đó, tôi chỉ viết lời cho bốn bài.

Kỷ niệm nhớ nhất là một bài tôi đặt tên là Biền Biệt Bóng Trăng Tan. Bài đó viết xong gửi qua Thắng, Thắng trả lời liền: Dâm đãng quá, sửa lại đi. Tôi chới với, im lặng. Sau đó Thắng tự sửa lại mà Thắng cho là... nhẹ nhàng và thơ mộng hơn. Tôi không phản bác, vì "Sống với một người bạn bảo thủ, thì phải có một người bạn ừ hữ" chứ.

Nhưng là kỷ niệm, nên ghi lại cả bốn câu đó mời các bạn xem chơi:

Tôi viết là:
Một đôi lúc chợt nghe bàng hoàng
Bên đời đã hoang tàn còn ai
Người như khói khăn hài mù tăm
Hương ái ân còn đẫm chăn nằm.

Thắng sửa lại là:
Một đôi lúc chợt như bàng hoàng
Bên đời đã muôn vàn sầu ai.
Người như bóng mây trời mờ bay.
Hương đắm say còn đẫm trăng gầy.

Kỳ lạ là thấy Thắng tự ý sửa lời mình viết, tôi không buồn giận, mà lâu lâu nghe, lại thấy Thắng sửa lại cũng hay, phải đẫm trăng gầy mới trong sáng và thơ mộng bạn à.

Chơi với nhau gần 50 năm, bây giờ cả ba đứa ở ba phương trời, đều ở gần tuổi cổ lai hy rồi. Suốt bấy lâu chúng ta đã đem tới cho nhau biết bao niềm vui, hạnh phúc và cũng chẳng thể thiếu những lúc buồn giận, bực bội. Nhưng... biết có còn cơ duyên gặp lại nhau lần nữa hay không?

8/
Về đến Saigon là về thăm gia đình, thăm lại những nơi chốn ghi đậm nét ký ức một thời đã qua. Đi thăm lại tôi mới chợt khám phá những kỷ niệm suốt thời trẻ trai của tôi ở Saigon, là những kỷ niệm với rất nhiều con hẻm nhỏ. Những con hẻm không thẳng băng mà uốn éo theo từng vách nhà, chạy len lỏi từ con đường này qua con đường khác. Từ phương xa nhớ về Saigon, những hình ảnh trên mạng sẽ cho chúng ta thấy Nhà thờ Đức Bà, Chùa Vĩnh Nghiêm, Lăng Ông Bà Chiểu, hay dòng sông cạnh bến Bạch Đằng, cây cầu Chữ Y nên thơ, cảnh nào cũng đẹp và làm chúng ta nhớ nhưng hắt hiu nhớ, trăn trở nhớ và khao khát mong về lại là những con hẻm nhỏ không tên. Ở đó có tuổi thơ, có ký ức thời mới lớn, có gia đình, có bạn bè và có cái phần hồn của thương quá Saigon.

Khu Bàn Cờ với con hẻm chính được trải nhựa đặt tên là đường Bàn Cờ, dọc con đường ngắn này từ Phan Đình Phùng qua Phan Thanh Giản là cả mấy chục con hẻm lớn, rồi các con hẻm lớn này tỏa ra hàng trăm con hẻm nhỏ, các con hẻm nhỏ này lại mở ra rất nhiều, rất nhiều những hẻm chút xíu chỉ vừa đủ một người chạy chiếc xe gắn máy đi vào. Nhà Đoàn văn Khánh ở khu này, khi tới chơi với nhau thời văn nghệ thiếu nhi, thì vòng trong xóm là những thành viên của bút nhóm Hàn Mặc Tử có Hồ Hoàn Kiếm, Nguyễn Hoàng Nhung, Lê Hồng Thái, Vũ Chinh...

Lê Hồng Thái là một lực sĩ, vừa vào hẻm mấy chục thước, quẹo trái là nhà của Thái. Thái hay đứng trước sân tập tạ, thời đó, Thái còn tham gia một nhóm thể thao gọi là Kiến Càng. Trong nhóm anh em, Thái chia tay với anh em sớm nhất, rồi mất hút cả mấy chục năm không liên lạc được. Bỗng dưng khoảng năm 2010, có lần Khánh hỏi: Ông còn nhớ Lê Hồng Thái không? - Nhớ chứ, Họa sĩ và Lực sĩ. - Đúng rồi, mới đây Thái liên lạc được với tôi, hiện giờ đang sống ở Mỹ Tho.

Tôi hào hứng, mình đi xuống đó chơi thăm nó đi.

Lê Hồng Thái đón chúng tôi ở đầu hẻm (về Mỹ Tho vẫn lại là một con hẻm sâu hun hút), Thái đang sống với một người tình làm thơ, và đang chờ xuất cảnh. Chúng tôi kéo nhau ra quán uống cà phê.

Bao nhiêu năm gặp lại, Thái gầy hơn, tóc dài và trắng xóa, chỉ có đôi mắt là vẫn long lanh và giọng nói chậm buồn.

Thái tâm sự

- Lúc này tao ít làm thơ...

Tôi ồ lên - dành thời gian đi tán gái thôi hả?

Thái gạt ngang, nói bậy không à, dành thời gian cho vẽ và tạc tượng. - Làm ở đâu? Tới nhà đâu thấy tranh tượng gì đâu.

Thái gật đầu, uống cà phê đi rồi tao đưa hai đứa về nhà. - Ở đâu? - Sầm Giang.

Lê Hồng Thái khỏe thiệt, Thái chạy xe đạp song song với tôi và Khánh về tuốt dưới quê, Sầm Giang cách trung tâm Mỹ Tho khoảng vài chục cây số mà Thái chạy bon bon không thở dốc.

Căn nhà của Thái nằm sâu trong ruộng, nhà tranh vách lá. Tôi và Khánh bồi hồi xúc động gặp lại chị Bình, vợ của Thái, là cô gái mở quán cà phê Hoàng Hôn ngày xưa ở Bàn Cờ.

Chị Bình nhận ra tôi ngay và xưng hô thân tình như cái thời 40 năm về trước. Nhà của Thái la liệt tranh vẽ và tượng điêu khắc gỗ. Tranh và tượng của Thái thiên về trừu tượng và kén chọn người thưởng ngoạn. Cái đẹp mà tôi thấy được là màu sắc phối hợp điêu luyện và bắt mắt. Có điều, tiếc thay, vì khó khăn tài chính, nên tranh thì vẽ trên giấy, màu sắc thì sử dụng sơn xây dựng, còn các tượng, phù điêu cũng đa số thực hiện từ các loại gỗ bất kỳ nào mà Lê Hồng Thái tìm thấy được.

Ở chơi với Lê Hồng Thái một buổi mà lòng xót xa buồn, thương bạn mình, thương một tài năng không có điều kiện phát triển. Bạn cũ mấy chục năm gặp lại, xúc động thì nhiều mà nói với nhau chẳng được bao nhiêu. Chỉ nhớ Thái tâm sự, nếu lúc đó tao biết mày và Khánh ở Ban Mê Thuột thì tao cũng đã xin lên đó rồi. Sống ở Phan Thiết một mình buồn chán biết bao nhiêu. Khi về lại Saigon, tôi có ý định giới thiệu một người bạn cũ, yêu nghệ thuật giúp Thái bằng cách mua lại tất cả những gì Thái đã làm, để Thái có tiền mua sơn dầu, khung vải thực hiện tranh. Tiếc thay, những điều kiện hai bên không thỏa thuận được.

Bây giờ, điều kiện sáng tác của Lê Hồng Thái khá hơn, Thái đạt một số giải thưởng, có điều kiện triển lãm tranh tượng và nổi tiếng ở cả khu vực miền Tây.

Chia tay với Thái bên bờ kinh Long Định, mà lòng tôi như muối xát khi nhìn người bạn Lực Sĩ ngày xưa, nhà Điêu Khắc bây giờ mà tâm hồn hết sức nhạy cảm, nước mắt ràn rụa khi cả ba đứa bồi hồi ôm nhau tạm biệt.

Con hẻm mà tôi ghi nhớ hoài là con hẻm vào nhà Trần Dzạ Lữ nằm ở gần ngã Ba Chú Ía. Con hẻm dài và quanh co, rồi quẹo trái rồi quẹo phải, vài ba lần quẹo, vài ba lần đưa địa chỉ hỏi thăm mới tìm thấy nhà. Tôi đi tìm Trần Dzạ Lữ khi biết tin Lữ đã về sống ở Saigon sau những ngày trôi nổi và hết sức lận đận, kể cả chuyện đi ngậm ngải tìm trầm mà một bài thơ Trần Dzạ Lữ đã kể:

Nói chung, đám tìm trầm
Vì đói cơm rách áo
Người yêu coi như không

Vợ con là gió thoảng

Chiều nay, qua Ba Lòng
Vì đâu, mà thương nhớ?
Đâu phải giò phong lan
Tim tím chiều mắt ngó?
Cũng không phải chùn chân
Trước núi rừng muông thú
Nhưng mà cả binh đoàn
Đều rưng rưng nước mắt
Lúc leo qua con dốc
Có tên là "Mạ ơi".

Tôi và Trần Dzạ Lữ quen nhau năm 1973, cùng thời với họa sĩ Nguyễn Duy Ninh, và họa sĩ Nguyễn Phước Bửu Tân. Sau khi tan khóa học, Lữ, Tân và Ninh cùng về miền Trung, tôi ở miền Nam, và mất dấu chân nhau.

Sau 75, Trần Dzạ Lữ về Saigon, lập gia đình và ở nhà vợ nằm hút sau một nghĩa trang vùng cổng xe lửa số 6, quận 3. Trần Dzạ Lữ lấy vợ là một cô sinh viên Đại học Vạn Hạnh. Cô ta yêu thơ và yêu Lữ nhiều, chịu đựng gian khổ với một gánh rau muống bán độ nhật để chồng nhẹ lòng làm thơ. Nhờ đó, tập thơ đầu tay của Lữ là Hát Dạo Bên Đời mới đến được tay người đọc vào năm 1995.

Năm 1995 mới in tập thơ đầu, nhưng từ trước 75, thơ Trần Dzạ Lữ đã xuất hiện nhiều ở các tạp chí văn học như Văn, Khởi Hành... Khi tôi lập gia đình, mời Lữ xuống, đám cưới năm 1977 là một đám cưới nghèo, cô dâu chú rể nghèo, hai gia đình nghèo và bạn hữu cũng nghèo luôn.

Lữ cầm tay một bao thư có bài thơ mừng đám cưới. Rồi sau đó lại mất tin nhau. Cho tới khi bất ngờ có người báo Lữ đã về Saigon và hiện ở Gò Vấp. Tôi cố đi tìm vì có chơi với Lữ mới hiểu và thương một người làm thơ quá nhiều lận đận. Cuối cùng, gần hai tiếng đồng hồ quanh co người này chỉ, người kia chỉ giống như một chuyến phiêu lưu rồi mới tìm ra nhà. Hai vợ chồng không có nhà, cô con gái chỉ ra đường Trần Quốc Toản, nói ba con hiện giữ xe cho một công ty nằm ở đó.

Và sau chót tìm gặp được nhau, hai thằng gọi hai ly cà phê đá, ngồi bệt xuống bậc thang lề đường.

Trần Dzạ Lữ bản tính trầm ngâm, khuôn mặt khắc khổ và ít cười. Bao nhiêu năm gặp lại, những khổ đau dường như đã bão hòa. Ôn lại chuyện xa xưa, nhắc bạn bè cũ mà cả hai, đứa nào cũng buồn thương cho suốt một thời bão nổi đã qua.

Lữ nhắc đến Nguyễn Duy Ninh, chàng họa sĩ có nụ cười đằm thắm hiền lành nay ở Đà Nẵng, là một họa sĩ nổi danh về Thủ Ấn Họa, có phòng triển lãm và sống bằng tay nghề của mình, nhắc tới Nguyễn Phước Bửu Tân một họa sĩ tốt nghiệp Mỹ Thuật Huế, bây giờ về ngay thành quách cũ và mở một quán cà phê trong khu vực nội thành Huế.

Bây giờ, có Facebook, kết bạn lại với nhau, nhìn những tấm ảnh mới của Lữ, tươi cười bên những thắng cảnh nhiều nơi, tạ ơn trời, về già rồi Trần Dzạ Lữ đã có chút bình an và nhẹ nhàng. Lữ nhắn tin với tôi qua Facebook, lần tới về, đừng ở khách sạn nữa, về tao mà ở hiện tao sống có một mình... chợt nhớ hai câu thơ của Nguyễn Du:

Trời còn để có hôm nay
Tan sương đầu ngõ, vén mây giữa trời

Có đêm ở giữa Saigon, mở nhạc nghe Evil Phương hát bài "Một Lần Miên Viễn Xót Xa" của Nguyễn Đức Thành:

Saigon đó từng con phố nhỏ
Mỗi dặm đường hàng vạn dấu chân con
Nha Trang, Đà Nẵng trời thơ mộng
Đâu có bao giờ con dám quên.
Giờ đây, mỗi đứa con lạc loài mỗi nẻo
Đứa Cali, Đứa Paris, Đứa đèo heo hút gió
Gặp nhau từng giọt lệ xót xa
Buông mất câu chào đôi ba sinh ngữ
Bonjour, Au revoir, Hello, Good Bye...
con gục đầu chua xót đắng cay

(https://www.youtube.com/watch?v=xzY9BrBPorA)

mà thương quá chính mình một đời chìm nổi.

Căn nhà nằm gần cuối một con hẻm ở đường Nguyễn Tri Phương này tôi đã đến nhiều lần, nhiều tới độ không nhớ đã bao nhiêu lần. Từ những năm đầu thập niên 1970, khi đó, Bùi Công Bằng là Ca Trưởng của Đoàn Du Ca Giao Chỉ, đó là một nhóm thanh niên là nhiều giáo sư và học sinh của trung học Đắc Lộ có chung sở thích ca hát. Tôi đến đó để gặp khuôn mặt trắng trẻo, đôn hậu và hàm râu xanh mượt mà luôn kèm nụ cười hào sảng. Hơn năm mươi năm qua đi, căn nhà cũ ngày xưa đã sửa chữa tân trang một chút cho phù hợp với thời đại, nhưng vẫn giữ nguyên một trệt một lầu như trước. Cái bàn gỗ dài lên nước bóng bên cạnh cây Piano nằm sát vách, cái kỳ diệu là khuôn mặt xưa dù tóc bạc phơ, hàm râu dài rậm trắng tinh vẫn rộn rã tiếng cười hào sảng. Tiếng cười của chàng thanh niên tuổi hai mươi ngày xưa và của ông già gần bảy mươi với đàn cháu nội ngoại... sao vẫn như chẳng có gì thay đổi.

Lần này tôi trở lại căn nhà đó với Đoàn văn Khánh. Trong chuyến đến thăm lần trước, Bùi Công Bằng nói yêu thích thơ của Phạm Cao Hoàng; và khi biết tôi quen và ở gần với Phạm Cao Hoàng ở Virginia, Bằng nói, nếu được, ông xin Phạm Cao Hoàng cho tôi một tập thơ. Khi tôi nói, Phạm Cao Hoàng nồng nhiệt lấy tập thơ mới nhất ghi lời tặng và nhờ tôi chuyển về. Lần này, đến chơi với Bùi Công Bằng và chuyển tận tay Bằng tập thơ đó.

Bùi Công Bằng trân trọng cầm tập thơ và tâm sự: mình và Phạm Cao Hoàng chưa từng gặp mặt, mình thích thơ Phạm Cao Hoàng vì cái phong cách điềm đạm, cái tình yêu đằm thắm và một cái gì đó bí ẩn giấu kín giữa hai dòng chữ trong thơ Phạm Cao Hoàng. Hay thật, Bằng và Hoàng là hai người bạn của tôi từ hai phương trời khác nhau, chỉ qua thơ mà Bằng cảm nhận ra sự gần gũi của con người Phạm Cao Hoàng.

Chiều thứ bảy, tháng Chín Saigon hay có những cơn mưa, phòng khách nhà Bằng đã bày sẵn một bàn dài với 11 cái ghế, tương ứng với 11 bộ chén bát. Chơi với Bằng đã lâu, người bạn Ca Trưởng gốc nhà giáo này là người tinh tế, hào sảng nhưng thật nghiêm túc. Cách bày biện cho tôi biết trước hôm nay quay tròn trong vòng thân tình này sẽ là 11 người mà Bằng đã chuẩn bị. Sẽ không có khách lạ bất ngờ, và chắc cũng sẽ không có sự vắng mặt nào bất ngờ của ai nếu đã nhận được lời mời.

Cơn mưa Saigon ào xuống bất chợt, mà những bạn hữu ngày xưa vẫn lần lượt bước vào, Nguyễn Công Tài, Đinh Việt Hùng, Nguyễn Ngọc Linh, Minh Hương, Đỗ Như Bình, Trần Nhật Vy, Trần Đạt, Hương Giang, cùng với tôi, Đoàn văn Khánh và Bùi Công Bằng vừa một bàn dài cho buổi tụ hội chờ sẵn.

Nhạc sĩ Nguyễn Ngọc Linh vừa qua một cơn bạo bệnh, cái gọi là bình phục nghĩa là từ nằm thiêm thiếp thành ra tạm đi đứng được, người gầy hom hem, chỉ có đôi mắt là vẫn sáng tinh anh, nụ cười nhỏ nhẹ, thế mà vẫn ôm được cây đàn để hát "những mê đắm rã rời... trong tuyệt vời ký ức..."

Đôi uyên ương Minh Hương - Đinh Việt Hùng say đắm, niềm vui khi biết tiếng hát Khôi Nguyên Sinh Viên hồi năm 1975, bây giờ vừa tham dự cuộc thi "Tiếng Hát Mãi Xanh" và vừa đạt số điểm 99/100 để bước vào nhóm 9 thí sinh của vòng bán kết.

Tiếng hát của Đinh Việt Hùng là tiếng hát của của cảm xúc, cái trữ tình trong đó là cái trữ tình của hoài vọng và nuối tiếc khôn nguôi, cho nên ca khúc anh chọn để dự thi là ca khúc Nỗi Lòng đúng là nỗi lòng chất chứa bấy nhiêu năm.

Lần này, ngồi bên nhau, Đinh Việt Hùng ôm đàn, tiếng hát như một dải lụa mềm, mênh mang và trìu mến khi hát Hương Xưa của Cung Tiến, đôi mắt nhìn mông lung và mê đắm gọi mời, "... Người ơi một chiều nắng tơ vàng hiền hòa hồn có mơ xa..."

Nhà báo Trần Nhật Vy làm tôi sửng sốt nhiều nhất, Vy đưa tặng tác phẩm "Saigon chốn chốn rong chơi" và cho biết đây là tác phẩm thứ 9 của chàng. Từ "Khúc Dạo Đầu" tập thơ đầu tay năm 1987, chàng thanh niên thanh mảnh với những bước chân lãng tử ngày nào đã lần lượt làm việc miệt mài cho các tác phẩm tiểu thuyết, biên khảo, ký sự... tạo một tên tuổi được nhiều người biết đến ở Saigon. 40 năm thật tuyệt vời cho những bước đi của chàng tuổi trẻ.

Nguyễn Công Tài, Đỗ Như Bình cũng vậy, những khuôn mặt trắng hồng thanh niên xưa đã từng trải phế hưng cuộc sống để ngày nay ngồi lại bên nhau với mắt sáng môi tươi tiếng hát hòa nhau trong từng ca khúc sinh hoạt ngày xưa.

Họa sĩ Trần Đạt lần đầu đến chơi, chàng họa sĩ được đưa vào kỷ lục Việt Nam với tài năng vừa hát vừa vẽ ký họa chân dung nhanh nhất. Không tốt nghiệp một trường đào tạo nào cả, nhưng Trần Đạt kể rằng mình biết vẽ trước khi biết chữ, cuộc đời trôi từ môi trường này qua môi trường khác, từ mọi vị trí của mình Trần Đạt đều đắm mình vào những nét đan thanh. Ký họa là nghệ thuật đặc biệt, bằng một nhạy cảm tinh tế, người vẽ bắt gặp tính cách của đối tượng qua một tia mắt, cái nhíu mày, độ cong vênh trên khuôn mặt để rồi ghi nhận được cái riêng tư kỳ lạ khác nhau của mỗi con người. Người ta gọi là vẽ được cái thần thái.

Tôi thực sự nghĩ rằng Trần Đạt khi vẽ ký họa chân dung là khi ông lênh đênh vào một cõi khác, ở đó, cái tài hoa của người họa sĩ được phối hợp với cái gì khác cao hơn nữa như đang lên đồng, để rồi thể hiện trên tờ giấy đường nét xuất thần. Hôm đó, vừa hát tình ca, vừa nhắm hờ đôi mắt, tay thoăn thoắt phác thảo Trần Đạt ghi lại nét kiêu bạt của Bùi Công Bằng, vẻ hiền dịu của Hương Giang, chút u uẩn của Minh Hương, nỗi lòng trăm mối của Đinh Việt Hùng, tia tinh nghịch của Trần Nhật Vy và cả sự đắm đuối ôm đàn của Nguyễn Công Tài. Tôi không nói Trần Đạt vẽ ký họa chân dung giống hệt như hình chụp, mà tôi nói ký họa chân dung của Trần Đạt là những nét điểm xuyết cực kỳ tinh tế mà ai nhìn qua cũng thấy được cái rất riêng tư của mỗi con người.

Căn nhà nhỏ ở gần cuối con hẻm đường Nguyễn Tri Phương này ghi lại trong tôi biết bao điều kỷ niệm, và hôm nay ngày 17 tháng 9 năm 2016 lại ghi thêm dấu nhớ cho thời thanh niên rất quý, mà như một người bạn làm thơ đã ghi lại:

"Nơi đây từng có một thời
Bừng bừng nhạc dậy, lời lời thơ reo"

Hai câu thơ của Nguyễn Tri Thứ không phải ghi về căn nhà đó, mà ghi về một điểm khác. Nhưng với tôi, nơi nào có bạn bè , nơi đó có tình thân và nơi đó cũng là nơi Từng Có Một Thời.

9/

Bữa cơm trưa ở Saigon Quán vào ngày 20.12.2015 không ngờ là lần cuối cùng tôi gặp Đinh Cường. Buổi trưa đó, khi cùng Phạm Cao Hoàng đưa Đinh Cường về nhà, ông không còn xuống xe đi từng bước ngang qua khoảng sân cỏ vào nhà nữa, mà từ bên hông nhà, Đinh Trường Giang đi nhanh ra đón ông, dìu ông đi từng bước chậm theo con dốc để vào nhà bằng lối sau. Nhìn dáng đi liêu xiêu của ông xuống con dốc nhỏ vào nhà, trước mặt là cánh rừng Natick mùa đông cây khô trụi lá, lòng tôi buồn hiu hắt.

26.12.2015, tôi cùng gia đình về Việt Nam, đem theo trong hành lý hai món quà Đinh Cường gửi về cho Hoàng Kim Oanh và Elena Trương, mang theo trong lòng mình lời dặn dò của Đinh Cường: "Ông đi cuối tháng giêng về nhe, giữa tháng hai ông đi với tôi về triển lãm tranh ở Saigon đó".

Mười ngày sau, khi đang ở Saigon, tôi bàng hoàng nhận được tin Đinh Cường qua đời. Vậy là cái hẹn triển lãm tranh ở Vincom không làm được, vậy là khao khát có những buổi thảnh thơi ngồi quán cà phê nhìn qua nhà thờ Đức Bà không làm được, vậy là muốn "Tôi về đứng ngẩn ngơ" cũng không làm được... Tháng cuối năm giáp tết Nguyên Đán ở Saigon trời nắng như thiêu đốt, tôi đứng trên lầu cao nhìn dòng người như thác đổ di chuyển dưới đường mà mặt nhòe đi, thèm quá và nhớ quá cơn gió hắt hiu của khu rừng Natick.

Anh Đinh Cường ơi, anh không về được Đơn Dương trước ngày vĩnh biệt thì tôi sẽ về, anh không về Lạc Lâm để "đứng ngẩn ngơ" thì tôi sẽ về, về như để nhớ đến anh, "người thi sĩ của hoài niệm".

Khoảng 15 năm trước, thời điểm những năm cuối thế kỷ 20 và đầu thế kỷ 21, khi đó Phở Xe Lửa còn sầm uất lắm, anh Nguyễn Thế Toàn chủ nhân của Phở Xe Lửa với nụ cười ý nhị và sảng khoái đón bằng hữu khắp nơi ghé về ăn tô phở nhà thơm ngon và ly cà phê pha theo kiểu miền Nam Việt Nam đậm đặc. Cái bàn tròn nằm sát vách là nơi dành riêng cho các thân hữu, nơi bàn này, khách ghé tới là những người mà ông Toàn khẳng định là "bạn tôi" với giọng Thái Bình đặc sệt và kéo dài.

Khách ghé đây có thể đã no bụng vì đã ăn món gì đó từ nơi khác, cũng có thể chẳng uống một ly cà phê nữa, nhưng vẫn được ông Toàn nồng nhiệt pha một ấm trà nóng thân thiện mời chào, khác hẳn với những thực khách khi vào ngồi ở các bàn khác, vào là phải kêu món ăn, phải gọi nước uống. Ở bàn này, tôi đã gặp gỡ với rất nhiều những tên tuổi văn học nghệ thuật từ khắp nước Mỹ ghé về vùng Hoa Thịnh Đốn.

Hầu như ai cũng nghĩ rằng về tới Hoa Thịnh Đốn mà chưa ghé lại Phở Xe Lửa thì chưa đủ. Không phải riêng nước Mỹ đâu, mà ở cái bàn này, tôi có dịp gặp rất nhiều tên tuổi từ Úc, Pháp, Hòa Lan, Đức, Bỉ, Đan Mạch và cả từ Việt Nam nữa. Chỗ ngồi đó là nơi gặp gỡ nhiều người, nhưng thường xuyên ghé tới mỗi ngày là bạn hữu trong vùng chúng tôi, bây giờ nhiều người không còn nữa như Giang Hữu Tuyên, Huyền Trân, Phan Nguyện, Ngô Mạnh Thu, Đỗ Ngọc Yến, Nguyễn Đức Quang, Nguyễn Xuân Hoàng, Quỳnh Giao, Lê Thiệp, Vũ Ánh...

Cũng từ góc bàn này, tôi nhìn thấy Đinh Cường lần đầu. Tranh và tên tuổi của Đinh Cường thì tôi nghe và yêu thích từ những năm còn ở tuổi mới lớn. Hồi đó, khi đang học những năm chót của bậc trung học, chúng tôi đã có nhiều lần bỏ lớp ra ngồi quán cà phê nghe nhạc Trịnh Công Sơn và chuyền tay nhau những tập nhạc hình vuông, nhạc Trịnh Công Sơn với tranh bìa và phụ bản của Đinh Cường.

Khi lớn hơn chút nữa, bước vào đời lính và làm thơ gửi đăng báo, có lần cả bọn ngồi với nhau và nói đùa rằng chẳng cần làm thơ hay, chỉ làm sao đạt được bốn điều sau đây thì sẽ nổi danh: có thơ in ra với An Tiêm xuất bản, Tạ Tỵ vẽ chân dung, Phạm Duy phổ nhạc và Đinh Cường vẽ bìa.

Họa sĩ Đinh Cường mà tôi gặp ở Phở Xe Lửa hồi đó là một người ít nói, cũng không phải là người hay cười, nhưng nhìn là có cảm tình vì tia mắt thân thiện và khuôn mặt tươi tắn. Mỗi tuần anh đều ghé Phở Xe Lửa một vài lần, có khi là đến để hẹn gặp một ai đó, có khi đến để ăn một tô phở nóng và trò chuyện thân mật với mọi người. Thường thì anh đi với một người bạn: nhà văn Phạm Thành Châu. Phạm Thành Châu hay nói đùa rằng: "Người ta gọi Đinh Cường là Đại Họa Gia, và gọi tôi là Tiểu Thuyết Gia, cho nên gọi ngắn gọn thì đây là ông Đại và tôi là ông Tiểu".

Năm 2004, tôi dự định in tập thơ đầu tay. Tôi nói với Giang Hữu Tuyên là tôi muốn có một bức tranh của Đinh Cường để làm bìa, và nhờ Tuyên nói với anh Cường giùm. Tuyên ngạc nhiên hỏi sao ông không xin anh Cường. Tôi nói mới quen, chưa đủ thân tình, tôi sợ anh Cường từ chối. Tuyên lắc đầu và cho tôi biết rằng có những người làm thơ lạ hoắc từ tiểu bang khác mà Đinh Cường chưa hề quen, nhưng khi ngỏ ý xin bìa Đinh Cường đều giúp nhiệt tình. Đinh Cường là vậy, anh yêu quý và trân trọng tất cả những người hoạt động về nghệ thuật.

Dù Giang Hữu Tuyên nói vậy nhưng tôi vẫn không tự tin nên nhờ Tuyên đưa tôi đến nhà Đinh Cường.

Đúng như Giang Hữu Tuyên nói, Đinh Cường vui vẻ nhận lời và đưa tôi một loạt tranh mới vẽ để tôi chọn. Tập thơ của tôi có tựa đề là LỜI GHI TRÊN ĐÁ. Đinh Cường đưa tôi một bức tranh màu xám trông giống như một vách đá dựng với một mặt trời vỡ đôi và khuôn mặt người màu đen trầm mặc. Ông lấy màu xanh dương vẽ thêm như một dòng nước biển, rồi ký tên, ghi tặng tôi bức tranh. Khi đưa tôi và Tuyên xuống tầng hầm, Đinh Cường nhẹ nhàng chỉ vào những bức tranh treo trên vách: tấm này vẽ Trịnh Công Sơn hồi năm 68, tấm kia là Bùi Giáng hồi năm 70, tấm nọ ký ức với Nguyễn Đức Sơn năm 73, đây là các số Sáng Tạo cũ, kia là tập san Văn... những lưu trữ và quẩn quanh trong đời sống thường nhật của Đinh Cường là những kỷ niệm, những tình thân nồng nàn ông giữ lại từ bằng hữu. Trong lúc tôi và Tuyên chăm chú xem từ cái này qua cái nọ, Đinh Cường đã ngồi xuống bàn và nhanh chóng phác thảo chân dung tôi. Cầm trên tay bức tranh làm bìa và bức phác thảo chân dung, tôi run người vì cảm động. Tôi hiểu tấm lòng của người họa sĩ tài ba và tôi hiểu thêm cách đối nhân xử thế rất tinh tế của một đàn anh trong văn nghệ.

Sau lần gặp gỡ này, tôi có nhiều dịp gặp anh hơn, khi thì cà phê Starbucks, khi thì đi ăn tối cùng nhau.

Đinh Cường là một họa sĩ nổi tiếng từ nửa thế kỷ nay. Tranh của anh có một phong cách riêng, sang trọng và huyền ảo, không cần có chữ ký người yêu tranh vẫn có thể nhận ra nét vẽ của Đinh Cường. Tôi rất thích nhận xét của Đỗ Xuân Tê về tranh Đinh Cường: "vẫn chiếc áo dài truyền thống décolleté, vẫn mái tóc nửa thề nửa thông, ít khi cắt ngắn, vẫn đôi mắt hơi ướt đượm buồn, dù đứng, dù ngồi, dù nằm, dù tựa dù dựa vào nhau, trong quán cà phê hay ngoài công viên, bên bờ sông Hương hay trên sườn đồi Dran, giữa cảnh thu về miền Virginia hay cảnh tuyết rơi bên hồ vùng Đông Bắc, những phụ nữ trong từng tác phẩm vẫn thể hiện được những nét riêng mà tài tình ở chỗ qua ánh mắt, khóe miệng, vầng trán, ngấn cổ, vòng tay, bàn tay, ngón tay, bộ ngực, vòng vai tưởng chừng như cùng khuôn đúc nhưng vẫn tráng lên những nước men lạ làm cho người đàn bà trong tranh của Đinh Cường mang dấu ấn của một phụ nữ huyền thoại có thể là chỉ sáng tạo cho riêng anh mà sau này lại là của chung cho giới hâm mộ, nhưng độc đáo ở chỗ không ai có thể bắt chước trong sáng tác và cũng không thể lặp lại hoàn toàn bằng chính tác giả trong những tác phẩm sau."

Từ vài năm nay Đinh Cường có thói quen ghi nhật ký thơ hằng ngày... Thật ra, anh làm thơ rất sớm - ngay từ đầu những năm 60 anh đã có thơ đăng trên các tạp chí văn học ở Sài Gòn.

Không phải chỉ trong những trang nhật ký thơ mà Đinh Cường viết xuống mỗi ngày, mà ngay trong trò chuyện, lúc nào cũng là những cảm xúc nối tiếp nhau với một trí nhớ tuyệt vời. Lãng đãng trong Đinh Cường là những đồi thông bạt ngàn của Dran, Bảo Lộc với những khuôn mặt bạn bè và những kỷ niệm ở đó:

"luôn nhớ con đường chạy về Trại Hầm Trại Mát
- Đa Thọ - Cầu Đất - Trạm Hành đến Dran,
qua đèo Eo Gió xuống Sông Pha
ôi một thời suốt đêm ngồi nghe gió hú
suốt đêm chong ngọn đèn khuya vẽ cho tới sáng,
thời ấy còn đâu
sao chiều nay trong quán Le Blédo
nhớ lại như Nữu nhớ thời nhà binh ở Ban Mê Thuột
Phạm Cao Hoàng nhớ thời dạy Trạm Hành
tôi nhớ Đơn Dương thời ham mê cô tịch

giữa núi rừng chỉ thấy trăng sao
chỉ có trăng sao là đáng kể, lấp lánh đôi mắt em"

(Chiều thứ bảy ở quán Le Blédo)

Dòng suy tưởng của Đinh Cường luôn luôn đưa anh về với ký ức, và là một ký ức thật đẹp, nối liền nhau từ hình ảnh này qua hình ảnh khác, từ đang ngồi vẽ một đàn chim bay, bất ngờ liên tưởng tới một người bạn cũ là Tô Mặc Giang, từ đó nhớ qua Diên Nghị, Kim Tuấn, Nguyễn Xuân Thiệp, Trịnh Công Sơn, Tạ Tỵ, Huy Phương.

Đinh Cường có một trí nhớ rất đặc biệt. Anh nhớ từng chi tiết của những câu chuyện cũ cách đây cả nửa thế kỷ. Có lần, trên xe anh hỏi tôi có coi chương trình Thúy Nga mới không, tôi nói có. Đinh Cường cười và nói với tôi rằng ông Nguyễn Ngọc Ngạn nói sai một chi tiết nghệ thuật: bức tranh "Chúng ta đi mang theo quê hương" là một bức tranh đẹp, từ tác phẩm tới cái tên, và sau này cái tên của bức tranh đó được sử dụng cho một chương trình ca nhạc, bức tranh đó không phải của Nguyễn Gia Trí như lời ông Ngạn nói, mà là của Phạm Tăng, vẽ và làm bìa cho số Xuân nhật báo Tự Do xuất bản tại Saigon năm 1956.

Cái thú vị là những kỷ niệm nào của Đinh Cường cũng là những kỷ niệm đẹp, ngát thơm từ ký ức, là những chí tình bằng hữu cho nhau.

Tôi lên đến Đà Lạt lúc ba giờ khuya. Nghỉ tạm ngoài phố rồi sáng hôm sau ghé Nguyễn Dương Quang. Khi tôi đến, Nguyễn Dương Quang vừa ngủ dậy, ân cần mời vào nhà. Nguyễn Dương Quang có dáng dấp của một hào sĩ giang hồ một thời ngang dọc. Tôi gặp Nguyễn Dương Quang lần này là lần thứ ba nhưng biết về nhau thì nhiều lắm vì Quang là bạn thân của những người bạn thân của tôi. Nhớ đến Phạm Cao Hoàng khi nói về Nguyễn Dương Quang với bài thơ nổi tiếng "Đêm cuối năm viết cho Má" và mô tả đó là "một con người cương trực thẳng thắn, nhanh nhẹn, tháo vát, sống đàng hoàng, và đặc biệt chơi với bạn rất tốt".

Trò chuyện một lát, tôi cho Quang biết chỉ ghé thăm nhanh rồi tôi còn phải đi Đơn Dương.

- Đi Đơn Dương chi vậy, có người quen ở đó à?

- Không, chỉ là muốn đến thị trấn đó để nhớ về một người.

- Đinh Cường?

Tôi gật đầu. Quang cho biết thời gian Đinh Cường nằm xuống thì bên này ông cũng chịu một cái tang lớn, thân phụ của ông cũng vừa lìa trần. Là con trai duy nhất của dòng họ, tang lễ lại làm từ miền quê xa nên vợ chồng ông chạy tới chạy lui đuối sức.

Khi đó, chị Thái Hồng từ trong bước ra chào hỏi, tôi ồ lên vui vẻ, hỏi Nguyễn Dương Quang có phải đây là nguồn gốc của hai câu thơ:

"Với tay cao hết sức mình
Níu cao nguyên xuống để nhìn thấy em." (1)

Quang cười, quay lại hỏi chị Hồng, "Anh Nữu muốn đi Đơn Dương thăm lại vùng đất thiêng của Đinh Cường, bà nghĩ coi chiều nay mình đi được không?" Chị Hồng cười, "Ông hỏi vậy là ông cũng muốn đi phải không? Ông muốn đi thì mình cùng đi."

Quyết định của Nguyễn Dương Quang làm tôi bất ngờ. Tới thăm Quang và gửi Quang mấy cuốn thơ mà ông mới in bên Mỹ là xong. Nhưng ngồi nói chuyện mới biết thêm cái giao tình của ông với Đinh Cường đằm thắm hơn nhiều. Tuyển tập về Dran "Tự Tình Cùng Sương Khói" mà Nguyễn Dương Quang và Nguyễn Sông Ba làm vừa rồi chính là thực hiện ao ước của Đinh Cường. Cho nên cái ý tưởng đi Đơn Dương như một cách tưởng nhớ tới Đinh Cường làm Quang quyết định tham gia chuyến đi. Quả là con người hào sảng, chí tình và hết lòng vì bạn. Người lái xe là con trai lớn của Nguyễn Dương Quang tên là Hòa. Hòa cao to, khuôn mặt góc cạnh và hiền, ít nói, nhưng cách cư xử tỏ ra người tế nhị, thương yêu Ba Mẹ và quý trọng bạn bè của Ba Mẹ. Hòa chọn một lộ trình đi và về không giống nhau, nhằm giúp người phương xa có dịp nhìn Đơn Dương từ nhiều phía. Cám ơn Hòa.

Đơn Dương với tôi chẳng những xa mà còn lạ nữa. Chưa bao giờ đến Đơn Dương dù nghe nói thật nhiều.

Đơn Dương có tên từ năm 1958 khi thành lập tỉnh Tuyên Đức nhưng nhiều người vẫn quen gọi theo tên cũ là Dran. Dran là một thị trấn nhỏ nằm ven hồ Đa Nhim. Khi xe chạy quanh co trên đèo từ Đà Lạt xuống, Hòa dừng lại và chỉ cho chúng tôi nhìn xuống thung lũng, nơi đó xanh ngắt mặt hồ Đa Nhim bên cạnh là những dãy nhà nằm uốn theo sườn đồi thoai thoải, phong cảnh như một bức tranh. Đẹp quá, chúng tôi xuống xe, đứng nhìn mê mải và nhớ:

Một mình ta và trời đất rộng
Ôi chiều lạnh lùng chiều Đơn Dương
Những trái su xanh trên giàn rẫy đó
Hãy ngả mũ chào một bầy két hoang
(Đinh Cường - Cho những trái su xanh)

Nhìn Dran từ trên cao, nhìn mê đắm không muốn rời đi. Nguyễn Dương Quang nhắc tôi chụp vài tấm hình kỷ niệm rồi đi, còn phải ghé qua Trạm Hành, Cầu Đất, Lạc Lâm, và cả con đường đi sâu vào Kado, nơi ngày xưa Đinh Cường và Trịnh Công Sơn một thời lang bạt. Chúng tôi lên xe chạy ngang qua nhà thờ Lạc Lâm. Dừng lại để nhìn thấy ngọn đồi phía sau nhà thờ, nơi dựng cây thánh giá trắng mà in dấu nhiều lần trong tranh Đinh Cường, và cả trong thơ Đinh Cường nữa:

Đêm trở lại Dran
phố chợ lên đèn
rừng thông đứng ngóng
mây về che phủ
ngang qua Lạc Lâm
một thời rẫy bái
đồi Golgotha thánh giá trắng trên cao
tháng mười một gió từng cơn lạnh
trời xanh đen ửng rạng mấy vì sao...
(Đinh Cường - Đêm trở lại Dran)

Quang chỉ cho tôi một khu nhà làm bằng gỗ và nhắc:

Ví dụ tôi đến căn nhà gỗ thông
ở Lạc Lâm tìm dấu tích em
không thấy bình trà đất nâu
mấy ly vàng ố, cái tàn thuốc
lâu ngày không đổ...
Ví dụ tôi trở lại không còn giàn su xanh chiều Lạc lâm mưa buốt tháng mười hai.

Ví dụ tôi về đứng ngẩn ngơ mây núi buổi chiều bay xuống thấp mái tóc em khuôn mặt em buồn lâu rồi chưa về lại Đơn Dương.
(Đinh Cường - Bài nhớ Lạc Lâm)

Tôi bước xuống xe và đi lên đồi, Nguyễn Dương Quang nhẹ nhàng kể về cuốn sách vừa thực hiện, tuyển tập thơ văn Tự Tình Cùng Sương Khói. Dran cách Đà lạt 36 km, một thị trấn quận lỵ nhỏ, núi bao quanh đầy sương và đẹp. Hầu hết những người góp mặt trong tập sách này đều đã xa Dran, viết lại những cảm xúc chân thật về một thời xa xưa của mình, một thời phủ quanh mình sương khói của Dran... (2)

Đúng vậy. Có người xa và nhớ về, rồi cũng sẽ về, nhưng cũng có những người xa Dran, nhớ về Dran mà mãi mãi chẳng thể trở về. Tuần này là cái thất thứ ba của người họa sĩ đã sống ở Dran một thời nhưng mang theo Dran suốt đời, đã biến sương khói nơi đây thành màu sắc bất tử trong tranh và thơ của ông.

Tôi nhìn qua thấy mắt của Nguyễn Dương Quang rơm rớm lệ và khoảng trời phía sau ông ta cũng nhạt nhòa sũng nước.

Vì sao nhớ hoài về Đơn Dương
vì nơi ấy có phố rất buồn
nơi ấy có nhà bưu điện nhỏ
gửi bao nhiêu lá thư dễ thương...
Người ra gửi ấy nay không còn nữa
còn nghe những tiếng hát muôn trùng
còn đây xanh mướt rừng dương xỉ
dưới trăng mờ ôi trăng Đơn Dương
(Đinh Cường - Một lần về thăm lại nơi cũ)

Đứng ngơ ngẩn bên cạnh gốc thông già giữa núi đồi Dran, tôi gọi thầm tên người họa sĩ tài hoa ở rừng Natick. Không cần phải ví dụ nữa đâu anh Đinh Cường ơi! Tôi tin rằng từ nơi xa tít tắp đó anh đang về trên miếu mạo đình đài rêu phong của Huế, anh đang về với ngôi trường mái đỏ của Thủ Dầu Một, anh đang về quanh sân của nhà thờ màu hồng ở Tân Định và chắc chắn đang về với rừng thông ngút ngàn sương khói, với mặt hồ xanh ngắt Đa Nhim, về với giàn su xanh, về với bầy két hoang sau vườn nhà gỗ, về với cổng nhà nhà thờ có tháp cao Cầu Đất, về với nhà bưu điện đìu hiu Đơn Dương và về với muôn ngàn kỷ niệm bạn bè từng qua ở thị trấn Dran...

Mà có cần về nữa không khi toàn bộ núi đồi sương khói đó anh đã mang theo và thường xuyên thể hiện bằng trí nhớ trên biết bao tranh và thơ? Vĩnh biệt Đinh Cường là vĩnh biệt cái dáng đi chầm chậm và cặp mắt sáng ngời trên khuôn mặt hiền từ. Nhưng lại hiện thực trong tôi hình bóng một Đinh Cường của thời rực rỡ nhất khi sáng lập Hội Họa Sĩ Trẻ Việt Nam, là hình ảnh cầm trên tay cái ống píp nhả khói vào không gian, là cái nón nỉ, khăn quàng sọc cam, có con két xanh, có hoa hồng đỏ, vầng trăng bạc trôi lênh đênh giữa núi đồi Dran. Nhắc lại mà sao thương nhớ quá!

Trời ngả về chiều, Chúng tôi còn nán lại uống tách cà phê trước chợ Dran. Anh Đinh Cường ơi! Từ núi đồi Dran tôi đang nhớ về anh và khu rừng Natick.

(1) Thơ Nguyễn Dương Quang.
(2) Lời mở đầu tuyển tập Tự Tình Cùng Sương Khói

ảnh sưu tầm trên internet

10/
Năm 1978, Thương xá Tax sau hai năm đóng cửa làm nhà kho, đã mở cửa lại với tên mới là "Cửa Hàng Phục Vụ Thiếu Nhi". Đó cũng là năm đầu tiên mở lại chợ Tết ở Saigon sau 1975.

Phía đường Lê Lợi, được phân chia thành từng ô nhỏ ven đường, cho phép người dân ghi danh mở các gian hàng bán tết. Tôi xin ghi danh và được cho một diện tích khoảng 3 mét vuông nằm ngay đầu ngã tư Nguyễn Huệ - Lê Lợi. Địa điểm thật đẹp và thuận lợi. Mặt hàng tôi xin bán là kem do một người quen có máy làm kem hứa cho tôi mượn máy này trong một tháng để kinh doanh.

Lúc đó tôi vừa lập gia đình và chuẩn bị có con đầu lòng, thật vui vì tin rằng Thương xá Tax cũ đã hoạt động lại và mùa xuân đang đến sẽ tạo ra một vận hội mới thoát nghèo.

Thương xá Tax có một lịch sử xây dựng từ gần trăm năm trước. Khởi công năm 1922, rồi khánh thành năm 1924 mang tên Grands Magasins Charner (GMC) là trung tâm thương mại lớn nhất và đẹp nhất suốt thời bấy giờ. Tòa nhà ban đầu chỉ có 3 tầng lối vào là góc Nguyễn Huệ - Lê Lợi ngày nay, nền nhà ngay lối vào có trang trí hoa văn bằng gạch Mosaic. Năm 1934, biển hiệu GMC được gắn thêm ở khu vực mái vòm đồng hồ. Năm 1942, tòa nhà được xây dựng thêm tầng 4, mái vòm bị tháo dỡ. Đầu những năm 1960, tên GMC được đổi thành Thương xá Tax.

Có một bài viết của tác giả Trần Thị Vĩnh Tường ghi nhận một nét đặc sắc của tòa nhà là lớp gạch men màu lam lót trên cầu thang nối sảnh chính của tòa nhà đi lên lầu một như một dòng sông lam chảy miên man như một biểu tượng quý giá. Gạch đó xuất phát từ quốc gia Morocco ở châu Âu, có nguồn gốc thật thi vị như sau:

"Kinh thành Fez (hay Fes) nằm trên triền dốc thung lũng, nơi cung cấp nguyên liệu làm gốm. Vùng Bin Jelleih, 12km phía bắc Fez, chứa loại đất sét rất lạ: lớp đất sét bên trên vẫn giữ nguyên màu vàng nâu sau khi nung, nhưng lớp bên dưới phơi nắng rồi nung thì đất sét biến thành màu trắng thích hợp cho gốm trắng - men - lam Fakhari nổi tiếng thế giới trong nhiều thế kỷ, người Pháp gọi là "Bleu de Fez", giống "Bleu de Huế" triều Nguyễn. Thế kỷ 14, Fez có 124 xưởng gốm.

Ở thung lũng Mellih (Morocco), sông cuốn những tảng đá từ trên cao xuống hẻm núi hẹp. Đá mài thành bột mịn cho màu xanh lam tuyệt đẹp. Cầu thang Tax tráng men xanh lam vừa hợp ý người Pháp hàm ý Sài Gòn là một cảng sông vừa đúng với niềm tin trong Hồi giáo (Islam): màu xanh là màu trời và màu nước. "

Tôi đã nhiều lần đi lên đi xuống cái cầu thang hình bán nguyệt này, đôi khi đứng lại, đưa tay xoa đầu chú gà trống bằng đồng dựng hai bên tay cầm cầu thang. Đi lên đi xuống, ngồi nghỉ ngơi nơi đây không phải vì thương tưởng di tích trăm năm này, mà đơn giản chỉ là người giao hàng mỹ nghệ cho Cửa Hàng Thiếu Nhi, ngồi nghỉ mệt sau khi đi lại lên xuống giữa trưa hè nóng bức mà thôi.

Cụ Vương Hồng Sển, một người đã viết về Saigon đầu tiên, đã ghi nhận một giai thoại văn học rất đẹp về cái ngã tư Nguyễn Huệ - Lê Lợi này. Cụ Sển kể là ngày xưa thời mới đầu bị Pháp thuộc, ngã tư này có một bồn hoa người ta gọi là Ngã Tư Bồn Kèn. Nhà thơ Huỳnh Mẫn Đạt là người Rạch Giá, thi đỗ Cử Nhân và làm quan dưới triều Tự Đức, làm tới Tuần Phủ thì xin hưu trí về quê vì không muốn ở làm giúp Pháp. Một buổi chiều kia, ông lên Saigon chơi, đội cái nón Ngựa là thứ nón lá nhưng kết bằng lông chim, dùng khi cưỡi ngựa. Ông đi và tới Bồn Kèn nghe lính Lang Sa thổi kèn. Bất ngờ ngay lúc đó, gặp một người bạn, cũng làm thơ, cũng làm quan, đang là một trọng thần của Pháp đi xe song mã vừa đi tới là Tôn Thọ Tường. Ông không muốn gặp nên lật đật núp vào gốc cây để né. Nhưng Tôn Thọ Tường nhanh mắt nhìn thấy, nhảy xuống xe vồn vã chào hỏi. Hai người ứng khẩu hai bài thơ như vầy:

Huỳnh Mẫn Đạt xướng:
Cừu mã năm nao đáo cặp kè
Duyên sao, giải cấu khéo đè ne
Đã cam bít mặt cùng trời đất
Đâu dám nghiêng mày với ngựa xe
Hớn hở trẻ dung đường dặm liễu
Lơ thơ già núp cội cây hòe
Sự đời thấy vậy thời hay vậy
Thà ẩn non cao chẳng biết nghe.

Tôn Thọ Tường hiểu ý của ông, nên họa lại:

Tình cờ xảy gặp bạn đồng liêu
Thơ phú ngâm nga hứng gió chiều
Thế cuộc đổi dời càng lắm lắm
Thiên cơ mầu nhiệm hãy nhiều nhiều
Nước non dường ấy tình dường ấy
Xe ngựa bao nhiêu bụi bấy nhiêu
Hăm hở nhạc tây hơi thổi mạnh
Nghe qua ngùi nhớ giọng tiêu thiều.

Mới đây, ngày 12.10.2016, Thương xá Tax đã chính thức đập bỏ để xây dựng một công trình khác to lớn hơn. Theo thông báo của người xây dựng thì một số hình ảnh quen thuộc với người dân ở thành phố bấy lâu nay ở tầng trệt và bên trong là đại sảnh chính sẽ được làm lại như cũ, với mái hiên che bên ngoài, với cầu thang uốn cong bên trong, với lớp gạch men màu xanh lam lót đường, với con gà trống bằng đồng... Tất nhiên, với sự chuyển biến của đời sống, cái gì rồi cũng tàn phai đi, nhưng cái còn giữ trong lòng người chính là nỗi hoài niệm một thời quá vãng.

Từ một người không liên quan gì tới mỹ nghệ, tôi bắt đầu bước vào và sống suốt hai mươi năm bằng nghề mỹ nghệ khởi đầu từ Thương xá Tax này.

Còn một tháng nữa thì đến tết Ất Mùi, tôi hớn hở ra địa điểm bắt thăm được để nhận chỗ, thì cũng là lúc nhận được tin người bạn hứa cho mượn máy làm kem cho biết máy bán rồi. Máy làm kem không có thì địa điểm này... bán cái gì? Tôi ngẩn ngơ nhìn vị trí được giao mà lòng hoang mang quá sức. Bất ngờ, ngay lúc đó, từ trong cửa hàng Thiếu Nhi bước ra là ông thầy dạy tôi Triết học năm Đệ Nhất ở Đà Lạt. Ông vừa là thầy dạy Triết, vừa là một nhà văn, và lại là bạn của ông anh ruột của tôi. Tôi chào mừng, "Anh Tuyến..."

Nhà văn Nguyễn Quang Tuyến nhìn tôi ngạc nhiên: "Em làm gì ở đây?" Tôi kể lại tình trạng của mình, anh Tuyến reo lên, "Vậy thì tốt." - Trời, sao lại tốt?

Nguyễn Quang Tuyến dạy học ở trường Trung học Văn Học Đà Lạt. Sau 1975, nghề giáo không nuôi nổi gia đình, ông bươn chải vào rừng sâu làm nghề đốt than đem về bán, rồi cũng không ổn định, ông vào làm cho Hợp Tác Xã hàng Thủ Công Mỹ Nghệ Đà Lạt, và đang là phó chủ nhiệm kinh doanh. Mỗi tháng vài lần, ông đem hàng của Hợp Tác Xã về ký gửi cho cửa hàng Thiếu Nhi Thành Phố.

- Bây giờ thế này, hàng anh đem về là các mặt hàng mỹ nghệ gỗ như hộp bút, hộp trang điểm, tranh gỗ rất phù hợp với nhu cầu dân chúng mùa tết tặng quà nhau. Thay vì giao hết cho cửa hàng Thiếu Nhi, anh sẽ giao cho em một nửa, bằng giá với cửa hàng, em cũng bán ra bằng giá với trong cửa hàng, lại thêm gói giấy hoa làm quà tặng, em sẽ bán được. Sau đó, cái nào bán không được thì trả lại, anh lại giao vào cửa hàng Thiếu Nhi; còn cái bán được em trả tiền lại cho anh.

Nói chuyện xong, tôi nhận được ngay 4 thùng hàng lớn. Hàng mỹ nghệ gỗ là những sản phẩm làm ra từ nguyên liệu gỗ đặc biệt của Đà lạt, cây Bạch Tùng. Tôi chưa bao giờ nhìn thấy cây này, chỉ biết đây là loại gỗ không sử dụng được cho xây dựng vì quá mềm, cũng không sử dụng được cho nguyên liệu vì quá xốp, đốt chút cháy hết liền, nhưng lại rất hữu dụng cho ngành mỹ nghệ. Sớ gỗ khít, mịn, màu trắng sang trọng huyền ảo, khi được xẻ mỏng ra với độ dày khoảng 5 ly, từng miếng gỗ mượt mà như miếng lụa, trắng vàng thanh tú được chế biến thành từng cái hộp nhỏ dùng đựng bút, hay hộp có gương soi đựng đồ trang điểm, hay nhẹ nhàng hơn là một mảnh nhỏ như bàn tay, hình oval vẽ hoa, vẽ cảnh để làm quà lưu niệm.

Số hàng anh Tuyến đưa tôi bán được khá nhiều. Sau tết, còn khoảng một thùng, anh Tuyến về, trả lại tiền vốn xong, anh Tuyến nói: "Anh là đơn vị sản xuất, cần hệ thống tiêu thụ. Từ Đà Lạt xuống, anh chỉ có thể giao cho các cửa hàng như cửa hàng Thiếu Nhi, nên còn cả một thị trường ngoài quốc doanh rất rộng. Thay vì trả hàng lại cho anh, em dùng hàng này đi chào hàng và tạo đường dây bán bên ngoài. Hàng thì vô tận, mẫu mã thì đa dạng mà lại không cần bỏ vốn, chỉ bỏ công, em sẽ là đại lý tiêu thụ hàng cho anh."

Tôi nhận lời. Saigon lúc đó có hàng loạt các cửa hàng bán quà tặng thủ công nằm ở đường Phan Đình Phùng, Nguyễn Huệ, Lê

Lợi... nhiều lắm. Tiếc là việc làm này không bền, vì trước nhất mỹ nghệ gỗ là loại hàng không bền, nó đẹp long lanh nhưng chỉ trưng bày một thời gian ngắn là gỗ sạm lại, xuống màu, và bong, tróc hư hỏng. Thứ hai là Đà Lạt có đặc sản là gỗ Bạch Tùng trắng đẹp, thì miền Đông Nam Bộ lại có thứ gỗ khác cũng trắng tinh, cũng nhẹ, cũng xốp mà giá thành rẻ chỉ bằng 1/3 giá gỗ Bạch Tùng, đó là gỗ Lồng Mứt. Người Saigon nhanh chóng tự sản xuất các mặt hàng giống hệt mỹ nghệ Đà lạt và giá chỉ bằng một nửa, vì giá gỗ rẻ hơn, không tốn chi phí vận chuyển. Thế là chỉ khoảng một năm sau, mỹ nghệ gỗ Đà Lạt mất thị trường Saigon và miền Tây.

Trong những ngày hàng ế, không giao được, tôi chạy xe đạp lòng vòng trong thành phố. Một nơi thường ghé lại nhất vào những buổi trưa hè là Vườn Tao Đàn.

Một buổi trưa, khi chạy xe chầm chậm loanh quanh trong vườn Tao Đàn, tôi bỗng nghe một loạt tiếng động nho nhỏ đều đặn vọng tới, lách cách lách cách... Tôi chạy xe đến và thấy trong sân vườn một căn nhà dành cho công nhân một nhóm ba thanh niên đang ngồi làm việc và chuyện trò rôm rả. Các em này người thì dùng một cái đục nhỏ xíu, đục trên thanh gỗ của cây đàn tranh, người thì ngồi cưa những miếng ốc thành những hình dạng như con người hay cây cỏ, người thì đang dùng giấy nhám chà láng phần gỗ cứng bên hông đàn. Các em thấy tôi dừng xe đứng nhìn thì vui vẻ chào hỏi... Một em hỏi tôi có biết các em đang làm gì không?

- Không biết nhưng đoán chừng là cẩn ốc xà cừ phải không?

Năm 1985, đã có nhiều người Việt xa xứ quay lại quê hương và muốn đem đi một món quà gì đó có giá trị và nhẹ nhàng, thì các loại nhạc cụ dân tộc như Đàn Tranh, Đàn Bầu, Đàn Sến, Tỳ Bà, Nguyệt... làm bằng nguyên liệu gỗ quý, cẩn ốc xa cừ là một mặt hàng được ưa chuộng, tìm kiếm và giá thành khá cao. Trên đàn thường cẩn các tích xưa, đặc biệt là các điển tích Việt Nam.

Các em đang cẩn ốc một cây đàn tranh có hai người con gái đứng bên gốc cây, một em tên Trinh hỏi tôi, coi tranh này, anh có biết tích gì không? - Biết chứ! - Tích gì? - Có phải các em đang làm tích Truyện Kiều không? Đoạn này là đoạn Kim Trọng gặp

Thúy Kiều, Chàng Vương quen mặt ra chào/ Hai Kiều e lệ nép vào dưới hoa, phải không?

Trinh ồ lên vui vẻ, chỉ vào tấm khác, còn cái này? Tôi cười, "Kiều ở lầu Ngưng Bích phải không? Trước lầu Ngưng Bích khóa xuân/ Vẻ non xa tấm trăng gần ở chung..."

Câu chuyện tiếp nối vui vẻ, các em cho biết các em ở Bình Dương, làm công cho con của ông chủ nhà này, ông ta nuôi cơm, và trả công theo sản phẩm, sau khi cẩn ốc xong, anh ta đem đi làm các công đoạn kế tiếp để hoàn thành sản phẩm và đem bán ở đường Tự Do, Nguyễn Huệ... Tôi yêu thích tay nghề mỹ nghệ và tính tình cởi mở của các em, và các em cũng quý mến tôi nên sau đó chúng tôi làm bạn, các em tới nhà tôi chơi, đi uống cà phê thân tình với nhau.

Tháng 8 năm 1985 là đợt đổi tiền lần thứ hai. Trong lúc tôi chưa biết làm nghề ngỗng gì nuôi sống gia đình thì ba anh chàng này tới, báo tin, "Tụi em tới chơi uống cà phê với anh một chút rồi về Bình Dương."

- Sao không ở lại làm việc?

- Anh Sanh hết vốn rồi, tụi em muốn làm cũng không biết ở đâu.

Bất ngờ Trinh đề nghị, hay anh làm nghề này đi.

- Cẩn ốc hả? Anh đâu biết gì về nghề này mà làm?

- Đâu cần làm, anh chỉ kinh doanh thôi, tụi em chỉ cho anh chỗ nào mua đàn mộc, chỗ nào bán ốc, chỗ nào tách nét, chỗ nào đánh bóng làm hộp, rồi anh đem đi bán, lời lắm.

- Anh không có vốn nhiều để đầu tư.

Trinh quay ra nhìn hai bạn, rồi nói, vốn ít thôi. Bây giờ tụi em có sẵn hai cây đàn cẩn ốc rồi, chưa làm hoàn tất thôi, anh bỏ vốn chút đỉnh đưa đi tách nét, đánh bóng, lên dây đàn, bỏ hộp rồi đi chào bán. Giá một cây đàn theo em biết họ mua vô cũng phải hai chỉ vàng (chắc khoảng 400.000 ngàn) mà một cây đàn sau khi bán được anh trả cho tụi em 150.000 là được rồi.

Tôi đồng ý, thế là nuôi ba chàng thanh niên đó trong nhà, tôi cũng bỏ ra khoảng gần 100 ngàn cho việc tách nét, đánh bóng, mua dây đàn và làm hộp nhung. Lần đầu tiên đem cây đàn ra đường Tự Do, tìm một cửa tiệm nhìn vô có cảm tình, rồi làm mặt dạn dĩ bước vô hỏi thăm họ có mua đàn cẩn ốc không?

Chủ tiệm là một ông già, nói tôi mở ra coi và hỏi giá. Tôi nói: "Ba chỉ", ông ta lắc đầu, mắc vậy, ở đây có mối giao cho tui mỗi cây một chỉ rưỡi hà. Tôi lẩm nhẩm tính trong bụng, chỉ rưỡi là khoảng 300 ngàn, bán vậy thì lời chút xíu, chưa hài lòng. Bất ngờ có hai người khách bước vô tiệm, rồi đến cầm lên coi cây đàn tôi còn để trên mặt quầy. Ông chủ tiệm xua tay bảo tôi, đi ra ngoài đi, lát nữa trở lại.

Tôi gật đầu đi ra lấy xe đạp chạy ra bờ sông Bạch Đằng, tới bến đò Thủ Thiêm, ngồi ghé một quán cà phê bờ sông, kêu ly đen đá mà lòng hồi hộp. Lạy Trời... sao cho mọi chuyện êm đẹp... Một giờ sau, tôi quay lại tiệm, liếc quanh không nhìn thấy cây đàn tôi đem tới nữa. Ông chủ nói, ba chỉ mắc quá, nhưng thôi tôi mua giúp cậu, cậu về làm tiếp cho tôi 9 cây nữa, ba tuần sau giao hàng được không?

Tôi nói tôi không có vốn, nên không làm một lúc 9 cây được. Ông ta gật đầu, cậu làm xong cây nào đem ra giao tui trả tiền liền cây đó lấy vốn làm tiếp.

Ngay tối đó tôi giao cho ông ta cây đàn thứ hai. Bài toán là: cây đàn mộc 60 ngàn, công thợ 80 ngàn, tiền ốc 40 ngàn, nuôi ăn ba thợ 60 ngàn, tách nét 25 ngàn, đánh bóng 30 ngàn, làm hộp 30 ngàn, dây đàn, dây tua... lặt vặt tính ra mỗi cây đàn thành phẩm bán ra một lời một. Thế là tôi bước vào nghề Cẩn Ốc.

Trong Nam gọi là Cẩn Ốc mà hai trung tâm lớn nhiều người làm là Gò Công và Bình Dương. Ngoài Bắc gọi là Khảm Trai, với nhiều làng nghề ở Hà Tây. Giống nhau, mà khác nhau. Giống nhau vì nguyên tắc làm giống nhau, nhưng khác nhau là nguyên liệu, miền Bắc sử dụng con Trai làm nguyên liệu chính. Trai hình dáng giống con nghêu trong Nam nhưng rất lớn, bề ngang có thể lên tới ba tấc, những con trai già bên trong có khi còn có ngọc, nên ngày xưa có câu "Lão Bạng Sanh Châu" nghĩa là con Trai già sinh ra ngọc quý. Người ta bắt con Trai về, bỏ thịt đi, lấy vỏ, xẻ ra từng miếng theo nan quạt, thành những miếng xương có hình tam giác, sau đó mài mòn lớp xù xì bên ngoài để lộ ra lớp bên trong lóng lánh. Trai có hai loại, Trai Mầu và Trai Nứa.

Trai Mầu thì rực rỡ màu đỏ, xanh dương, xanh lá, vàng cam, còn Trai Nứa thì màu lóng lánh nhưng chỉ ửng hồng.

Còn miền Nam thì nguyên liệu chủ yếu là ốc. Nguyên liệu ốc của miền Nam thì hết sức đa dạng, đắt tiền như ốc Đụng (là loại ốc tạo ra các mảnh xa cừ), Đĩa Vàng, Đĩa Trắng, ốc Xác, rẻ tiền thì ốc Dẹm, ốc Gai, ốc Heo... Lúc tôi vào nghề thì đã lai tạp chủng, một sản phẩm phối hợp nhiều loại ốc, loại trai miễn sao tạo màu sắc óng ánh hấp dẫn.

Làm một sản phẩm cẩn ốc, là phải qua 12 công đoạn: Can, Cưa, Ghép, Gắn, Vạch, Dàm, Đục, Thả, Mài, Chà, Tách, Bóng. Mỗi công đoạn là một nghệ thuật, mà chỉ cần một công đoạn làm ẩu, là sản phẩm thành không có giá trị. Tôi vì không biết nghề, nên tham gia vào sản xuất, tôi lại là người phụ trách công đoạn quan trọng nhất, công đoạn bắt đầu: Can. Từ mẫu hình có sẵn vẽ trên giấy mỏng, người thợ ngồi bên một cái bàn bằng kính, bên dưới có đèn, đèn chiếu lên, xuyên qua kính, xuyên qua từng miếng ốc, và tờ giấy mẫu, thợ lựa miếng ốc vừa ý, nhìn theo chiều ánh sáng, vì có nhiều loại ốc nhìn phía này ra màu đỏ, nhưng nhìn phía khác lại tối âm u, phải lựa chiều, rồi chia mẫu hình đó ra từng phần nhỏ cho vừa với miếng ốc, mỗi tấm hình mẫu, nhiều khi cả mấy chục miếng ốc, miếng thân người, miếng đầu người, miếng thân cây, miếng lá cây, miếng nóc nhà, miếng cây kèo... Khéo léo là sao lựa màu sắc khác nhau, tiết kiệm ốc và phù hợp ánh sáng chiếu vào.

Qua việc thứ hai là Cưa, thợ dùng lưỡi cưa nhỏ như cọng chỉ, cưa ốc viền theo vết mực.

Ghép là công đoạn khó. Sau khi có các miếng ốc rời, thợ ghép các hình vào với nhau vừa khít giống như bản mẫu, lấy băng keo trong đính lại với nhau.

Gắn là lấy nguyên dàn ốc đã gắn kết với nhau, dán lên gỗ bằng hồ, dán đúng vị trí đã dự tính.

Vạch là dùng mũi nhọn của một cây thép, vạch viền theo ốc, để có một hình dạng trên mặt gỗ. Sau đó nhẹ nhàng gỡ ốc ra để ngay ngắn trên bàn. Bây giờ trên mặt gỗ đã có những đường nét mờ mờ.

Dàm là ngôn ngữ thợ mộc. Thợ dùng mũi dàm tương tự một cái đục nhỏ xíu, bề ngang khoảng 1 ly, đục sâu vào gỗ, chỉ đục sâu khoảng nửa ly thôi, nhưng đường dàm nối tiếp nhau tạo một nét liên tục khắp bức tranh.

Lúc đó mới Đục, thợ dùng cái đục nhỏ, lấy toàn bộ gỗ ở bên trong vạch dàm ra, độ sâu khoảng nửa ly, lấy gỗ ra và làm bằng phẳng chỗ gỗ lấy ra. Thả là công đoạn bôi keo Hải Thuyền vào các chỗ đã đục và thả lại những miếng ốc đã cưa và ghép hồi nãy vào đúng chỗ.

Ngày hôm sau, khi keo đã khô, lớp ốc nổi lên nhưng không bằng phẳng hết, vì có miếng ốc dày, có miếng ốc mỏng, thợ phải lấy đá mài mài nhẹ tay và đều đặn để mặt ốc và mặt gỗ thành một lớp phẳng lì. Đây là công đoạn Mài.

Công đoạn Mài là làm với nước, cho nên ngày hôm sau, khi đã khô ráo, thợ phải làm công đoạn kế tiếp là Chà láng gỗ, và ốc.

Kế đó là công đoạn Tách.

Thợ Tách dùng mũi dao nhọn, vạch lên ốc những đường nét thí dụ vẽ lá, vẽ mặt người, vẽ cây cỏ, vẽ những nét để từ một miếng ốc ra hình dạng bụi cây, cổ thụ, tàn lá, vạt áo... Sau đó lấy sơn đen bôi lên cho lọt sơn vào lớp tách. Khi lau đi, mới ra hình dáng mà chúng ta thấy trên tranh.

Công đoạn kế tiếp là một nhóm thợ riêng, họ đánh bóng mặt đàn, thân đàn và lúc đó mới nhìn ra sự lộng lẫy của xà cừ.

Lúc đó cây đàn được đem về, gắn dây, treo dây tua, gảy lên thử âm thanh, và đi đặt cái hộp bên trong lót nhung đỏ. Hoàn thành.

Một cây đàn Tranh cẩn ốc giá có thể từ 3 chỉ vàng, lên tới ba lạng vàng là chuyện bình thường. Bởi vì Đàn Mộc có thể bằng gỗ quý, mặt đàn là gỗ Ngô Đồng, khác với đàn gỗ thường, mặt bằng gỗ thông. Rồi cẩn ốc cũng vậy, một cây đàn cẩn nhiều Xà Cừ, khác với giá cây đàn khảm bằng Trai Mầu Trai Nứa. Rồi một cây đàn phối hợp nhiều loại ốc, đường ghép hợp lý để tránh nét tách, khác giá với một miếng ốc, nhờ họa sĩ tách ra vừa là cô gái, vừa là bụi cây đứng cạnh nhau.

Ngay cả nét tách cũng vậy, một họa sĩ tài ba, nét tách uyển chuyển và tỉ mỉ từng cái lông con công, từng cái vẩy con rồng, cũng khác với nét tách hời hợt loáng thoáng.

Mấy năm làm nghề, rất nhiều anh em ở Bình Dương làm việc với tôi, lần lượt các em đó lớn lên, về quê lấy vợ, làm gia công rồi lên giao hàng cho tôi đi bán, rồi lại giới thiệu các em, cháu nhỏ hơn lên làm tiếp.

Tôi về, đi xuống Thủ Dầu Một, rồi chạy thẳng lên ngã ba Lò Chén tỉnh Bình Dương, nơi ngày xưa là trung tâm cung cấp nguyên liệu làm nghề và cũng là nơi tập trung cả một làng nghề, hàng trăm gia đình làm nghề quanh quẩn bên nhau. Là làng quê thân thiện mà ngày xưa khi đang làm nghề, tôi đã theo các em đó tới chơi, ngủ lại trong căn nhà lá, quanh quẩn những con hẻm nhỏ, đất đỏ lầy lội trong làng và quen biết khắp nơi. Bây giờ nơi đây đã thành từng khu phố sang trọng, đường sá sạch đẹp, không còn dấu vết ngày xưa.

Tôi gặp lại Trinh với một cơ sở cẩn ốc khang trang, nhà cửa rộng rãi, giường tủ, bàn ghế đều là đồ cẩn ốc. Tôi gặp lại Thanh, nay là chủ một cửa hàng kinh doanh mỹ nghệ. Và cũng thật đau lòng nghe tin Tuấn tử nạn xe cộ, Phượng phá sản bỏ quê đi mất tích...

Về lại Saigon, muốn tìm chỗ nào đó ngồi lại để nhìn ngắm Thương xá Tax ngày xưa mà không có chỗ. Gần nhất là cà phê của khách sạn Rex nằm đối diện Thương xá Tax ngày xưa, nhưng cũng không nhìn được Thương xá Tax, công trình xây dựng trạm xe điện ngầm đang trong tiến trình hoàn thiện. Thèm lắm một lần về nữa để nhìn lại chỗ của ngày xưa.

27.3.2017

Nguyễn Minh Nữu sáng lập và là thư ký tòa soạn. Tạp Chí Văn Phong xuất bản ở miền đông Hoa Kỳ từ năm 1999 đến 2001. Phát hành hàng tháng được 16 số với nhóm chủ trương gồm có: Quỳnh Anh, Song Diễm, Ngọc Dung,Nguyễn Minh Diễm, Đoàn Hữu Định, Ngô Tằng Giao,Đặng Đình Khiết, Lê Thuần Khương, Trần Nhật Kim, Vi Khuê, Nguyễn Đức Nam, Quang Nghĩa, Nguyễn Minh Nữu, Huỳnh Bảo Oanh, Nguyễn Cao Quyền, Nguyễn Ban Sơ, Lê Bá Thông, Huyền Trân, Đào Hiếu Thảo, Hồng Thủy, Hà Bỉnh Trung, Phạm Văn Tuấn, Linh Vang, Yến Vân.

VIẾT BÊN DÒNG POTOMAC

1.

Định cư tại Mỹ năm 1995. Ở tuổi 45, tôi có 5 năm thơ dại sinh trưởng tại Hà Nội, có 20 năm đi học, đi lính và sống với Việt Nam Cộng Hòa, sau 1975 có 20 năm lăn lộn kiếm sống với Việt Nam Cộng Sản, tôi còn bao nhiêu năm để sống với đất nước tự do Hoa Kỳ nữa đây? Đến Mỹ ở lứa tuổi quá lứa cho đi học, những đam mê đọc và viết từ thời thanh niên đã tự giấu mình suốt mấy chục năm, một gia đình nhỏ với những đứa con chưa đến tuổi trưởng thành, nên mọi thứ đều tạm gác lại cho tương lai của lứa đời sau.

Khi định cư tại Hoa Kỳ, niềm mơ ước đầu tiên và lớn nhất của mình là được cầm bút trở lại. Không thể sống toàn thời gian bằng ngòi bút như khao khát, nên tôi tìm kiếm việc làm từ ngành báo chí. Trong vùng, đang có nhiều tờ tuần báo phát hành. Tất cả các tờ báo này đều là tập hợp của các bản tin thời sự, bình luận chính trị và quảng cáo. Trong đó, có 4 tờ báo mạnh, mạnh nghĩa là có nhiều quảng cáo, tờ báo dày và có một phong cách riêng như nhắm vào một thành phần độc giả thí dụ về Phụ Nữ, về Chính Trị, về Xã hội và về một ngành nghề như Nail. Nhưng Văn Chương hoàn toàn vắng bóng trong các tờ báo này. Bước khởi đầu là tôi gọi điện đến xin việc và bị từ chối vì đã đủ người. Sau đó, thấy một quảng cáo cần người đánh máy tiếng Việt, tôi gọi điện đến xin việc và được gọi tới phỏng vấn.

Người tôi gặp là Lê Khiêm. Khiêm còn trẻ, đang là người cung cấp các bản tin cho các báo Việt ngữ trong vùng. Sau năm 1975, Hiệu trưởng trường trung học Văn Học tại Đà Lạt cũ là Chử Bá Anh định cư tại vùng Hoa Thịnh Đốn. Ông hình thành một cơ quan thông tấn, chuyên nghiên cứu và dịch thuật các bản tin quốc tế liên quan đến Việt Nam từ các hãng thông tấn Mỹ, các tư liệu văn học cũ và các sinh hoạt người Việt khắp nơi trên thế giới, đúc kết thành một bản tin mỗi ngày, cung cấp cho những người có nhu cầu đặt mua, và các tờ báo Việt Ngữ làm tư liệu. Khi ông Chử Bá Anh từ trần, người cộng tác với ông là Lê Khiêm tiếp nối công việc đó.

Lê Khiêm còn trẻ, năng động và nồng nhiệt. Khiêm hỏi tôi có biết đánh chữ tiếng Việt không? Tôi gật đầu, Khiêm đưa tôi một một xấp giấy viết tay, và chỉ cho tôi một cái *computer* bỏ trống để làm việc thử. Khoảng hai giờ sau, Khiêm ghé lại nhìn qua những gì tôi đã làm, và mời tôi vào phòng riêng trò chuyện. Khiêm hỏi, thực sự anh muốn gì? Bởi vì nếu anh đến xin việc đánh máy thì em nghĩ là anh không sống được. Tiền lương lao động đơn giản hiện nay thấp nhất là 4,25 đồng một giờ, còn ở đây, em trả tiền theo số trang đánh máy, giá mỗi trang là 1,50 đồng, anh đánh máy suốt hai giờ và chỉ được có 3 trang. Cho nên em cho rằng anh muốn một cái gì khác chứ không phải muốn đánh máy chữ kiếm tiền.

Tôi nói tôi vừa định cư tại Mỹ hơn một năm. Trước 75 tôi cầm bút viết văn, có làm việc cho một vài tờ nhật báo ở Saigon, tôi yêu thích làm truyền thông vì phù hợp với khả năng của mình, Tôi nghĩ tôi có thể đọc, có thể viết và có thể trở lại được cái hào hứng sáng tác tôi có. Nhưng không tìm được công việc từ các tờ báo hiện tại ở đây, và tôi tưởng hãng tin này sẽ có một công việc cho mình.

Lê Khiêm vui vẻ, cái công việc ngày xưa anh làm là viết báo chứ không phải làm báo, rất gần gũi với việc biên tập và thực hiện một tờ báo chứ không phải là cặm cụi đánh máy ăn tiền. Anh thực sự có muốn tự thực hiện một tờ báo trong vùng này?

- Sao làm được khi mới qua Mỹ, tiền không có và vốn liếng Anh ngữ chưa đầy lá mít.

- Không phải đâu, tiền để thực hiện một tờ báo không nhiều và có thể xoay sở được. Anh ngữ rất cần nếu đi vào thị trường Hoa Kỳ, làm báo tiếng Việt lại không quan trọng mấy, anh đang có một thứ mà nhiều người làm báo ở đây không có đó là Đọc, đó là Nhận Định, đó là Phân Tích và Tổng Hợp. Nếu anh muốn, em có thể giúp anh.

- Bằng cách nào?

- Em sẽ chỉ cho anh cách trình bày một tờ báo, cách nuôi sống tờ báo, địa điểm in ấn, cách phát hành và cung cấp cho anh bài vở tin tức, nghĩa trọn bộ để có một tờ tuần báo, còn có tìm được quảng cáo hay không là do khả năng giao tiếp của anh, tờ báo có độc giả hay không là do nội dung anh chọn lựa và đưa vào.

Bài toán đầu tiên là với kích thước khổ giấy, in 2 màu, số lượng 2000 bản, giá phải trả cho nhà in là 450 đồng. Bản tin thì thay vì phải mua 7 bản tin cho một tuần để chọn lựa, mỗi bản tin 50 đồng thì Lê Khiêm nói em sẽ tính anh mỗi tuần 50 đồng thôi. Giá quảng cáo một trang là 50 đồng. Nghĩa là nếu lấy được 20 trang quảng cáo, còn 20 trang đi bài vở thì mỗi tuần sẽ có được số tiền cho công chọn bài vở, layout trình bày, phát hành báo tới các địa điểm kinh doanh. Nhưng quan trọng và thú vị là được làm công việc phù hợp với năng lực và niềm mơ ước của mình.

Bản tin mà Lê Khiêm thực hiện là sự nối tiếp công việc dang dở của Giáo Sư Chử Bá Anh sau khi ông từ trần, công việc của Chử Bá Anh là một bản sao của Thông Tấn Xã Việt Nam trước năm 1975. TTXVN là cơ quan của Bộ Thông Tin Việt Nam Cộng Hòa, có Tổng biên tập, và đội ngũ hùng hậu các phóng viên thời sự, phóng viên chiến trường, quan sát viên chính trị, dịch giả nhiều ngôn ngữ, hàng ngày, có khi phát hành một tới hai, ba bản tin tổng hợp Chính trị, Kinh tế, Thời sự trong và ngoài nước. Ngoài việc gửi tới các báo chí, phát thanh, truyền hình những tin đáng chú ý trong và ngoài nước, còn là cách hướng dẫn dư luận theo một đường lối chính trị. Cái cần nhấn mạnh là, Hướng Dẫn dư luận, chứ không phải Chỉ Đạo truyền thông như sau này chúng ta thấy ở trong nước sau 1975.

Thực hiện một tờ báo ở vùng Hoa Thịnh Đốn, khác với thực hiện một tờ báo ở California, và tất nhiên là khác hơn rất nhiều việc thực hiện một tờ báo ở Việt Nam hồi trước 75. Khác như thế nào?

Báo chí ở Việt Nam trước, có tòa soạn với Chủ Nhiệm lo đối ngoại, một Chủ Bút hay Tổng Thư Ký lo viết bài, đọc và chọn lựa bài của các bản tin và của các phóng viên gửi về. Có nhiều phóng viên thu thập tin tức, viết phóng sự xã hội, chiến trường, chính trị, thời sự, cộng với những mục thường xuyên mang tính dị biệt của từng tờ báo.

Báo chí Việt ngữ ở California phát triển từ khoảng năm 1976 với một vài tờ tuần báo với những tin tức thu lượm từ báo chí Hoa Kỳ, những bài vở văn thơ đa số ghi nhớ lại trước 1975, và một số tin tức cộng đồng người Việt. Sau đó càng lúc càng phát triển mạnh mẽ. Khoảng thời gian khi tôi làm báo, thì ở California đã có trên 50 tuần báo, 3 tờ nhật báo là Người Việt, Viễn Đông, Việt Báo, có tới 3 hãng thông tấn thực hiện bản tin hàng ngày và ít nhất là khoảng 5 *websites* tiếng Việt được phổ biến và theo dõi. Báo ở Cali cạnh tranh rất nhiều, dù không thể như Việt Nam xưa, nhưng mỗi tờ báo cũng có ít nhất vài phóng viên viết phóng sự về người Việt, và căn bản là có một Ban Biên tập có thực lực viết bài bình luận thời sự, sáng tác thơ văn và chọn lựa bài vở tin tức giữa trùng trùng lớp lớp những bài trên các bản tin và trên mạng.

Còn làm báo tại Hoa Thịnh Đốn lại khác hơn nữa. Mỗi tờ báo chỉ có một người biên tập, viết bài và nhiều lắm là một nhân viên làm về *layout*.

Làm tờ báo như thế, nghe có vẻ dễ dàng, nhưng không phải vậy.

Về tin tức, ngoài những bản tin mua có trả tiền để sử dụng chính thức, còn có những tin tức tiếng Việt trên các đài VOA, BBC, RFI và các *websites* tiếng Việt và người biên tập phải đọc tất cả để cân nhắc tin nào thật, tin nào giả, tin nào phù hợp với lập trường tờ báo. Về các bài viết, cũng phải tìm đọc mênh mông các bài bình luận, tham luận, nhận định, và sáng tác văn học, để chọn ra để đăng trên báo của mình trùng với những điều mình ủng hộ.

Một kỷ niệm sẽ không quên được về làm báo. Đó là thời điểm chuẩn bị để xuất bản. Một số bạn bè trong vùng chân tình khuyên nhủ là suy nghĩ lại, làm báo là con đường dễ chết, vì thiếu bài, vì thiếu người, vì không đủ tài chính nuôi tờ báo và còn vì sự đánh phá từ nhiều phía như bạn cùng nghề, các thế lực chính trị không cùng quan điểm, vì... vì... Sau đó, một buổi gặp gỡ với bạn bè, tất cả các câu hỏi về năng lực, về ý tưởng, lòng kỳ vọng, mọi người đều khuyên nên nghĩ lại. Khi quay về nhà, một mình trong đêm vắng, trằn trọc suy nghĩ và quyết định. Tự nhiên chợt nhớ đến một trận đánh trong truyện Tây Hán Chí. Trận đánh giữa quân của Tây Sở Bá Vương Hạng Võ và Phá Sở Nguyên Nhung Hàn Tín.

Trận đánh quyết liệt đó, Hàn Tín lập một trận thế kỳ lạ ngược hoàn toàn với các binh pháp cổ xưa, đó là đằng sau thế trận là một bờ sông lớn, nghĩa là tạo cho quân sĩ một tâm thế chỉ có một đường là đánh chứ không có đường lui. Tự xét về hoàn cảnh thực tế của mình, và nóng bỏng khao khát muốn được sống và làm việc bằng khả năng mà mình còn có được giữa xứ người, tôi bật dậy, dùng bút đen nét lớn viết trên bức tường ngay trước mặt bàn làm việc của mình ba chữ thật lớn: BỐI

THỦY TRẬN. Vâng, đó là một trận thế mà sau lưng không có đường rút chạy.

Hơn hai mươi năm sau ngày 30/4, cộng đồng người Việt ở Mỹ đã hình thành 4 khu vực đông đảo là 1/California, 2/ Texas, 3/ Washington State và 4/ khu vực vùng Đông Bắc Hoa Kỳ, đây là khu dân cư gồm Maryland phía bắc, Virginia phía nam, bao bọc thủ đô Washington D.C. ở giữa. Cả bốn khu vực đã có rất nhiều sinh hoạt về văn hóa, nhiều người cầm bút trước 75 đã bình tâm nhìn lại và viết lại, cùng với nhiều người mới hơn tham gia thực hiện các tạp chí mạng, tạp chí giấy. Các tạp chí văn chương như Văn do Mai Thảo thực hiện, rồi Nguyễn Xuân Hoàng tiếp nối; Hợp Lưu với Khánh Trường; Văn Học với Nguyễn Mộng Giác, Hoàng Khởi Phong, Trịnh Y Thư, Cao Xuân Huy; Thế Kỷ 21 với Lê Đình Điểu, Đỗ Quý Toàn và những bài tham luận chính trị trên nhật báo Người Việt của Ngô Nhân Dụng, Vũ Ánh, Cao Thế Dung, là những tư liệu quý hiếm mà các tờ báo địa phương sưu tầm phổ biến lại trong quan niệm về chính trị và nhân bản.

Chọn lựa tờ báo sẽ đi theo hướng bài vở như thế nào, và tờ báo phải có những đặc điểm riêng nào để cho độc giả cũng như các đơn vị kinh doanh nhìn thấy được cái khác biệt với những tờ báo có sẵn.

Một tờ báo về văn chương nghệ thuật? Hay một tờ báo về thương mại dịch vụ? Cái cân nhắc chọn lựa chính là thiên hướng về phía nào. Hướng đi tôi chọn lựa là một phương tiện kiếm sống bằng báo thương mại, nhưng nghiêng bài vở về Nhân văn và Văn Học Nghệ Thuật để gửi tới một phần trong đám đông độc giả còn tha thiết khoảng trống này. Văn Học Nghệ Thuật không phải chỉ thuần giải trí, mà còn là hành trang để tới nhân bản nhân văn.

Tôi chọn tên là Tuần báo Văn Nghệ, khi chưa có khả năng làm về văn học, thì hãy làm văn nghệ trước đã. Tờ báo sẽ có 4 chuyên mục mỗi tuần thật riêng tư mới lạ với báo chí trong vùng. Thứ nhất là bài viết ở trang 3, đặt tên là Tản Mạn Đời Thường do Chủ Nhiệm viết mỗi tuần, nói về đủ thứ nghe thấy, nhìn thấy, nghĩ về... trong tuần đó như một lời tâm sự nho nhỏ. Có lẽ đây là mục mà tôi trân quý nhất, vì đó chính là nơi nói được cái ước ao khi làm tờ báo ở vùng Hoa Thịnh Đốn. Ý tưởng này không phải do tôi sáng tạo ra, mà là một bản sao từ trước 1975 của nhật báo Tiền Tuyến. Đó là mục Tạp Ghi do ký giả Lô Răng tức nhà văn Phan Lạc Phúc thực hiện hàng ngày trên trang 2 tờ báo. Mục Tạp Ghi này thực phong phú những đề tài nói tới bao gồm văn học, nghệ thuật, chính trị, quân sự, xã hội, được nhìn qua ngòi viết đa tài và sâu sắc của Lô Răng, sau đó còn có nhiều người tham gia như Thanh Tâm Tuyền, Trần Hoài Thư. Tản Mạn Đời Thường là một cách thực hiện như thế, nhẹ nhàng hơn và gần gũi hơn với độc giả Miền Đông Hoa Kỳ, bởi người viết đang thực hiện điều mà tôi khao khát là tôi đang ở đây và tôi nghĩ điều gì.

Mục thứ hai là Một Bông Hồng Trong Đời Sống, sưu tầm những tiểu truyện khoảng một trang về tình người, tình bạn, tình cha mẹ, tình thầy trò, tình chiến hữu đa số sưu tầm từ loạt bài Chicken Soup, Học làm Người, Quà Tặng Cuộc Sống, những bài viết đã gây xúc động sâu sắc trên toàn thế giới, và thật hữu ích cho những người có dịp đọc được.

Mục thứ ba Thế Giới Nghệ Sĩ, mua lại tác quyền của nhạc sĩ Trường Kỳ, đăng tải hàng tuần về tiểu sử và quá trình của các tài năng trong âm nhạc. Và mục thứ tư là Lang Thang Trên Web, sưu tầm từ khắp nơi các tin rất ngắn các điều mới lạ vừa phát hiện ra trên khắp thế giới về thiên văn, địa lý, khoa học, đặc biệt lồng vào hành trạng và tác phẩm các tác giả văn học.

Những mục thường xuyên đó là câu chuyện văn học tản mạn mỗi tuần, là cung cấp các bài học nhân bản cho các bậc cha mẹ dạy dỗ con cái, là nhắc nhớ những tiếng hát, ca khúc đi theo ta suốt nửa đời người, và sau chót là phổ biến tổng hợp những kiến thức mới nhất bằng các bản tin ngắn gọn. Nội dung đó, thật vui vì đáp thỏa được nhu cầu của rất nhiều gia đình người Việt trong vùng, họ đến các cơ sở kinh doanh tìm xin báo Văn Nghệ, và kích động các cơ sở đó đăng thông tin kinh doanh trên tờ tuần báo họ yêu thích. Tôi tin rằng chính nội dung riêng biệt mà tờ báo chọn lựa đã tạo sức sống cho tờ báo suốt bao nhiêu năm.

Bài viết ngắn này, xin gửi tới ba người đã cho phép Văn Nghệ thường xuyên được sử dụng bài vở trên Văn Nghệ là Ký Mục Gia Bùi Bảo Trúc với loạt bài Thư Gửi Bạn Ta, Nhà văn Tưởng Năng

Tiến với loạt bài Sổ Tay Thường Dân và Bình Luận Gia Chính Trị Đại Dương. Với tôi, và cho đến bây giờ, vẫn cho rằng đó là những loạt bài rất thời sự, rất văn chương và sắc sảo nhất về những đề tài mà họ nhắc đến.

Tuần báo Văn Nghệ phát hành được 18 năm, từ 1997 đến 2014. Đình bản tháng 8 năm 2014 vì nhiều lý do: thứ nhất kinh tế lúc đó trì trệ sau bùng vỡ quả bóng địa ốc, các cơ sở kinh doanh người Việt đóng cửa, hoặc có mở cửa cầm chừng cũng thu gọn quảng cáo, tờ báo không còn đủ chi phí in ấn; thứ hai, lớp độc giả ngày xưa mỗi cuối tuần lái xe ra các trung tâm thương mại xin báo về đọc càng lúc càng hiếm hoi vì tuổi già, vì mắt yếu và đôi khi đã mãn phần. Lớp trẻ hơn tìm đọc tin tức bài vở trên hệ thống *internet* nhanh hơn, đa dạng hơn và dễ dàng hơn. Và ngay người chủ trương cũng ý thức được tuổi già đã tới, khoảng đời còn lại không nhiều, muốn dành thời gian cho những tâm nguyện khác, mà thời gian làm báo bận rộn cho kinh doanh đã không thực hiện được mơ ước của mình.

Dù đóng góp nhiều hay ít, dù thành công hay thất bại, cũng đã là kỷ niệm. Dù sao thì cũng đã một thời.

2.

Tuần báo Văn Nghệ phát hành số báo đầu tiên vào dịp Quốc Khánh Hoa Kỳ, ngày 4 tháng 7 năm 1997, nghĩa là chưa tới hai năm sau khi tôi định cư trên đất Mỹ. Tờ báo được phổ biến rộng rãi ở ba tiểu bang là Virginia, Maryland và Washington D.C., phát hành hàng tuần liên tục suốt 9 năm cho tới số báo cuối cùng vào tháng 6 năm 2006 thì đình bản. Sau đó nửa năm, xuất bản lại thành báo Văn Nghệ và Đời Sống và xuất bản cho tới năm 2014. Phát hành suốt ba tiểu bang là do thói quen của di dân của các dân tộc là thường sinh sống tụ tập các khu vực gần nhau, và đặc biệt hơn, địa hình của vùng thủ đô Hoa Thịnh Đốn gắn liền với dòng chảy của sông Potomac uốn quanh.

Thủ đô Hoa Thịnh Đốn được hình thành từ hơn 200 năm trước chọn Washington D.C. làm thủ đô của Hoa Kỳ được đưa ra bởi Quốc hội (United States Congress). Đây là kết quả của Đạo luật

Quốc đô được thông qua vào năm 1790, mà nơi tọa lạc bên sông Potomac giữa các tiểu bang Virginia và Maryland. Mới đầu, mảnh đất vuông vức 100 dặm này nằm cả hai bờ sông, nhưng sau đó, do những biến động về chính trị nên thủ đô chỉ còn phần phía bắc con sông, phía nam con sông là ba khu đô thị của Virginia là Arlington, Alexandria và Falls Church.

Năm 1964, xa lộ vành đai 495 như một dây thắt lưng bao vòng quanh xuyên qua Virginia, Maryland nối liên tiếp các khu đô thị sầm uất lân cận của hai tiểu bang mà không cần băng ngang qua Washington D.C. nữa.

Năm 1975 sau khi chiến tranh Việt Nam chấm dứt thì khu vực này là một trong ba trạm định cư lớn của người Việt, đó là California, Texas và Philadelphia.

Từ Philadelphia, người Việt tản mát ra các tiểu bang chung quanh như New York, New Jersey, Virginia, Maryland và Washington D.C.. Ngay thời gian đầu này đã hình thành một khu vực buôn bán tập trung của người Việt ở thành phố Arlington sát với thủ đô, khu vực có một chợ Việt và mươi cửa hàng dịch vụ, nhà hàng, tạp hóa... dần dần khoảng mười năm sau, năm 1984, Khu Thương Mại Eden hình thành cách khu cũ khoảng 5 miles, gần về phía Xa lộ 495, nằm ở thành phố Falls Church. Với gần hai trăm nhà hàng và dịch vụ, Eden trở thành khu trung tâm lớn nhất vùng Hoa Thịnh Đốn.

Nằm gần xa lộ vành đai 495, nối kết các thành phố phía đông nam tiểu bang Virginia như Annandale, Springfield, Tyson Corner... và các thành phố phía bắc của Maryland như Rockville, Silver Spring, Gaithersburg, Potomac... cùng lúc nối kết với thủ đô Hoa Thịnh Đốn khoảng cách 7 miles trên đường Arlington Blvd đi thẳng tới Ngọn Bút Chì giữa trung tâm.

Năm 1995, hai mươi năm sau khi bắt đầu có người Việt đến sinh sống, khu vực này phát triển và hình thành một cộng đồng người Việt rộng lớn mà một thống kê dân số ước tính lên tới 80.000 người.

Khu thương mại Eden của thành phố Falls Church là tâm điểm nối kết về đời sống, sinh hoạt, hò hẹn của hầu hết cư dân trong vùng tam giác Washington D.C., Virginia và Maryland.

Các nhà thờ, chùa, thánh thất, giáo đường... được xây dựng tại các thành phố lân cận càng ngày càng nhiều. Các chợ Việt Nam, nhà hàng Việt Nam cũng dần phát triển không chỉ trong khu Eden nữa, mà lan rộng ra các thành phố khác lân cận, rộng khắp.

Sông Potomac là một con sông ở miền đông Hoa Kỳ chảy vào vịnh Chesapeake rồi thông với Đại Tây Dương. Sông dài khoảng 665 km, với hơn 5 triệu người sống trong lưu vực sông. Sông Potomac bắt nguồn từ vùng đông bắc tiểu bang West Virginia và hợp nhất ở quãng dưới thị trấn Cumberland, Maryland. Tàu bè lớn có thể đi lại trên sông Potomac từ cửa biển lên đến thủ đô Washington, D.C..

Phạm Cao Hoàng có bài thơ "Khi dừng lại bên dòng Potomac" rất hay:
khi dừng lại bên dòng Potomac
em bên tôi vẫn rất dịu dàng
gió lồng lộng cả một trời đông bắc
tóc em bay trong nắng thu vàng
và như thế mình đi và đã đến
mình đã tìm và gặp được dòng sông
tôi ngồi xuống để nghe sông hát
và đứng lên ôm lấy mặt trời hồng...

Ở cạnh dòng sông này, hai tiểu bang Maryland phía bắc và Virginia phía nam cuộn tròn thủ đô Hoa Thịnh Đốn ở giữa, tạo ra một quần thể dân cư đặc biệt của người Việt. Các thành phố sát cạnh nhau nên thường gọi là Người Việt vùng Virginia, Maryland và Washington D.C. thành một tổ chức Cộng Đồng chung lấy tên là Cộng Đồng Người Việt vùng Washington D.C., Virginia và Maryland.

Truyền thuyết lập quốc của Hoa Kỳ kể về sự lựa chọn khu đất vuông vức được bao bọc từ hai nhánh sông Potomac trên đường ra biển là vùng đất của quận Columbia làm thủ đô, phía bắc là tiểu bang mang tên vùng đất Đức Mẹ Maria tên là Maryland, và vùng đất bọc phía nam là Tình yêu Đồng Trinh tên là Virginia.

Tôi đến đây và cư ngụ tại đây suốt 30 năm rồi. Quen với cái nắng cháy da vào tháng 7, quen với cái lạnh buốt xương của tháng 2, quen với chạy xe giữa rừng cây gió thổi mù mịt lá vàng bay, hay ngây ngất giữa ngàn trùng hoa đủ loại nở muôn màu trên các lối đi, trên đồi dưới lũng mỗi tháng 4 của mùa xuân về. Và hơn thế nữa, quen biết và kết thân tình với rất nhiều những con người mà tài năng và tư cách luôn làm tôi kính phục, ngưỡng mộ và ước muốn học theo.

Khi bắt đầu làm tờ tuần báo Văn Nghệ tại đây, việc tìm hiểu người trong vùng, tổng hợp các tin tức kinh doanh và hoạt động dịch vụ đưa tôi vào cái sinh hoạt đều đặn mỗi ngày đều có mặt tại khu thương mại Eden, ở đó, không cần hẹn hò gì, cũng có thể gặp gỡ thật nhiều những người muốn gặp và biết rất nhiều những điều muốn biết hoặc có khi không muốn biết cũng phải nghe.

Trung tâm gặp gỡ nhau của người Việt xa xứ đầu tiên là nằm ở đầu đường Wilson Blvd., thuộc quận Arlington, nơi đó có chợ Pacific, ngôi chợ dựng lên năm 1976, nơi đầu tiên bán thực phẩm Á đông, thực phẩm Á đông chứ chưa là thực phẩm Việt Nam, nhưng như thế đã là quá tuyệt vời khi tìm thấy gạo, nước mắm, vài thứ rau thơm trồng từ vườn nhà. Pacific là lựa chọn duy nhất của lớp dân cư Việt còn thưa thớt thời đó, cuối tuần là kéo nhau đi chợ, mua thì ít và để thấy màu da vàng, ngôn ngữ Việt khuây khỏa nỗi nhớ nhà.

Qua đầu thập niên 80, khu vực đó trở thành quá hẹp, một luật sư người Việt là Nguyễn văn Gioan làm cố vấn cho một tư sản Do Thái, phát triển một thương xá lúc đó gần như hoang phế vì ế ẩm nằm cách chợ Pacific khoảng 5 miles để lập thành cả một khu thương xá với vài chục cửa tiệm ăn uống, dịch vụ lấy tên là Khu Thương Mại Eden.

Eden phát triển vượt bậc, từ vài chục rồi lên đến cả trăm và vài trăm các cửa tiệm. Nhiều nhất là nhà hàng, tiệm vàng, hớt tóc uốn tóc, quán cà phê, bida, chợ thực phẩm Việt, lúc đó còn có hai nhà sách tiếng Việt là Thế Hệ và Văn Hóa nữa. Sự phát triển kéo theo là tiền thuê nhà tăng cao chóng mặt, các doanh nhân ai cũng than, nhưng chưa bao giờ có một cửa tiệm nào bỏ trống, cứ tiệm này vừa đóng thì ngay tháng sau có người mới vào mở. Nằm ở thành phố Falls Church, gần với xa lộ vòng đai 495, nối các tiểu bang Virginia, Maryland và Washington D.C., người Việt nghiễm nhiên coi khu thương mại Eden như một trung tâm tụ hội gặp gỡ suốt tuần. Nơi đó, chẳng những là nơi mọi người hẹn gặp nhau uống ly cà phê, ăn bát phở nóng chuyện trò tán gẫu mà còn là nơi dễ hẹn của các bạn hữu từ phương xa ghé thăm Hoa Thịnh Đốn (có khi là việc gia đình, đưa con đi học các trường Đại Học danh tiếng, kết hợp thăm bạn cũ, có khi để tham dự các cuộc hội thảo diễn ra tại đây, có khi đến xem hội Hoa Anh Đào, hoặc các bảo tàng viện quốc gia và vô vàn thắng cảnh tuyệt đẹp mà đôi khi, chính người địa phương cũng không biết tới). Các bạn phương xa đó, khi xong những việc riêng tư, chỉ cần một cú điện thoại nhắn nhau, là thay vì phải đi thăm từng người, thì chỉ ra Eden là gặp gỡ rất nhiều người.

Nhưng lợi điểm đó, chỉ kéo dài khoảng mươi, mười lăm năm. Từ 1995, rất nhiều hàng quán, văn phòng bác sĩ luật sư, cơ sở dịch vụ đã mở rộng khắp các thành phố chung quanh. Ăn món ăn Việt không cứ chỉ ra Eden, mà gần như thành phố nào chung quanh như Annandale, Fairfax, Falls Church, Arlington, Silver Spring, Rockville, Washington D.C.... đều mọc lên các nhà hàng món ăn Việt nhưng tổ chức và trang trí sang trọng nhằm vào người Mỹ, Hàn, Phi, Hoa... Nhưng dẫu sao, Eden Center vẫn là nơi sầm uất nhất, đông đảo nhất và dĩ nhiên là quen tên nhất ở vùng Đông Bắc Hoa Kỳ.

Khu vực Hoa Thịnh Đốn (Washington, D.C.), cùng với các vùng lân cận ở Maryland và Virginia, có một cộng đồng người Việt đáng kể. Dưới đây là một số thông tin về số lượng người Việt sống ở khu vực này:

Washington, D.C.: Số lượng người Việt sống trong thành phố Washington, D.C. ít hơn so với các khu vực lân cận ở Maryland và Virginia. Theo dữ liệu của Cục Điều tra Dân số Hoa Kỳ, con số này có thể vào khoảng vài nghìn người.

Maryland: Trong các khu vực lân cận của Washington, D.C., ở Maryland, quận Montgomery và quận Prince George có số lượng người Việt tương đối lớn. Tổng cộng, có thể có khoảng 30.000 đến 40.000 người Việt sống ở Maryland.

Virginia: Khu vực Bắc Virginia, đặc biệt là quận Fairfax, có một trong những cộng đồng người Việt lớn nhất ở Hoa Kỳ. Số lượng người Việt sống ở Virginia, trong khu vực lân cận Washington, D.C., ước tính vào khoảng 50.000 đến 60.000 người.

Sông Potomac bắt nguồn từ West Virginia chảy về phía nam. Khi chảy vào tiểu bang Maryland thì hợp lưu với sông Anacostia thành một ngã ba sông rồi hợp lưu chảy về phía đông nam ra biển. Đoạn sông chảy qua Maryland đã mọc lên hàng loạt khu đô thị dân cư hai bên bờ, và là ranh giới của Maryland với Virginia.

Ngay đoạn hợp lưu sông này thì phía bắc là thủ đô Hoa Thịnh Đốn, phía nam là các khu đô thị dân cư của Virginia. Các khu đô thị hai bên bờ sông Potomac ở cả hai tiểu bang và Hoa Thịnh Đốn đều là lựa chọn định cư của người Việt vùng Đông Bắc Hoa Kỳ. Tổng cộng, số lượng người Việt sống ở vùng Hoa Thịnh Đốn (bao gồm Washington, D.C., Maryland và Virginia) có thể vào khoảng 80.000 đến 100.000 người. Con số này có thể thay đổi theo các nguồn dữ liệu và năm thống kê khác nhau.

Sông Potomac vừa nối kết các thành phố sầm uất hai bên bờ sông, nơi rất đông người Việt xa xứ sinh sống, vừa là thắng cảnh rất đa dạng về văn hóa mà còn là một biểu tượng sống động, tự hào về lịch sử cho những cư dân trong lưu vực dòng sông.

BÊN BỜ KÊNH TẺ

Tôi đang ngồi ở một quán cà phê ven con lộ vắng chạy cong cong theo bờ kênh Tẻ. Đây là quán thứ ba kể từ buổi trưa nay. Tôi loanh quanh trên con lộ mới này, gọi là mới, vì tôi đoán chừng con lộ và cả khu dân cư này được xây dựng chưa tới hai mươi năm. Năm 1995, trước khi tôi rời Saigon, thì nơi đây vẫn còn là cánh đồng mênh mông cỏ lác.

Ngày mai tôi lại xa Saigon rồi. Ba mươi ngày sống với ngờm ngợp bằng hữu, sống tung tăng với bờ cây góc phố xưa, chạy xe gắn máy một mình loanh quanh hết đường này qua ngõ nọ, nơi đâu cũng bát ngát những kỷ niệm, những ân tình ngày xưa gieo xuống, sống tận cùng mỗi khoảnh khắc khi thức dậy buổi sớm mai, và kể cả khi nằm ngủ để hiểu được rõ rằng mình không đi tìm cái gì hết, mà thực sự là về để được sống với một thời quá khứ. Ngày chót trước khi rời Saigon, tôi không giữ một cuộc hẹn nào với các thân tình, mà muốn một mình tận hưởng được sống với chính mình.

Tôi sinh ra ở Hà Nội, mà lớn lên ở Saigon. Vùng đất sống dài lâu nhất là khu vực giáp ranh quận Năm với quận Nhất - khu vực chân cầu chữ Y - sau đó vượt qua dòng kênh Tàu Hủ, và sống ven dòng kênh Tẻ. Kênh Tàu Hủ và kênh Tẻ là hai dòng kênh song song, chính giữa là quận Tư. Còn bây giờ, tôi ngồi đây là bên kia dòng kênh Tẻ. Cùng bắt nguồn từ sông Saigon, kênh Tàu

Hủ chạy dọc theo quận Nhất, cùng với kênh Tẻ chảy song song vào đến ranh giới quận Năm thì gặp nhau tại ngã ba sông có Cầu Chữ Y, hai con kênh nhập lại thành một chạy về phía tây, chạy tuốt xuống Long An và chảy ra sông Vàm Cỏ Đông. Kênh Tẻ lớn hơn kênh Tàu Hủ. Theo Sài Gòn Năm Xưa của cụ Vương Hồng Sển, con kênh này được đào từ năm Kỷ Mão 1819 thời vua Gia Long, và người chỉ huy việc đào kênh là Huỳnh Công Lý, nhạc phụ của vua Minh Mạng. Khi kênh đào xong được đặt tên là An Thông Hà. Nhân vật Huỳnh Công Lý này khá đặc biệt. Nguyên do là khi vua Gia Long gần mất, có ý muốn lập tự quân là người nối ngôi, triều đình chia thành hai phe, một phe đề nghị lập hoàng tôn là con của hoàng tử Cảnh đã mất, một bên muốn lập một vị vua lớn tuổi hơn để giữ giềng mối. Cuối cùng, Gia Long nghiêng về phía lập con lớn tuổi nối ngôi là Minh Mạng.

Khi Minh Mạng lên ngôi, phe nghiêng về lập hoàng tôn trong đó đứng đầu là Tả Quân Lê Văn Duyệt đang là Tổng Trấn Gia Định Thành. Trước nhất đây là một vị tướng dày công lao, thứ hai là đang cầm đại binh trấn đóng phương xa và thứ ba, uy tín của vị lão thần quá lớn nên không thể ra mặt trị tội, vua bèn sai nhạc phụ mình là Huỳnh Công Lý vào làm Phó Tổng Trấn, có thể cũng là để kiềm chế bớt uy quyền của Tả Quân. Huỳnh Công Lý có công đào An Thông Hà, và có thể cậy công, cậy là cha vợ của vua nên khi vắng mặt Tả Quân đã làm một số điều vi phạm. Tả quân làm phiếu trình tội lỗi của Huỳnh Công Lý dâng về kinh xin trị tội. Vua Minh Mạng muốn trì hoãn nên ra lệnh giải Huỳnh Công Lý về kinh xét xử. Tả Quân biết ý vua, nhưng cậy mình có Thượng Phương Bảo Kiếm chém trước tâu sau nên ra lệnh chém và gửi thủ cấp về kinh. Hiềm khích vua tôi càng thêm nặng nề nên sau khi Tả Quân từ trần, Án Sát Gia Định Thành là Bạch Xuân Nguyên cùng các quan ở trong kinh thành Huế đồng loạt dâng biểu kết tội.

Chuyện này đã làm con nuôi của Tả Quân là Lê Văn Khôi nổi loạn, chiếm đóng thành trì chống trả với triều đình suốt ba năm từ 1833 tới 1835.

Trong nghiên cứu "Lê Văn Khôi và sự biến thành Phiên An (1833-1835), GS. Nguyễn Phan Quang cho hay, cuộc nổi dậy này, lại thêm có Xiêm La, Cao Miên hưởng ứng với Khôi, nên rất mạnh. Vua Minh Mạng bởi việc này, mà nổi trận lôi đình, trách tội Lê Văn Duyệt nuôi mầm tai họa, án hậu tử của Lê Văn Duyệt sau đó hình thành. Sau khi bình định được thành Gia Định, vua cho giết sạch thành rồi, truyền đem hết cả những thây đó vào chôn chung một huyệt tại làng Chí Hòa bây giờ, được tục kêu là "Mả Ngụy". Ấy là việc ghi chép chung về hậu kết cuộc nổi dậy, cả thành Phiên An tất thảy đều bị giết hết".

Cũng khu vực giữa hai dòng kênh này, nhất là bờ phía nam kênh Tẻ, vào thời gian từ năm 1945 đến 1960 là mật khu của quân Bình Xuyên. Theo Wikipedia ghi lại là: "Sau khi quân Anh-Pháp gây hấn ở Saigon (23-9-1945), nhiều lực lượng quân sự chống Pháp tự phát được thành lập. Người lập bộ đội thường lấy tên của mình đặt cho lực lượng trong vùng, như bộ đội Tân Quy cũng được gọi là bộ đội Dương Văn Dương, hay gọn hơn là bộ đội Ba Dương. Bộ đội Nhà Bè mang tên bộ đội Hai Nhị, Hai Soái... Khi Dương Văn Dương, thủ lĩnh các nhóm giang hồ Nam Bộ, thống nhất các lực lượng quân sự chống Pháp ở Tân Quy, Tân Thuận, Nhà Bè, Thủ Thiêm, ông đã chọn cái tên "Bình Xuyên" để đặt cho lực lượng thống nhất này. Đây là tên chữ trên bản đồ Sài Gòn - Chợ Lớn để chỉ vùng Hố Bần, còn gọi là Xóm Cỏ, địa bàn hoạt động của lực lượng này. Cái tên "Bình Xuyên" còn hàm chỉ: "Bình" gợi chiến công đánh chiếm và bình định, còn chữ "Xuyên" để chỉ vùng chi chít sông rạch."

Bình Xuyên là một tổ chức tự phát tập họp nhiều thành phần là giang hồ tứ chiếng, có nông dân chân lấm tay bùn, có nho sinh, hào kiệt khắp vùng lục tỉnh Nam kỳ, nhiều tay kiệt liệt võ nghệ cùng mình mà cũng nhiều tay du đãng quanh vùng Sài Gòn - Chợ Lớn về đầu quân lập nghiệp. Sau năm 1955, khi bị đánh tan, số còn lại của lực lượng kéo về Rừng Sác rồi tan biến dần trong dân gian. Khu vực bên kia cầu Kênh Tẻ là nơi diễn ra những trận đánh ác liệt giữa quân Pháp với Bình Xuyên, giữa quân đội Ngô Đình Diệm với Bình Xuyên và cả giữa các băng nhóm khác nhau của Bình Xuyên tranh giành quyền lợi đánh lẫn nhau. Tàn chiến cuộc, biết bao nhiêu xương cốt, vũ khí bỏ hoang phế nơi ruộng lầy, nơi đầm nước, nơi kênh rạch mà dân cư lâu lâu lại tìm thấy.

Khi về cư trú vùng xã Tân Quy Tây, huyện Nhà Bè, tôi ngạc nhiên khi gặp chỉ trong một ấp là Ấp 4 nơi tôi ở có tới cả chục người tên Gấu: Ông Tám Gấu sửa xe, ông Hai Gấu bán tiệm tạp hóa, chàng thanh niên Gấu làm nhân viên xã... Hỏi ra mới biết trong vùng có một vị Thầy Ngải thuốc Nam, chuyên bốc thuốc, coi bói, cúng kiếng mà dân rất nể trọng. Gia đình nào có con sợ khó nuôi đem đến thầy xin cúng thế, thầy cúng rồi cho bùa ngải đeo trên người cùng lúc đặt tên lại, và không rõ thầy thờ gì, nhưng đa số đặt tên là Gấu. Khi tôi tới đó, ông thầy đã mất rồi, chỉ có một nhân vật lạ lùng ở ngay trong xóm tôi là cậu Hai Gấu làm tôi nhớ hoài.

Cậu Hai Gấu khoảng ba mươi tuổi, dáng người thanh mảnh, mặt mũi sáng sủa, thường mặc nguyên bộ bà ba trắng sống trong một khu vườn cây trái rộng, có một căn nhà xây, mái ngói cổ kính khá lớn, nằm lẩn sau những tàn cây um tùm hoa trái.

Thường mỗi buổi chiều, cậu thong thả đi dạo xóm trên xóm dưới, chỗ nào cũng được chào hỏi trân trọng. Có lần đứng trước cửa nhà, thấy cậu ta đi ngang, miệng cười vui vẻ, tôi cũng chào hỏi, cậu ta dừng lại chuyện trò hỏi thăm gốc gác, công chuyện làm ăn và rủ bữa nào rảnh ghé vô em làm vài chung rượu nghe anh Bảy.

Một bữa rảnh rang, tôi đi sâu vô xóm, quẹo trái quẹo phải theo hàng rào cây lá, đi tiếp nữa cho tới khi nhìn trước mặt là ruộng lúa, xa lắm mới có một mái nhà. Mùa này trời mưa nên vùng nước lợ đã ngọt lại, bà con có thể gieo trồng lúa, khác với mùa nắng, nước nhiễm mặn bỏ mặc cho cỏ lác mọc bạt ngàn.

Vui chân đi cho đến khi trời chập choạng mới tìm đường quay về, tới gần xóm thì trời đã tối hẳn. Tôi đi từ phía ruộng lên nên đi vào phía sau nhà cậu Hai Gấu. Từ cuối vườn tôi thấy một cái miếu nhỏ sáng đèn nhang, thấp thoáng có bóng người, rồi cậu Hai Gấu lên tiếng hỏi anh Bảy hả, đi đâu về phía này vậy, ghé vô chơi.

Tôi ghé vô và được mời vào cái bàn có sẵn hai băng ghế đá ngay trước miếu. Trong miếu không có bài vị hay hình thờ, mà trang trọng trên bàn thờ, là một cây mác cụt cán bày trên giá gỗ, phía sau là một khung hình có chữ Tâm. Quen với cậu Hai Gấu rồi, tôi được mời dự một buổi cúng tổ vào giữa tháng Giêng. Bữa đó tôi mới biết đằng sau cái dáng vẻ thanh mảnh nhẹ nhàng đó, cậu Hai Gấu là một nhân vật có võ công như phim chưởng, cậu bay nhảy từ dưới đất lên đọt cây, từ đọt cây này chuyền qua đọt cây khác hai tay liên tục đưa ra những chiêu thức lạ mắt và nghe gió lộng vù vù một khi cánh tay vung lên. Cũng bữa đó, tôi được giới thiệu nhiều tay mã thượng giang hồ, tên chỉ là hai chữ Tư Bân, Mười Tổng... khuôn mặt phong trần gân guốc, tuổi tác có khi lên tới 70, râu tóc bạc phơ, ngồi nói chuyện mà luôn tỏ vẻ kính trọng một câu thưa cậu Hai, hai câu thưa cậu Hai. Tới lúc làm lễ họ đồng loạt ra trước miếu múa võ cúng tổ, đường quyền cứng cáp mạnh bạo, khi di chuyển nhẹ nhàng thanh thoát như một vũ công. Tàn cuộc lễ, họ trải hai hàng chiếu giữa sân, mọi người ngồi chung quanh, có hai cây đàn guitar phím lõm, một cây đàn nhị, một cây đàn gáo và nâng ly rượu hát hò xướng họa với nhau.

Tôi đã từng đi coi cải lương, nhưng tuồng tích là chính, chưa bao giờ thưởng thức thực sự âm điệu kỳ diệu của vọng cổ. Ở đây trong vòng tròn, người ta hát những làn điệu dân ca xưa cổ như Nam Bình, Nam Ai, Tống Biệt, Khốc Hoàng Thiên..., lời ca là nỗi niềm riêng của huynh đệ giang hồ nghe buốt dạ:

Mấy khi rồng gặp mây đây
Để rồng tâm sự với mây đôi lời
Nữa mai rồng ngược mây xuôi
Biết bao giờ nối những lời rồng mây...

Đêm đó cậu Hai Gấu mặc bộ bà ba trắng như bình thường, nhưng khác hơn là trên đầu quấn cái khăn nâu, cột sau ót giống như một cái nón, lưng thì cột một khúc vải cũng màu nâu sẫm, thắt lại bên hông thả tua xuống đùi, chân mang giày vải bó chân. Vòng tròn hơn hai mươi người nhưng không ai nói chuyện riêng, chỉ chăm chú nghe từng người hát, rượu không rót ra ly mà đựng trong bầu, họ chuyền tay nhau mỗi khi uống xong, giữa vòng tròn người là khoảng trống không có thức ăn mồi nhậu gì cả.

Chừng giữa buổi, cậu Hai Gấu đứng dậy, bước ra giữa vòng, cung tay bái về phía miếu, và vòng tròn rồi bắt đầu đi quyền.

Nghe hung tín Nhị Ca đà thọ khổn.

Hồng Đào San em quay ngựa trở về đây.
Kìa! Giữa pháp trường cát bụi mù bay,
Quân đao phủ sắp ra tay hành quyết.
Khoan khoan, hãy để anh cạn phân đừng giết oan một trang hào kiệt, nghe lời anh đình thủ bớ La... Thành.
Một ông lão tóc bạc, tướng mạo hùng vĩ, đột ngột đứng lên hát tiếp...

- Thôi rồi một lưỡi gươm đưa đã dứt mạng anh hùng.

Đơn Nhị Ca ơi còn đâu một đời ngang dọc, quyết vẫy vùng cho rõ mặt núi sông. Nhớ năm xưa cùng nhau thề câu chị ngã em nâng, dẫu tử sanh quyết vẹn nghĩa kim bằng. Thế mà hôm nay u hiển đôi phang, giữa pháp trường chia tay vĩnh viễn.

Cả hai quay tròn bên nhau, lúc người này hát, người kia múa võ, thay đổi qua lại.

- Đơn Nhị Ca ơi, ôm thây anh máu thắm nhuộm chinh y.

Lòng tiểu đệ thêm não nùng chua xót. Nhớ đến câu "Tiền đồng tịch, kim bằng cộng lạc, hậu lâm nguy bất kiến đệ huynh". Đấng anh hùng đâu ngại lẽ tồn vong, nhưng chết tức tưởi ngàn thu còn di hận.

Giữa lòng đêm và ánh lửa bập bùng trước miếu, giữa không gian vừa trang nghiêm vừa hào hùng, dường như lẫn cả vào đó chất bí ẩn thiêng liêng làm tôi mường tượng ra khung cảnh của lớp người ngày xưa đi mở đất phương Nam.

Tiệc rượu kéo dài tới giữa đêm mới tàn, một số người leo lên xe gắn máy rời địa điểm, nhưng ấn tượng nhất với tôi là hình ảnh ông già râu tóc bạc phơ, phất tay đứng dậy, chào cậu Hai Gấu, và chào chung quanh bằng câu ngắn gọn, "thôi qua về nghen mấy em", và lừng lững bước ra phía sau, bên bờ rạch đã sẵn một chiếc ghe tam bản, ông bước xuống, lấy mái chèo, khua nước rồi đi xa dần giữa bóng đêm, con trăng ngày rằm soi dòng nước lãng đãng, hắt trên lưng áo một vệt như ánh bạc.

Sau này, cậu Hai Gấu mới nói cho tôi biết những lời ca đó là trong trích đoạn bài vọng cổ Tống Tửu Đơn Hùng Tín, đoạn họ hát trao đổi với nhau là lớp Tần Quỳnh khóc bạn.

(http://mp3.zing.vn/bai-hat/Tan-Quynh-Khoc-Ban-Thanh-hai/ZWZA9U0O.html)

Bây giờ khu xóm cũ không còn nữa. Tôi đã về tìm lại. Nơi đây đã được xây cất thành những tòa chung cư lớn, tân kỳ hiện đại; ruộng lúa, bờ dừa khi xưa thành những con lộ tráng nhựa rộng rãi. Tìm gặp vài người còn sót lại, họ cũng không biết cậu Hai Gấu tên họ là gì, không biết nguồn gốc miếu thờ đó là thờ ai, không biết nhóm người tụ họp cúng kiếng rồi ngâm vịnh hát hò đó thuộc hội nhóm nào và sau chót là khi khu đất giải tỏa, họ cũng chẳng biết cậu Hai Gấu lưu lạc nơi đâu, hãy còn hay đã mất.

Chỗ ngồi này với tôi hết sức thân tình và cũng thật xa lạ. Thân tình vì ngày xưa, từ căn nhà mái lá của huyện Nhà Bè, bên cạnh dòng kênh Tẻ, tôi đã biết bao lần đưa mắt ngó qua bên kia bờ kênh, chỉ là những rặng dừa nước, những chòm cây sú, cây đước, cây tràm mọc mênh mông với những khoảng trống là cỏ lác... Vùng nước lợ không có vườn cây trái và cũng chẳng có chăn nuôi. Và cũng thật xa lạ vì những tòa nhà xây dựng mỹ thuật, rộng rãi với rất nhiều những con đường mới mang tên là số thứ tự 1, 2, 3... đặc biệt là con đường đẹp với hàng cây cao và công viên chạy dài theo dòng kênh Tẻ. Từ bên này bờ kênh nhìn qua, tôi vẫn còn mường tượng ra khu xóm cũ, cái hẻm nằm sâu hun hút bên những hàng dừa...

Tôi ghé quán cà phê đầu tiên lúc giữa trưa. Đây là một tòa nhà 4 tầng, trên tầng thượng, tôi có thể nhìn thấy con kênh Tẻ nước xanh ngắt chảy mênh mông, xa hơn là những tòa nhà cao tầng của quận Tư và xa hơn nữa, lẫn trong mây mờ là tòa nhà hình búp sen ở quận Nhất, tòa nhà đang được coi như một biểu tượng cho Saigon bây giờ. Sau đó, ngại ngùng vì ngồi quá lâu, tôi rời quán, đi dọc mé kênh tìm một quán khác ghé vào. Quán này nằm sát bờ kênh, tôi nghe được tiếng rì rào sóng vỗ, thấy được khuất sau hàng cây bên kia những mái nhà nhỏ, và rõ ràng còn nhìn thấy cả tuổi thơ tôi xưa hiển hiện khi nhìn đám trẻ con nô đùa dưới dòng nước mênh mông.

Về đây và bâng khuâng giữa Đi và Về.

Tôi về và yêu thích cái không gian trầm lắng nơi này. Ngay sát cạnh những sầm uất của quận Nhất, quận Năm, là những hàng cây cao, con đường mới mở chạy ven theo bờ kênh thanh vắng ít người, tạo ra một khoảng không gian đặc biệt thanh tĩnh nhẹ nhàng.

Chữ Về và chữ Đi ám ảnh rất nhiều trong các bài thơ hay của các thi sĩ nổi danh. Nhớ có lần, ngồi với Đinh Cường và Phạm Cao Hoàng ở cà phê Starbucks, tôi bất chợt nhớ đến một câu thơ hay mà không nhớ rõ của ai: "Bao nhiêu huyết lệ trong trời đất, huyết lệ nào không huyết lệ ta...". Cả ba đều ngần ngừ không biết chắc, cái hơi thơ kiêu bạc và hào hùng đó có lẽ là của Tô Thùy Yên trong bài Ta Về. Đêm đó, Đinh Cường gửi cho tôi một email, nói rằng, về nhà vẫn luẩn quẩn suy nghĩ và đã tìm ra, đó là thơ Mai Thảo trong "Ta thấy hình ta những miếu đền":

Ta thấy nhân gian bỗng khóc òa
Nhìn hình ta khuất bóng ta xa
Sao không, huyết lệ trong trời đất
Là phát sinh từ huyết lệ ta.

Mai Thảo là nhà văn, gần một đời viết văn. Văn của Mai Thảo là những lời trau chuốt, mượt mà. Những câu ông viết trong các tùy bút đã trở thành quen thuộc bởi đó là những câu được các người dẫn chương trình nhà nghề sau này thường sử dụng, và sử dụng thuần thục. Gần cuối đời, ông xuất bản một tập thơ, và cũng là tập thơ duy nhất. Khi tìm đọc lại những trang thơ của Mai Thảo, rồi nhân đó tìm đọc thêm những trang thơ của Tô Thùy Yên bất chợt tôi nhận ra mấy điều kỳ lạ.

Tô Thùy Yên người miền Nam, Mai Thảo người gốc Bắc. Cả hai là bạn thân của nhau và cùng chung một nhóm là nhóm Sáng Tạo. Mai Thảo là nhà văn, Tô Thùy Yên là nhà thơ. Hơi thơ của Tô Thùy Yên bi tráng, thơ của ông là những trò chuyện với tâm linh, với thiên nhiên mà ở đó không phải để nhìn ngắm, chiêm ngưỡng mà như một đối tượng để trầm tư, đối thoại.

Mai Thảo và Tô Thùy Yên cùng trong một thời điểm đưa ra hai bài thơ: bài Ta về của Tô Thùy Yên và bài Ta thấy hình ta những miếu đền của Mai Thảo. Cả hai bài đều là tuyệt tác, đều là những vần thơ rung động tim người, có điều hai bài đi ngược chiều nhau.

Mai Thảo sáng tác khi đang trong khoảng thời gian già yếu, nhiều trọng bệnh, trên đường đi về cõi chết, Tô Thùy Yên viết khi từ cõi chết trở về.

Cũng là Về, Mai Thảo thì thấy:

"Ta thấy hình ta những miếu đền
Tượng thờ nghìn bệ những công viên
Sao không, khói với hương sùng kính
Đều ngát thơm từ huyệt lãng quên"

hay là:

Ta thấy muôn sao đứng kín trời
Chờ ta, Bắc Đẩu trở về ngôi
Sao không, một điểm lân tinh vẫn
Cháy được lên từ đáy thẳm khơi...

Mỗi đoạn thơ chia hai câu trên thành lòng khao khát và hai câu dưới tự hỏi chính mình: Tại sao lại không? Bởi vì... Nhưng tỏa trong không gian cái lòng độ lượng và thanh thản chịu đựng.

Tô Thùy Yên khi từ cõi chết trở về, cái nhìn cũng mênh mông và tráng khí:

Ta về khai giải bùa thiêng yểm
Thức dậy đi nào, gỗ đá ơi
Hãy kể lại mười năm chuyện cũ
Một lần kể lại để rồi thôi
Nỗi buồn của Tô Thùy Yên không thảm, mà bi tráng, thiết tha.
Ta về như hạc vàng thương nhớ
Một thuở trần gian bay lướt qua
Ta tiếc đời ta sao hữu hạn
Đành không trải hết được lòng ta.

Tôi ngồi đây và nghĩ tới Đi và Về. Đi Việt Nam hay Về Việt Nam. Ngay từ lúc ngồi trong phi trường ở Mỹ nghe những đồng hương nói chuyện, dường như không ai dùng chữ Đi mà chỉ nghe chữ Về. - "Về Việt Nam lần này chắc tui ráng đi Sapa một chuyến, nghe nói đẹp lắm", hay "Lần trước bà về, có ghé Rạch Giá không?".

Mỗi người về mang một tâm trạng khác nhau, cũng là thăm lại vùng đất khi xưa sinh sống, cũng là tìm gặp gia đình thân hữu, cũng là muốn hít thở lại cái không khí ngày xưa, sống lại cái không gian kỷ niệm, nhưng khi ra đi người nào cũng thấy lòng man mác.
Con ngõ nhỏ ngày xưa quanh co lầy lội, đưa về căn nhà mái tôn có giàn bông giấy tím, bây giờ con ngõ đã nâng cao, trải bê-tông sạch sẽ, căn nhà xưa đổi chủ, xây cao lên ba bốn tầng, nhưng cái cảm giác đi về vẫn là cái rạo rực như ngày xưa đi nghỉ hè xa về nhà. Dòng kênh xưa nơi mỗi buổi chiều nắng xuống, cùng một nhóm bạn trong xóm chơi u mọi, bắn bi, đánh khăng đánh đáo đã đời, rủ nhau nhảy ùm xuống bơi lội thỏa thích, thì nay dòng kênh đó có bờ bê-tông bao bọc, thiếu đi những cội cây đước cây tràm...

Trong nỗi cảm hoài của buổi trở về, chúng ta bắt gặp từ rất nhiều danh tác, từ thơ qua nhạc, cái nào cũng là một nỗi niềm u uất.

Phạm Duy ngậm ngùi: *Mẹ có hay chăng con về, chiều nay thời gian đứng im để nghe...*

Anh Việt Thu tha thiết: *Người về, một mùa thu gió heo may. Về đâu... Có nhớ chăng những vì sao long lanh...*

Nghe Trương Vũ kể nhiều đêm nằm bỗng nhớ Nha Trang tới tê người.

Nghe Phạm Cao Hoàng nhớ Đà Lạt. Nghe Đinh Cường nhớ Dran. Cái nhớ mông lung, cái nhớ dịu dàng, nhớ mà không thể hình dung ra cụ thể là nhớ cái gì. Không chắc đã là con đường xưa, ngôi trường cũ, khung cảnh chung quanh, không gian đã sống, cũng không chắc là một bóng hình, một kỷ niệm hay một rung động đã qua. Mà có lẽ nó là một tổng hợp các thứ ấy trộn vào nhau theo một thứ tự vô hình nào đó, vào một thời điểm nào đó đã ghi một dấu ấn khó phai. Có phải đó là cái hồn của nơi mình đã sống vẫn tồn tại trong lòng mình hiện tại?

Mới đây, trên Facebook, đọc được bài thơ đắng lưỡi tê môi của Hoàng Lộc, bài Anh không về nữa:

Anh không về nữa, quê nhà

Đã quen gió táp mưa sa mất rồi?
Anh không về nữa người ơi
Trái tim vừa cũng hết thời yêu thương?
Phải đi cuối lối cùng đường
Phải đau khắp phố khắp phường người dưng
Để khi ngoảnh lại trông chừng...

Bài thơ làm tôi choáng váng, tê điếng người. Bữa đó, dù đang bị tiểu đường, cũng ráng pha ly trà đường uống cho đỡ đắng cổ.

Đi là tìm một cái gì mới, khung cảnh mới, đời sống mới, xã hội mới và rung cảm mới. Còn Về là được sống lại với chính mình của một thời đã qua. Về là hồi sinh, là được thoải mái thả mình vào ký ức, là gặp gỡ cảm giác non nớt của mình ngày xưa, và rung động thực của mình bây giờ. Con hẻm nhỏ lầy lội uốn lượn theo bờ cỏ bụi cây ngày xưa, đưa về căn nhà mái tôn lụp xụp không còn nữa, thay vào đó là đường đổ bê-tông, căn nhà cũ đã đổi chủ xây lên cao đẹp, thế mà cái cảm giác rưng rưng vẫn không thay đổi.

Đến một tuổi nào đó, người ta ngần ngại cho những chuyến đi, nhưng vẫn náo nức thèm mong một cuộc trở về. Tôi cũng vậy. Về lại Saigon lần này, tôi không dám nhảy xuống dòng kênh bơi lội, không cần phải núp vào gốc cây trước cổng trường Nguyễn Bá Tòng nhìn em tan học về, không được đạp những vòng xe nửa đêm từ Phú Nhuận về Nhà Bè, đường vắng lặng để vừa đạp xe vừa hát um sùm... "đường thênh thang gió lộng một mình ta", cũng chẳng cần ghé cà phê Bình Minh để nhìn đôi mắt sắc như dao, cũng chẳng còn được cái thú vui đêm rằm, chèo ghe theo đường rạch đi lễ chùa Ông. Nhưng kỳ lạ là tôi thấy chẳng mất đi đâu, vẫn nguyên vẹn trong tôi cả một thời nào xa lắc, vẫn quẩn quanh bên tôi tiếng cười đùa giọng nói đặc trưng Saigon của người xưa cũ.

Nói cho cùng, trở về chính là nhân đôi kỷ niệm, được sống, được thở và được vui buồn một lần nữa cái tuổi thanh xuân đã qua của mình.

Ngày mai tôi lại chia tay với Saigon, tôi không đoán được chuyến sau về tôi sẽ gặp ở Saigon điều gì. Những gì tôi thấy và gặp gỡ trong lần về này sẽ thành kỷ niệm? Hay lần sau khi về tôi lại hoài niệm tới một khoảng xa hơn nữa? Đời sống như một dòng chảy, nhìn thì giống nhau, nhưng có ai được tắm hai lần ở một dòng nước đâu. Thương quá Saigon của mỗi lần trở lại.

tháng 3-2017

CUỐI NĂM NHỚ MẸ

Năm 2000, tôi về lại Saigon lần đầu tiên bằng một vé mời đặc biệt. Năm đó, Korean Air mở đường bay thẳng từ Washington D.C. về Saigon. Korean Air mở một văn phòng tại Washington D.C. và liên lạc với các đại lý bán vé máy bay người Việt trong vùng và tặng vé mời mỗi đại lý một vé tham dự chuyến bay 15 ngày ghé qua Seoul bảy ngày và Việt Nam tám ngày. Chỗ ngồi hạng thương gia, và lộ trình được ghi chú là sẽ được đón tiếp trân trọng từ các điểm thăm viếng.

Tôi không phải đại lý bán vé máy bay mà chỉ là đang thực hiện một tờ báo phát hành hàng tuần trong vùng Hoa Thịnh Đốn, tôi được mời là một ngẫu nhiên kỳ lạ. Nhân viên của Korean Air đi vào các trung tâm thương mại lấy các tờ báo Việt ngữ trong vùng đem về văn phòng để chọn lựa, và tờ báo Văn Nghệ do tôi thực hiện lọt vào mắt xanh của họ. Khi họ gọi điện thoại tới nhà để mời lên văn phòng tôi vẫn nghĩ là họ muốn đăng quảng cáo trên báo Văn Nghệ, nhưng khi tới nơi, họ nói muốn mời tôi một chuyến du lịch về Korea và Việt Nam và yêu cầu tôi trong ba ngày trả lời cho biết có đồng ý đi hay không. Mọi chi phí di chuyển, ăn ở hoàn toàn miễn phí. Tôi sửng sốt trước lời đề nghị này và hứa sẽ trả lời sớm.

Mẹ tôi từ trần ngày 14 tháng 11 năm Kỷ Mão, nhằm ngày 21 tháng 12 năm 1999. Mẹ tôi mất đột ngột ở tuổi 83 sau một cơn đau ngực xảy ra chớp nhoáng khoảng vài giờ. Chị Cẩn là người chăm sóc mẹ tôi kể lại, buổi trưa cụ ăn uống bình thường, tới chiều khi đang ngồi xem TV, cụ bảo sao mẹ khó thở quá. Chị Cẩn lấy dầu thoa ngực thoa lưng cho cụ và nhấc máy gọi điện cho con gái là một bác sĩ, lúc đó Lan Anh đang đi ngoài đường. Lan Anh ghé vào một nhà thuốc tây mua ngay vài thứ thuốc cần và chạy về quận 7, trong lúc đó chị Cẩn tiếp tục xoa bóp cho cụ. Cụ đưa tay lên ngực tự xoa và nghiến răng chịu đựng nhưng một chút sau, cụ thở dài, "Không xong rồi" và thở một hơi dài... Chị Cẩn hốt hoảng la lên nhưng người cụ đã buông thõng, chân lạnh giá, cái lạnh rất nhanh chạy lên bụng lên ngực và cụ mất sau đó. Mẹ tôi mất tại nhà, từ lúc lên cơn đau tới lúc từ trần chỉ trong vài giờ, rất đột ngột.

Buổi trưa hôm đó, khi đang ngồi ở quán uống cà phê, tôi nhận được điện thoại viễn liên báo tin mà bàng hoàng không tin được. Từ xa xôi, các con cái bên này không ai có thể về được để chịu tang, ba anh chị em họp nhau và quyết định làm lễ phát tang cho Mẹ tại chùa Giác Hoàng vào tuần sau.

Khi tôi lên gặp và nói chuyện với viên Giám Đốc Korean Air chi nhánh Washington D.C. là người Đại Hàn, tôi không hỏi lý do nào ông ta chọn báo Văn Nghệ để tham dự chuyến đi này, trong khi tại ngay Washington D.C. lúc đó đang có tới 13 tờ báo Việt ngữ, nhưng tôi thấy trên bàn làm việc của ông, tờ báo Văn Nghệ mở ra ngay trang ba, nơi đăng bài tùy bút tôi viết trước đó một tuần, bài viết về nỗi đớn đau của một người con mất mẹ khi ở cách xa nửa vòng trái đất. Tôi không hiểu có một người Việt nào làm ở đó để đọc và giải thích với ông ta hay không, hoặc một trùng hợp ngẫu nhiên, nhưng tôi lại thực sự tin vào một hiển linh có thật vì trong lịch trình chuyến bay, tôi sẽ về tới Saigon ngay vào lễ trăm ngày cho Mẹ của tôi.

Về đến Saigon đêm 29 tháng 4 năm 2000 và nhận phòng ở khách sạn Riverside nằm ngay bến Bạch Đằng. Căn phòng ở lầu 5, nhìn xuống bến sông, đã nửa đêm, nhưng tôi vẫn còn nhìn thấy chuyến phà cuối ngày đang từ từ rời bến Saigon đi về bên Thủ Thiêm. Giữa khuya, tiếng vọng từ dưới vang lên rất rõ rệt, tiếng máy phành phạch, tiếng xe gắn máy và những tia sáng lấp loáng trên dòng sông nghe và thấy sao quen thuộc và thân thiết quá.

Chương trình của đoàn ngày hôm sau là thăm viếng một số các thắng cảnh di tích của Saigon. Tôi từ chối không đi và đón Honda ôm chở về quận 7. Chị Cẩn vui mừng và xúc động khi thấy tôi xuất hiện trước cửa nhà. Ngay sau đó hai chị em thuê xe đến Bà Quẹo thăm mộ. Trước ngôi mộ mới, cỏ mọc chưa kín, tôi thắp nén hương lòng xót xa không nói được.

Tôi chưa bao giờ là niềm tự hào của mẹ, là đứa con kém cỏi nhất của dòng họ, học hành dở dang gẫy đổ giữa chừng, công danh không có, ra đời cũng không thành đạt, nhưng tôi biết tôi là người được mẹ thương yêu nhất vì chính sự bất toàn này, lại thêm chi tiết là đứa con mồ côi khi còn bé dại, thiếu thốn tình cha và chịu đựng gian khổ khó nghèo. Cha tôi mất khi tôi bốn tuổi, và thời thế đã như cơn bão lớn, cuốn tan hoang nề nếp gia đình ngày xưa ở Hà Nội, rồi xô đẩy cả gia đình vào biển dâu cuộc sống. Tôi ngồi yên trước mộ và nghĩ về mẹ, ráng nhớ lại một chút gì đó mà mẹ mong muốn để dành cuộc đời còn lại của mình cố gắng làm cho mẹ vui...

Mẹ tôi lập gia đình khi còn rất trẻ. Cha tôi lớn hơn mẹ tôi 36 tuổi. Câu chuyện thế này:

Khoảng năm 1930, Phó Bảng Nguyễn Can Mộng được bổ nhậm làm Giáo Thụ huyện Ý Yên, Nam Định, quen biết và kết thân với một ông Thông Phán tòa sứ Hải Dương là Nguyễn Đình Tường. Cụ Phán Tường lớn tuổi hơn, thông thạo chữ Pháp nhưng lại yêu thích Hán Nho; Bảng Mộng thì là một Đại khoa triều Nguyễn, nhưng khát vọng về giáo dục, muốn tự mình làm cầu nối sự văn minh của Pháp với đồng bào nên muốn trau giồi thêm về Pháp văn. Đôi bên gặp nhau thành đôi bạn vong niên. Khi cụ Phán Tường sắp mất, gọi Bảng Mộng đến nói rằng các con tôi đã lớn khôn thành đôi lứa cả rồi, duy còn cô con gái út tôi muốn đưa nó về hầu ông, ông nghĩ sao?

Bảng Mộng từ chối vì mình lớn tuổi. Cụ Phán Tường gạt ngang, ông nói thế không được, trai năm thê bảy thiếp là thường, ngay các cụ khoa bảng trong vùng ai cũng cần người giúp khi đến tuổi già, việc là ông có thuận ý hay không mà thôi. Bảng Mộng đành nói tôi thì được rồi, nhưng không hiểu ý cô ấy thế nào.

Khi gọi cô gái út đến bên giường, cụ Phán Tường khuyên nhủ,

Thầy như ngọn đèn trước gió, chả biết tắt lúc nào, con thì bản chất thông minh nhưng mà nhiều cá tính riêng, khó phù hợp sống với các anh chị, nay cụ Bảng đây là chỗ tri giao với thầy. Dẫu là đã có chính phòng, nhưng ở quê Hoàng Nông, Thái Bình, còn nay ở Nam Định đây thì phòng không, bữa ăn giấc ngủ đều không ai giúp đỡ, ý thầy muốn cho con về hầu cụ Bảng, trước là yên bề gia thất để thầy an tâm, hơn nữa cụ Bảng đây là bậc túc nho quân tử mà thầy kết bạn đã lâu, ý con thế nào?

Cô út quỳ bên giường khóc xin vâng lời. Cụ Phán Tường nói thêm, khi con ở nhà thì gọi tên tục, nhưng nay lấy chồng thì thầy đặt cho con tên mới là Nguyễn thị Kim Ngọc.

Thân phụ tôi có ba dòng con. Chính thất có bốn người con, dòng hai có hai người con và dòng ba có tám người con, tôi là con út của dòng ba. Hương lửa hai mươi năm, khi Thầy tôi mất, mẹ tôi mới 37 tuổi. Con cái của ba dòng coi nhau như ruột thịt, chúng tôi đồng loạt gọi bà chính thất của cha tôi là Me, bà thứ hai là Đẻ Già và mẹ tôi là Đẻ.

Tôi thương mẹ và được sống bên mẹ nhiều nhất, nhưng tính mẹ tôi nghiêm khắc, không có những âu yếm vuốt ve hay trìu mến ôm ấp. Ở bên mẹ, mới nhận được từng cử chỉ quan tâm, từng ánh nhìn dịu ngọt và từng hành động lo lắng thu xếp cho một cuộc sống bình an. Góa chồng nuôi con, mẹ lúc nào cũng như con gà mái xòe cánh ra che chở, xù lông ra chuẩn bị đối phó mọi tình huống bất ngờ trong đời sống.

Khi di cư vào Nam, gia sản bỏ lại hết, nhưng có ba thứ mẹ đem theo và là vật bất ly thân của mẹ cho đến cuối đời. Thứ nhất là cái mâm đồng, chỉ được sử dụng mỗi năm một lần vào ngày giỗ cha tôi, bao giờ cũng là những món quen thuộc: bóng xào, măng hầm, gà luộc, xôi vò, chè đường... nhưng được bày tươm tất trên mâm và sáu cái bát ăn cơm bằng sứ mà mẹ trịnh trọng đặt lên bàn thờ ngay tuần hương đầu tiên. Thứ nhì là cái cơi trầu cũng bằng đồng, hình thù tương tự một cái bát múc canh lớn, nhưng không có đế, trên mặt có nắp cũng bằng đồng, là nơi mẹ đựng trầu, cau, vôi sử dụng mỗi ngày. Cái thứ ba thì quý hơn, đó là bộ uống trà. Trước nhất là cái khay, cái khay được tạo dáng như một cái bàn nhỏ, gờ lên bốn phía như một cái lan can bằng cao chừng 2 cm. Bàn có bốn chân, bốn chân này nối kết với nhau bằng một thanh gỗ, toàn bộ cái khay bề ngang chỉ khoảng hai tấc, dài bốn tấc, được chạm trổ tỉ mỉ và viền bốn bên khảm ốc. Trên cái khay ấy là hai cái đĩa cùng kiểu hoa văn nhưng khác nhau, một cái vũm lòng và một cái bằng phẳng. Cái vũm lòng thì để cái ấm trà nhỏ xíu bằng nắm tay, còn cái bằng phẳng thì để bốn cái chén nhỏ bằng hai ngón tay, và một chén lớn, mẹ tôi gọi là chén Tống, to gần bằng ấm trà.

Các anh chị đi làm xa nhà, mỗi tháng gửi tiền về để hai mẹ con sống với nhau. Buổi sáng của mẹ tôi bắt đầu khoảng từ bốn giờ sáng. Bao giờ cũng khởi đầu là kéo cái bếp lò than từ chân giường ra, bỏ vào vài que củi thông nhỏ, vài ba cục than rồi ra nhà sau hứng một siêu nước đặt lên. Trong lúc chờ nước sôi, thắp mấy nén hương lên bàn thờ. Chỗ mẹ ngồi là cái ghế bành mây kê đối diện bàn thờ. Khi nước sôi, người rót nước vào ấm, lắc lắc cho sạch, đổ ra, với tay lấy hộp trà Thiết Quan Âm, đổ ra lòng tay một vốc nhỏ, nhẹ nhàng bỏ vào ấm và châm nước sôi vào. Khoảng ba phút, trút trà trong ấm ra chén tống, sau đó lại bỏ nước sôi vào ấm lần thứ hai. Đợi cho ngấm trà, rót từ ấm ra hai cái tách nhỏ xíu, để trên cái đĩa, người đặt hai chén trà trên bàn thờ, trước di ảnh cha tôi. Sau đó mới về chỗ ngồi, rót trà ra hai chén nhỏ còn lại và ngồi im lặng, mắt nhìn đăm đắm lên bàn thờ... không gian cô tịch và bóng người cô liêu.

Khoảng vài tuần trà, mẹ tôi rót toàn bộ cả trà nước ba và bã trà vào cái chén tống rồi gọi tôi, có ra uống trà thì ra này... Lúc đó là đã xong buổi trà sáng của mẹ mà tôi vẫn nghĩ trong lòng như một nghi lễ Mẹ dành cho Cha.

Nâng tách chè thơm buổi sớm mai
Dáng người như một vệt sương phai
Lẫn vào hương thoảng trầm hương cũ
Lẫn cả hương đêm lúc rạng ngày.

Là lúc thời gian đọng giữa chừng
Không gian dường cũng rất mông lung
Mẹ nối bây giờ cùng quá khứ
Và gửi tương lai một tấc lòng

Con quấn trong chăn, đã dậy rồi

Nhưng nằm mở mắt ngắm xa xôi
Quanh con như lớp tơ mềm óng
Chỉ thở mà ngân tiếng nhạc vời

Thấp thoáng hương bay cuốn bệ thờ
Ánh mắt Cha nhìn như ánh thơ
Con thấy Mẹ nâng tay tách nước
Nghe rung động suốt cõi mơ hồ

Thinh lặng giữa đôi bờ hư thực
Hương chè mạn lục thoảng qua môi
Hắt hiu một bóng soi trên vách
Mà khay vẫn có tách song đôi.

Những sớm mai kia, có chẳng nhiều
Mẹ già bạc tóc với cô liêu
Con thì phiêu bạc theo năm tháng
Đắng lưỡi tê môi với sớm chiều.

Đời con rồi ghé vào hưng phế
Đã biết bao nhiêu cuộc đổi dời
Tĩnh tâm chỉ có khi ngồi lại
Sớm mai nhớ Mẹ, tách chè thôi.

Sớm mai bên Mẹ tách chè thôi
Tâm nhẹ nhàng theo dáng mẹ ngồi.

Những lúc ngọt ngào, mẹ hay gọi các con là các anh các chị, và xưng tôi, nhưng âm thanh dịu dàng thân mến.

Tôi thèm khát được sà vào lòng mẹ, ôm lấy mẹ, nói với mẹ những lời yêu thương nhưng hầu như chỉ có một lần làm được, lúc đó tôi đã lớn và đã lập gia đình mới đủ can đảm làm. Hình như khoảng năm tám mươi, hoặc tám mấy gì đó, khi tôi dẫn hai đứa con về thăm mẹ vào dịp Vu lan. Tôi kể với mẹ là mới đi chùa. Hôm nay trên chùa Vĩnh Nghiêm làm lễ lớn lắm, tụi con có lên hát nữa. Mẹ hỏi hát bài gì? Tôi nói, "bài Bông Hồng Cài Áo mẹ ạ. Đây là bài thơ của thiền sư Nhất Hạnh, được phổ nhạc, nói về tình con với mẹ hay lắm. Con hát lại cho mẹ nghe nhé."

Thấy mẹ gật đầu, tôi bước tới ngồi gần bên mẹ và hát... Một bông hồng cho anh, một bông hồng cho em, và một bông hồng cho những ai cho những ai đang còn mẹ... Rồi một chiều nào đó anh về... nhìn mẹ yêu... nhìn thật lâu...

Tôi choàng tay qua ôm mẹ không hát nữa mà nói... Rồi nói với mẹ rằng, mẹ ơi, mẹ ơi, mẹ có biết hay không? Biết gì? Biết là, biết là con thương mẹ không...

Tôi hát không được nữa và cũng không nói được nữa, một cái gì đó dâng ngang cổ họng làm tôi nghẹn lại và tự nhiên ứa nước mắt. Mẹ tôi cũng sững người, ngồi im lặng một chút dằn cảm xúc lại. Mẹ nhẹ nhàng gỡ tay tôi ra, và nói chầm chậm, dịu dàng...

- Chả cần gì anh yêu thương tôi đâu, anh yêu cái bản thân anh ấy, yêu cái gia đình của anh ấy, gia đình anh no ấm hạnh phúc thì bằng mấy lần yêu thương tôi...

Rồi mẹ cũng sựng lại, nói nghẹn nghẹn, miệng mẹ mỉm cười nhưng đôi mắt mẹ lóng lánh giọt nước mắt.

Xa mẹ thật rồi tôi càng thấm hơn câu mẹ nói, nó là cả một tấm lòng yêu thương vô hạn, chỉ nghĩ tới hạnh phúc của con của cháu chứ không nghĩ gì đến bản thân mình. Người Mẹ nào cũng thương con, và thương con theo cách riêng của mình và kỳ lạ là chỉ có con mới hiểu mình được thương yêu thế nào, cái đau xót là thường khi chỉ hiểu được khi không còn mẹ nữa.

KHU NANCY Ở SAIGON

Với những người khó tính thì Saigon chỉ là thành phố với 11 quận ngày xưa. Nhưng với tôi, Saigon không chỉ có vậy, mà bao quát hơn nhiều, chẳng những bao gồm 19 quận nội thành, 5 huyện ngoại thành như nghị định năm 2003 của chính phủ, mà còn kể thêm rất nhiều tỉnh, thành phố chung quanh từ phía bắc như Bình Long, Biên Hòa xuống tận cực nam như Rạch Giá, Cà Mau... Ở đâu đó, mọi người có thể nói quê quán là một địa danh xa xa như Mỹ Tho, Bình Chánh, nhưng trong nỗi nhớ thì lại mênh mông là nhớ Saigon.

Gia đình tôi cư trú ở khu Nancy. Khu này có một cái chợ lâu đời và rất nổi tiếng là chợ Nancy. Chợ nằm giữa ranh giới quận 5 và quận 1, hai quận ngăn cách nhau bởi con đường Cộng Hòa, bây giờ gọi là Nguyễn văn Cừ.

Chợ Nancy bây giờ đã giải tỏa, chỉ còn một số người buôn bán lặt vặt ven đường, còn khu chợ cũ đã phá bỏ. Phía bên quận 1 là phường Cầu Kho, phía bên quận 5 là phường Chợ Quán. Khu Nancy coi như mọi người mặc định là khu dân cư bao quanh bốn con đường, phía mặt sông là Bến Hàm Tử, chạy song song là đường Trần Hưng Đạo, đường Phan Văn Trị, xa hơn nữa khoảng 700 mét là đường Nguyễn Trãi. Còn cắt ngang là đường Nguyễn Cảnh Chân bên quận 1, rồi tới đường Cộng Hòa, ranh giới giữa quận 1 và quận 5, song song nữa khoảng 700 mét là đường Nguyễn Biểu. Khu tứ giác này giữa hai địa danh Cầu Kho và Chợ

Quán.

Trong hồi ký Mặc Khách Saigon của Tô Kiều Ngân nhắc đến khu vực này vì có một thời ông cư ngụ tại đây đồng thời với họa sĩ Tạ Tỵ, nhạc sĩ Văn Phụng và nhạc sĩ Hoàng Trọng.

Nhắc đến Hoàng Trọng thì phải nói tới điệu Tango. Trước Hoàng Trọng, Tango không thông dụng ở Việt Nam. Không thông dụng bởi vì không có bài hát hay, nên ít người hát và cũng từ đó không phổ biến tổng quát. Hoàng Trọng chính là nhạc sĩ đưa điệu Tango vào nhạc Việt, ngay bản đầu tiên viết điệu Tango là "Khúc Chia Ly" do ông viết nhạc và Nguyễn Túc viết lời năm 1948 được phổ biến là một khởi đầu cho liên tục nhiều ca khúc khác để được giới yêu nhạc gọi ông là Ông Hoàng Tango của Việt Nam. Tôi gặp lại ông ở Hoa Kỳ khoảng năm 1996 tại một địa điểm kỳ thú ở vùng Hoa Thịnh Đốn, đó là tư gia nhạc sĩ Nguyễn Túc, một người bạn thân của ông.

Nhạc sĩ Nguyễn Túc sinh năm 1923 tại Hà Nội, dáng người thấp và nụ cười luôn nở nhẹ trên môi. Ông viết khá nhiều ca khúc nhưng lại rất ít phổ biến, ông nổi tiếng nhờ chơi nhiều loại nhạc cụ và rất am tường về hòa âm. Những bạn thời trẻ sinh hoạt âm nhạc cùng nhóm với ông như Hoàng Trọng, Nguyễn Cầu, Đan Thọ, Văn Phụng, Nhật Bằng, Tạ Toàn, Thanh Hùng... mà sau này khi cùng định cư quanh vùng Hoa Thịnh Đốn đã thường xuyên có mặt ở nhà ông vào buổi sáng ngày thứ Năm hàng tuần trong cái sinh hoạt gọi là "Câu lạc bộ ngày thứ Năm" (Club du Jeudi) do Nguyễn Túc thành lập.

Nhà riêng của Nguyễn Túc thực ra chỉ là một căn apartment nhỏ nằm ở Arlington. Ông cư ngụ ở đó năm 1975 cho đến khi từ trần. Ngay trong khoảng thời gian đầu vừa định cư tại Mỹ, món ăn mọi người nhớ đến nhiều là Phở. Lúc bấy giờ, vùng Hoa Thịnh Đốn không có một tiệm phở nào, và công thức nấu được một nồi phở còn có vẻ bí truyền, hơn vậy, gia vị cho phở từ rau húng quế, ngò gai, giá sống cho đến nước mắm còn là một cái gì đó khó kiếm. Nguyễn Túc biết nấu phở và biết chỗ mua được các gia vị cần thiết, mới đầu do lòng yêu phở một cách đặc biệt ông đã tìm kiếm và nấu thành công nồi phở cho gia đình, kế tới là bằng hữu của ông... rồi lan rộng ra tới những người yêu phở.

Phở ông nấu và rất tự nhiên đưa ra cho những người có mặt, tới trước ăn trước, tới sau ăn sau. Nhưng không phải ai cũng đến đó ăn được, vì ông không tính tiền, cho nên phải là dân liên quan tới văn nghệ, thơ ca, nhạc họa, thì mới được vào nhà. Số người tới ăn có khi lên tới ba chục người, và ai cũng kín đáo để lại trên cái bàn nhỏ gần bếp một ít tiền để cho nồi phở tuần sau.

Ngoài khả năng âm nhạc, Nguyễn Túc còn hai đam mê nữa cũng rất dễ thương là nhiếp ảnh và lưu giữ bài đăng báo. Nhiếp ảnh là ông thường xuyên tham dự các sinh hoạt cộng đồng, một mình một máy ảnh ông đi từ trước ra sau, lên sân khấu, vào hậu trường, đi vòng các bàn tiệc và đưa máy lên nhắm vào một khuôn mặt nào bất kỳ, một hoạt động nào bất kỳ mà ông thích và chụp. Nên nhớ là thời điểm từ 1975 đến 1995 lúc đó chưa có máy ảnh digital, chưa có iPhone, iPad nên máy chụp hình bằng phim và phải đi rửa, thế rồi một sinh hoạt sau, ông gặp lại những người ông chụp, thoải mái đưa ảnh. Người nhận được ảnh cũng có thể thoải mái cám ơn rồi bỏ đi, nhưng những người biết ông, đều hiểu rằng phim phải mua, mà rửa ảnh cũng phải trả tiền nên bao giờ cũng gửi lại ông một chút. Ông cũng không khách sáo, nhưng chỉ nhận đúng con số ông cho là hợp lý: 2 đồng cho mỗi tấm ảnh, tấm nào không lấy, không tính tiền.

Cái đam mê lưu trữ bài đăng báo còn cầu kỳ hơn. Ông sưu tầm báo chí tiếng Việt, tiếng Pháp, tiếng Anh, trong đó có bài viết nào giá trị về văn hóa hoặc ông yêu thích, ông cắt ra, và dán vào cuốn sổ lớn kích thước cỡ ngang 40 cm, cao 60 cm, dày cả tấc... Khi tôi tới chơi vào khoảng năm 1996, thì trong nhà ông đã có khoảng mười mấy cuốn như vậy.

Những người thường tới chơi đó vào ngày thứ Năm, ăn phở xong ít ai về liền, mà là trò chuyện tới chiều... Có khi ngồi lại ăn thêm một tô nữa buổi chiều. Những người quen mặt ở đó như nhạc sĩ Văn Phụng, nhạc sĩ Hoàng Trọng, nhạc sĩ Nhật Bằng, thi sĩ Vương Đức Lệ, thi sĩ Hoàng Song Liêm, người nào cũng ở lứa tuổi ngót nghét 80, vào buổi trưa, ngồi yên lặng nghe các đại thụ của thơ ca và âm nhạc trò chuyện nhắc nhớ nhau một thủa Saigon xưa thật thú vị vô cùng.

Ở đây không ai giới thiệu ai với ai, ai biết ai thì ghé tới gần trò chuyện thôi. Có lần tôi bước vào, và ngồi ngay cái bàn sát góc, cạnh một ông cụ rất quen mặt. Tôi ngần ngừ một chút rồi nhớ liền, cũng đã mấy mươi năm không gặp, ngày xưa ông cụ gầy hơn, người thanh mảnh nhưng nhanh nhẹn, mái tóc bềnh bồng đi chiếc xe Lambretta ở gần xóm với tôi, nay lớn tuổi, nhưng đôi mắt vẫn rất linh động. Tôi thưa có phải bác Hoàng Trọng không? Ông cụ gật đầu đưa mắt nhìn tôi khá lâu rồi nói thấy cậu quen quen mà chưa nhớ ra.

- Cháu ở gần nhà, ngày xưa có chạy qua chơi với Hoàng Cung Fa...

Mặt ông cụ sáng lên à... Xóm Lan Chi...

- Dạ không phải, ngày xưa ở khu gần chợ Nancy đường Cộng Hòa...

Ông cụ bật cười, cậu còn trẻ, nên không biết đấy thôi, khu đó gọi là xóm Lan Chi, cái tên của Nguyễn Bính đặt đấy.

Hoàng Trọng là một tên tuổi lớn trong nền âm nhạc Việt Nam. Những ca khúc Tango của ông như *Dừng bước giang hồ*, *Hai phương trời cách biệt*, hoặc *Tiễn bước sang ngang* là những ca khúc in dấu vết vào tâm khảm người nghe từ nửa thế kỷ trước, mà tôi là một người yêu thích và ngưỡng mộ từ thời trai trẻ. Dịp này nghe Hoàng Trọng kể về một giai thoại đẹp của ca khúc *Tiễn bước sang ngang*.

Hoàng Trọng kể rằng: Một hôm đang ngồi ăn ở một nơi gần chợ Đà Lạt thì gặp một cô bé xinh xinh ngồi ăn với gia đình ở một bàn gần chỗ tôi ngồi. Cô ngó tôi hoài và sau đó không biết đã bàn gì với ông bố và cô đã từ từ sang bàn tôi và lễ phép hỏi có phải tôi là nhạc sĩ Hoàng Trọng ở Đài Phát Thanh không? Tôi gật đầu: "Vâng". Nàng bèn nói: "Ba em mời nhạc sĩ sang cùng bàn để nói chuyện cho vui, vì thấy nhạc sĩ đi có một mình và sao buồn thế!". Tôi đã sang bàn gia đình nàng và sau đó được biết ông thân sinh ra nàng là một nhà trí thức lớn và cũng là một chính trị gia nổi tiếng của Saigon! Ông có ý muốn mời tôi khi nào về Saigon thỉnh thoảng ghé thăm ông và nếu có thể được, dạy con ông hát và đàn guitar. Tôi cũng nhận lời ông trước mặt người đẹp nhưng sau khi về Saigon tôi bận liên miên. Vài ba tháng sau tôi mới đến thăm ông và mong gặp lại nàng sau nhiều giấc mơ về nàng. Lúc đó, tôi mới biết nàng sắp thành hôn với một người bạn đồng nghiệp của tôi... Thật là vỡ mộng! Và chuyện này tôi cũng chỉ nói lại với bạn Hồ Đình Phương, người viết lời cho bản nhạc Nhớ Về Đà Lạt của tôi. Và sau đó, bản nhạc Ngỡ Ngàng và Tiễn Bước Sang Ngang cũng được thành hình và kỷ niệm cho đến bây giờ..."

Trở lại với khu tứ giác xóm Nancy, nơi đây ngày xưa có một cái rạch nhỏ chảy từ kênh Tàu Hủ chạy vào, gọi là rạch Bà Đô.

Ca dao còn ghi lại:

Kể từ Rạch Sỏi trở vô,
Xóm Lá là chợ, thị Đô là cầu.

Cầu Bà Đô nằm trên đường Hàm Tử, ngay khoảng ngã ba đường Cộng Hòa và Hàm Tử, bên dưới là con rạch chảy yếu ớt quanh co giữa xóm nhỏ nghèo ra phía đường Trần Hưng Đạo... Nhưng khi tôi lớn lên, khoảng năm 1970 thì cái rạch đã chỉ còn nhỏ như một con mương nước thải, dân cư chung quanh đã lấp dần từng khúc rồi mất hẳn.

Thời thơ ấu của tôi trong con hẻm này và những con đường rợp bóng cây Trần Bình Trọng, Trần Hưng Đạo, Nguyễn Biểu. Khu Cầu Kho dọc theo bờ sông là những căn nhà cổ lâu đời, theo lịch sử ghi nhận thì tên Cầu Kho là do ngày xưa, thời mới mở đất phương nam, dân cư thưa thớt, triều đình nhà Nguyễn mới lập chín nhà kho để thu thuế suốt từ Gia Định, Mỹ Tho cho đến Biên Hòa.

Cầu Kho là tên gọi của khu vực có Kho Quản Thảo là kho được lập đầu tiên trong loạt 9 kho thu thuế. Dân cư cũng từ đó tụ tập cư trú gần bên. Tác giả Lục Vân Tiên là cụ đồ Nguyễn Đình Chiểu chào đời năm 1822 tại làng Tân Khánh, phủ Tân Bình, huyện Bình Dương, tỉnh Gia Định đã được các nhà nghiên cứu đời sau xác định chính là khu vực Cầu Kho hiện nay. Tác giả TS Hồ Trường có viết một bài trên báo Tuổi Trẻ kể lại: "Khu vực Cầu Kho có gia đình họ Võ hứa gả con gái là Võ Phi Loan cho Nguyễn Đình Chiểu, nhưng sau không gả vì Nguyễn Đình Chiểu bị mù lòa sau khi hay tin mẹ mất. Hồi làm ở Nhà truyền thống quận 1 những năm 1986-1987, đi thực địa khu vực Cầu Kho, chúng tôi ghé một con hẻm lớn ở đường Trần Đình Xu – con đường trung tâm của phường Cầu Kho hiện nay (thuộc Q1, TP.HCM), bà con tại chỗ chỉ chúng tôi vô một căn nhà xưa, cất theo lối năm gian, hai chái, mái lợp ngói âm dương rêu phong, trong nhà còn nhiều đồ đạc cổ xưa.

Người giữ nhà lúc đó chỉ là người làm còn chủ nhà thuộc dòng họ Võ đã định cư nước ngoài. Người giữ nhà cho biết đó đúng là căn nhà xưa kia từng kết thông gia với cha mẹ của nhà thơ Nguyễn Đình Chiểu, nhưng sau đã từ hôn."

Cũng trong khu Nancy, phía bên Chợ Quán, còn lưu lại hai di tích lịch sử đáng nhớ, thứ nhất là nhà thờ Chợ Quán, ngôi nhà thờ đầu tiên được xây dựng ở vùng Chợ Lớn. Nhà thờ Đức Bà xây dựng năm 1877, nhà thờ Chợ Quán xây dựng năm 1727. Cũng là kiến trúc Gothic, nhưng nhà thờ Đức Bà được xây dựng và trang trí nội thất do Soái Phủ Nam Kỳ đài thọ, còn nhà thờ Chợ Quán đầu tiên xây dựng do công sức đóng góp khá lớn của các giáo dân là dân di cư từ miền Bắc và miền Trung mới vào định cư nơi vùng đất mới xây dựng lên. Có truyền thuyết kể rằng khi đắp đất làm nền phải sử dụng cả bầy voi dẫm đạp cho bằng. Nhưng ngôi nhà thờ đó bị phá hủy vì chiến tranh nhiều lần, tới năm 1882, một vị linh mục tên Hamm mới quyết định xây dựng lại nhà thờ mới là ngôi nhà thờ ta nhìn thấy bây giờ. Khi ông mất, Linh mục Hamm được an táng trong nền thánh đường, ngay trước bàn thờ Đức Mẹ.

Trong khuôn viên nhà thờ Chợ Quán, thời trước 1975 có một trường trung học tư thục rất lớn là Trung học Chí Thiện. Đây là trường trung học đầu tiên ở Việt Nam hồi đó dạy theo chương trình mới, phía nữ có giờ học về May Thêu, Âm Nhạc, Nữ Công Gia Chánh, phía nam có giờ học về Máy Móc Điện Tử. Bây giờ cơ sở vật chất đã đổi thành trường tiểu học Trần Bình Trọng.

Còn nhớ, bên hông nhà thờ Chợ Quán có một con hẻm lớn, xe hơi chạy vào được, trong đó có một lớp dạy nhạc với nhiều loại nhạc cụ đời mới, và đám học sinh trường Chí Thiện học lớp buổi chiều có thể nghe được tiếng các âm thanh nhạc cụ vang vọng của trống đàn đủ loại. Lớp nhạc này của nhạc sĩ Trúc Giang quy tụ khá đông học trò, và rất nổi tiếng là nơi đào tạo nhạc công ở Saigon. Con trưởng nhạc sĩ Trúc Giang là Trúc Hồ, nối nghiệp ông và là một nhạc sĩ tài ba với nhiều ca khúc nổi tiếng sau này.

Cách nhà thờ Chợ Quán vài trăm thước, ngay ngã tư Trần Bình Trọng và Trần Hưng Đạo là một di tích mà tới giờ vẫn còn hoang phế là khu nhà mồ của học giả Trương Vĩnh Ký. Học giả Trương Vĩnh Ký là người có ba điều đặc biệt:

1/ Là một người theo Tây học, làm thông ngôn cho phái đoàn Việt Nam qua Pháp đàm phán nhưng ngay đến cuối đời vẫn không vào Pháp tịch.

2/ Một người Việt Nam thông thạo tới 26 ngôn ngữ trên thế giới.

3/ Là người chủ báo đầu tiên ở nước ta, khi ông đảm nhiệm toàn quyền tờ "Gia Định Báo" vào năm 1869. Khi làm người quản trị toàn quyền "Gia Định Báo", Trương Vĩnh Ký đưa ra ba chủ trương:

- Truyền bá chữ quốc ngữ trong nhân dân.
- Cổ động tân học trong nước.
- Khuyến khích nhân dân học chữ quốc ngữ.

Tuy viết bằng chữ quốc ngữ và chủ trương là nhắm vào nhân dân, nhưng vì tờ báo là tờ báo của chính quyền Pháp, nên sau này cuộc đời và sự nghiệp của Trương Vĩnh Ký, tâm huyết và những biên khảo rất giá trị của Trương Vĩnh Ký bị đánh giá là thiếu bóng dáng của đất nước quê hương.

Năm 2017, một tác phẩm công phu của Học giả Nguyễn Đình Đầu được in ra. Tác phẩm: "Petrus Ký - Nỗi Oan Thế Kỷ" được xuất bản và đã phát hành được vài tháng, nhưng khi xin phép tổ chức ra mắt sách, trước thì đồng ý, nhưng phút chót phải hủy bỏ. Cuốn sách không bị thu hồi và sửa chữa nhưng coi như không được khuyến khích. Nhà sử học Nguyễn Nhã là người được dự trù làm diễn giả trong buổi ra mắt sách đó, đã nhận xét:

“Theo tôi, một nhân vật như Trương Vĩnh Ký là một nhân vật rất đặc biệt, mà tôi vẫn cho là tiêu biểu cho thân phận của người Việt Nam. Ông sống ở thời kỳ Pháp thuộc, nơi đó lại là Nam kỳ, thuộc Pháp. Mà khi mình sống thời kỳ Pháp thuộc, mình sống như thế nào trong giới học thuật đó, mà để mãi với thời gian thì đó là một vấn đề rất quan trọng. Ông Trương Vĩnh Ký đã làm được điều đó. Những công trình nghiên cứu và con người, nhân cách của ông là muôn đời."

Một học giả đời sau là Vương Hồng Sển khẳng khái nhận xét bậc tiền bối của mình: Trương Vĩnh Ký, Trương Minh Ký, Huỳnh Tịnh Của là ba ông minh triết bảo thân, gần bùn mà chẳng nhuốm mùi bùn, không ham "đục nước béo cò" như ai, chỉ say đạo lý và học hỏi, sống đất Tào mà lòng giữ Hán, thác không tiếng nhơ, thấy đó mà mừng thầm cho nước nhà những cơn ba đào sóng gió còn hiếm người xứng danh học trò cửa Khổng.

Nằm trong khuôn viên mỗi bề khoảng hơn trăm mét, chính giữa là một nhà mồ xây cao, cửa nhà mồ xây vào phía đường Trần Bình Trọng, bên trong là ba ngôi mộ đắp bằng, chính giữa là mộ Trương Vĩnh Ký, hai bên mộ là phu nhân của ông nhũ danh Vương thị Thọ và người trưởng nam Trương Vĩnh Thế. Ba ngôi mộ là ba phiến đá cẩm thạch. Thời gian đã làm các phiến đá có chỗ rạn vỡ. Khi từ trần, Trương Vĩnh Ký để lại 121 tác phẩm tiếng Pháp và tiếng Việt, trong đó đặc sắc nhất là tập Truyện Đời Xưa và tác phẩm Kim Vân Kiều của Nguyễn Du lần đầu tiên được viết ra bằng chữ quốc ngữ.

Chung quanh ngôi nhà mồ đã thành một nghĩa trang gia tộc họ Trương, trong đó, có mộ con trai thứ của cụ là Trương Vĩnh Ny. Tôi có tình bạn với Trương thị Diệu là cháu nội cụ Trương Vĩnh Ny và có nhà cư trú ngay trong khu đất mộ này nên thời đi học rất nhiều lần chạy chơi trong khu vực nhà mồ này. Diệu chỉ ngôi mộ thân phụ là cụ Trương Vĩnh Tích, mộ ông nội là cụ Trương Vĩnh Ny. Trong khuôn viên nhà mồ còn có bốn gia đình trong dòng tộc cư ngụ và gìn giữ nhà mồ.

Viết về học giả Trương Vĩnh Ký (1837- 1898), nhà văn Thanh Lãng nhận định: Trương Vĩnh Ký không đạo mạo, không đài các, không cao kỳ; ông trai trẻ hơn, ông mới hơn... Và nhờ ông, câu văn Việt được giải phóng khỏi những xiềng xích chữ Hán. Chủ trương của ông chính là "cách nói tiếng An Nam ròng" và viết "trơn tuột như lời nói". Nếu đem phân tích theo ngữ pháp thì thấy lôi thôi, nhưng so với văn xuôi khác ra đời sau ông 20, 30 năm, văn ông vẫn còn hay hơn, mạch lạc khúc chiết hơn.

Cuộc đời, sự nghiệp của Trương Vĩnh Ký còn quá nhiều tranh cãi khen chê, nên các tác phẩm của ông vẫn chưa được nhìn đúng giá trị và cũng vì vậy, nơi ông cư trú lúc sống và an táng lúc chết vẫn chưa được bảo trì và tôn vinh như nơi ghi dấu một người được công nhận là nhà Bác Học Ngôn Ngữ của thế giới từ năm 1874. Câu nói ghi trên nhà mộ bằng tiếng La Tinh: "Fons Vitae Eruditio Possidentis" có nghĩa là "Tri thức là nguồn sống cho ai sở hữu nó". Phải chăng câu đó như một lời tiên tri, nhắn gửi đời sau là những gì ông viết xuống bằng tâm huyết yêu thương để truyền rao kiến thức một đời thu thập, gửi tới người Việt sẽ chỉ có giá trị cho những ai hiểu được, biết được và thụ nhận được những tri thức đó.

Khu Nancy nằm giữa đoạn đường từ Saigon vô Chợ lớn, bây giờ khi đường Nguyễn Văn Cừ mở rộng kéo dài từ ngã sáu Saigon, xuyên qua cầu Nguyễn Văn Cừ để qua quận 8, chạy thẳng tới khu Trung Sơn qua quận Bình Chánh, thì khu Nancy lại trở thành một giao điểm nối bắc nam đông tây của Saigon. Về lại nơi đây, ở lại nơi đây mấy ngày để gặp lại biết bao bạn bè kỷ niệm của thời ấu thơ. Chắc sẽ còn phải viết thêm về Khu Nancy này.

KHU PHỐ NGÀY XƯA

Chúng tôi ngồi, không nói gì với nhau nữa, cả hai cùng đăm chiêu nhìn xuống dòng kênh Đôi chảy lờ lững với những đám bèo giạt bám vào bờ, vào chân cây cầu sơn màu đỏ phía xa xa. Nơi chúng tôi ngồi là một khu dân cư mới thành hình khoảng hai chục năm nay, một khu dân cư đẹp vì thiết kế mới, những con đường cắt nhau vuông vức, các mảng cây xanh bên cạnh những căn nhà cấu trúc mới và đẹp. Cái thích nhất là con đường chạy ven dòng kênh, bên bờ là hàng cây cao, tỏa bóng mát xuống công viên thật trữ tình. Bên kia dòng kênh là quận Tư. Quận Tư nằm gọn giữa hai con kênh là kênh Tẻ và kênh Đôi. Bên kia kênh Tẻ là khu vực quận Năm. Chính xác là ngay chỗ giao thoa giữa hai con kênh, là khu Nancy, với Cầu Chữ Y chia ra ba nhánh, quận Năm bên này, quận Tám bên kia. Khu phố đó, tôi giữ trong lòng nhiều kỷ niệm khó quên suốt thời niên thiếu.

Tôi vừa gặp lại Trần Hoàng Hùng sau gần ba mươi năm biệt tung tích của nhau. Lần này về Saigon, khi nhớ và ghé đến khu xóm ngày xưa ở Nancy, thật vui khi gặp Hùng ngồi uống cà phê nơi quán cóc ngay đầu hẻm. Hùng không còn cư trú ở đó từ lâu lắm. Nghĩa là ngay khi tôi còn ở đó, thì gia đình Hùng đã dọn đi chỗ khác, và dọn nhà tới hai ba lần nữa, dẫu vẫn chỉ quanh quẩn trong Saigon, nhưng chúng tôi không có dịp liên lạc được với nhau. Hùng nói: "Tao vẫn thường xuyên ghé lại chỗ này uống cà phê khi có dịp, vẫn giữ mối dây liên lạc với bạn bè trong xóm. Cho nên dù không còn ở Nancy, tao vẫn là dân khu đất Nancy."

Gặp lại nhau, cả hai đều không giấu được cảm xúc bồi hồi và chỉ kịp hỏi thăm nhau vài câu về gia đình, vợ con và sinh kế. Tôi nói muốn gặp lại một lần nữa, chuyện trò lâu hơn. Hùng đồng ý, trao đổi số điện thoại và hẹn nhau tại quán cà phê ven bờ kênh này.

Tôi và Hùng cùng cỡ tuổi. Khi gia đình tôi dọn về khu Nancy năm 1963, và ở cạnh nhà nhau, sau đó cùng đi học chung ở trường Nguyễn Bá Tòng, cùng sinh hoạt phong trào Hướng Đạo và hơn thế nữa, chúng tôi cùng lập một bút nhóm làm thơ viết văn từ lúc chúng tôi còn ở tuổi mười lăm. Cho nên khi ngồi cạnh nhau, các kỷ niệm của thời niên thiếu dồn dập trở về... Cả hai đều không biết bắt đầu câu chuyện từ đâu.

- Tao xa khu này quá lâu, và thường xuyên lại không ở Saigon, nên không biết gì về những thay đổi của xóm mình và những bạn hữu ngày xưa, mày có tin tức gì về tụi nó? Thằng Nhiều giờ sao rồi?

- Nó có vợ, một con, có một khách sạn nhỏ ở Vũng Tàu. Nó chết hai năm nay rồi. Có một thời gian dài nó không uống nước mà chỉ uống bia, rồi không hiểu làm gì thành vỡ nợ, nó bỏ Vũng Tàu vào sống trong núi, và khi tìm lại thì đã chết.
- Thằng Ngân thì sao?

- Chết rồi.

- Thằng Hải?

- Chết rồi.

- Thằng Đấu?

- Chết rồi.

- Thằng Tèo?

- Ung thư, sắp chết.

Tôi tròn mắt: Thôi tao không hỏi nữa, hỏi thằng nào... chết thằng nấy. Bây giờ tao hỏi tới mày... e rằng mày cũng nói...

Giữa thập niên 1960, ở miền Nam có một phong trào rất rầm rộ của tuổi thiếu niên, đó là việc thành lập các Thi văn đoàn, Bút nhóm. Không có một tư liệu nào ghi lại sự hình thành và các sinh hoạt này. Tôi nhớ thì sau chính biến 01/11/1963, tại Saigon có khoảng vài chục tờ nhật báo phát hành. Tờ báo nào cũng chứng minh báo mình là báo của cả gia đình, cho nên trang bìa là tin tức chính trị, trang trong sẽ có một phần làm trang Phụ Nữ, một phần làm trang Thiếu Nhi, một làm trang Thể Thao, và các truyện dài. Báo thì nhiều quá, những tờ báo có tiếng tăm và được đọc nhiều như Ngôn Luận, Đại Dân Tộc, Hòa Bình, Chính Luận, Saigon Mới, Đại Dân Tộc... đều có trang Thiếu Nhi. Trong trang đó, đăng các bài thơ, truyện ngắn, tùy bút của tuổi học trò, đặc biệt là hình thành các tổ chức như Gia Đình Mai Bê Bi (báo Chính Luận), Gia Đình Tuổi Ngọc, Bạn với Bé Ngôn, Bé Luận. Đầu tiên, những bài thơ bài văn đề tên tác giả và địa phương cư trú, sau đó dần dần tên tác giả có ghi thêm thi văn đoàn, bút nhóm gì đó. Mới đầu thì ít, sau thì dường như tác giả nào cũng có dòng Thi văn đoàn dưới tên của mình. Các anh chị phụ trách các trang đó khuyến khích và tạo điều kiện để các nhóm có đất dụng võ và tìm đến nhau làm quen, kết bạn, cùng học cùng viết với nhau.

Khoảng năm 1966 mà tôi nhớ, thì tại Saigon xuất hiện hàng loạt tuần báo dành cho tuổi thiếu niên. Trong đó rất nhiều nhà văn nhà giáo tâm huyết với tuổi thiếu niên thực hiện tờ báo như một phương tiện giáo dục như Hà Mai Anh (tuần báo Bạn Trẻ), Nguyễn Trường Sơn (bán nguyệt san Tuổi Hoa), Duyên Anh (tuần báo Tuổi Ngọc), ABC (tuần báo Việt Sinh). Các tờ báo khác tôi không nhớ tên người chủ trương, nhưng cũng là những tuần báo hấp dẫn thời đó như Tre Xanh, Trẻ, Măng Non và nhiều nữa. Từ môi trường đó, các bút nhóm, thi văn đoàn lập nên ở khắp nơi, các nhóm tự tìm cách liên lạc với nhau, bằng thư, và bằng cả cách tìm đến nhau trò chuyện kết thân.

Ngay trong cái xóm Nancy nhỏ xíu mà tôi cư trú, có Bút nhóm Thế Hệ của các anh lớn (lúc đó họ học khoảng lớp Đệ Nhất (12), Đệ Nhị (11) gì đó và nhóm chúng tôi, những đứa trẻ đang học Đệ Ngũ (8), Đệ Tứ (9). Tôi đang học Đệ Tứ trường Nguyễn Bá Tòng, và đang sinh hoạt Hướng Đạo. Ảnh hưởng từ Hướng Đạo nên tôi rủ Hùng và vài người bạn trong xóm lập bút nhóm lấy tên là Họ Rừng Xanh, và ra tiêu chuẩn mỗi đứa phải lấy bút hiệu là con vật. Tôi lấy tên là Linh Hồ và thay vì xưng là trưởng nhóm thì xưng là Chúa Rừng. Hùng lấy tên Vân Hạc, Nhiều (Trần Thái Lực) lấy tên Thần Kim Quy. Nhiều và Hùng rủ thêm bạn chung lớp tham gia, nhóm có thêm Đỗ Quyên, Ngọc Thố, Chuột Nhắt... Cũng có họp mặt ăn bánh, cũng có làm thơ viết văn gửi đăng báo, cũng liên lạc gặp gỡ người này người kia... tham dự các buổi sinh hoạt do các tờ báo tổ chức họp mặt và nhờ đó kết nối khá nhiều bạn bè, trong đó, sau này, tức là cả ba bốn mươi năm sau, rất nhiều người vẫn còn cầm bút.

Hùng là người ít nói và cũng ít viết, thế mà anh chàng lại là người đầu tiên trong nhóm có tiền nhuận bút từ một bài văn, tùy bút Hắn của Hùng được một tuần báo đăng, không nhớ báo gì, tòa soạn đặt tại Chợ Lớn. Buổi trưa, tôi và Hùng chở nhau trên chiếc xe đạp chạy tìm địa chỉ, thì đó là một nhà in nhỏ, máy chạy xập xình, phòng trước nhỏ hẹp bừa bộn, ngồi đó là một người đàn ông đứng tuổi, hỏi các em kiếm ai? Hùng đưa tờ báo ra, có lời nhắn tin ghé Tòa Soạn nhận nhuận bút. Người đàn ông gật đầu, mở ngăn kéo ra đếm và đưa cho Hùng 70 đồng mà chẳng thèm hỏi tới cái thẻ học sinh để biết đúng tên người nhận.

Hai đứa mừng rỡ cám ơn và đi ra liền, ngu dại và bất lịch sự tới nỗi chẳng biết hỏi tên người đưa tiền là ai.

Nhà tôi ở khu Nancy, nằm bên này cầu chữ Y, bên kia là quận 8, Nhà Bè. Một buổi trưa, cả bọn đang ngồi chuyện trò, thấy một chiếc xe đạp chạy vào xóm, ngơ ngác dòm số nhà, Hùng lên tiếng bạn muốn kiếm nhà ai? Người kia trả lời kiếm nhà Linh Hồ, cả bọn ồ lên, bạn là ai? – Kiều Linh Giang. A, biết rồi, Kiều Linh Giang nhóm Hoa Tình Thương. Nhà Giang ở bên quận 8, nên bữa nay đi học về, ngang qua khu này, tìm theo địa chỉ đến tìm nhau. Nhóm của Kiều Linh Giang có khoảng ba bốn người, kết với nhau là do bạn cùng lớp.

Giang đưa tôi đi gặp những bạn trong nhóm, thân nhất là Trịnh Ngọc Minh, nhà ở ngõ nhỏ đường Phạm Ngũ Lão. Minh rất đô con, hôm tới nhà chơi, Minh đang tập tạ. Sau này, cả mấy chục năm gặp nhau ở California, tôi không nhận ra Minh bởi vì khuôn dáng bên ngoài đã khác xưa, mà cái tên được giới thiệu cũng quá xa lạ, còn Minh lại dễ dàng nhận ra tôi bởi cái tên không dễ bị trùng. Minh bây giờ là một nhà văn, dịch giả nổi tiếng chẳng những về tác phẩm mà còn là chủ biên tạp chí Văn Học. Trịnh Ngọc Minh bây giờ là Trịnh Y Thư. Kiều Linh Giang thì ngay khi vừa đủ tuổi lính, nhập ngũ vào Biệt Động Quân, chúng tôi đã không còn liên lạc được với nhau. Sau này mới biết Giang đã mất, tôi có dịp gặp được con trai của Giang, là một kiến trúc sư thành đạt.

Cuộc họp mặt các thi văn đoàn đầu tiên do Tuần báo Việt Sinh tổ chức vào năm 1966, kết hợp với việc trao giải viết văn làm thơ. Giải nhất về văn trao cho Hà Thúc Khánh, lớp Đệ Ngũ trường Nguyễn Bá Tòng, giải nhất về thơ trao cho Đoàn văn Khánh, thi văn đoàn Hàn Mặc Tử. Đoàn văn Khánh đang ở Việt Nam, đã xuất bản 3 tập thơ, 1 tập truyện và đang trong ban biên tập tạp chí Quán Văn. Hà Thúc Khánh thì đi du học Mỹ từ trước 1975, sau đó ở lại và là một nhà văn người Mỹ gốc Việt nổi tiếng với bút hiệu Khanh Ha, đoạt khá nhiều giải thưởng văn chương của Mỹ.

Sau buổi họp mặt đó, các nhóm liên lạc với nhau rồi tùy theo chuyện hợp ý với nhau hay không để kết thân, vòng quen biết mỗi ngày càng rộng ra, các nhóm có thành viên còn tiếp tục cầm bút tới giờ cũng khá đông đảo, như nhóm Hoa Đông Phương có Lâm Quốc Trung; nhóm Động Đất có Linh Phương, Vũ Trọng Quang; nhóm Hồn Quê Quy Nhơn có Võ Chân Cửu, Hồ Ngạc Ngữ; nhóm Hàn Mặc Tử có Đoàn văn Khánh, Lê Hồng Thái; nhóm Hoa Tình Thương có Kiều Linh Giang, Trịnh Y Thư... còn nhiều nữa mà tôi không nhớ hết.

Nhóm Trai Việt có Quốc Việt sau đó không cầm bút mà ôm đàn. Dù gặp nhau trò chuyện vài ba lần, nhưng Việt nhớ mặt tôi và cứu tôi một lần nguy hiểm. Sau 1975, tôi trở về nhà sau nhiều năm nhập ngũ xa nhà, để cố hòa mình vào đời sống mới, nên tôi ra sinh hoạt thanh niên với phường. Thanh niên miền Nam quen sống tự do, nên các buổi sinh hoạt bó buộc do phường tổ chức thường rất khô khan làm cho họ nản chán. Có lần, sinh hoạt trong một hội trường lớn là một rạp chiếu phim, khi họp xong, bừa bộn dưới đất là rác của kẹo bánh, giấy gói. Bí Thư Đoàn kêu gọi mọi người lượm rác dưới chân mình mà không hiệu quả, mọi người ào ào đứng lên bỏ về mặc kệ ban tổ chức quét dọn. Đến lần sinh hoạt sau, tôi bước lên tạo ra một trò chơi. Đề nghị mọi người bước lên dàn hàng ngang trước sân khấu, rồi yêu cầu quay lưng lại sân khấu, bước tới phía trước, cứ mỗi bước thì yêu cầu cúi xuống lượm rác dưới chân, sau đó lại đứng lên đi tới bước nữa, chỉ trong chớp nhoáng, khi mọi người đi đến cuối hội trường bỏ rác vào thùng để sẵn là hội trường đã sạch sẽ.

Không ngờ trò chơi đó tạo thành phản cảm với Bí Thư Đoàn, anh ta không thể điều động thanh niên làm theo ý mình, và khi người khác làm được anh ta ganh ghét. Có lần, anh ta tập họp thanh niên lại để dạy hát và mời một người bạn từ xa đến để dạy. Người anh ta mời là Quốc Việt. Tôi và Việt gặp nhau mừng rỡ chào hỏi. Sau khi dạy hát xong, trước khi ra về, Việt nói nhỏ vào tai tôi, đi ra cuối đường Nguyễn Biểu đợi tao, có chuyện cần.

Tôi gật đầu và nhanh chóng đi ra cuối đường, thuộc phạm vi một phường khác. Chút xíu sau Việt ra tới, hai đứa ghé uống cà phê. Việt nói nhanh: "Mày ngưng mọi sinh hoạt thanh niên ở phường này liền đi. Thằng Hải (bí thư Đoàn) nó rất ghét mày, và nghi ngờ mày được CIA huấn luyện để lôi cuốn thanh niên. Bây giờ là lúc luật pháp nằm trong tay tụi nó, một lời báo cáo và mày tiêu đời."

Thời sinh hoạt văn nghệ học trò đó kéo dài khoảng vài năm, rồi chúng tôi lớn lên. Không còn là các tuần báo nguyệt san thiếu niên nữa, các sách báo tìm đọc là tạp chí Văn, Bách Khoa, Văn Học... mà Nguyễn Lệ Uyên trong bài viết về Trần Phong Giao đã ghi nhận:

"Có thể nói, thập niên 60 là thời kỳ "nở rộ" của các tạp chí văn học miền Nam, với những tên tuổi lớn như Sáng Tạo của nhóm Thanh Tâm Tuyền; Văn Nghệ của Lý Hoàng Phong, Dương Nghiễm Mậu; Hiện Đại của Nguyên Sa và trước đó là Chỉ Đạo của Nguyễn Mạnh Côn, Mặc Đỗ... Tuy nhiên, vì nhiều lý do khác nhau các tạp chí này lần lượt tự đình bản. Duy nhất chỉ còn ba tờ "sống lâu" là Bách Khoa, Văn và Văn Học. Sau đó là những Vấn Đề, Nghệ Thuật, Tiếng Nói, Tin Văn, Thời Tập, Khởi Hành, Đối Diện, Ý Thức... nhưng cũng chỉ tồn tại trong khoảng thời gian ngắn.

Bách Khoa có lối đi riêng: kinh tế, chính trị, văn hóa xã hội; phần văn học chỉ chiếm một số trang khiêm nhường. Văn Học cũng vậy. Sau khi Dương Kiền ra đi, Phan Kim Thịnh thay thế thì Văn Học trở thành chuyên san về các nhà văn nhà thơ Việt Nam một thời ghi dấu ấn đậm nét cho dòng văn học Việt Nam với những bài nghiên cứu, phê bình và đăng tải lại các tác phẩm của họ."

Khoảng cuối năm 1968, chúng tôi đã lớn lên, các Thi văn đoàn và Bút nhóm đã lụi tàn. Thời gian chắt lọc đi những ham vui của một thời mới lớn, đọng lại là những người vẫn đam mê chữ nghĩa và tiếp tục viết xuống những điều mình yêu, những điều mình nghĩ, và cảm thấy hạnh phúc khi được chia sẻ với nhiều người.

Nhưng điều có thật là những tình bạn nảy sinh từ văn nghệ thiếu niên đó, vẫn luôn là chất kết dính để tín cẩn và thương quý nhau đeo bám suốt đời.

Tôi hỏi Hùng, sau này mày có còn viết được gì không? Hùng lắc đầu, với tay lấy gói thuốc lá, châm hút, nhìn đăm đắm về xa rồi đột ngột hỏi: "Mày có liên lạc gì với Thái không?"

- Thái?

- Thái, với Thức với Duyên ...

- Ồ, Thức thì không có tăm hơi gì, Thái đang làm về truyền thông và là một ký giả nổi tiếng ở Nam Cali. Tao có gặp Thái vài lần mỗi khi hắn lên Washington D.C. công tác.

Năm 1977, khó khăn trong đời sống gần như vào đỉnh điểm. Thiếu thốn và tuyệt vọng. Từ một người bạn trong xóm, tôi đồng ý tham gia một tổ chức chống cộng, tổ chức yêu cầu anh em tham gia ghi danh vào bưng chiến đấu. Tôi từ chối vì có mẹ già. Tổ chức đó có đầy đủ nhóm bạn bút nhóm của tôi như Hùng, Nhiều, Hải, Đấu... và từ đó quen biết thêm những người bạn khác ở xa hơn như Thái, Thức, Duyên. Qua thời gian rất ngắn, một đêm công an đồng loạt tới nhà bắt đi trọn bộ. Đêm đó, tôi không ngủ nhà. Sáng hôm sau, đứa cháu gọi bằng cậu chạy tới cây xăng là nơi tôi đang làm công nhân rửa xe, báo tin bạn của cậu trong xóm như Hùng, Nhiều, Đấu, Hải, Ngân, Thành đã bị bắt hết đêm qua. Bà nói lên báo với cậu, nếu có dính dấp gì thì đừng về nhà.

Lại một lần nữa, tôi bỏ nhà chạy lên Bình Dương tạm trú với Phùng Xuân Mai. Đợi êm êm cả tháng mới về lại nhà. Mấy tháng sau, nhóm bạn đó được thả về. Câu chuyện họ kể trong tù nghe xót ruột: - Mới vô, công an kêu từng đứa lên tra hỏi. Rồi một tuần sau, thay vì kêu từng đứa lên, công an kêu luôn cả đám 8 đứa lên và nói các anh khỏi cần khai gì hết mất công, tôi sẽ khai giùm các anh. Anh này tên này, bí danh là ..., anh kia tên này, bí danh là ... tham gia tổ chức ngày này, quen biết với người tên này, và ghi tên vào bưng vào ngày... Có gì không đúng thì các anh nói đi...

Cả 8 đứa tròn mắt nhìn nhau, không có điều gì để chối. Nghĩa là tổ chức đó đã bị công an gài người nên biết hết, hay nói khác hơn, tổ chức đó do chính công an lập ra, và họ không nhắm vào đám lòng tong cá chốt chúng tôi, mà nhắm vào những con mồi cao hơn... Thái, Thức không phải là con mồi lớn, nhưng lại tiếp cận những con mồi lớn hơn nên Thái, Thức bị giữ lại lâu hơn cho đến lúc họ tìm được cái họ muốn tìm.

Giai đoạn đó, tôi gặp Bảy Thâu. Những ngày còn chiến tranh, sống giữa bom đạn và ranh giới mỏng manh của sống chết, hy vọng thật nhiều vào hòa bình, khi quê hương không còn tiếng súng đã đạt được, thì cuộc sống mới đã không an lạc như ao ước từ bấy lâu nay. Những áp lực đè nặng vào cơm áo đã đành, mà còn tạo ra hàng loạt những khó khăn, bất trắc. Con người như nhão ra, như sống trong lòng con sóng dữ.

Cô gái cùng xóm là một người Nam bộ chính gốc. Cô sinh viên Văn khoa quê ở Kiên Giang này không có những lời lãng mạn yêu thương, không có cái dịu dàng khéo léo lấy lòng, những tình cảm được bày tỏ bằng hành động chăm sóc lẫn nhau. Những câu nói đơn giản, chất phác lại là một bến bờ mà tôi đang thiếu thốn. Bên cạnh Bảy Thâu tôi tìm thấy cảm giác an lành như đang hít thở được hương đồng lúa chín miền Tây. Trò chuyện với em, tôi như thấy mình rời bỏ được những vòng vây ràng buộc, như đang nhẹ nhàng trôi lênh đênh giữa trùng khơi Rạch Giá. "Em chia tay Đại Học, Chân chim lạ bước đời, Chiến trường thôi bom súng, Ta về hồn tả tơi, Lao đao dòng Định Mệnh, Buông tay ngước nhìn trời, Rã rời tim bối rối, Chắt chiu tình em thôi."

Cái gọi là đám cưới tổ chức đơn giản với những gì chúng tôi có được. Nhóm họ bên nhà gái là bánh và nước ngọt, rước dâu về chỉ có một mâm cơm trên bàn thờ và chưa tới một chục người khách là các bậc trưởng thượng. Chụp được 5 tấm ảnh màu với lời dặn dò kỹ lưỡng nhiếp ảnh gia, chỉ 5 tấm thôi nhé, nhiều hơn không có tiền trả đâu, còn hình đen trắng thì một người bạn có nhã ý chụp giùm. Tiếc thay máy ảnh bị hở ánh sáng, nên chỉ còn lác đác mươi tấm còn nhìn được. Buổi chiều thì dành cho bạn bè tôi, cũng khoảng mươi người, thức ăn không đầy mâm, một người bạn thân trong xóm chạy ra đầu ngõ mua thêm một con vịt quay tiếp tế. Cái áo màu hồng tôi mặc là do Trần Hoàng Hùng (Vân Hạc) cho mượn. Áo đó, Hùng may hai năm trước để dành cưới vợ, ai ngờ, sau 75, cô dâu đã đi nước ngoài, Hùng treo cái áo trong tủ để dành, và cho tôi mượn mặc trong ngày đám cưới.

Ngày hôn lễ, Nhiều (Thần Kim Quy) tặng bài thơ như xem tử vi:

Trời xanh gọi khúc Ngưu hành Hỏa (Kỷ Sửu - Tích Lịch Hỏa)

Đất vàng hòa nhịp Mã hành Kim (Giáp Ngọ - Sa Trung Kim)

Hỏa Kim tương khắc tâm vô ngại

Quý tử Thủy thành tự duyên may. (Có thể là Nhâm Tuất - Đại Hải Thủy)

Trần Dzạ Lữ chép tay bài thơ trên giấy hồng kẹp vào cái thiệp:

Một điều thú vị nhất
Là lúc hết chiến tranh
Có người lấy vợ hiền
Hát tràn câu ân ái
Chàng lên ngôi chú rể
Mộng dàn như trời cao
Nàng môi hồng mắt biếc
Săm se tình cô dâu
Mặn nồng ôi ngày cưới
Mùa xuân của đôi hồn
Rất nhiều hoa hạnh phúc
Nở rộ đời tân hôn

Ôi ngày bạn cưới vợ
Ta không có gì hơn
Làm một bài thơ nhỏ
Chúc mừng ngày tân hôn.

45 năm rồi đó, nhìn lại mảnh đất ngày xưa, nghĩ về bạn hữu của thời niên thiếu, nuối tiếc và nhớ thương đến xót lòng.

Hùng bất chợt quay lại hỏi tôi - Lần này mày về, ghé qua xóm mấy lần rồi? Có ăn cơm tấm con của thằng Thành bán không?

- Ồ mày nhắc mới nhớ, thằng Thành sao rồi?

Hùng buông thõng, Chết rồi.

Tôi không hỏi nữa, im lặng leo lên xe gắn máy của Hùng, mày chở tao về khu xóm ngày xưa, ăn dĩa cơm tấm đi...

Không biết là trong quán đang mở nhạc, hay là văng vẳng đâu đó từ trong trái tim tôi bài "Giọt Buồn Không Tên" của Lê Minh Bằng:

Bạn bè của ta mỗi đứa tha phương một nơi
Khu phố ngày xưa nay vắng nhau không còn vui
Và hàng cây me trút lá khô trên vai tôi
Càng nhớ thương bạn ơi...

VĂNG VẲNG BÊN TRỜI TIẾNG HẠC QUA

"Tìm đâu cho thấy Trương Thăng Phủ
Văng vẳng bên trời tiếng hạc qua "
Thơ Phó Bảng Nguyễn Can Mộng.

Tôi sinh ra ở Hà Nội, lớn lên ở Saigon và hiện giờ đang sống ở Hoa Kỳ. Sinh ra ở Hà Nội, và rời khỏi Hà Nội khi chưa hình thành ký ức, nên những gì tôi nhớ về Hà Nội là rời rạc, mỏng manh và rất mờ nhạt. Có chăng chỉ là giọng nói mà tôi được thừa hưởng từ gia đình. Nhưng tôi lại biết rất nhiều về Hà Nội, bởi vì chung quanh tôi ngay từ thời thơ ấu là những con người của Hà Nội. Mẹ, các anh chị, các bác, các chú, họ đem theo Hà Nội trong tâm tưởng và kỷ niệm, tôi được tiếp nhận một cách vô tình lời ăn tiếng nói, cách cư xử và cùng lúc một đời sống Hà Nội nhiều mộng mơ.

Năm 1882, Pháp đánh thành Hà Nội lần thứ hai, Tổng Đốc Hoàng Diệu tuẫn tiết theo thành, triều đình Huế đầu hàng, bỏ đất Bắc cho Pháp để quay lại giữ lấy Huế. Triều đình gửi chiếu chỉ cho tướng sĩ Bắc Hà giao thành giao đất cho Pháp. Tán Tương Quân Vụ tỉnh Sơn Tây là Nguyễn Thiện Thuật kháng chỉ, đem quân lùi vào khu rừng núi Bãi Sậy lập chiến khu chống

Pháp. Các tướng sĩ thuộc quyền của Tán Thuật ở các trấn Sơn Nam Thượng, Sơn Nam Hạ, Hưng Yên, Thái Bình nhiều người cũng bỏ quan chức, kéo theo binh lính và gia đình lập các chiến khu căn cứ khắp nơi. Trong đó có Đề Đốc phủ Thường Tín là Nguyễn Tề gọi là Đề Thường, cùng em là Bang Biện huyện Duyên Hà Nguyễn Tốn gọi là Bang Tốn, cùng hưởng ứng theo và dẫn quân đóng tại Hưng Yên. Ba năm sau, năm Ất Dậu 1885, sau khi kinh thành Huế thất thủ, Tôn Thất Thuyết phù tá vua Hàm Nghi chạy ra Quảng Trị, tại đây vua Hàm Nghi hạ chiếu Cần Vương lời lẽ thống thiết: "Trẫm đức mỏng, gặp biến cố này, không thể hết sức giữ toàn, đô thành bị hãm, Từ giá phải dời, tội ở mình trẫm, xấu hổ vô cùng. Chỉ duy luân thường quan hệ, trăm quan khanh sĩ không kể lớn nhỏ, tất không bỏ trẫm, kẻ trí hiến mưu, người dũng hiến sức, kẻ giàu bỏ của trợ giúp quân nhu, đồng bào đồng trạch chẳng từ gian hiểm. (bản dịch Wikisource).

Cũng năm đó, Thống tướng Pháp là Roussel de Courcy giao cho thiếu tướng François de Négrier, trung tá Donnier cùng Hoàng Cao Khải mở cuộc càn quét lớn bình định Bắc Hà. Cuộc chiến đấu không cân sức diễn ra với quân Pháp trang bị hùng hậu, vũ khí hiện đại và nghĩa quân chỉ có gươm giáo, vài khẩu hỏa mai, không có đường tiếp tế và không có quân tiếp ứng nên nghĩa quân nhiều nơi vỡ trận, tan nát. Đề Thường, Bang Tốn bị Pháp bắt và xử bắn tại Hải Dương.

Con cháu Đề Thường, Bang Tốn bỏ làng quê Thái Bình theo đôi quang gánh của mẹ trốn chạy suốt từ năm 1885 cho tới 1900, mười lăm năm lưu lạc trốn tránh mới có lệnh chiêu an, không hỏi tội. Con của Đề Thường là Nguyễn Can Mộng, cùng với con của Bang Tốn là Nguyễn Thúc Khiêm mới được về làng, bỏ công ra mài giũa chữ nghĩa, học hành thêm 12 năm nữa. Nguyễn Can Mộng đỗ Cử Nhân khoa Nhâm Tí 1912, và Phó Bảng khoa Bính Thìn 1916. Nguyễn Can Mộng được bổ làm Giáo Thụ huyện Ý Yên, Nam Định, sau đó thăng Đốc Học tỉnh Sơn Nam, thì từ quan về dạy học và làm về ngành giáo dục, làm Giáo Sư giảng dạy về Hán văn của trường Bưởi cho đến cuối đời. Nguyễn Thúc Khiêm thi đậu Tú Tài, rồi không thi nữa chỉ chuyên sáng tác kịch thơ, chèo cổ và thành một tác giả lớn của ngành Chèo Cổ Việt Nam.

Bảng Mộng là lớp nhà nho cuối cùng của truyền thống Hán Học ở Việt Nam, sinh ra trong một gia đình chống Pháp, cha và chú bị giặc bắt và hành hình. Nhưng từ ngàn năm lịch sử, con đường tiến thân duy nhất của khách nam nhi là học hành, thi đỗ để làm quan, con đường đó phù hợp với chí khí kẻ làm trai, lại vừa là những khát vọng bình thường của xã hội. Nhưng lúc đó lại là cuối con đường, triều đình vua quan không còn là nơi nương tựa, chữ nghĩa thánh hiền không phải là cái tự tin. Phải sống thế nào và phải làm gì để không ngược lại với cả một quá trình gian khổ tập luyện đã thành một nề nếp một đời, vừa đem được cái kiến thức thực học ra giúp đời sau.

Ngay giai đoạn đó, có những vị "bỏ văn theo võ", chiến đấu hào hùng nhưng mà vô vọng, có những vị mong vận động một thế lực nước ngoài khác, hay tìm cách nâng cao dân trí để tính kế dài lâu. Con đường Bảng Mộng chọn là hoạt động văn hóa và giáo dục. Thời điểm đó, chữ quốc ngữ đang phát triển vũ bão để đáp ứng với nhu cầu một xã hội mở cửa tiếp nhận văn minh thế giới. Càng phát triển, chữ quốc ngữ lại đối đầu với một nghịch lý là không đủ từ ngữ diễn tả. Cách đơn giản và tiện dụng nhất chính là tạo chữ mới từ căn bản Hán Tự. "Càng muốn mở mang Tân Học một cách vững chãi, lại càng phải nắm vững tinh hoa của Cựu Học." (NS NCM)

Là người theo cựu học từ thời niên thiếu, nên nhu cầu học, hiểu và am tường chữ Pháp để làm cầu nối cho Quốc Ngữ, Nguyễn Can Mộng quen thân với Phán Tường là Thông phán Nguyễn Đình Tường làm việc tại Tòa Sứ Hải Dương. Phán Tường hơn Bảng Mộng gần một giáp, người dạy chữ Pháp, người dạy chữ Hán trao đổi lẫn nhau thành đôi bạn vong niên tri kỷ. Phán Tường góa vợ, các con đã lớn ở riêng, còn một cô con gái út tuổi vừa 17 thì Phán Tường lâm bệnh nặng, biết mình không thể qua khỏi, Phán Tường gọi Bảng Mộng về Hải Dương gặp mặt, trăng trối chuyện sau và ký thác cô con gái út cho Bảng Mộng. Đây là người vợ thứ ba của Bảng Mộng và là người đi với ông cho đến cuối đời.

Sau khi xin về trí sĩ, Bảng Mộng dắt bà Ba và các con về quê ở làng Hoàng Nông, huyện Duyên Hà, tỉnh Thái Bình. Bà Ba có với Bảng Mộng 8 người con. Người con thứ bảy sinh ra tại làng quê

Thái Bình vào thời điểm nạn đói bắt đầu hoành hành năm 1945. Kỳ lạ là sinh ra vào đúng một kỷ (60 năm) sau cái chết ông nội là cụ Đề Thường (Ất Dậu 1885 và Ất Dậu 1945), cậu bé sinh ra trên người có nhiều đốm đỏ trên bờ ngực, và đau yếu, không được mấy ngày khỏe mạnh. Cuộc sống làng quê thì khó khăn, cơ ngơi nằm trong tay của hai bà vợ lớn, bà vợ ba được cho ăn đã là quý, tiền đâu mà thuốc men chăm sóc cho con.

Khi về quê, bà Ba không thể ở nhà hai bà vợ trước, mà Bảng Mộng phải gửi bà cùng các con ở nhà những người thân thuộc trong làng. Cậu bé chưa đầy năm, một hôm, con kêu khóc quá, bà Ba bế con đi loanh quanh dỗ cho con ngủ, khi tạt vào một gốc đa ngồi nghỉ, nhìn ra thấy đang ở giữa sân đình làng Hoàng Nông, bà Ba vừa khóc vừa lễ Thánh rằng thôi nếu số con sống thì Thánh cho con khỏe mạnh đi, để mẹ còn chạy vạy kiếm miếng cơm nuôi mấy anh chị, còn nếu số con chỉ đến thế này, thì thôi con chết đi, bao giờ Thầy Đẻ khá rồi con lại về với Thầy Đẻ... Khấn Thánh rồi thì khóc. Khóc rồi lại khấn lầm thầm... Nhìn xuống đứa bé đã im lặng như ngủ, lắc lắc người mới thấy thân thể lạnh toát hết rồi.

Bà Ba khóc thất thanh ôm con chạy về nhà. Bảng Mộng chạy ra đón con vào nhà, mạch không còn, người bắt đầu lạnh nhưng thân thể vẫn mềm dịu. Bảng Mộng hỏi chuyện, khi biết được lời cầu mong của bà Ba, Bảng Mộng lấy bút lông, pha mực tàu viết vào lòng bàn tay cậu bé chữ Lai Sinh (來生), rồi thắp hương lên bàn thờ khấn: Số con là thế, Thầy không làm gì được, thôi con ra đi thanh thản. Thầy đã làm dấu vào tay con rồi, khi Thầy Đẻ khá giả rồi con lại về với Thầy Đẻ nhé.

Những ngày đau xót đó, bà Ba chỉ ôm mặt khóc rấm rứt một mình. Căn nhà hai gian ba chái đó với cái ao lót gạch, với hàng cây nhãn ven nhà, rồi ruộng rồi ngô không phải là chỗ sống của mình, ngay cả người chồng kính mến cũng là chồng chung, khó khăn không tìm ra phút giây riêng tư nào chuyện trò.

Một hôm, Bảng Mộng đi ăn giỗ làng bên, bà Ba chờ tới chiều, biết chồng sắp về, lén chạy ra đầu làng, trốn sau bụi rơm chờ. Lát sau khi thấy thấp thoáng bóng Bảng Mộng mới chạy ra đón đầu.

Bảng Mộng ngạc nhiên hỏi: Sao bà ở đây?

- Tôi đợi ông đã lâu, muốn nói với ông chút chuyện.

- Chuyện gì vậy?

- Có lẽ tôi phải đi ông ạ.

- Bà đi đâu, loạn lạc khắp nơi, thân gái dặm trường, con cái ríu bước làm sao đi được?

- Tôi đi dắt theo con Thanh để trông nom lẫn nhau, còn lại mấy đứa ở nhà thì giao lại hết cho Ông, Ông đưa về bà Me nuôi, coi như tôi không còn nữa. Một năm sau nếu tôi còn sống, tự lực được đời mình thì sẽ về đón các con, còn không thì hôm nay gặp ông là lần cuối.

Năm năm sau, năm 1950, khi đã sống ổn định ở Hà Nội, bà Ba hoài thai đứa con thứ 8. Khi sanh nở xong, người nhà chạy về báo tin cho cụ ông. Câu hỏi đầu tiên là con trai hay con gái, khi biết là con trai, cụ ông vội vã vào bệnh viện lật bàn tay đứa bé ra xem xét và lạnh toát cả người khi thấy nét mờ mờ màu đen nhạt nơi lòng bàn tay hai chữ Lai Sinh; lại một điều kỳ lạ nữa, đứa bé mới sinh cũng có những dấu đỏ trên người như dấu đạn bắn vào, gần như đã biểu lộ hết sự trở về của một nhân duyên, nên quyết định đặt tên đứa bé là tên người anh đã mất: Nguyễn Minh Kha.

Minh Kha cũng không khỏe, từ lúc sinh là èo uột, nay ốm mai đau dù quen biết bác sĩ đến khám mỗi ngày, thuốc men bổ dưỡng cách gì cũng vậy. Bệnh không ra bệnh gì, mà cứ bạc nhược dần. Chợt có một vị túc nho am tường lý số ghé thăm, nhìn đứa bé hồi lâu rồi ra nói với Bảng Mộng rằng đây là hiện tượng tái sinh, hoặc là báo ân, hoặc là báo oán. Cứ tình trạng này, cháu cũng chẳng sống được bao lâu đâu. Tôi có một cách giúp gia đình vượt qua, ông có chịu nghe không? Đó là gia đình mời tăng về nhà trì tụng chú Đại Bi và chú Lăng Nghiêm ba ngày liên tục, rồi đem cháu bán khoán cho Chùa hay Đền, sau đó nhận lại đem về nuôi, đặt tên khác thay đổi cuộc đời nó mới hy vọng qua được. Cái đó kêu là đổi mệnh đó.

Đã có bệnh thì vái tứ phương, con thì thiêm thiếp trên giường, bà Ba thì vừa khóc vừa van xin nên Bảng Mộng thỉnh mời Hòa

Thượng Tố Liên lúc đó đang là trụ trì chùa Quán Sứ tới làm lễ tại nhà. Sau ba ngày làm lễ, cho người bế đứa bé ra Đền Đức Thánh Trần bỏ lại giữa sân. Rồi bà Ba chạy ra coi như nhặt được, đem về nhà đổi tên là Nguyễn Minh Nữu, Nữu là cái khuy áo bằng ngọc, mang ý nghĩa cất giữ lại cái đang có. Thực sự là từ đó tới lớn, các vết đỏ trên người dần nhạt đi và biến mất, cậu bé không bệnh hoạn gì nữa, hay ăn chóng lớn và... sống tới bây giờ là ông già 70 tuổi khi viết những dòng này đây.

Sau khi từ quan về nhà dạy học và viết sách, tới khi theo bà Ba về Hà Nội, Bảng Mộng bắt đầu đi dạy học lại ở Trường Bưởi (lúc bấy giờ gọi là Trung học Bảo Hộ), là người cùng với Phó Bảng Ngô Thúc Địch, Học giả Trần Trọng Kim mở các lớp chữ Nho tại Đền Ngọc Sơn mà về sau từ căn bản đó để hình thành ra Đại học Văn Khoa Hà Nội. Phó Bảng Nguyễn Can Mộng dành nhiều thời gian cho viết sách, trên báo Tứ Dân Văn Uyển ông viết nhiều biên khảo về văn học, lịch sử địa lý, phong tục tập quán của người Việt nhằm bảo vệ quốc hồn quốc túy của dân tộc. Năm 1949, Đại học Văn Khoa Hà Nội thành lập, ông được mời phụ trách dạy Hán văn ở trường cho đến cuối đời.

Theo phép thi cử thời nhà Nguyễn thì ngày xưa có các khoa thi Hương, thi Hội và thi Đình.

Thi Hương bốn năm tổ chức một lần vào các năm Tí Ngọ Mão Dậu. Các khóa sinh vào bốn vòng thi, vượt qua vòng một mới được thi vòng hai, nếu trúng cách ba vòng thì được gọi là Tú Tài, qua bốn vòng thì trúng cách Cử Nhân. Đỗ Cử Nhân là đã được ban cấp áo mão, dự tiệc và cho vinh quy bái tổ rồi, năm sau, những người đỗ Cử Nhân mới được tham dự cuộc thi ở kinh đô là thi Hội.

Thi Hội cũng qua bốn vòng thi, nếu các Cử Nhân vượt qua ba vòng thì được gọi chung là Tiến Sĩ. Khi yết bảng, những người đạt được 10 điểm thì gọi là Chánh trúng cách, tên được ghi trên bảng Giáp, những người đạt 9 điểm gọi là Thứ Trúng Cách ghi tên lên bảng Ất, gọi là Phó Bảng.

Giáp Tiến Sĩ và Ất Tiến Sĩ đều được gọi là đỗ Đại Khoa và được vào cung đình dự cuộc thi sau chót ngay tại sân Đình do nhà vua ra đề tài và chấm điểm. Thi Đình là cuộc thi phúc tra cuối cùng để thẩm định và xếp hạng các tân Tiến Sĩ.

Trong tác phẩm "Các nhà khoa bảng Việt Nam 1095-1919" của các tác giả Ngô Đức Thọ - Nguyễn Thúy Nga - Nguyễn Hữu Mùi thì khoa bảng Việt Nam từ ngày lập quốc cho cuối triều Nguyễn hơn 800 năm có 184 khoa thi và ghi được danh tính các vị Đại khoa từ người đầu tiên là Lê Văn Thịnh (triều Lý) cho đến người cuối cùng là Hoàng Yến (đỗ Phó Bảng khoa Kỷ Mùi 1919, niên hiệu Khải Định thứ tư, triều Nguyễn) tổng cộng là 2894 người.

Trong danh sách này, Nguyễn Can Mộng được ghi vào số thứ tự 2866, thi đỗ năm 1916, và ba năm sau là năm khoa thi cuối cùng, chấm dứt cái học nhà Nho của Việt Nam.

Tác phẩm để lại:

Về Hán Văn có: Nam Học Hán Tự, Tự Điển Việt Hán Thành Ngữ.

Về chữ Quốc Ngữ có: Hiệu đính Truyện Kiều, Hiệu đính Ngạn Ngữ Phong Dao.

Sáng tác: truyện thơ Bức Gương Lòng Son, thơ Nông Sơn, Lễ Tục Việt Nam, Lịch sử Bắc Kỳ.

Trong giai đoạn 1930 đến 1950, Nông Sơn Nguyễn Can Mộng nhận định: "Chữ Quốc Ngữ đang lúc phát triển vũ bão để đáp ứng với nhu cầu một xã hội mở cửa, chuyển mình tiến lên cho kịp năm châu thế giới thì lại gặp một vấn nạn sinh tử là làm sao xây dựng được một kho từ ngữ phong phú tương xứng với sức mạnh của nó. Cách đơn giản nhất nhưng tiện dụng và hợp lý nhất là tạo chữ mới từ căn bản Hán Tự. Cho nên đã xuất hiện một nghịch lý là càng Âu hóa thì lại càng phải quay về Hán tự, càng muốn mở mang Tân Học một cách vững chãi lại càng phải nắm vững Cựu học." (Lời mở tác phẩm tự điển Việt Hán Thành Ngữ)

Nông Sơn Nguyễn Can Mộng là người đầu tiên sưu tầm và hiệu đính có hệ thống tục ngữ phong dao, trong các số báo Tứ Dân Văn Uyển tháng 3, 4, 5 xuất bản năm 1936, gồm 601 câu ngạn ngữ từ 4 chữ, 5 chữ... cho tới 12 chữ một câu và 1121 bài phong dao. (Nay số tháng 4/1936 không còn nữa nên đã thất lạc khoảng 500 bài phong dao.)

Năm 2016, khi tôi về Hà Nội, lên Sơn Tây thăm mộ cha, ghé qua Đền Ngọc Sơn nơi có lớp Hán văn đầu tiên năm 1940, ghé ngang trường Chu văn An là hậu thân của Trường Bưởi ngày xưa, ghé nhà số 7 đường Lý Quốc Sư, căn nhà nơi tôi đã sống khi sinh ra, và sau chót là ghé lại Cửa Bắc thành Hà Nội, nơi còn vết đạn quân Pháp bắn khi tấn công thành Hà Nội lần thứ hai vào năm 1882. Vết đạn bắn lõm vào thành vẫn còn và nhớ tới bài thơ của cha, tiếc là bài thơ 8 câu mà gia đình chỉ còn ghi lại được 6 câu, bài thơ tên là Đề Cửa Bắc Thành Hà Nội:

Cửa Bắc bao năm vẫn đứng trơ
Vết thương đau mãi đến bây giờ
Cảm người xương trắng theo thành ấy
Dãi tấm lòng son với nước xưa
Dư đồ nay đã thu về cả
Linh phách anh hùng sống lại chưa?

Truyện Kiều gồm 3254 câu, nghĩa là 1627 câu lục và 1627 câu bát. Những người mê Kiều có thể lấy các câu (lục hay bát) nguyên ở các vị trí và hoàn cảnh khác nhau trong Truyện Kiều ghép lại sao cho đạt được sự phù hợp về vần, luật, đồng thời "vịnh" được một tình huống mình muốn. Đây là thú chơi và nghệ thuật các nhà Nho gọi là "Lẩy Kiều".

Muốn "Lẩy Kiều", nghĩa là nói bằng Kiều, phải hình thành được cả quyển Kiều trong óc và trong tim, nghĩa là phải "Sống Kiều". Lãng Nhân, trong tác phẩm "Chơi Chữ" đã viết về "Lẩy Kiều" như sau:

"... Về lối "Lẩy Kiều", ông Bảng Nông Sơn là một trong những tay cự phách. Ông vốn là người phóng khoáng, vì phóng khoáng nên hay thiếu tiền, có lần đi vay nợ Tây đen. Lệ vay phải có người ký bảo đảm, mình không trả được thì chủ nợ cứ người bảo đảm mà đòi.

Đến hạn, ông Bảng tất nhiên không trả được, mà rủi thay người bảo đảm cũng không xoay ra tiền, cho nên việc đã đến phải đến; Tây đen đệ đơn kiện, xin câu lưu ngay ông bảo đảm là người có tóc. Tòa cứ theo luật mà lên án: ông bảo đảm ngồi tù. Ông Bảng ân hận lắm, nhưng biết sao bây giờ? Chỉ còn cách gửi vào đề lao mấy câu "Kiều Lẩy" để an ủi:

Tù Nợ
Tin tôi nên quá nghe lời,
Mà lòng trọng nghĩa khinh tài xiết bao!
Phép công chiếu án luận vào,
Ăn làm sao nói làm sao bây giờ!
Chung quanh lặng ngắt như tờ,
Tiếng oan dậy đất, án ngờ lòa mây...
Xem gương trong bấy nhiêu ngày,
Khéo là mặt dạn mày dày khó coi...
Trăm điều ngang ngửa vì tôi,
Còn thân ắt lại đền bồi có khi!

Mấy câu này ông bảo đảm ngâm nga, chắc cũng lấy làm thú, nên đành ngồi trong bóng rợp ít lâu mà không nỡ trách bạn một lời: cho hay cái ma lực của văn chương!

Ông Bảng còn "Lẩy" nhiều bài thật kỳ thú, tiếc rằng chúng tôi chỉ chép được vài câu.

Có lần, ông đi dự tiệc do một bạn cũ mời, bạn này mới đến trọng nhậm chức tổng đốc tỉnh Thanh nên tổ chức một bữa rượu mừng.

Bạn vốn chân cử nhân, lúc thiếu thời có gia nhập một đảng cách mạng. Đi phiêu lưu bên Tàu một dạo, ông từng dịch ra quốc âm bài "Hồ Trường" lâm ly cảm khái do Nguyên-quân, một khách giang hồ lạc phách làm ra.

Bài này mỗi khi có tửu hứng, nghệ sĩ Trương Đình Thi lấy dao bầu nhà ả đào làm gươm, vừa múa vừa hét, bi tráng như kẻ sĩ nước Yên, nước Triệu khi xưa:

Hồ Trường
Trượng phu đã không hay xé gan bẻ cật phù
cương thường,
Sao lại tiêu dao bốn bể, luân lạc tha hương?
Trời Nam nghìn dặm thẳm;
Mây nước một màu sương.
Học không thành, công chẳng lập,

Trai trẻ bao lâu mà đầu bạc;
Trăm năm thân thế bóng tà dương.
Vỗ gươm mà hát, nghiêng bầu mà hỏi:
Trời đất mang mang, ai người tri kỷ?
Lại đây cùng ta cạn một hồ trường.
Hồ trường! Hồ trường! Ta biết rót về đâu?
Rót về Đông phương, nước biển Đông chảy
xiết, sinh cuồng loạn.
Rót về Tây phương,
Mưa Tây sơn từng trận chứa chan;
Rót về Bắc phương, ngọn Bắc phong vi vút.
Đá chạy cát giương;
Rót về Nam phương, trời Nam mù mịt,
Có người quá chén như điên như cuồng.
Nào ai tỉnh, nào ai say?
Chí ta, ta biết, lòng ta, ta hay.
Nam nhi sự nghiệp ở hồ thỉ,
Hà tất thành sầu đối cỏ cây!

Sau ít năm phiêu bạc, ông về đầu thú, phản thầy là Sào Nam, tố giác nhiều bạn trong số có Huỳnh Nghi (sau đổi là Hoàng Hưng, đổi nữa là Đặng Văn Phương tức Đặng Bỉnh Thanh - người Cần Thơ, từng học tại Đồng Văn Thư Viện Đông Kinh, bị bắt và đày Côn Đảo mang số tù 193); do đó, ông cử nhân cách mạng được bổ làm quan, chẳng bao lâu lên đến chức tổng đốc.

Tiệc rượu họp toàn bạn cũ, thơ phú tất nhiên là nhiều, song lúc ra về, ai cũng chỉ còn nhớ mấy câu Kiều mà ông Bảng đã "Lẩy":

Kể từ lạc bước bước ra,
Một là đắc hiếu hai là đắc trung.
Giang hồ quen thói vẫy vùng,
Rày xem phỏng đã cam lòng ấy chưa?

Câu cuối cùng đã làm cho mặt chủ nhân đương hồng hào bỗng biến ra xám ngắt!

Đối chọi sao cho lại được lối "Lẩy Kiều" sắc bén của ông Bảng! Ấy thế mà có lần một cô đào đã "Lẩy" được cho ông phải "ứ hơi": ông Bảng bữa đó qua chơi tỉnh Nam, gặp cô đào nọ là trang thanh sắc.

Nhân lúc cao hứng, ông ngỏ ý sẽ giúp cô một nghìn đồng làm vốn dọn nhà riêng, cho cô khỏi phải than thân là đương ở vào lúc "chân nâng".

Sau khi ông trở về Hà thành, cô đào quả nhiên nhận được bưu phiếu, nhưng nhìn vào số tiền thì chỉ thấy ghi có 100$! Bực mình, cô gửi trả lại ngân phiếu, kèm hai câu:

Nghìn tầm, chờ bóng tùng quân,
Tiền trăm, lại cứ nguyên ngân phát hoàn!

Tổng đốc Hoàng Trọng Phu một buổi đi nghe hát với các quan, trong đó có ông Bảng. Một cô đào trẻ đẹp đến mời rượu Hoàng. Hoàng ghé môi hôn vào má cô. Một quan bắt cô phải hôn lại Hoàng. Cô đào thẹn thùng không biết phải làm sao, thì ông Bảng nháy cô lại bảo nhỏ. Sau đó, cô quay lại Hoàng, hãm liền hai câu:

Chút chi gắn bó một hai
Nay Hoàng hôn đã, rồi mai hôn Hoàng.

Hoàng vỗ tay cười, quay lại nhìn ông Bảng nói:

- Được rồi! Đâu có đó!

Một buổi, ông Bảng xuống xóm, gặp một cô đào mới đi lấy chồng được mấy tháng nay lại trở về nhà hát, ông hỏi:

Bấy lâu khăng khít dải đồng,
Sâm thương chẳng vẹn chữ tòng tại ai?
Cô đào tần ngần một lúc rồi nghẹn ngào ngâm:
Cũng là lỡ một lầm hai,
Cơ duyên âu cũng có trời ở trong.

(Trích trong tác phẩm CHƠI CHỮ của cụ LÃNG NHÂN, Nam Chi Tùng Thư Saigon ấn hành 1970, phần Tập Kiều, Vịnh Kiều, trang 93 – 97).

Trong tác phẩm khác của Lãng Nhân là Giai Thoại Làng Nho. Bài nói về Trương Hán Siêu. Trương Hán Siêu biểu tự là Thăng Phủ, sinh vào đời nhà Trần, trải qua bốn đời vua Anh Tôn, Minh Tôn, Hiến Tôn và Dực Tôn. Người đã soạn bài ký tháp Linh Tế nổi tiếng tới bây giờ. Sau về trí sĩ tại núi Dục Thúy. Từ đó núi Dục Thúy trở thành một danh sơn thắng cảnh mà rất nhiều văn gia thi sĩ ghé thăm và đề thơ lưu niệm. Bài của Lãng Nhân viết là:

"... Về sau, Phó Bảng Nông Sơn Nguyễn Can Mộng trong một buổi du ngoạn, đã đề một bài thơ đáng chú ý hơn nhiều bài khác:

Trải mấy tang thương đá chẳng già
Trơ trơ đứng giữa lớp đồi ba.
Chỗ người đi đến cây cằn lại
Khi nước lui rồi đá nảy ra
Mấy độ phong sương chồi cúc lão
Nửa phần rêu bám chữ thơ nhòa
Tìm đâu cho thấy Trương Thăng Phủ
Văng vẳng bên trời tiếng hạc qua.

Núi chẳng già vì là núi "Non Nước". Khi nước lui rồi đá nảy ra lặp lại ý của Tô Đông Pha trong bài Xích Bích: thủy lục thạch xuất. Câu kết man mác giọng hoài cổ" (hết trích).

Tôi mồ côi cha lúc 4 tuổi. Thân phụ tôi từ trần ngày 27 tháng chạp năm Quý Tỵ, đầu năm 1954. Mẹ tôi kể lại rằng, năm đó càng gần Tết thì bệnh cha càng nặng hơn, thuốc men sâm yến gì cũng chỉ dịu đi chút ít rồi đau lại. Mẹ tôi chuyển qua tin tưởng vào thiêng liêng nên đi cầu cúng khắp nơi. Đã hiểu rằng không thể kéo dài, nhưng cầu cúng chỉ mong sao cho ra giêng ngày rộng tháng dài dễ bề lo liệu. Khoảng 25 tết thì vào lễ đền Thánh mẫu Liễu Hạnh ở Phủ Dầy, Nam Định. Khi ra xin quẻ xăm, nhờ người đoán hộ. Ông Từ của đền xem xét rồi quay lại hỏi, Bà hỏi về bệnh của ai đó phải không? Mẹ tôi thưa vâng, Ông Từ lắc đầu, không được rồi, bà phải về nhà ngay. Xăm nói là "Thuyền gấp phải đi ngay". Bà về nhà lo liệu công việc đi chứ sợ không kịp.

Mẹ tôi vội vã về nhà ngày 26, thì 27 thầy tôi mất. Mẹ về, Thầy còn tỉnh táo, gọi mẹ tôi đến dặn dò khi tôi mất, tang ma làm đơn giản, sau này giỗ chạp chỉ cúng hương hoa, không cúng cỗ bàn.

Thầy tôi mất ngày 27, tháng đó lại là tháng thiếu, không có ngày 30 nên ngay ngày 29 là đưa đi an táng tại Nghĩa Trang Voi Phục, Hà Nội. Mộ nằm cạnh một nhà nho là bạn cũ ngày xưa. Khi nghĩa trang này giải tỏa vào năm 1960, thì gia đình đã di cư vào Nam, thật may, con của người bạn đó đang là một bác sĩ đã bốc cả hai ngôi mộ lên vùng đồi núi Bất Bạt, huyện Yên Kỳ, tỉnh Sơn Tây.

Năm 1994, trước khi đi định cư ở Mỹ, tôi đã ra Bắc, và lần đầu tiên được lễ trước mộ cha:

MÊNH MÔNG TRỜI BẤT BẠT

Bất Bạt ngừng ngay giấc ngủ ngày
Yên Kỳ ngàn mộ mở vòng tay
Đón tên phiêu bạc bao năm cũ
Mềm lòng quay lại cố hương đây.

Thắp nén nhang thơm ở giữa đồi
Nghe lòng thương nhớ đã trùng khơi
Xa trong cõi khác người quay lại
Rộng lượng Ba Vì, mây trắng thôi.

Muốn khóc lên cho nhẹ ngậm ngùi
Xin quỳ để thấy xót xa nguôi
Ai xui chim Việt về Nam nhỉ
Bốn chục năm trường nhạn lẻ đôi.

Nắng mới triêu dương trời đã tối.
Chồi chưa đủ lá đã phong ba
Lưu thân đi những phương xa lạ
Tiếp mạch thư hương, giữ nếp nhà.
Muôn dặm thiết tha hồn lữ thứ
Nồng nàn hương sắc Thủy tiên xưa
Trước mộ tâm dâng lời khấn nguyện
Nối dòng, xin nối lại dòng thơ.

Sơn Tây, Sơn Tây mưa lê thê
Đời sao hứa được lúc ta về
Gói cả núi đồi vào ký ức
Ta nhớ, và Sơn Tây nhớ nghe.

Lời di huấn để lại là con cháu đặt tên theo thứ tự chữ lót Minh, Hồng, Tài, Bỉnh, Cơ, nghĩa là con của Nguyễn Minh là Nguyễn Hồng, con của Nguyễn Hồng là Nguyễn Tài, con của Nguyễn Tài là... Nay người con trai út Nguyễn Minh... đã ở tuổi gần 70, đã có con có cháu nội ngoại. Ghi lại những ký ức của gia đình như một ký dấu cho con cháu đời sau, mà lòng hoài niệm vẫn mang mang: *"Văng vẳng bên trời tiếng hạc qua"*.

NHỚ VỀ LONG KIỂNG

Long Kiểng dính với ba địa danh là chợ Long Kiểng, bến đò Long Kiểng và cầu Long Kiểng. Ba địa danh này liên quan tới nhau nhưng không cùng một chỗ. Chợ Long Kiểng ở quận 4, trên đường Tôn Thất Thuyết, kế chợ có một bến đò để qua sông về Nhà Bè, nhưng bến đò bên quận 4 thì mang tên khác, bên kia sông về phía Nhà Bè mới gọi là bến đò Long Kiểng, tới bến đò Long Kiểng rồi thì trước mặt là một con lộ lớn, ngày xưa là lộ đất đỏ không có tên, đầu đường là bến xe thổ mộ, leo lên thổ mộ chạy thêm khoảng năm ba cây số thì gặp cầu Long Kiểng.

Kể dông dài như vậy, để biết là địa danh Long Kiểng dùng để gọi một khu vực khá rộng, chiều dọc thì có thể tính từ chợ Long Kiểng bên kia sông qua tới cầu Long Kiểng còn chiều ngang, có thể coi như khu vực nối từ cầu Rạch Ông, tới cầu Tân Thuận bằng đường Trần Xuân Soạn. Trong lịch sử chống Pháp, ghi nhận nơi đây với các khu làng xã Tân Quy, Tân Thuận, Nhà Bè, Thủ Thiêm là cái nôi của một lực lượng quân sự là nghĩa quân Bình Xuyên, mà trong truyện Người Bình Xuyên của Nguyên Hùng viết mở đầu: "Con đường đất đỏ nối liền chợ Long Kiểng với bến đò (cũng mang tên Long Kiểng) phơi mình dưới nắng mai đẹp như một dải lụa dài màu gạch cua. Hai bên đường nhà cửa lưa thưa, các cánh đồng xen lẻ bưng rạch xanh um. Đâu đó một con cu đất đậu trên nhánh bần cất tiếng gáy dõng dạc như khuấy động bầu không khí êm ả của đồng quê. Thỉnh thoảng một chiếc thổ mộ chạy lóc cóc suốt quãng đường dài."

Đó là lịch sử. Còn từ năm 1960, thì khu Long Kiểng coi như khu dân cư mới để giãn dân cho trung tâm thành phố. Đầu thập niên 1970, khu vực xã Tân Quy Đông được khai thác thành một khu dân cư rộng lớn với hàng ngàn căn nhà được xây đơn giản, mỗi căn nhà ngang 4 mét dài cỡ 10 mét, trong một lô đất rộng gấp ba để cư dân có thể trồng rau, trái. Từ bến đò Long Kiểng, đi trên con lộ đất đỏ vào khoảng gần vài cây số, bên phải là nghĩa trang, nơi này có mộ một người phụ nữ Công giáo mất cả trăm năm mà không phân hủy, nên người dân tôn kính gọi là đất bà thánh Anna Sĩ. Còn về bên trái, có đường dẫn vào khu dân cư, chúng ta gặp ngay chợ Tân Quy Đông, nằm trong một khu vực được quy hoạch chung với bưu điện, ngân hàng và sâu vào trong nữa là các trường tiểu học và một trường trung học đệ nhị cấp của huyện Nhà Bè là trường Lê Thánh Tôn.

Cho tới năm 1978, ở ngã ba Trần Xuân Soạn vẫn còn bến xe Thổ Mộ, hình ảnh người xà ích ngồi bên càng xe hút thuốc rê chờ khách và con ngựa bị che mắt lắc lư cái đuôi xua đuổi ruồi muỗi, lâu lâu đầu lắc lư và dậm các vó xuống nền đất in trong đầu tôi thật nhiều xúc cảm, gắn liền với kỷ niệm, bởi vì sau nhiều năm tháng ở giữa trung tâm thành phố, khi dọn nhà qua Long Kiểng, thấy giống như mình về quê... xa lắm.

Hơn 20 năm ở Mỹ, tôi nhiều lần về thăm lại Việt Nam và lần nào cũng ở Long Kiểng. Bởi vì thứ nhất đây là vùng đất tôi cư trú lâu dài trước khi rời Việt Nam, và lý do thứ hai quan trọng hơn, chính vì người chị ruột đang ở Long Kiểng, người đã luôn dành cho đứa em những tình cảm ruột thịt ấm áp. Tôi luôn tự hào về chị, tự hào về những hành động, cử chỉ, sự quan tâm của một người chị dành cho đứa em mà tôi biết chẳng phải ai cũng có được, tự hào hơn nữa về cuộc đời của chị, là một tấm gương về đạo đức và sự kiên trì trong học vấn.

Tôi mồ côi cha từ thơ ấu, sống với mẹ bằng sự nuôi nấng của các anh các chị. Khi vào Nam, mẹ tôi dắt theo 6 đứa con mồ côi, nhỏ nhất là tôi vừa lên 4 và anh lớn nhất 19 tuổi, lần lượt từng người vừa đến tuổi trưởng thành là bước ra đời, kiếm sống và gửi tiền về nuôi mẹ cùng các em. Những đồng tiền hẹp hòi được mẹ chi tiêu dè sẻn và rất khó khăn. Chị Bội Cẩn bước vào đời từ năm 16 tuổi khi thi xong bằng Trung học. Chị tham dự một cuộc tuyển nhân viên của Viện Pasteur, và được huấn luyện hai năm để trở thành Chuyên viên Phòng thí nghiệm, nhiệm sở đầu tiên là Bệnh viện Long An.

Mỗi ngày trong tuần, bất kể nắng mưa, sau khi tan sở, chị đón xe đò từ Long An về bến xe Chợ Lớn, sau đó đi bộ từ bến xe về trường Chu Văn An (khoảng cách gần 5 cây số) để học lớp đêm, tan lớp, đi bộ cũng khoảng 3 cây số về nhà lúc đó ở cầu chữ Y. Sáng hôm sau, đón xe buýt vào bến xe Chợ Lớn để xuống Long An làm việc tiếp. Hãy nghĩ cái lộ trình đi bộ và tinh thần hiếu học đó suốt hai năm để lấy cho được cái bằng Tú tài toàn phần để hiểu cái ý chí cầu tiến của chị. Giai đoạn đó, chị quen một giáo sư dạy tại Trung học Tân An, anh Chu Hoài Nhân là cháu nội cụ Nghè Chu Mạnh Trinh, hai người gặp nhau, tâm đầu ý hợp, gia đình hai bên nhiều nét tương đồng, cùng là con nhà nho phong và đặc biệt cùng nghèo như nhau.

Sau khi lập gia đình, chị lại kiên trì cho việc học, chị ghi danh vào học Đại học Văn Khoa trong lúc vẫn tiếp tục làm việc tại bệnh viện. Câu chuyện chị kể lại với niềm vui là suốt 4 năm đó, năm nào cũng vào thi vấn đáp với cái bụng bầu. Mỗi năm lấy một chứng chỉ và mỗi năm sanh một cháu bé. Sanh xong cháu thứ tư là chị lấy xong Cử nhân Văn chương Việt Hán, và chị xin chuyển qua ngành Sư phạm, là một ước mơ từ thuở bé.

Bước lên bục giảng thành giáo sư Việt Văn đầu tiên ở trường Trung học Thủ Thừa từ năm 1973, sau đó ròng rã suốt 40 năm làm một việc duy nhất là dạy học, môn dạy duy nhất là Việt Văn. Dạy ở nhiều trường, nhưng lâu dài nhất, dài tới hơn 20 năm là tại trường cấp ba Lê Thánh Tôn huyện Nhà Bè cho tới lúc nghỉ hưu. Có thể nói, các lứa học sinh tốt nghiệp Trung học Phổ thông ở Nhà Bè suốt từ 1980 cho tới 2000 ít có cô cậu nào không phải là học trò của chị.

Cuộc đời của chị là dạy học, cuộc sống của chị là mẫu mực và tâm tư suy nghĩ của chị là giáo dục. Hành trình để lấy cho được bằng Cử nhân để chuyển qua ngành Giáo dục của chị là một nỗ lực gần như phi thường bắt nguồn từ một khao khát nối chí tiền nhân của cả hai bên, bên cha ruột và bên ông nội của chồng, thêm vào đó là thiên khiếu riêng về văn chương chữ nghĩa.

Năm 1985, gia đình tôi cũng rời quận 5, dọn về khu Long Kiểng. Tôi ở ấp Tân Quy Tây nằm cạnh đường Trần Xuân Soạn, còn chị Bội Cẩn ở xã Tân Quy Đông sâu vào bên trong. Những tháng ngày thiếu thốn cơ cực đó, hình ảnh chị chạy chiếc xe đạp mini cũ mèm, vài ba bữa lại ghé qua nhà, hỏi thăm các em các cháu, rồi ấn vào tay tôi tờ giấy tiền nho nhỏ, rút ra từ đồng lương hẩm hiu nhà giáo để em mua thêm thức ăn cho các cháu, mỗi khi nhớ lại không cầm được cảm xúc.

Qua mắt nhìn của chị, tôi chẳng bao giờ lớn lên. Trong những chuyến về Việt Nam đầu tiên, ở tại nhà chị, chị lưu ý từ ly cà phê buổi sáng, tới thay đổi món ăn mỗi bữa, áo quần thay đổi và cả mỗi lần lấy xe ra khỏi nhà là hỏi em đi đâu? Bao giờ về, chị chờ cơm nhé... Có lần, đang giữa trưa tôi đang ngồi uống cà phê với bạn bè ở gần ngã tư Bảy Hiền, điện thoại reng, chị hỏi em đang ở đâu, sáng nay chị mua được con cá diêu hồng ngon lắm làm cá um cần ta mà em thích nè, chị chờ em về ăn cơm nhé... Tôi phải giải thích chị ơi, em đang ở cách nhà cả mấy tiếng đồng hồ, làm sao chị chờ được...

Sáng hôm sau, vừa dắt xe ra, chị đưa chân ra cửa và lại ân cần hỏi... Bao giờ về? Chu Thế Phong là con trai của chị, đưa tay ra cản mẹ và nói với chị rằng: Cậu về là cậu đi chơi chứ có phải về đây để ăn và ngủ đâu. Mẹ đã đưa chìa khóa nhà, chìa khóa phòng và xe cho cậu rồi, thì mẹ phải để cậu thoải mái đi đâu thì đi, chừng nào về thì về, có thế cậu mới về ở đây với mẹ, mẹ hỏi hoài... chắc cậu trốn luôn quá... Tuyệt vời quá Thế Phong, cháu của tôi hiểu cậu đến xương tủy luôn.

Long Kiểng theo chiều ngang là đường Trần Xuân Soạn thì nối từ cầu Rạch Ông tới cầu Tân Thuận, phía bên trái là rạch Bến Nghé, còn bên phải thì ngày xưa là những căn nhà bán thành thị bán thôn quê, nhưng nay đã là những tòa nhà bề thế, các khu chung cư cao tầng. Ngã ba Tân Quy nay thành ngã ba Trần Xuân Soạn và Lê Văn Lương sầm uất sang trọng.

Đi tới nữa, tìm con hẻm nhỏ ngày xưa mà tôi từng ghé chơi nhiều lần là nhà của nhạc sĩ Châu Kỳ, người nhạc sĩ tài hoa người Huế, dáng người đậm thấp, nói chuyện vui vẻ khi khoe rằng ông đang ở căn nhà không số và con phố không tên. Nhạc sĩ

Châu Kỳ là tác giả nhiều ca khúc nổi tiếng như Thương Về Miền Trung, Sao Chưa Thấy Hồi Âm, Con Đường Xưa Em Đi. Nhớ lắm người nhạc sĩ tài hoa đi trên chiếc xe đạp cũ cầm tay cây đàn ghi-ta lớp vẹc-ni trầy tróc, mái tóc bạc phơ mà đôi mắt lấp lánh tia cười khi ôm đàn và hát Giọt Lệ Đài Trang... rồi kể về một cô gái con nhà quyền quý mà có một kết thúc thật buồn. Còn nhớ có lần, trong bàn tròn uống rượu để có Huỳnh Dạ Thảo, Đoàn văn Khánh, khi nghe Châu Kỳ hát vài bài, bài nào cũng buồn, tôi bạo dạn đề nghị xin cho nghe một bản nhạc tình vui được không?

Nhạc sĩ Châu Kỳ nhìn tôi cười, tình vui làm sao thành ký ức để viết được, nói vậy nhưng ông cũng ôm đàn lên... "Chỉ có đôi ta không bao giờ ly biệt, chỉ có đôi ta tha thiết mộng ban đầu. Đừng khóc cho tương lai mai thuyền ngược về đâu. Với một tiếng tin yêu nhau, mối tình đẹp ngàn sau..." Tuyệt vời cho lời hứa hẹn lứa đôi trong ca khúc Đừng Nói Xa Nhau của Châu Kỳ. Đây có lẽ một ca khúc nhạc tình có hậu, tình vui rất hiếm hoi của ca nhạc Việt Nam.

Châu Kỳ là một tên tuổi lớn của tân nhạc, ông để lại cho đời trên 200 ca khúc, trong số đó, rất nhiều bài nổi tiếng ai cũng thuộc mà ít người biết tên tác giả như Đừng Nói Xa Nhau, Tôi Chưa Có Mùa Xuân, Sao Chưa Thấy Hồi Âm... Trong một bài viết trên trang web Yêu Nhạc Vàng (mà tôi không tìm thấy tên tác giả) cũng đã viết về nhạc sĩ Châu Kỳ như thế này:

- Từ một ngôi nhà khang trang trước 1975 phải bán đi để trả nợ cho sự sống còn để rồi còn một mái nhà dột nát ở xã Tân Quy, huyện Nhà Bè hiện nay, từ một chiếc "vespa" cũ kỹ trước 1975, nay lại còn một chiếc xe đạp và từ năm 1975 cho đến nay tính ra Châu Kỳ đã có đến chiếc xe đạp thứ 16, vì bị mất cắp, vì bị hư hỏng không còn xài được nữa và bạn bè - cũng rách nát như anh - thương tình giúp đỡ cùng với món tiền ít oi mà các trung tâm băng nhạc ở hải ngoại gửi về để cho anh mua chiếc xe đạp khác, mua rồi mất, mất rồi mua, nay đã là chiếc xe đạp thứ 16 của anh.

Người nhạc sĩ tuổi bát tuần, thân thể giờ đây tuy có ốm yếu, gầy mòn nhưng trong nét nhạc vẫn còn những nét tinh anh vì tuổi Quý Hợi tuy bề ngoài hiền hậu, thư sinh, ôn nhu nhưng bên trong chứa đầy nghị lực. Mới ngày nào đây, khi những ca khúc đầu tay như "Trở về", "Tiếng hát dân Chàm" ra đời thế mà nay đã ngót nửa thế kỷ, "bóng dâu đã xế ngang đầu".

Từ xã Tân Quy, huyện Nhà Bè, Châu Kỳ nhìn lại khoảng đời đã đi qua mà lòng không khỏi bùi ngùi xúc động, xót thương cho một số đông bè bạn thân mến đã vĩnh viễn ra đi, một số thì diệu vợi xa cách, chỉ còn chăng một số ít oi còn ở lại nhưng cũng lâm vào hoàn cảnh khốn khó, bần bách, đôi mắt nhòa nhạt vì tuổi đời chồng chất.

Khi tôi rời Việt Nam, thì nhạc sĩ Châu Kỳ cũng dọn về Thủ Đức và từ trần năm 2008, hưởng thọ 85 tuổi. Tác giả Cố Đô Yêu Dấu đã được gia đình đưa về an táng tại đồi Nam Giao, Huế, như lời ước nguyện.

Có lẽ phải nhắc đến một di tích khá lạ. Đó là chùa Ông. Chùa mà lại là chùa Ông, thờ Quan Đế. Hồi xưa, muốn vào chùa Ông thì từ Trần Xuân Soạn rẽ vào một con hẻm nhỏ, đi vào rất sâu quanh co qua khỏi khu dân cư, tới đồng ruộng, nghĩa trang rồi tới một bến đò, từ bến đò này lên đò qua một cù lao giữa bưng biền.

Chùa Ông xây dựng trên đó dường như vào khoảng 1945, trong chùa thờ ông Quan Đế có lẽ chỉ là cái cớ tôn giáo hợp thức hóa cho những sinh hoạt ngầm. Chùa xây biệt lập như vậy giữa vùng kháng chiến này thực ra ngày xưa là một cứ điểm, nơi hội họp mật của các thủ lĩnh giang hồ. Ngoài con đường nhỏ nói trên, người ta chỉ còn có thể đến chùa Ông bằng cách khác đó là đi bằng thuyền, mà tôi cho rằng đi bằng thuyền mới là chính. Di chuyển trên chiếc thuyền nhỏ giữa các vòm lá dừa nước um tùm làm tưởng tượng như đi vào vùng các hảo hán Lương Sơn Bạc ngày xưa. Thời gian sống ở Long Kiểng, tôi nhiều lần được thanh niên trong xóm chèo ghe tới sau nhà, đón lên rồi lênh đênh trong lau lách để đến chùa trong những đêm trăng, rất tuyệt vời, lãng mạn và có chất thần bí nữa.

Bởi vị trí chùa gần như biệt lập có giá trị cho những sinh hoạt bí mật, để khi có động, mọi người tan hàng về các ngả khác nhau... Sau này, những người giang hồ và kháng chiến đó tàn lụi đi, nhưng con cháu vẫn thường xuyên vào đó tế lễ tạo thành một lễ hội hàng năm. Lễ hội này có những bài tế đồng nam, đồng nữ rất lạ mắt. Bây giờ, các ao hồ, bưng biền được lấp đi xây nhà cửa, đường sá và một con đường mở ra sau lưng chùa Ông. Người đi chùa Ông bây giờ thoải mái lái xe gắn máy, xe hơi vào thẳng trong chùa. Tôi đã về và đã ghé đến nhưng thực sự cảm giác hụt hẫng thật nhiều.

Đi tới nữa thì gặp Cư xá Ngân Hàng. Đây là một khu cư xá rất đẹp, các đường ngang dọc thẳng tắp với những căn nhà giống nhau, sạch sẽ và thanh tĩnh. Nơi này ngày xưa của Ngân hàng Việt Nam Thương Tín xây cất dành bán cho nhân viên thuộc quyền. Bây giờ vẫn gọi như vậy, và đặc biệt là vẫn giữ được cái thanh tĩnh, sạch đẹp như ngày xưa.

Đi thêm về phía Tân Thuận thì tới một cái cầu nhỏ bằng với mặt đường nên có khi đi qua mà không biết là đi qua cầu, nhưng cây cầu này lại rất nổi tiếng vào khoảng thập niên 1960, đó là cầu Hàng.

Các xã Tân Quy Tây, Tân Quy Đông, Tân Hưng... thuộc huyện Nhà Bè ngày xưa, đã được sáp nhập và thành quận 7 phát triển hết sức nhanh chóng từ đường sá, cầu cống, tới dân cư để trở thành một khu vực quan trọng về kinh tế, thương mại. Con đường Trần Xuân Soạn ngày xưa là đường xương sống của khu Long Kiểng nay cũng phát triển, sầm uất hơn xưa, nhưng không thể so sánh được với những con đường mới mở sau này.

Khi tôi chạy xe buổi tối từ Saigon, băng qua cầu Khánh Hội, rồi cầu Kênh Tẻ. Vừa qua cầu là gặp hàng loạt cao ốc cả ba bốn chục tầng, rồi trường Đại học Tôn Đức Thắng, siêu thị Lotte, tới con đường rẽ trái vào một đại lộ rực rỡ ánh đèn, nhà hàng, tiệm ăn, cửa hàng thời trang... Thật không thể tưởng tượng được khu này ba mươi năm trước vẫn còn là những cánh đồng ngập mặn, những con lạch quanh co với hàng dừa nước mịt mùng.

Dẫu là con lộ đất đỏ ngày xưa hay đại lộ Lê Văn Lương bây giờ, dẫu là khu ruộng ngập mặn hay là các con lộ Nguyễn Thị Thập, Lâm Văn Bền bây giờ, dẫu tên Long Kiểng, Tân Quy hay là Tân Kiểng bây giờ, nhưng từ xa nhớ về, tôi vẫn còn hoài cảm thời lênh đênh trên chiếc ghe nhỏ, chèo trong đêm trăng sáng để đi lễ năm nào, nó thanh bình, thơ mộng, mà còn có vẻ như huyền hoặc nữa.

NGUYỄN MINH DIỄM, ANH TÔI

Anh Diễm mất đi là một bất ngờ với tôi, bất ngờ và hụt hẫng trong suy nghĩ của tôi.

Thực ra, anh Diễm đã lâm bệnh từ 7 năm rồi, đầu tiên là bao tử, sau khi cắt đi một phần bao tử, rồi xạ trị và hóa trị anh đã nghiêm chỉnh thực hiện một chế độ ăn uống, sinh hoạt điều độ và đã trở lại bình thường được mấy năm, sau đó lại bị về phổi, lần này ghê gớm hơn vì tưởng là di căn từ bao tử, nhưng cả nhà "vui mừng" khi biết anh bị cái ung thư này là ung thư khác, không phải di căn từ cái cũ. Anh lại trải qua thời gian dài cho điều trị xạ trị, hóa trị và anh lại vượt qua, hồi sức. Sức khỏe của anh phục hồi ổn định, từ những lúc mê man trên giường bệnh, anh đã ngồi dậy và từ từ bước đi. Anh thực hiện việc ăn uống nghỉ ngơi điều độ, giới hạn và nghiêm khắc.

Nhưng căn bệnh quái ác không để anh yên, vào những ngày kề cận với Thanksgiving năm 2013, anh bị nhức đầu càng lúc càng nhiều, đưa vào bệnh viện cho biết trong não có nước, và ghê hơn nữa là khi thử nghiệm thấy có tế bào ung thư trong đó. Căn bệnh đánh gục anh xuống giường bệnh, có lúc không thể tự ngồi dậy, không di chuyển được nhưng tài năng của các vị bác sĩ, sự công hiệu của thuốc men, và một tinh thần vững vàng, chịu đựng, cùng với sự chăm sóc hết sức kỹ lưỡng, chu đáo của Chị Diễm, anh đã làm những việc thần kỳ: ngồi dậy, bước xuống giường, đầu tiên là từng bước chậm vịn vào walker, rồi sau đó không cần walker vẫn tự đi từng bước từ dưới nhà lên lầu, từ phòng khách vào phòng ăn..., da mặt hồng hào, nói chuyện minh mẫn. Ngày 8.3, sau mấy tháng đứng lên từ cơn bệnh, gia đình đưa anh đi shopping tại Old Town, Alexandria. Nhìn anh thong thả đẩy walker đi dạo, trong nụ cười vui vẻ của cả gia đình còn có những giọt nước mắt mừng vui.

Trong thời gian từ tháng 4 đến hết tháng 6.2014 cả gia đình đã có những bữa cơm ngon miệng, những buổi gặp gỡ anh chị em trò chuyện thú vị và còn ngồi giải trí với nhau bằng những canh chắn khi Chị Nguyễn Thị Bội Cẩn, chị ruột của anh em tôi từ Việt Nam qua thăm. Rồi mùa World Cup anh bên các con theo dõi tất cả các trận đấu với những tràng cười thoải mái.

Nhân ngày giỗ đầu của nhà văn Lê Thiệp, tủ sách Tiếng Quê Hương xuất bản và ra mắt cuốn "Ung Thư ơi, chào mi". Người đứng ra tổ chức - nhà báo Đào Trường Phúc - nói với tôi rằng trong cuốn đó anh Diễm có viết một bài, có thể nào mời anh Diễm tham dự hôm đó được không. Thời gian đó tôi đang ở New Mexico thăm cháu ngoại nên không dám hứa với Đào Trường Phúc chuyện sẽ đưa anh Diễm tới dự, nhưng từ tiểu bang xa, anh Đào Trường Phúc vui vẻ báo tin hôm đó anh Diễm có đến và đặc biệt hơn nữa là đã bằng lòng bước lên nói một vài suy nghĩ của mình trước cử tọa. Tôi vui mừng khôn xiết trước sự hồi phục như thần kỳ của anh.

Nhưng chuyện không êm đềm như vậy. Buổi tối ngày 14.7 anh trở mệt, khó thở, ói mửa và nhức đầu... Gia đình đưa vào Fairfax Hospital nằm ba ngày. Anh dần khỏe lại, dự tính ngày 17 bác sĩ sẽ cho xuất viện về nhà, nhưng cũng từ ngày 17 sức khỏe anh yếu dần... và ra đi vào trưa ngày 23 tháng 7.

Anh Diễm mất đi là một bất ngờ với tôi, bất ngờ và hụt hẫng trong suy nghĩ của tôi.

Tôi nói vậy, vì khi trên chuyến bay từ New Mexico về lại Virginia, chị tôi đã báo tin "Anh Diễm vào bệnh viện và hồi phục dần, Nữu về tới Virginia thì có lẽ anh Diễm đã được về nhà". Cái tâm trạng là anh sẽ vượt qua, sẽ hồi phục mang trong tâm trí tôi cho nên khi vào nhìn thấy anh nằm thiêm thiếp tôi vẫn chưa kịp điều chỉnh lại suy nghĩ của mình thì anh yếu dần...

Anh Diễm hơn tôi 7 tuổi. Cái tuổi chênh lệch này nếu sống trong một đất nước thanh bình như Hoa Kỳ thì không có gì là xa xôi quá, nhưng hồi đó khi ở Việt Nam, thì hai anh em chúng tôi là hai thế hệ rất khác biệt của thời đại.

Anh thuộc lứa thiếu niên miền Bắc di cư vào Nam khi vừa bước chân vào giai đoạn trung học. Lứa tuổi sinh khoảng đầu và giữa thập niên 40. Họ vào Nam theo một làn sóng di cư khổng lồ và sống theo không gian Sài Gòn nhưng lại bằng sức sống mãnh liệt của lứa trẻ vừa bị mất quê hương, vừa vượt qua cửa chết, vừa khao khát vươn lên trong đời sống mới... Những người đó, sau này là bạn với anh tôi, hầu hết nếu không muốn nói là tất cả những người lứa tuổi đó mà tôi biết được đều là những tấm gương hết sức đáng quý trong lãnh vực họ tham dự.

Còn tôi, hay những người thuộc cái lứa tuổi sinh trong thập niên 50 thì lại khác. Lứa tuổi trước thì sinh ra trong bom đạn chiến tranh, sống và vượt lên từ những lằn ranh bất an, khốn khó, nhưng sau đó lứa tuổi đó được hưởng khoảng 10 năm cho thời gian an ổn để phát triển học hành và năng khiếu. Còn lứa tuổi chúng tôi thì ngược lại.

Chúng tôi ra đời, và thời thơ ấu có thể nói là được sống trong thanh bình, nhưng khi vừa lớn lên lại đối đầu trực tiếp với chiến tranh, sau năm 1960, miền Nam không còn an bình nữa, và năm 1968, sau khi lệnh Tổng Động Viên ban hành, bạn bè tôi, hầu hết bước vào quân ngũ và tan đi khắp bốn phương trời.

Năm 1960, khi tôi bắt đầu học năm đầu của chương trình Trung Học Đệ Nhất Cấp thì anh Diễm và những bạn cùng thời đã vào năm 2 Đại Học, rất nhiều anh tham dự vào các chương trình sinh hoạt, giáo dục, văn hóa và cả chính trị nữa. Năm tôi học Đệ Thất thì trường tôi học chính là Trung Tâm Giáo Dục Cộng Đồng của Sinh Viên (tôi không nắm vững là có thuộc Tổng Hội Sinh Viên hay không, và lúc đó có Tổng Hội Sinh Viên Sài Gòn hay chưa) nhưng những người thầy đứng trên bục giảng là những sinh viên, chắc chắn vậy, vì họ chính là những người bạn của anh tôi. Ngôi trường này nằm ngay đối diện với Thảo Cầm Viên Sài Gòn, một khu đất trống, dựng lên hai dãy nhà tôn chia thành khoảng 6 phòng học... Sau này lớn lên, khi trở lại khu trường đó thì đã không còn, khu đất sau đó được xây dựng thành Tổng Ủy Dân Vận.

Khi tôi bước vào năm đầu của chương trình Trung Học Đệ Nhị Cấp - lớp Đệ Tam ở Trung học Nguyễn Bá Tòng thì chẳng những chính anh Diễm là giáo sư đứng lớp dạy tôi môn Việt Văn, mà còn rất nhiều bằng hữu của anh dạy các môn khác trong chương trình học như các giáo sư Phạm Quân Khanh, Phạm Văn Hải, Ngô Trường Thịnh, Phạm Đăng Hưng, Nguyễn Quang Tuyến, Nguyễn Xuân Thiệp... hay khi tôi từng bước tham gia vào văn nghệ, làm thơ viết văn, tôi lại nhìn thấy rất nhiều bạn của anh đã là những tên tuổi trên văn đàn như Bùi Bảo Trúc, Bùi Ngọc Tô, Nguyễn Bá Trạc, Trần Lam Giang, Ngô Vương Toại, Lê Thiệp...
Nói thế, để thấy dù cách nhau chỉ 7 tuổi, nhưng đã thực sự hai anh em là hai thế hệ và hai thời đại sống.

Tôi nhìn anh và những người bạn của anh là những bậc thầy, những đàn anh đi trước và đi trước rất xa.

Hai anh em cũng ít khi có dịp chuyện trò với nhau dù sống chung nhà, chuyện trò theo cái nghĩa nói chuyện vui đùa, tâm tình hầu như không có vào thời đó. Những câu nói đa phần chỉ là hỏi đáp chuyện cần. Những quen biết từ khi tôi vào quân đội và cầm bút viết văn đã đưa anh em tôi gần với nhau hơn. Rất nhiều người là bạn anh Diễm và khi quen với tôi đã coi tôi như em, mà cũng có những người quen với tôi trước, sau đó quen với anh Diễm, nhưng vì tuổi tác nên cũng nhẹ nhàng coi tôi như em. Tôi tự hào là em anh Diễm và cũng không kém tự hào được làm em những người là bạn của anh Diễm tôi.

Từ lúc đó, rất nhiều những điều tôi không nắm vững tôi thoải mái đưa ra hỏi và bao giờ cũng được trả lời tường tận. Cái quý là không phải cái gì anh Diễm cũng biết, nhưng anh Diễm biết

chỗ để tìm những cái anh Diễm chưa biết và anh Diễm thừa nhiệt tình bỏ công ra tìm kiếm để trả lời với tôi.
Như cái lần tôi đi California. Anh Hoàng Khởi Phong đưa tôi bộ sách Trăng Huyết và nói, "Cuốn này của Nguyễn Ước viết, nửa dịch từ tác phẩm Sài Gòn của Anthony, một nửa viết thêm. Rất hay. Nguyễn Ước định bỏ tiền ra in ở Canada nhưng trở ngại gì đó. Em hãy đọc và nếu có thể thì xuất bản cho Nguyễn Ước".
Trên chuyến bay từ California về, tôi đã đọc và thực sự bị cuốn hút vào bộ sách ngàn trang này. Nhưng bỏ tiền ra xuất bản một cuốn sách có nghĩa đứng chung với tác giả trên lập trường, nhất là đây lại là một trường thiên tiểu thuyết lịch sử cận đại. Như vậy cái đọc không chỉ là đọc về văn chương mà còn phải đứng trên cái nhìn Đúng Sai, Thực Giả của nội dung tác phẩm. Mà muốn có cái nhìn như thế, nó đòi hỏi phải có cái tầm nhìn rộng khắp, phải có cái kiến thức tổng quát, và còn phải cân nhắc phân tích các sự kiện lịch sử hợp lý nữa. Tôi thực sự không tự tin vào mình ở chuyện này, cho nên người tôi nhắm đến là anh Diễm.
Tôi đưa anh cuốn sách và kể anh nghe những gì anh Hoàng Khởi Phong nói.

Một tuần sau, anh gọi cho tôi và nói, *"Chưa một quyển sách nào viết về chiến tranh Việt Nam được như cuốn này. Nó hội đủ các yếu tố Chân Thực, Công Bằng, Hấp Dẫn và Văn Phong trong sáng. Xuất bản cuốn này là xứng đáng và nên làm, nếu Nữu xuất bản, anh sẽ viết lời giới thiệu cuốn này cho."*

Trường thiên tiểu thuyết Trăng Huyết của Anthony Grey và Nguyễn Ước dày 1200 trang bìa và trình bày của Nguyễn Trọng Khôi, lời giới thiệu của Nguyễn Minh Diễm, bạt của Hoàng Khởi Phong do nhà xuất bản Kiến Văn Thời Đại xuất bản năm 2005 đã ra đời trong quan niệm như thế.

Một kỷ niệm khác về thơ, năm 2006, khi tôi chuẩn bị in tập thơ đầu tay mang tên "Lời Ghi Trên Đá", tôi đưa anh tập bản thảo, và anh viết lời tựa. Sau khi đọc xong anh ngần ngừ, có hai câu thơ của Nữu anh rất thích nhưng không dám nhắc tới, bởi vì đọc sao quen quá, dường như đã có thấy đâu đó mà không nhớ ra, sợ là hai câu này em trùng ý với một người nào đi trước. Tôi hỏi hai câu nào, anh nói:

Không cứ phong sương thì mới lạnh
Đêm nay nghe buốt đến tê người

Và anh nói bây giờ Internet có rất nhiều tư liệu, anh đã vào và tìm suốt hai ngày nhưng chưa thấy câu nào trùng. Nhưng vẫn chưa chắc ăn nên thôi thà bỏ qua còn hơn nói sai. Tôi vâng lời anh, và không chỉ thời gian đó, cho tới vài năm sau tôi vẫn cố search tìm từng câu, hoặc từng nhóm chữ. Tôi không tin là tôi bị ảnh hưởng của ai để viết hai câu đó, nhưng cùng lúc tôi tin trình độ thưởng ngoạn và trí nhớ của anh tôi nên cũng không dám cho rằng mình là đúng.

Cái bàng hoàng về cuộc đi xa vĩnh viễn của anh Diễm chưa lắng xuống, thì bàng bạc hiện lên là sự thiếu vắng và hụt hẫng. Anh Diễm mất đi dù bất ngờ vì trong lúc mọi người đang nhìn thấy sự hồi phục dần của anh, nhưng lại là cái chết đã chuẩn bị sẵn vì cơn bệnh đã đến và ở lại với anh từ lâu rồi. Anh đã chuẩn bị cho mình và chuẩn bị cho cả những người chung quanh. Nhưng anh không ước lượng được sự ra đi vĩnh viễn của anh sẽ làm những người chung quanh anh đau buồn tiếc nhớ đến độ nào đâu.

Với riêng tôi, anh là một người anh ruột thịt, một tâm giao về thơ văn nhạc họa, và là một người thầy đúng nghĩa, không phải thầy hồi học trung học đâu, mà cho mãi tận bây giờ "bất cứ lúc nào, cái gì cần cứ hỏi, nếu anh không biết, anh sẽ tìm cho..."

Anh Nguyễn Minh Diễm ơi...

HÒA BÌNH ÁO ĐEN

Hôm ra mắt Quán Văn số 41, Đoàn văn Khánh lôi tôi xuống cuối hội trường, chỉ vào một khuôn mặt quen quen và hỏi ông nhớ ai không?

- Rất quen nhưng mà không nhớ.

- Phan văn Quang, nhớ chưa?

Tôi ngượng ngùng nhìn cả hai người và thú thật nhìn rất quen, nhưng nói là nhớ thì... chưa kịp nhớ ra.

- Ban Mê Thuột, chơi với Hứa Hùng Quý...

- A... phải rồi, gần 50 năm không gặp mà hỏi nhớ không thì... thách thức nhau quá. Nhưng thật sự là quen mặt nhau thật nhiều.

Chính xác là 46 năm về trước, năm 1970, chúng tôi đã gặp nhau trong rất nhiều buổi cà phê, tụ hội, sinh hoạt... Khi đó tôi và Đoàn văn Khánh cùng ở Ban Mê Thuột.

Quang vui vẻ trao tặng tập thơ "Gửi Chiều Ra Phố". Thơ của Quang buồn, chất chứa nhiều u uẩn và nhắc nhớ nhiều về vùng đất Tây Nguyên, nơi Quang sống suốt từ đó tới cách đây mấy năm. Khi con cái lớn lên, vợ chồng Quang mới quyết định di chuyển về sinh sống ở Saigon.

Trước khi gặp Phan văn Quang, thì Đoàn văn Khánh đã giới thiệu với tôi một người nữ rất mới mà rất cũ: Chị Carol Kim người tựa gối kề vai với anh bây giờ chính là một cô bé ngày xưa gặp gỡ và sinh hoạt thanh niên với chúng tôi thời ở Ban Mê Thuột. Khánh nhấn mạnh hãy lưu ý, Kim bấy giờ là một cô bé, cô bé đi theo các chị để đến tham dự các buổi sinh hoạt của chúng ta, và cô bé nhỏ xíu đó chẳng ai nhớ tới đâu. Chuyến về Saigon lần này gợi cho tôi quá nhiều kỷ niệm về một thành phố trên cao nguyên. Cái thành phố mà nắng thì Bụi Mù Trời, mưa thì Buồn Muôn Thủa đã ghi trong lòng tôi những kỷ niệm tuyệt vời của thời thanh niên rực rỡ.

Tôi đổi lên Ban Mê trước, Ban Mê Thuột lúc đó là địa đầu, vùng của giao tranh và như một vùng đất đi đày. Còn Khánh đang lội bùn đen ở Đồng Tháp Mười.

Nhớ một ngày đầu năm, Khánh gửi thư lên có kèm bài thơ:

Buổi chiều một mình trên thành cầu
Ném xuống dòng sông tờ lịch cuối
Có phải bây giờ trời đương xuân
Quanh đây không một niềm rạo rực
Trong ta gượng gạo tiếng reo mừng

Và kể vừa qua một cơn trọng bệnh, và rất cô đơn, thèm có bạn bè trò chuyện. Cái cô đơn của con người thiếu kẻ tri âm.

Tôi nói với Khánh rằng tôi không thể xin về Đồng Tháp, nhưng nếu Khánh xin đổi lên đây thì thú vị biết bao. Và Khánh xin đổi lên Ban Mê Thuột thật. Đó thực sự là một hạnh phúc mà hai người bạn đem đến cho nhau ở cái tuổi hai mươi. Chúng tôi đã sống hết mình cho Thơ, cho Nhạc, cho đời thường, cho sinh hoạt thanh niên, và cho cả những mối tình vụng về mới lớn. Những sinh hoạt trong đó có Phan Ni Tấn, có Lâm Thượng Văn, có Nguyễn Quyết Thắng, có Phan văn Quang và cả tên người mà hồi nãy Quang nhắc tới: Huynh trưởng Hứa Hùng Quý.

Còn có một người nữa mà cả tôi và Đoàn văn Khánh đều tránh né không dám nhắc tới với nhau, bởi vì lúc đó, còn hẹp hòi cho rằng cái tên đó như một vết thương lòng của tôi, mà Khánh không muốn chạm đến. Nhưng bây giờ, chuyện đã quá xa, và bình tâm xem lại thì thấy như một đoạn nghiệp duyên, cái mà lúc đó tưởng là tình yêu, thực ra cũng chỉ là những cảm xúc nhất thời.

Hãy gọi tên cô ta là Hòa Bình. Hòa Bình là một huynh trưởng trong sinh hoạt thanh niên mà tôi và Khánh cùng tham gia. Hòa Bình có một người tình, đó là Vinh. Vinh là sinh viên trường Cao Đẳng Sư Phạm Cao Nguyên. Bất ngờ hai đứa chia tay, Vinh nói với Hòa Bình là, "Anh đã nghiệm lại và thấy rằng anh không yêu em, và anh cũng không muốn tiếp tục nói dối là yêu em, thôi mình chia tay đi."

Hòa Bình rơi vào trạng thái hoảng loạn và buông thả. Gần như cặp bồ tứ tung, nay ông này mai ông khác, và lại cố tình phô trương chuyện cặp bồ đó để trả thù Vinh.

Thành phố nhỏ xíu, gần như ai cũng biết nhau, nên những việc Hòa Bình làm ảnh hưởng tới tổ chức thanh niên mà chúng tôi sinh hoạt. Một vài phụ huynh tỏ vẻ e ngại về đạo đức của huynh trưởng, cho nên với danh nghĩa Liên Đoàn Trưởng, Hứa Hùng Quý triệu tập một buổi họp và tìm biện pháp khắc phục.

Có ý kiến đuổi Hòa Bình ra khỏi tổ chức, không thể chấp nhận một người có tư cách xấu như thế đứng chung trong tập thể chúng ta. Có ý kiến ngược lại, chúng ta là một tổ chức giáo dục thanh niên, chúng ta khao khát hướng dẫn thanh niên sống với đạo đức và đào tạo nền móng cho cuộc sống lành mạnh, nếu cứ thanh niên nào hư chúng ta đuổi ra, chỉ giữ lại thanh niên tốt thì chúng ta giáo dục ai?

Vậy biện pháp đưa ra là cử một huynh trưởng đứng ra tạo cho Hòa Bình một chỗ dựa ổn định về tình cảm cho đến khi Hòa Bình tìm được một tình yêu chân chính.

Biện pháp thì có rồi, nhưng ai là người đứng ra thực hiện. Các huynh trưởng ngồi chung thì người đã có vợ, người đang có bồ, và người chuẩn bị đám cưới, chỉ còn hai anh chàng độc thân vui tính là tôi và Khánh.

Hòa Bình có đôi mắt to, sáng và đôi mắt biết cười. Tôi tình nguyện làm người nói chuyện với Hòa Bình. Ngay trưa hôm đó tôi đến nhà Hòa Bình và nói với em rằng tôi cần gặp và nói chuyện riêng với em một chút. Hòa Bình gật đầu, chúng tôi đi dọc theo suối Đốc Học, qua khỏi chùa Khải Đoan, tìm một quán cà phê ngồi lại.

Tôi hỏi em, hãy nói cho anh biết, sau Vinh, những người đàn ông quen biết với em sau này, thực sự em đã yêu ai chưa?

Hòa Bình hai tay chống cằm, nhìn thẳng vào tôi im lặng một lúc khá lâu, rồi nói rất chậm: Em có để ý một người.

- Ai vậy?

- Anh Khánh.

Tôi nhìn ra ngoài sân. Buổi trưa nắng ở Ban Mê gay gắt lắm, gió thổi miệt mài cuốn từng luồng bụi đỏ mênh mông trên đường nhựa, trôi tắp vào dãy vườn cà phê ngút mắt phía xa. Tôi gật đầu, thôi được, anh chỉ muốn biết tới đó, em để ý tới Khánh thì Khánh cũng sẽ để ý tới em.

Tôi nói lại cho Khánh nghe lời Hòa Bình nói, và bỡn cợt như kiểu bàn giao: Nhiệm vụ của tôi đến đây là hết, bàn giao đơn vị lại cho anh. Cả hai cùng cười thoải mái như một chuyện vui đùa.

Thế rồi bẵng đi cả vài tuần lễ chúng tôi không gặp nhau. Gọi điện thoại cho Khánh, thì Khánh nói Khánh bận trực, hoặc đi vắng. Cuối tuần tôi ngồi một mình ở Cà Phê Chi Cao, nhìn ra ngã tư buồn hiu hắt. Bất ngờ nhìn thấy Khánh chạy xe ngang qua, sau lưng tình tứ chính là cô gái mắt to tóc ngắn Hòa Bình.

Tôi vừa vụt muốn đứng lên để gọi, vừa cảm thấy có cái gì không ổn trong lòng. Sao vậy ta, chuyện này... lẽ đương nhiên là phải vậy. Cái việc Khánh đang làm là do chính tôi đưa Khánh mà? Khánh đang thực hiện điều mà chính tôi yêu cầu mà?

Nhưng dường như cái tôi nghĩ và cái tôi muốn nó không giống nhau... Tôi đi bộ về mà hoang mang, nghĩa là sao, chính tôi cũng chẳng hiểu được mình.

Tôi có đặt một số câu hỏi cho mình. Phải chăng tôi yêu Hòa Bình? Đặt câu hỏi rồi tôi bật cười, yêu cái gì khi cảm giác rung động khi gặp nhau còn chưa có thì tìm đâu ra cái "run run như thần tử thấy long nhan" đó. Hay là... hay là... và không tìm được câu trả lời cho mình. Chỉ thấy lòng rộn lên một cái gì rất khó chịu, và bực bội vô cớ.

Tôi chịu đựng cảm giác đó mấy ngày. Rồi không nhịn được, nửa đêm tôi gọi điện thoại cho Khánh, nói với Khánh rằng tôi thấy Khánh đi chơi với Hòa Bình... Khánh ngắt lời:

- Thì ông muốn như vậy mà?

- Bây giờ khác!

- Nghĩa là sao?

Tôi cố tìm chữ giải thích cho Khánh nghe cảm giác của mình, nỗi buồn và sự xao động khó chịu và kết luận: thôi, anh chấm dứt vụ Hòa Bình đi.

Giọng Khánh hơi chùng xuống, rồi khẳng định, "Đồng ý, chúng ta chơi với nhau đã bấy lâu nay, tôi hiểu ông, ông hiểu tôi tới độ không cần nói ra cũng đã biết ý nhau. Đây là lần đầu tiên ông phải giải thích mà tôi vẫn chưa hiểu. Nhưng không sao, coi như chuyện Hòa Bình sẽ chấm dứt ngay hôm nay."

Sau đó chúng tôi lại vui vẻ hẹn nhau đi uống cà phê, hẹn ra Nguyễn Quyết Thắng nghe nhạc ca hát, hẹn nhau đi sinh hoạt... nhưng thấp thoáng đâu đó trong tia mắt Khánh tôi bắt gặp một cái gì lúng túng.

Hồi đó, phong trào quán cà phê vườn vừa phát triển ở Ban Mê Thuột. Tôi được biết có một quán mới mở nghe nói rất đẹp, nằm trong khuôn viên một tòa biệt thự đầy ắp hoa cảnh, nhạc hay và cà phê chất lượng tuyệt hảo. Cuối tuần, tôi gọi cho Khánh rủ nhau tối thứ Bảy ghé quán. Khánh từ chối vì đêm đó bận trực, sau đó Khánh dặn dò, quán đó chắc đẹp và hay lắm, tôi cũng muốn đến, nhưng đi chơi thì phải có bạn, nên hay nhất là ông cũng khoan tới đó. Chủ nhật tôi rảnh, hai đứa cùng đi hay hơn chứ. Tôi đồng ý với Khánh.

Nhưng bất ngờ là khuya thứ Bảy đó, đang nằm thiu thiu sắp ngủ, hai người bạn cùng đơn vị tốc mùng lên và rủ đi uống cà phê. Uống ở đâu? Ra Thu Vàng đi, quán mới, chắc nhiều thú vị.

Trước cửa quán là cả dãy xe Jeep, xe gắn máy đậu đầy nghẹt, trong quán tối om, những ngọn đèn nhỏ xíu trang trí giữa các chậu hoa kiểng chỉ đủ ánh sáng mờ mờ lên từng cái bàn nhỏ nép vào giữa lá cây và bóng đêm.

Ngồi uống cà phê cả ba im lặng nghe nhạc, nhưng có một âm thanh khác lâu lâu vọng lại từ một cái bàn bên kia bụi cây, nghe như tiếng khóc, tiếng thút thít những lời rì rầm nho nhỏ. Rồi tiếng gõ ly ra hiệu tính tiền, chút xíu sau hai bóng người dìu nhau đứng lên rời khỏi quán... tay trong tay, vai sát vai, tôi không nhìn thấy mặt, nhưng mái tóc ngắn, và vóc dáng người đàn ông thì quen thuộc quá đỗi. Hỡi ơi... bạn tôi.

Mắt tôi hoa lên, và tay chân run như bị trúng gió. Tôi cố kiềm chế bằng cách dựa ngửa người trên ghế, nhưng lồng ngực đau điếng như bị một cú đấm và cố nén thế nào thì cũng hực lên một tiếng xót xa. Hai người bạn hỏi dồn, chuyện gì vậy, mày sao rồi? Tôi nói nhanh, tao lạnh quá, có vẻ như cảm gió, mình đi về thôi.

Cả tháng trường tôi từ chối không nhận điện thoại từ Khánh, không liên lạc và nhất định không chịu gặp. Nhưng cơ thể phản bội tôi, giữa lúc tôi cần sức khỏe để chịu đựng những tan nát trong lòng mình thì cũng là lúc con vi trùng sốt rét hoành hành. Người tôi lúc thì như lửa đốt, lúc thì như trong hầm nước đá, và tôi thiếp đi mê mệt vào một lúc nào đó tôi không biết.

Khi tôi tỉnh dậy, đang nằm trong bệnh viện, trên người còn những dây truyền nước biển, mắt mờ mờ nhìn chung quanh thì hình dáng đầu tiên tôi thấy là Khánh. Khánh bước tới đưa tay sờ vào trán tôi, rồi nắm lấy tay tôi.

Tôi nói thều thào, anh về đi.

Khánh vẫn nắm chặt tay tôi và nói nhỏ:

- Tôi về ngay bây giờ. Tôi tới chỉ để nói với ông hai điều, và tôi nói ngay đây. Thứ nhất là sáng hôm qua, Hòa Bình đã rời khỏi Ban Mê Thuột để đi Nha Trang, cô ta sẽ không về lại đây nữa. Thứ hai là những gì ông nghĩ trong đầu là sai lầm và những điều ông nhìn thấy tưởng như chính xác nhưng thực ra nó lại không phải như vậy. Bây giờ ông đang hồi phục và sẽ khỏe trong thời gian ngắn cho nên tôi sẽ không tới đây và sẽ không bao giờ tự ý gọi điện thoại cho ông nữa.

Khánh ngừng lại một chút, rồi nói tiếp:

- Tôi luôn sẵn sàng chờ nghe điện thoại ông gọi, bất cứ lúc nào. Hãy nhớ rõ là tôi chờ.

Khánh bỏ đi và tôi rơi vào trạng thái mơ mơ màng màng. Thời đó là thời trai trẻ. Sức con trai nên sau khi dứt sốt, tôi bình phục nhanh chóng. Đó là khoảng thời gian buồn nhất trong suốt mấy năm tôi ở thành phố cao nguyên. Những ngày đìu hiu nhìn rừng cây cà phê xanh ngắt, trời trong vắt và những con lộ đất đỏ mịt mùng:

Trời xanh như màu cỏ
Đất đỏ như máu mình
Một chiều đi tản bộ
Mới thấy đời mông mênh.
(thơ ĐVK)

Tôi không gọi điện thoại cho Khánh, và Khánh cũng không gọi điện thoại cho tôi. Nhưng tôi và Khánh có khá nhiều bạn chung ở đây, tôi lảng vảng đến nhà Hứa Hùng Quý, nhà Nguyễn Quyết Thắng, nhà Nguyễn Mạnh Tấn, nhà Hoàng văn Hiếu với những ao ước ngấm ngầm bất ngờ gặp nhau. Và gặp nhau thật.

Cả hai vẫn làm như giữa hai đứa chưa hề có chuyện gì, ngồi chơi chung một chút Khánh đứng dậy nói với tôi mình đến nhà Thắng đi. Tôi gật đầu đi theo Khánh ra xe.

Tới quán cà phê Thu Vàng, gọi cà phê và không giữ im lặng được nữa. Khánh nói:

- Tôi muốn nói chuyện với ông, không phải để xin lỗi ông về chuyện vừa qua, vì tôi không có lỗi. Mà chỉ để nói cho rõ một sự thật. Chuyện bắt đầu với Hòa Bình là do ông đề nghị, và chuyện chấm dứt với Hòa Bình cũng là do ông yêu cầu. Nhưng chúng ta sống phải có lý lẽ, chúng ta muốn giúp cô ta ổn định và từ đó tự đứng lên vững vàng bước đi, chúng ta không thể lôi cô ta từ một vũng lầy này để rồi đường đột bỏ đi như Vinh để đẩy cô ta vào một vũng lầy khác, có khi lại sâu nặng hơn. Cho nên tôi thỏa thuận với ông là sẽ chấm dứt, nhưng ít nhất phải có thời gian để rút chứ. Thứ hai là tôi không yêu cô ta, và tôi khẳng định ông cũng chưa yêu cô ta, cái phản ứng của ông chỉ là cái phản ứng của lòng tự ái. Cái tự ái đó cộng thêm lòng kiêu ngạo và thiếu sâu sắc khi suy xét của ông đã đẩy ông vào trạng thái tồi tệ. Tồi tệ hơn nữa là ông đã đẩy những người yêu quý ông vào cảm giác phạm lỗi, mà họ không hề có. Ông có lỗi.

Khánh kết luận một cách chắc nịch như vậy.

Tôi nhìn Khánh, nhìn những hàng chậu hoa cảnh rực rỡ hoa vàng, và nhìn ly cà phê tỏa hương thơm ngào ngạt và nhẹ nhàng trả lời. Cà phê ở đây ngon thiệt.

Hòa Bình biến mất khỏi Ban Mê Thuột, và biến mất trong tất cả những chuyện trò giữa tôi và Khánh. Lòng riêng, tôi vẫn mong được gặp lại em một lần, gặp không phải để tôi hỏi em, mà gặp để tôi có dịp hỏi lại lòng mình là từ đâu, tại sao và như thế nào để tôi gục ngã như vậy. Thế thôi.

Hơn ba năm sau, ở bệnh viện Pleiku, tôi gặp lại Hòa Bình. Đôi mắt to đen và lấp lánh tiếng cười đó bây giờ sũng nước mắt. Hòa Bình lên xin giấy chứng tử cho người chồng vừa tạ thế. Tôi đưa Hòa Bình đi ăn trưa rồi ghé lại một quán vắng ngồi nói chuyện. Ngồi ôn lại chuyện xưa và tiếc nhớ một thời trẻ trung cũ. Bất ngờ trong quán mở bản nhạc "Tưởng Như Còn Người Yêu" thơ của Lê thị Ý, nhạc của Phạm Duy:

Ngày mai đi nhận xác chồng
Say đi để thấy mình không là mình
Ngày mai đi nhận xác anh
Cuồng si thủa ấy hiển linh bây giờ
Cao nguyên hoang lạnh ơ hờ
Như môi góa phụ nhạt mờ nét son
Tình ta không thể vuông tròn
Say đi mà tưởng như còn người yêu...

Hòa Bình không khóc, đôi mắt sũng nước chỉ cúi xuống mặt bàn, nhưng tôi thì khóc, tiếng khóc bật lên bất ngờ tôi không kìm được và nước mắt ràn rụa, tôi thấy mình trôi... trôi và lênh đênh giữa tầng mây đang soi bóng mình xuống mặt nước xanh biếc của Biển Hồ.

Giọng nói của Hòa Bình bây giờ không còn dịu nhẹ ngoan ngoãn như ngày xưa, và cất lên như lời chỉ dạy của người chị với đứa em:

- Đừng con nít nữa. Lâu rồi không gặp, tôi nghĩ bạn phải người lớn hơn, trưởng thành hơn chứ. Bạn nghĩ thử coi, có người con gái nào sỗ sàng để trả lời thẳng với câu hỏi mà ngày xưa bạn đặt ra với tôi không? Cái tự cao cộng với thiếu tâm lý, đặt vấn đề không tế nhị và suy xét ngu muội ấy chỉ có ở một đứa con nít. Tới bây giờ mà còn chưa lớn lên, chưa hiểu được nữa sao?

Tôi cứng người trên ghế và im câm suốt tới lúc chia tay. Vạt áo dài đen của Hòa Bình lất phất trong mưa bụi Pleiku, khuất dần vào góc phố, nhưng chắc chẳng bao giờ quên được trong trái tim tôi.

Đang nói về Saigon, mà mạch văn đưa chúng ta đi quá xa về vùng Cao Nguyên, về thời gian hơn 50 năm về trước, nhưng có sao đâu:

Từng góc phố ngát thơm từng ký ức
Mỗi mặt người đăm đắm một riêng tư
Tôi thả tôi về những lối tôi xưa...

THANH CA - TÁC ĐỘNG MỘT THỜI MÃI NHỚ

Phong trào Du Ca được hình thành từ nhóm Trầm Ca. Nhóm Trầm Ca thành hình từ những sinh hoạt thanh niên ca phát xuất từ Đà Lạt. Theo Bách Khoa Toàn Thư Mở ghi rằng: “Sự ra đời của Phong trào Du Ca gắn liền với phong trào hoạt động xã hội của thanh niên, sinh viên, học sinh miền Nam – bùng lên mạnh mẽ tại miền Nam vào giữa thập niên 1960. Cao điểm của phong trào hoạt động xã hội là “Chương trình Công tác Hè 1965” – một dự án lớn liên kết nhiều hội đoàn thanh niên và nhiều viện đại học lớn tại miền Nam lúc đó.

Mùa hè năm 1965, Nguyễn Đức Quang và một số bạn đồng môn (là cựu học sinh trường Trung học Trần Hưng Đạo – Đà Lạt) đã tham gia “Chương trình Công tác Hè năm 1965” và gặp gỡ nhiều nhà hoạt động thanh niên của vùng Sài Gòn – Gia Định. Sau kỳ nghỉ hè này, một ban nhạc sinh viên đã bắt đầu hình thành gồm có năm người: Nguyễn Đức Quang, Trần Trọng Thảo, Hoàng Kim Châu, Nguyễn Quốc Văn và Hoàng Thái Lĩnh. Ban nhạc sinh viên này xuất hiện lần đầu tiên tại giảng đường Spellman (Viện Đại học Đà Lạt) vào hai đêm 19 và 20 tháng 12 năm 1965 cùng với nhạc sĩ Phạm Duy và ca sĩ Phương Oanh. Kể từ đó, Phương Oanh gia nhập ban nhạc – chính thức có tên là Ban Trầm Ca. Trong năm 1966, ban nhạc này đã cùng nhạc sĩ Phạm Duy lưu diễn nhiều nơi tại miền Nam Việt Nam.

Cũng trong năm 1966, được sự hỗ trợ của một số huynh trưởng hoạt động thanh niên, Ban Trầm Ca đã tổ chức 8 khóa Thanh Ca – Tác Động nhằm đào tạo hạt nhân để phát triển phong trào. Cuối năm 1966, Phong trào Du Ca Việt Nam được chính thức thành lập như một tổ chức thanh niên tự nguyện với mục đích giáo dục thế hệ trẻ thông qua các hoạt động văn nghệ và sinh hoạt cộng đồng. Đinh Gia Lập – một hướng đạo sinh, cựu học sinh trường Trần Hưng Đạo, cũng là một thành viên của Ban Trầm Ca mặc dù không tham gia trình diễn, đã trở thành Chủ tịch lâm thời của Phong trào Du Ca".

Tôi đến với Du Ca khoảng năm 1972, khi còn trong quân ngũ và đóng ở Ban Mê Thuột. Đầu tiên là quen với Nguyễn Quyết Thắng, sau đó đến với Du Ca Lòng Mẹ do Thắng làm đoàn trưởng. Du Ca Lòng Mẹ Đắc Lắc ghi đậm dấu nhớ trong tôi là những buổi sinh hoạt, tập hát những bài hát mới, và thú vị nhất là những lúc ngồi chung trong một vòng tròn vỗ tay làm nhịp, và hát hăng say các bài ca sinh hoạt: Nắng nóng cháy da đã về rồi, trên thân người đẹp tôi, Bão tố buốt xương cũng về rồi, cho thêm tàn phai. (Người yêu tôi bệnh, Nguyễn Đức Quang). Khởi đầu là như vậy, nhưng tôi đang trong quân ngũ, chỉ đến chơi và làm bạn đoàn được thôi. Rồi khi rời Ban Mê Thuột, vẫn mang trong lòng đầy ắp kỷ niệm sinh hoạt với tình thân áo nâu cho nên tôi vẫn tự coi mình như một Du Ca. Về Saigon, tôi có dịp gặp và làm thân với các anh chị trưởng của Du Ca như Đỗ Ngọc Yến, Nguyễn Đức Quang, Ngô Mạnh Thu, Trần Trọng Thảo, Phạm Tuấn Ngọc. Đặc biệt là Huynh Trưởng nhỏ hơn, đồng trang lứa với tôi như Đinh Việt Hùng, Nguyễn Ngọc Linh, Bùi Công Bằng trong một tập thể khác là Đoàn Du Ca Giao Chỉ. Nhớ tới một người là nhớ tới điểm đặc biệt của người đó và kéo theo nhớ về cả một nhóm người.

Có một bài lục bát rất hồn nhiên, thơ mộng của Đoàn văn Khánh được Nguyễn Quyết Thắng phổ nhạc và cặp đôi Bùi Công Bằng – Trần Hương Giang hay hát song ca là ca khúc Những Tối Hoa Xưa. Bài hát như thế này:

Năm, mười, mười lăm, hai mươi

Tôi che mắt kiếm, em cười rất trong
Con trăng sớm biết mặn nồng
Bay ngang một sợi mây hồng như mơ.
Thương em, xé vở học trò
Đêm khuya cắn bút làm thơ tỏ tình
Trên dòng lục bát mông mênh
Gọi mưa về lá hồn nhiên ngủ vùi
Năm, mười, mười lăm, hai mươi
Có người xanh tóc yêu người tóc xanh.

Hai người hát bài này phải nói là rất đạt, cuốn hút và tình tứ cho nên cả nhóm bạn hát theo. Hai câu cuối là "Có người xanh tóc yêu người tóc xanh" lặp đi lặp lại và trở thành trò chơi của một đám thanh niên ưa ca hát thích cười đùa. Bùi Công Bằng để râu từ thời thanh niên, ôm đàn hát bè với Hương Giang tươi trẻ từ hồi cả hai còn là tình nhân cho đến lúc chính thức về với nhau, nên nhóm Du Ca Giao Chỉ hát sửa lời để trêu chọc:

Năm mười mười lăm hai mươi
Có người râu cứng, yêu người cứng râu

Ca khúc tình yêu hồn nhiên dễ thương đó, mỗi khi hát lên gợi nhớ tới cả ba người bạn: người làm thơ, người viết nhạc và ca sĩ Râu Cứng Bùi Công Bằng.

Tôi quen với Bằng năm 1974. Lúc đó Phong trào Du Ca đang tổ chức liên tục các buổi cứu trợ cho đồng bào chạy loạn từ miền Trung về. Các trung tâm tiếp cư mọc lên tiếp nhận người chạy loạn đã bị quá tải, vượt quá khả năng quản trị, nên rất cần các đoàn thể thanh niên tiếp sức. Phong trào Du Ca có người nhưng lại không có tiền. Bùi Công Bằng là một Huynh Trưởng trẻ, có trình độ và khả năng được ủy thác làm đại diện liên lạc với các công sở, cơ quan để xin hỗ trợ tài chánh. Lối nói chuyện rành mạch và đĩnh đạc của Bằng đem lại nhiều kết quả khả quan để Du Ca có chút tài chính thực hiện những chương trình cứu trợ cụ thể.

Trên chiếc Honda 67, Bùi Công Bằng khoác trên vai cái túi vải màu tím, chở tôi theo để đi gặp chỗ này chỗ khác, chuyện trò, thuyết phục mọi người chung tay lá lành đùm lá rách... Những chuyến đi chung tạo ra thân tình và quý mến thật nhiều chàng Huynh Trưởng tư cách này.

Căn nhà nằm gần cuối một con hẻm ở đường Nguyễn Tri Phương tôi đã đến nhiều lần, nhiều tới độ không nhớ đã bao nhiêu lần. Lần này về Saigon, tôi đến đó để gặp khuôn mặt trắng trẻo, đôn hậu, hàm râu xanh mượt mà luôn kèm nụ cười hào sảng. Hơn năm mươi năm qua đi, căn nhà cũ ngày xưa đã sửa chữa tân trang một chút cho phù hợp với thời đại, nhưng vẫn giữ nguyên một trệt một lầu như trước. Cái bàn gỗ dài lên nước bóng bên cạnh đàn piano nằm sát vách, cái kỳ diệu là khuôn mặt xưa dù tóc bạc phơ, hàm râu dài rậm trắng tinh vẫn rộn rã tiếng cười hào sảng. Tiếng cười của chàng thanh niên tuổi hai mươi ngày xưa và của ông già gần bảy mươi với đàn cháu nội ngoại sao vẫn như chẳng có gì thay đổi.

Trong chuyến đến thăm lần trước, Bùi Công Bằng nói yêu thích thơ của Phạm Cao Hoàng, và khi biết tôi quen và ở gần với Phạm Cao Hoàng ở Virginia, Bằng nói, nếu được, ông xin Phạm Cao Hoàng cho tôi một tập thơ. Khi tôi nói, Phạm Cao Hoàng nồng nhiệt lấy tập thơ mới nhất ghi lời tặng và nhờ tôi chuyển về. Lần này, đến chơi với Bùi Công Bằng và chuyển tận tay Bằng tập thơ đó.

Bùi Công Bằng trân trọng cầm tập thơ và tâm sự: mình và Phạm Cao Hoàng chưa từng gặp mặt, mình thích thơ Phạm Cao Hoàng vì cái phong cách điềm đạm, cái tình yêu đằm thắm và một cái gì đó bí ẩn giấu kín giữa hai dòng chữ trong thơ Phạm Cao Hoàng. Hay thật, Bằng và Hoàng là hai người bạn của tôi từ hai phương trời khác nhau, chỉ qua thơ mà Bằng cảm nhận ra sự gần gũi của con người Phạm Cao Hoàng.

Mà thực sự là vậy, ngay từ tập thơ đầu "Đời Như Một Khúc Nhạc Buồn" xuất bản năm 1972 cho đến tác phẩm gần đây nhất "Đất Còn Thơm Mãi Mùi Hương" (2016), thơ Phạm Cao Hoàng vẫn giữ nguyên thần sắc của nhẹ nhàng, sâu lắng và đôn hậu như chính con người anh. Trong thơ, Phạm Cao Hoàng ghi nhận được thiên nhiên kỳ thú bằng cái nhìn mới lạ và tìm ra mối liên quan bất ngờ đầy sáng tạo giữa thiên nhiên và tâm hồn nhạy cảm riêng mình.

Tôi và Bùi Công Bằng gặp nhau và chia sẻ niềm yêu thích đó.

Chiều thứ Bảy, tháng 9 Saigon hay có những cơn mưa. Phòng khách nhà Bằng đã bày sẵn một bàn dài với 12 cái ghế, tương ứng với 12 bộ chén bát. Chơi với Bằng đã lâu, người bạn Ca Trưởng gốc nhà giáo này là người tinh tế, hào sảng nhưng thật nghiêm túc. Cách bày biện cho tôi biết trước hôm nay quây tròn trong vòng thân tình này sẽ là 12 người mà Bằng đã chuẩn bị. Sẽ không có khách lạ bất ngờ, và chắc cũng sẽ không có sự vắng mặt nào bất ngờ của ai nếu đã nhận được lời mời.

Trong lúc chờ mọi người đến, mênh mang nhớ đến cái thời sau 1975. Chúng tôi còn rất trẻ, và tất nhiên còn rất khỏe. Chúng tôi tụ tập nhau tại Nhà Văn Hóa Thanh Niên ở số 4 đường Duy Tân, bỗng dưng rồi hình thành một nhóm khá đông thanh niên cùng sở thích sinh hoạt ca hát, nhóm tạm xưng tên Thanh Ca Tác Động và mong đóng góp sức mình vào một cuộc sống đẹp hơn sau chiến tranh. Nhóm được Thành Đoàn chấp nhận cho sinh hoạt, nhưng cách một hai hôm, Bằng phải một mình lên gặp Thành Đoàn để nhận những hướng dẫn, càng lúc càng khắt khe với một tổ chức không do chính Thành Đoàn thành lập. Những chuyến đi họp đó của Bằng đem về những yêu cầu càng lúc càng không thể làm nổi. Cho đến chừng hai tháng sau thì nhận được quyết định cấm mọi sinh hoạt dù ở bất cứ nơi nào. Lúc đó, thực sự chúng tôi cũng đã nếm mùi thiếu đói của gia đình và bản thân, ai cũng nghĩ tới chuyện phải quay về với các sinh sống đời thường cơm áo gạo tiền.

Cơn mưa Saigon ào xuống bất chợt, mà những bạn hữu ngày xưa của Đoàn Du Ca Giao Chỉ, nhóm Thanh Ca Tác Động lần lượt bước vào, Nguyễn Công Tài, Đinh Việt Hùng, Nguyễn Ngọc Linh, Minh Hương, Đỗ Như Bình, Trần Nhật Vy, Trần Đạt, Hương Giang, cùng với tôi, Đoàn văn Khánh, Bùi Công Bằng và cậu con rể của chủ nhà nhận nhiệm vụ chuẩn bị một bàn dài cho buổi tụ hội chờ sẵn.

Chị Hương Giang đón khách niềm nở và bạn cũ gặp nhau chuyện giòn tan như pháo tết. Nhìn chị Hương Giang, tôi bất chợt nhớ đến ngày xưa. Ngay sau ngày 30/4/1975, những người bạn cũ trong sinh hoạt Du Ca gặp lại nhau ở số 4 Duy Tân.

Các anh em Du Ca nghe tiếng kéo đến chơi chung, có lúc lên đến 200 người, Thành Đoàn giao cho nhóm một căn nhà bỏ hoang để làm nơi tập trung sinh hoạt, đó là số nhà 101 đường Nguyễn Du. Khi vào căn biệt thự nằm bên hông Dinh Độc Lập này nhìn thấy rất nhiều tượng điêu khắc hoàn chỉnh như tượng Hà Thúc Nhơn, Phan Bội Châu, Trịnh Công Sơn, rất nhiều những tượng phác thảo chưa xong, đằng sau nhà có một cái hầm nổi để tránh pháo kích, bên trong la liệt sách báo, nhiều nhất là nhạc Trịnh Công Sơn... Cả bọn đoán mò đây là nhà riêng một nhân vật cao cấp, và là nơi lui tới hoặc mượn đất là xưởng điêu khắc của Điêu khắc gia Lê Thành Nhơn. Căn biệt thự đẹp rộng, trước sân, ngay cửa vào trồng hai cây hoa sứ, tàn cao lá rộng che phủ cả nửa khoảng sân.

Lúc đó Bùi Công Bằng và Hương Giang còn trong giai đoạn tình nhân, mà Bằng khí vũ hiên ngang, "râu hùm hàm én mày ngài, vai năm tấc rộng thân mười thước cao, Đường đường một đấng anh hào" (Nguyễn Du), đàn ca hát xướng món nào cũng tinh, nên trong nhóm có một vài cô lén lút mộng mơ. Có một cô, bây giờ tôi cũng quên tên là gì, có những cử chỉ và lời nói hơi lộ liễu, hai ba bạn thân ghé tai nói nhỏ với Bằng nên gìn giữ, Bằng gật đầu và nói hình như Hương Giang biết rồi, hồi nãy thấy cô ta có vẻ buồn. Nói xong, Bằng quay vào nhà tìm Hương Giang thì cô ta đã biến mất. Cả bọn nhốn nháo đi tìm, không ai thấy Hương Giang đi ra khỏi căn nhà, mà trong nhà ngoài sân tìm tứ tung không thấy. Cả bọn đứng trước cửa nhà bàn tán xôn xao, đặt ra hàng chục lý do từ thâm sâu đến ngô nghê nhất để đoán tại sao cô ta biến mất và cô ta biến mất đi đâu. Giữa đoán mò theo kiểu tưởng tượng như... tưởng voi đó, bỗng mọi người phát giác một tiếng cười ngắn giống như bật cười nhưng vội lấy tay che mồm lại, phát xuất từ trên cây hoa sứ bên cạnh. Mọi người ồ lên phát giác "Địch" lén lút trốn trên cây. Thế là hiệp sĩ Bùi Công Bằng phải đích thân tham gia trò chơi "Cứu Công Chúa".

Ngày hôm sau, chúng tôi được thông báo chính thức, sẽ có lễ đính hôn sớm giữa Hương Giang và Bùi Công Bằng. Ngày hôm nay, nhìn Hương Giang đã là bà nội bà ngoại với quá trình gần năm mươi năm Khóp con Ngựa Ngựa Ô... mới hay mối tình Hoa Sứ có kết thúc có hậu vô cùng.

Cũng từ Thanh Ca Tác Động này, còn kết nối mối tình khác, mối tình Đinh Việt Hùng và Minh Hương. Niềm vui có thật khi cả hai cặp Bằng-Giang và Hùng- Hương tổ chức đám cưới chung, và kết thân chơi với nhau cho đến bây giờ.

Ngoài hai cặp đôi này, còn một cặp đôi khác cũng hình thành từ Thanh Ca Tác Động là Nguyễn Dân Chủ và Nguyễn Thị Thu. Chủ và Thu quen nhau, yêu nhau và tiến tới hôn nhân khi nhóm đã tan rã nên ít người biết. Từ trang Facebook, tôi và Chủ tìm ra nhau. Chủ hiện ở Đà Lạt, vui vẻ với nghề trồng hoa, cuộc sống ổn định thanh nhàn, chỉ đau lòng là khi hỏi đến Thu, Thu đã mất từ 21 năm về trước.

Gặp mặt hôm nay giữa những người bạn phải kể đến Nguyễn Ngọc Linh.

Nhạc sĩ Nguyễn Ngọc Linh vừa qua một cơn bạo bệnh, cái gọi là bình phục nghĩa là từ nằm thiêm thiếp thành ra tạm đi đứng được, người gầy hom hem, chỉ có đôi mắt là vẫn sáng tinh anh, nụ cười nhỏ nhẹ, thế mà vẫn ôm được cây đàn để hát "... những mê đắm rã rời... trong tuyệt vời ký ức..."

Ghi chú thêm: Sau buổi gặp gỡ này, mấy tháng sau Linh bệnh trở lại, nặng nề hơn. Thấy là không xong nên nhóm bạn hữu thân thiết chung tay thực hiện cho Nguyễn Ngọc Linh một CD 12 ca khúc của Nguyễn Ngọc Linh, gồm 4 ca khúc Linh phổ thơ Nguyễn Minh Nữu, 4 ca khúc Linh phổ thơ Đoàn văn Khánh cùng với 4 ca khúc Linh viết nhạc và lời. CD thực hiện xong, đưa đến tận tay Linh để Linh tặng bạn bè. Linh vui mừng nằm nghe được mấy bữa rồi ra đi.

Đôi uyên ương Minh Hương - Đinh Việt Hùng say đắm niềm vui khi kể cho bạn bè biết: tiếng hát Khôi Nguyên Sinh Viên hồi năm 1975, bây giờ vừa tham dự cuộc thi "Tiếng Hát Mãi Xanh" và vừa đạt số điểm 99/100 để bước vào nhóm 9 thí sinh của vòng bán kết. Tiếng hát của Đinh Việt Hùng là tiếng hát của cảm xúc, cái trữ tình trong đó là cái trữ tình của hoài vọng và nuối tiếc khôn nguôi, cho nên ca khúc anh chọn để dự thi là ca khúc Nỗi Lòng. Đúng là nỗi lòng chất chứa bấy nhiêu năm.

Lần này, ngồi bên nhau, Đinh Việt Hùng ôm đàn, tiếng hát như một dải lụa mềm, mênh mang và trìu mến khi hát Hương Xưa của Cung Tiến, đôi mắt nhìn mông lung và mê đắm gọi mời "Người ơi, một chiều nắng tơ vàng hiền hòa hồn có mơ xa..."

Nhà báo Trần Nhật Vy làm tôi ngạc nhiên nhiều nhất. Vy đưa tặng tác phẩm "Sài Gòn chốn chốn rong chơi" và cho biết đây là tác phẩm thứ 9 của chàng. Từ "Khúc Dạo Đầu" tập thơ đầu tay năm 1987, chàng thanh niên thanh mảnh với những bước chân lãng tử ngày nào đã lần lượt làm việc miệt mài cho các tác phẩm tiểu thuyết, biên khảo, ký sự... tạo một tên tuổi được nhiều người biết đến.

Nguyễn Công Tài, Đỗ Như Bình cũng vậy, những khuôn mặt trắng hồng thanh niên xưa đã từng trải phế hưng cuộc sống để ngày nay ngồi lại bên nhau với mắt sáng môi tươi tiếng hát hòa nhau trong từng ca khúc sinh hoạt ngày xưa.

Đoàn Du Ca Giao Chỉ đã không còn từ lâu, nhưng cái giao tình của Ca Trưởng Bùi Công Bằng, với các bằng hữu như Đinh Việt Hùng, Nguyễn Ngọc Linh, Hoàng Mạnh Hùng, Hoàng văn Phượng, Công Tài, Như Bình, Trần Nhật Vy và nhiều người nữa vẫn là những cung cách xưng hô như ngày nào, vẫn chung một vòng tròn vỗ tay cùng hát những tình ca đất nước như xưa. Cái vỏ danh xưng không còn nữa, nhưng cái ruột chí tình lại lồng lộng hơn xưa.

Căn nhà nhỏ ở gần cuối con hẻm đường Nguyễn Tri Phương này ghi lại trong tôi biết bao kỷ niệm, và hôm nay, lại ghi thêm dấu nhớ cho thời thanh niên rất quý, mà như một người bạn làm thơ đã ghi lại:

"Nơi đây từng có một thời
Bừng bừng nhạc dậy, lời lời thơ reo"

Hai câu thơ của Nguyễn Tri Thứ không phải ghi về căn nhà đó, mà ghi về một địa điểm khác. Nhưng cũng như tất cả chúng ta, ai cũng có những địa danh, thời điểm, vị trí và bằng hữu ghi đậm nét trong trí nhớ, mãi mãi mang theo để rồi có lần ghé qua trìu mến nhớ lại rằng... từng có một thời...

Có phải thế không? Có phải thế không bằng hữu của tôi ơi...

TAN MÙA LỄ HỘI

Cuộc hội ngộ tại Studio Trương Vũ ngày 24 tháng 10 năm 2015.

Ghi chú hình ảnh:

Hàng đứng: Trương văn Dân, Elena, Nguyễn Thị Thanh Bình, Phùng Nguyễn, Nguyễn Đình Vinh, Trần Doãn Nho, Bạch Mai, Nguyễn Minh Nữu, Nguyễn Quang, Trương Vũ, Chị Trương Vũ, Trương Thị Kim Mai, Cúc Hoa, Chị Trần Doãn Nho, Phạm Cao Hoàng, Chị Lữ Quỳnh.

Hàng ngồi: Đoàn Văn Khánh, Nguyên Minh, Đinh Cường, Phạm Nhuận, Nguyễn Tường Giang, Thân Trọng Minh, Lữ Quỳnh.

Buổi sáng thức dậy
không nghe được câu chuyện râm ran ở phòng ăn
bốn tấm nệm im lìm ngay ngắn
với những cái chăn đã xếp lại gọn gàng
những tiếng cười đùa đã lên phi cơ
bay về nơi khác chiều hôm qua
vậy mà cứ ngỡ vẫn quanh đây.
Mười một ngày qua như một mùa lễ hội
mà mỗi người là một khoảng trời riêng
bỗng nhập chung với nhau bằng kết cấu diệu kỳ.

Nụ cười hồn hậu và trầm ngâm suy tưởng Nguyên Minh
tiếng cười Bình Định sảng khoái Trương văn Dân
người phụ nữ dịu dàng của nước Ý là Elena
đã làm mọi người ngạc nhiên và quý trọng vì sự am hiểu về văn hóa Việt
kể cả những lời nói bóng gió trong ngôn ngữ dân tộc
của chồng
Đoàn văn Khánh trữ tình trong thi ca và tế nhị trong đời sống
Họ bổ sung và chan hòa vào nhau trong cái quán gọi là Quán Văn.
Muốn ghi lại những gặp gỡ suốt mùa lễ hội
nhưng bềnh bồng cảm xúc chưa lắng được
chỉ nhớ là những người mà Quán Văn muốn gặp tại đây
đã có cơ hội gặp và chuyện trò chí tình chí cốt
những địa danh Quán Văn muốn tới
đã có cơ hội đến chia sẻ với khoảng đất trời cây cỏ hiển linh
đặt tay vào bức tường đá đen, chiêm nghiệm tượng đài Abraham Lincoln
ngẩn ngơ bên dòng Potomac, ghé lại bên khu tưởng niệm George Washington.
Giọt nước mắt tràn mi Nguyên Minh và Elena
khi tới nghĩa trang Arlington nhắc về cuộc chiến tranh Nam Bắc của Hoa Kỳ.
Chuyến xe trước khi bình minh đi về phía Bắc
để ồ lên kinh ngạc và thú vị sắc lá mùa thu đổi màu ở New Jersey
Quảng trường Thời Đại Times Square New York trong ánh đèn rực rỡ

và cả ngàn người đủ mọi sắc tộc chen chân nhau rộn ràng tươi trẻ.
Nhớ bữa tối lái xe đi tới Maryland ăn cơm gia đình
hay lần đi tới West Virginia, nơi dãy núi Heritage thấp xuống
khởi nguồn cho dòng sông Potomac dài hơn bốn trăm dặm
chảy xuyên qua bốn tiểu bang để tìm đường ra biển.
Mười một ngày ở đây Quán Văn đã đi qua Virginia,
Washington D.C., Maryland, Delaware, New Jersey, New York, West Virginia
qua bảy tiểu bang và dự mười bốn lần gặp gỡ bằng hữu
từ bữa cơm tẩy trần ngay ngày đầu tiên ở nhà Phạm Cao Hoàng
thăm nhà và nơi làm việc của Đinh Cường,
kể cả phòng riêng nơi đầu giường Đinh Cường ngủ
treo những bức phác thảo tranh từ 50 năm về trước
bữa cơm trưa chào đón ở Hương Việt
vừa ăn vừa chờ Thân Trọng Minh, chờ hoài không thấy tới.
Cà phê Starbucks gần nhà Đinh Cường nơi mỗi ngày
chàng Họa Sĩ tài ba ngồi để nhớ bạn bè.
Nhớ hoài buổi tụ hội lớn nhất ở nhà Trương Vũ
Hôm đó giữa căn phòng lớn là nơi sáng tác tranh của Trương Vũ.
Những tác phẩm hội họa tạo ra cảm giác được bước vào cái không gian kỳ lạ
cái không gian của sắc màu trang trọng và rất mực gần gũi thân tình
Đến từ Việt Nam thì có Nguyên Minh, Đoàn văn Khánh,
Trương văn Dân, Elena Trương và Thân Trọng Minh
từ Massachusetts có anh chị Trần Doãn Nho
đến từ California có anh chị Lữ Quỳnh
đến từ Maryland có Phùng Nguyễn
ngay tại Virginia thì anh chị Trương Vũ, Đinh Cường
Đinh Từ Bích Thúy, Phạm Cao Hoàng - Cúc Hoa
Phạm Nhuận, Nguyễn Quang, Nguyễn Thị Thanh Bình, Bạch Mai
Nguyễn Tường Giang, Nguyễn Đình Vinh, vợ chồng Nguyễn Minh Nữu
và cháu Thiên Kim, con gái lớn của Phạm Cao Hoàng một thiên tài về ẩm thực
Rồi những cái hẹn ở Saigon Quán, ở Hương Việt, Quán Minh,

Một Không Hai
ở nhà Nguyễn Quang có Nguyễn Thế Toàn
ở nhà Phạm Cao Hoàng có cả Đặng Đình Khiết
thăm đường Saigon trên đường đến Nguyễn Công Trung
ở cà phê La Madeleine với Phạm Thành Châu,
với Hoàng Thị Bích Ti và có lần với Nguyễn Tường Giang.
hay trong căn nhà hiu quạnh của Trần Hoài Thư, bên giường bệnh của chị Yến...
nhiều quá, làm sao nhớ hết.

Buổi sáng thức dậy bước xuống nhà, căn phòng trống.
Không có tiếng lịch kịch pha cà phê của Elena
âm thanh râm ran của Trương Văn Dân, Nguyên Minh, Đoàn văn Khánh
Thương quá bài ghi của Đinh Cường viết hôm qua:
"Chúng ta chỉ còn chừng đó niềm vui
vui nhất Nguyên Minh với Quán Văn
sẽ làm số đặc biệt về sông Potomac
bao nhiêu hình ảnh của chuyến đi này
và chắc rằng Elena cũng sẽ ghi lại
......
dưới muôn vàn chiếc lá mùa thu"

Sẽ không bao giờ quên được rất nhiều buổi tối
sau bữa cơm chiều, ngồi quanh bàn ăn
nói với nhau về bạn hữu, về văn chương, về khát khao, về kỷ niệm
về ghi nhận, về đồng cảm và cả nhiều khác biệt
để cùng nhớ, cùng thương,
cùng xót xa, cùng bùi ngùi, cùng luyến tiếc.

Bốn tấm nệm im lìm ngay ngắn
với những cái chăn đã xếp lại gọn gàng
những thân tình đã lên phi cơ
bay về nơi khác chiều hôm qua
vậy mà cứ ngỡ vẫn quanh đây.

KÝ ỨC TRI GIAO

1/ NGUYỄN ĐÌNH HIẾU

Bức tranh đó không còn nữa, những biến động di chuyển nhiều nơi đã làm thất lạc. Nhưng người vẽ còn đó và tôi còn đây vẫn là một kỷ niệm khó quên. Cái cảm giác lâng lâng xúc động khi lần đầu được vẽ. Hình như năm đó khoảng 1971 ở Ban Mê Thuột, tôi vừa vào tuổi 21 mà người vẽ còn trẻ hơn. Chắc chừng 17. Nguyễn Đình Hiếu là thành viên Du Ca Lòng Mẹ Ban Mê Thuột. Tôi tới đó chơi với Nguyễn Quyết Thắng và sinh hoạt với các anh em vài ba lần. Hiếu là một thanh niên năng động, đàn hay, hát giỏi, sinh hoạt nhiệt tình, tôi và Hiếu chung vòng tròn vỗ tay cùng hát, trò chuyện thân tình. Tôi không biết là Hiếu có năng khiếu hội họa cho đến lúc bất ngờ Hiếu đưa tặng bức chân dung vẽ trên giấy cứng. Gam màu tối, đen, nâu sẫm và đỏ thành một chân dung đeo kính cận khuôn mặt non tơ mà lại rất buồn. Tôi yêu quý bức tranh này lắm, dùng nó để làm bìa cho một tập ghi chép bài viết mỗi ngày. Suốt thời gian dài sau 75 không ngồi viết lại. Tới lúc tìm thì tìm không ra. Hiếu tốt nghiệp Đại Học Kiến Trúc về Saigon làm việc, kết hôn với con gái của nhà văn Doãn Quốc Sỹ, sau đó cùng vợ con định cư ở Hoa Kỳ. Dễ đến gần 50 năm anh em mới có dịp gặp lại nhau. Khoảng cách vài ba tuổi thời thanh niên không còn nữa, ngồi bên nhau thành hai người bạn rất già.

Khi nối lại được với nhau tình bạn, biết được Hiếu đang là người trình bày và thực hiện bài vở cho tạp chí KBC Hải Ngoại. Thật vui khi lâu lâu có dịp được gửi cho Hiếu một vài bài về đời quân ngũ ngày xưa.

2/ **ĐINH CƯỜNG.**

Khi chuẩn bị in tập thơ đầu tay năm 2006, Giang Hữu Tuyên làm cầu nối giúp tôi gặp và làm quen với Họa sĩ Đinh Cường. Khi tới để xin bức tranh làm bìa tập thơ, ông đưa tôi một xấp phác thảo để chọn lựa, lúc ngẩng đầu lên, ông đưa thêm cho tôi một tờ giấy nữa, trên đó, rất nhanh ĐC đã ghi trên tờ giấy những nét về tôi. Món quà bất ngờ và rất quý với tôi, một người làm thơ còn lạ mặt trên văn đàn, Đinh Cường lấy bức tranh tôi chọn làm bìa vẽ thêm một bờ núi và một vệt xanh xám, sau đó sau lưng bức tranh viết dòng chữ ghi tặng. Anh nói, tranh dành riêng cho Lời Ghi Trên Đá.

Bức ký họa chân dung này, tôi sử dụng làm hình tác giả trong tập thơ đầu tay. Và chính từ đây, tôi gần gũi hơn, thân thiết nhiều hơn với một họa sĩ mà tôi yêu thích từ thời còn đi học. Thời gian khoảng 5 năm trước khi anh mất, là thời gian nhiều kỷ niệm chung, những chuyến đi xa như lên New Jersey thăm Trần Hoài Thư, hay gặp gỡ bạn bè từ xa, hay hầu như cứ một vài ngày, ra Starbucks cà phê trò chuyện mông lung với Phạm Cao Hoàng, Trương Vũ, Nguyễn Mạnh Hùng. Xin chép lại một bài thơ của anh về những kỷ niệm này.

Chiều gió cùng Nữu ở Starbucks
Chiều gió. xe màu lá mạ ghé qua
cà phê cùng bạn. vui hơn bao giờ
bạn lại tặng cho tờ Xuân Văn Nghệ
mới hay là Tết đã đến rồi kia

chiều gió. bạn nói bây giờ đi giao báo
sao mà nhớ quá Giang Hữu Tuyên
mười mấy năm làm tên phát báo
lòng buồn theo thành quách xa xưa [1]

và chiều gió. thôi bạn đi tôi về lại
mấy cụm mây đứng hoài không bay đi
tôi cũng đứng lơ ngơ. nhìn tuyết trắng
còn phủ đầy sân chưa thấy tan
gió và gió ơi như lời ai thầm gọi
qua rừng cây tối xuống im lìm
và lại chao ơi. tiếng còi tàu hụ
tiếng còi tàu mùa đông nghe lạnh ghê.

Virginia, January 30, 2015
Đinh Cường

[1] Giang Hữu Tuyên, nguyên chủ nhiệm Hoa Thịnh Đốn Việt Báo, tác giả tập thơ Trời mưa đi phát báo – HTĐVB xuất bản tại Virginia, 9-1999.

3/ NGUYỄN QUANG CHƠN

Khi ghé lại Đà Nẵng, tìm Nguyễn Duy Ninh, một bạn cũ từ thời học chung ở Thủ Đức, gọi thêm Trần Thị Trúc Hạ và Hồ Sĩ Bình ra quán cà phê bờ sông Hàn ngồi trò chuyện. Bấm điện thoại liên lạc với Nguyễn Quang Chơn. - Anh đang ở đâu? - Tôi và mấy người bạn đang ngồi ở quán... bờ sông, chỗ gần sân quần vợt... - Chơn sẽ đến ngay. - Nhưng ông đang ở xa không? Điện thoại đã bị cúp, chỉ khoảng 5 phút sau, Chơn chạy bộ tới. Quần ngắn, áo thể thao, Chơn cho biết, nhà anh ở cách quán cà phê vài trăm thước, nên nghe gọi điện thoại chạy tới ngay. Chơn hồng hào khỏe mạnh không khác hồi chúng tôi gặp nhau mấy năm trước ở Virginia. Hồ Sĩ Bình nói chuyện mấy câu rồi đứng dậy định về, anh ta than: Gặp nhau chào hỏi như thế đủ rồi, ông thì không biết uống rượu, Nguyễn Duy Ninh cũng không uống rượu. Uống cà phê tôi buồn ngủ quá... Chơn chặn ngang, Uống rượu thì tỉnh phải không, ok về nhà tôi đi.

Chơn ở một chung cư cao cấp nằm ven sông Hàn, ngoài ban công rộng rãi đã sẵn một bộ bàn ghế, chai rượu ngon và món ăn nguội có sẵn câu chuyện hòa vào nhau thân thiện. Chỉ có tôi từ xa đến, còn Hồ Sĩ Bình, Nguyễn Duy Ninh và Nguyễn Quang Chơn đều quen biết nhau từ trước, họ thân với nhau vì nhiều sinh hoạt văn học trong vùng.

Nguyễn Duy Ninh là bạn chung khóa, cùng trung đội với tôi thời gian học Thủ Đức. Ninh tốt nghiệp Mỹ Thuật Huế, hiện nay là một họa sĩ chuyên về tranh Thủ Ấn Họa, anh đã có nhiều cuộc triển lãm chung hoặc riêng ở địa phương. Hồ Sĩ Bình là một tác giả thơ quen thuộc, đang làm việc ở nhà xuất bản Hội Nhà Văn chi nhánh Đà Nẵng. Còn Nguyễn Quang Chơn là một người cầm bút vừa vẽ vừa viết, nhưng lại làm nghề xây dựng. Anh là bạn thân thiết với Họa sĩ Đinh Cường. Khi anh ghé thăm vùng Hoa Thịnh Đốn, chúng tôi quen nhau. Với tính tình khoáng đạt, vui vẻ và nồng nhiệt của anh, chỉ vài ba lần gặp gỡ chúng tôi đã quý mến nhau, hẹn hò rằng khi nào có dịp về Đà Nẵng thì tìm nhau.

Khi nâng ly mừng hội ngộ, Chơn lấy từ trong nhà ra cuốn Thương Quá Sài Gòn mà tôi vừa xuất bản, anh nói, khi biết sách đã phát hành, Chơn đã tìm mua và giữ ở đây, chờ có dịp gặp anh, để anh ghi vài lời kỷ niệm. Tôi viết mấy dòng đưa lại cho Chơn và nâng ly chạm với NDNinh, với HSBình, quay lại nhìn Chơn, Chơn đang lúi húi vẽ ký họa vào ngay bìa sau cuốn sách. Những nét thật nhanh và thật ấn tượng khuôn mặt ngơ ngác của tôi.

Cám ơn và nhớ Nguyễn Quang Chơn. Nhớ buổi sớm mai lái xe đưa vợ chồng tôi đi bán đảo Sơn Chà, lễ chùa Linh Ứng. Nhớ tô bún bò đặc sản Đà Nẵng, và nhớ bức ký họa vẽ xong vẫn còn nằm trong cuốn sách ở nhà Chơn. Anh ta giữ lại và hẹn: Anh sẽ phải ra Đà Nẵng lần nữa, đem theo cuốn khác để đổi lấy cuốn sách Chơn đã vẽ anh trong đó.
- Vâng, tôi sẽ còn ghé Đà Nẵng nữa mà.

4/ TRƯƠNG VŨ.

Sau nhiều năm làm việc về Khoa Học, Trương Vũ về hưu và dành toàn thời gian cho sở thích Viết và Vẽ. Tập Tiểu luận Đuổi Bóng Hoàng Hôn xuất bản năm 2019. Trong một bài viết về Trương Vũ, tôi đã ghi lại: Đuổi Bóng Hoàng Hôn là tập tiểu luận có lối hành văn trong sáng và khoa học, dẫn chứng nhẹ nhàng, dễ hiểu, tạo nhiều cảm xúc cho người đọc. Nhưng thực sự đó lại là một tác phẩm không dễ đọc. Nghĩa là sao?

Thông thường khi chúng ta đọc một bài tiểu luận, chúng ta sẽ cảm thấy thú vị vì được dẫn dắt và mở ra nhiều điều mới lạ. Nhưng đọc liên tục ba bốn bài, tôi có cảm giác bị choáng, những tư liệu, sự kiện, và cảm xúc tác giả gửi tới dập dồn, bắt buộc mình phải gấp sách lại, nhắm hờ đôi mắt, ngước lên trần nhà để từ từ tiếp nhận lại những điều vừa đọc được. Cái cảm giác đó có thể của riêng tôi, nhưng đó là cảm giác thật.

Tôi đã đọc Đuổi Bóng Hoàng Hôn rất nhiều lần mới hết cuốn sách. Sau đó đọc lại nhanh hơn, chỉ khoảng ba lần mở ra là đọc được cả 20 bài.

Thời gian dành cho Hội Họa nhiều và đắm đuối hơn. Anh ghi lại khuôn mặt của những thân quý như chị An, các con và các cháu, trong đó những bản sắc từng người trộn cảm xúc của tác giả vào tác phẩm đã tạo ra những sống động kỳ thú. Trong studio làm việc của anh, những sáng tạo phá cách rất mới lại có những chân dung nền nã trữ tình. Nhưng trong studio đó thiếu một mảng tranh nữa, đó là những bức Trương Vũ vẽ bạn bè, vì những tấm đó, đang nằm ở nhà riêng những người mà Trương Vũ vẽ.

Phạm Cao Hoàng có một bài thơ, đứng từ vị trí là Trương Vũ, để nói về những bức tranh chân dung đó, bài thơ tên "Tôi Đang Vẽ Tâm Hồn Của Bạn":
... Tôi là họa sĩ tự nguyện chọn những nhân vật mà mình muốn vẽ
khuôn mặt mỗi người có thể khác nhau
nhưng những nhân vật tôi chọn đều có một điểm giống nhau:
các bạn là người có một tâm hồn đẹp
tôi tin điều đó
và khi vẽ chân dung bạn
có nghĩa là tôi vẽ tâm hồn của bạn
tôi vẽ tấm lòng nhân hậu của bạn
và nếu cuối cùng chúng ta có được bức chân dung đẹp
thì chính bạn là người góp một phần rất lớn trong việc sáng tạo ra tác phẩm đó.

Trương Vũ không bao giờ vẽ chân dung một người nào đó theo yêu cầu, mà là do Trương Vũ tự chọn nhân vật mình muốn vẽ. Ông ta báo với người đó và yêu cầu người đó phải tới ngồi làm mẫu để ông thực hiện tranh. Dứt khoát không vẽ qua hình chụp hay trí nhớ.
Số nhân vật ông chọn để vẽ không nhiều. Lý do để ông chọn nhân vật là điều chưa bao giờ ông thổ lộ, nhưng lược qua những chân dung đã vẽ, ta có thể thấy đó là những người ông hiểu họ và họ đã hiểu ông, đã có những giao tiếp gần gũi để ông nhìn thấy được cái sâu đằng sau khuôn mặt đó. Và căn bản là cái tình qua từng gam màu ghi xuống.

Có lần, Trương Vũ gọi cho tôi: Anh muốn vẽ tặng em HOẶC vợ em một tấm chân dung, Một trong Hai, vì thời gian của anh có hạn. Hai đứa nghĩ đi và trả lời cho anh biết, muốn anh vẽ ai?

Cô Mai trả lời nhanh: Anh vẽ anh Nữu đi. Anh Nữu đang cần một chân dung cho cuốn văn xuôi đầu tiên. Tranh của anh làm cuốn sách giá trị hơn và khi anh vẽ anh Nữu thì đâu khác gì vẽ cả hai đứa, tụi em là một như anh đã nói mà.

Bức chân dung sơn dầu đầu tiên tôi có được là bức tranh Trương Vũ vẽ. Khi ngồi trên ghế nóng làm người mẫu cho anh, tôi nhớ đến câu thơ của Phạm Cao Hoàng: ... "Tôi đang vẽ Tâm Hồn của Bạn" và tôi nghĩ đến Kim Mai, vì tôi tin rằng nếu anh vẽ tâm hồn của tôi thì có nghĩa anh đang vẽ Kim Mai trong tôi.

Rất tri ân bức chân dung đó, và tri ân cả những cái gật đầu của anh, mỗi khi tôi ngỏ ý xin tranh làm bìa cho một cuốn sách sắp in. Cám ơn anh Trương Vũ.

5/ MAI SINH.

Rất tình cờ trên Facebook chúng tôi quen nhau. Mai Sinh là người yêu thích nhạc và có khiếu thẩm mỹ rất cao khi thưởng ngoạn các ca khúc. Anh đưa lên Facebook của mình những ca khúc hay mà anh sưu tầm được. Từ chỗ đó, tôi có những cảm nhận tâm huyết với anh. Bất ngờ, có lần anh nhắn tin muốn vẽ tặng tôi một bức chân dung. Tôi ngạc nhiên, anh là Họa Sĩ à? Anh trả lời không, anh chỉ là một nghệ nhân vẽ và tô màu các tượng thờ trên chùa, nhưng thích vẽ.

- Nhưng sao anh lại có ý định vẽ tôi?

- Không giải thích được, nhưng tự nhiên trò chuyện có cảm tình và tôi muốn vẽ tặng anh một tấm, xin anh gửi cho tôi một tấm hình mà anh thích.

Gửi cho Mai Sinh một tấm hình mới chụp là do trân trọng cái tình bạn đó dành cho mình chứ lúc đó tôi hoàn toàn chưa biết Mai Sinh là họa sĩ, và chưa hề nhìn thấy bất cứ tấm tranh nào anh ấy đã vẽ. Nhưng một tuần sau nhận được hình chụp bức tranh tôi ngỡ ngàng. Bức tranh quá đẹp. Trình độ vẽ chân dung sơn màu của anh thật tuyệt vời, và kích thước bức tranh cũng làm tôi choáng. Tôi không nghĩ anh là người vẽ cho vui như lời anh nói, mà là một người chuyên nghiệp. Mà đã vẽ chuyên nghiệp, nghĩa là một nghề kiếm sống, nay anh lại tự ý vẽ tặng cho mình làm tôi thực sự áy náy. Tôi ngỏ ý với Mai Sinh, và anh từ chối mọi bù đắp mà tôi đề nghị.

Cho tới khi tôi về Việt Nam, đến tận nhà thăm anh, nhận bức tranh, tôi mới biết rõ, anh có một đời sống thiện lành, thời gian đi làm công quả các chùa để tu bổ, trang trí tượng Phật chiếm rất nhiều thời gian. Anh vẽ khá nhiều chân dung các tác giả Thơ, Nhạc mà anh yêu thích chỉ để giữ lại trang trí trong nhà. Anh vẽ bằng sự chọn lựa do lòng yêu thích của mình chứ không phải vẽ tranh để bán.

Cám ơn Mai Sinh thật nhiều, anh đã cho tôi một kỷ niệm thật đẹp của những giao tình trên mạng. Ảo mà rất thực.

6/ ĐINH TRƯỜNG CHINH

Đinh Trường Chinh là con trai thứ của Họa sĩ Đinh Cường. Tôi biết tên và quen với Chinh từ những bài thơ của anh trên các trang mạng như Gió-O, Da Màu, chúng tôi là Bạn. Đây là một bài thơ của Đinh Trường Chinh mà tôi yêu thích:

MƯA VỀ TRƯA
mưa về ngang bến sông
bài thơ buồn giữa ngọ
ta tìm nơi trú gió
lạc giữa ngày khan âm
trưa vắt ngang hồn sai
một bài thơ rất lạ
tâm nào vừa rụng trái
cho chữ nghĩa la đà
mưa về qua xóm ngái
hương đất nồng phiêu diêu
bài thơ nằm vụng dại
thất giạt giữa khe chiều

Cùng với thơ, Chinh vẽ rất nhiều tranh sơn dầu. Rất nhiều tranh của Đinh Trường Chinh được xin để làm bìa các tập thơ, văn đã phổ biến. Đặc sắc như một tấm tranh cô gái vùng cao được sử dụng làm bìa Xuân báo Người Việt năm 2021 rực rỡ sắc màu, cầm tờ báo trên tay là cầm cả một mùa xuân mơ ước. Anh có hai người con gái, đặt tên là Thơ và Tranh, như vậy, hai mảng nghệ thuật anh yêu thích được dùng để đặt tên cho con, cũng là cách mà chẳng cần nói nhiều, đã hiểu Chinh sống suốt đời với chính niềm đam mê chân thực của mình.

Tác giả Nguyễn Phương Thảo, trong một cuộc trò chuyện với Đinh Trường Chinh, đã ghi lại:
"Cũng có thể nói, vẽ tranh như một thứ "therapy" anh tự tạo cho mình. Với riêng anh, hội họa là hơi thở, "khi tôi cầm cọ để vẽ, là tôi thở, khi tôi ở bên cạnh sơn, màu, bố... là tôi sống. Hội họa có một khả năng làm hồi sinh mạnh mẽ, nhất là những lúc tôi rơi vào vực sâu, rơi vào tuyệt vọng: tôi vẽ. Có lẽ không có cách nào hơn chăng? Chắc chắn là có, có thể lên một đỉnh núi cao hay đi bộ dọc bờ biển. Nhưng không hiểu sao, quán tính đầu tiên với tôi là vẽ, tôi có thể vẽ bất cứ lúc nào. Hội họa như một thứ tôn giáo. Nói ra như có vẻ cường điệu, nhưng thật ra là thế, thực tế đã xác minh điều đó với tôi".
Từ năm 2020, nét vẽ của Chinh nhiều biến chuyển, khai phóng và mới lạ. Anh bắt đầu sử dụng bút sắt. Những bức tranh vẽ nhanh của anh cuốn hút tôi rất nhiều. Khi bắt tay thực hiện tập truyện Thuồng Luồng Mắt Biếc, tôi ngỏ ý với Chinh, muốn xin một ký họa tác giả bằng bút sắt của Chinh. Chinh nhận lời và gửi qua ngay một *portrait* Nguyễn Minh Nữu để tôi sử dụng cho cuốn sách sắp in.
Muốn ghi lại nơi này lòng tri ân với một người bạn, rất chí tình và rất tài hoa.

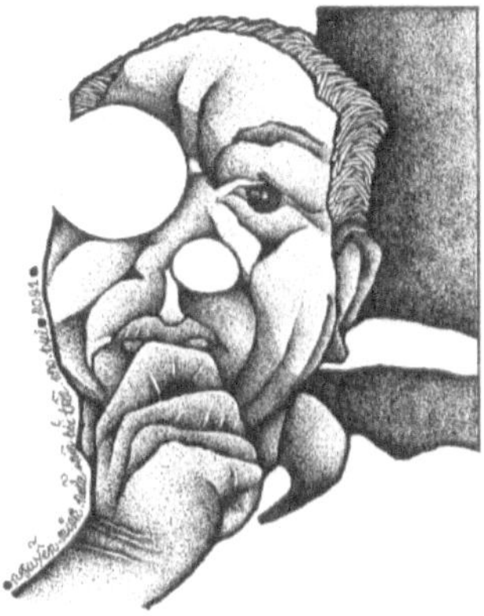

7/ TRẦN NHO BỤI

Khi đăng bài viết về Giang Hữu Tuyên trên Facebook, tôi được lời mời kết bạn của Trần Nho Bụi. Anh là tác giả một số tranh mà có dịp tôi nhìn thấy, nét vẽ rất lạ, mô tả trừu tượng mà cụ thể từng chi tiết. Tranh của anh thường phối hợp giữa khuôn mặt thật và những điều ẩn sâu trong tác phẩm người đó. Anh chưa hề quen với Giang Hữu Tuyên, nhưng yêu thích thơ của Tuyên. Bài tôi viết về Tuyên sau khi Tuyên đã từ trần hơn 10 năm, lại làm anh xúc động. Chuyện trò qua tin nhắn, rồi sau đó trực tiếp qua điện thoại, chúng tôi nối được với nhau rất nhiều yêu thích chung, cụ thể, là về nhiều tác giả mà chúng tôi cùng đọc.

Trần Nho Bụi gửi cho tôi xem một số chân dung tác giả anh vẽ như Nguyễn Chí Thiện, Phạm Duy... Toàn là những người anh chỉ biết qua tác phẩm và hình ảnh trên mạng. Tôi nói với anh về cuốn sách tôi dự trù xuất bản, viết về những vùng đất đã đến và những con người đã gặp. Tôi đề nghị anh cộng tác với tôi trong cuốn sách này, nghĩa là, tất cả các tác giả tôi nói tới, sẽ có một "Cái Nhìn" từ Trần Nho Bụi. Mới đầu anh nhận lời, nhưng xin chậm lại vì anh vẽ một tấm tranh rất lâu, anh không vẽ từ khuôn mặt, mà vẽ từ nhận xét của anh về những gì người đó viết xuống, nên thời gian để anh vẽ có khi kéo dài vài tháng.

Sau đó Trần Nho Bụi trả lời lại là sức khỏe của anh không cho phép, hơn nữa, anh đang gặp một chuyện không vui, nên khó lòng đáp thỏa thời gian mà tôi yêu cầu. Nhưng ngay trước mắt, để ghi nhận một tình bạn mới, anh gửi cho tôi một bức tranh đặt tên là: "Nguyễn Minh Nữu nhìn bởi Trần Nho Bụi 2021".

Thật tiếc là không làm việc chung được với anh trong cuốn sách này, nhưng anh hứa sẽ tiếp tục vẽ khi có thời gian và hứng trở lại, sau đó anh gửi thêm chân dung hai tác giả nữa là Đinh Cường và Đoàn Văn Khánh. Bức vẽ Đoàn Văn Khánh có sử dụng trong cuốn sách này.

Cám ơn Trần Nho Bụi, và mong ngày nào đó, có thể cùng anh thực hiện bộ tranh chân dung tác giả mà anh đang còn muốn thực hiện.

8/ NGUYỄN SÔNG BA

Tôi biết Nguyễn Sông Ba từ năm 1971. Khi đó, Nguyễn Quyết Thắng vừa lập gia đình, và đưa Minh Chiến lên Đà Lạt chơi. Một ngẫu hứng bất chợt, chúng tôi ngồi bên nhau và quyết định thực hiện một tập nhạc 12 bài tên là "Hát Ngợi Ca Tình Nhân". Cả 12 bài là nhạc của Nguyễn Quyết Thắng, 6 bài phổ từ thơ Đoàn Văn Khánh và 6 bài phổ từ thơ Nguyễn Minh Nữu. Tập nhạc đó do Nguyễn Sông Ba thực hiện bằng kỹ thuật in Muntilic là một kỹ thuật in ấn mới. Bản thảo được viết vẽ trên một mẫu giấy giống như Stencil trong kỹ thuật ronéo, khác là ở ronéo thì viết thủng mặt giấy sáp, còn kỹ thuật này là viết trên mực đen rồi in ra.

Tôi không nhớ rõ là tại sao quen với Nguyễn Sông Ba và nhờ anh thực hiện. Tập nhạc đã tuyệt bản cho tới khi anh Phạm Tuấn Ngọc (một huynh trưởng Du Ca) từ trần, gia đình mới gửi tặng lại cho tôi một tập nhạc đã ký tặng ngày xưa. Khi nhận tập nhạc, Nguyễn Sông Ba nhận ra mình là người thực hiện, nhưng cũng không nhớ nguyên do gì để thực hiện.

Nguyễn Sông Ba lúc đó đang phụ trách kỹ thuật và trang trí cho Tập san Quán Văn ở Saigon. Chúng tôi thấy thân nhau, vì quen biết trước đó, và đặc biệt Nguyễn Sông Ba lại là một người bạn rất thân với Phạm Cao Hoàng, người mà đang rất gần gũi và thân tình ở Virginia.

Phạm Cao Hoàng kể lại những ngày khốn khó năm 1975 ở Đà Lạt, Nguyễn Sông Ba là một trong vài người thân chí cốt, chia sẻ miếng cơm manh áo, hỗ trợ và tiếp tay với Phạm Cao Hoàng như một ân nhân. Bạn thân của bạn thân nên chúng tôi tự nhiên trở thành bạn thân.

Kỷ niệm gần nhất là năm 2023, khi anh chị Nguyễn Sông Ba - Hoàng Kim Chi trong một chuyến du lịch dài ngày ở lại vùng Virginia. Chúng tôi có nhiều thời gian hơn, ôn lại chuyện cũ, và nới rộng hiểu biết về nhau.

Nguyễn Sông Ba có một niềm ham mê nồng nhiệt về nhiếp ảnh. Rất nhiều những thắng cảnh khi chúng ta đi tới, dù đẹp, thơ mộng và kỷ niệm, nhưng chỉ đứng chụp thì sẽ không truyền đạt được những điều chúng ta thấy, và những gì chúng ta cảm nhận. Còn Nguyễn Sông Ba thì khác, không cần nhiều lắm đâu, chỉ vài ba tấm ở những góc nhìn rất riêng tư cá biệt, Nguyễn Sông Ba đã đưa vào được trong hình cái hùng vĩ của đất trời, cái mênh mông của thiên nhiên và cả cái suy nghĩ tâm sự của người đến đó.

Về hội họa, Nguyễn Sông Ba có trí nhớ đặc biệt để luôn ký họa rất nhanh con người, sự việc bằng những nét phóng khoáng để ghi lại như CHỤP lại được khoảnh khắc cần thiết. Ông đã là người minh họa hầu hết các bài văn bài thơ hay chân dung tác giả để làm phụ bản minh họa các bài viết trên Tập san Quán Văn (thời ông còn cộng tác).

Qua đầu năm 2024, tranh sơn dầu của Nguyễn Sông Ba có những chuyển biến rất lạ.

Khi gặp Nguyễn Sông Ba vào khoảng đầu năm 2024 ở Saigon, Nguyễn Sông Ba đưa tôi đến nhiều địa điểm kỷ niệm như một ngôi chùa lớn ở Đà Lạt, nơi ngày xưa ông đã từng được cấp một căn phòng để làm studio. Bây giờ, vị Hòa Thượng trụ trì cũng là một họa sĩ, đã từng vẽ 1000 bức tranh Bồ Đề Đạt Ma treo kín ba dãy phòng. Vị Hòa Thượng vẫn dành cho Nguyễn Sông Ba một phòng trưng bày vĩnh cửu.

Hay trong quán Cà Phê ở Saigon nơi tụ tập anh chị em văn nghệ ở số 27 Nguyễn Thị Diệu, Quận 3, nơi luôn luôn có những bức tranh mới nhất của Nguyễn Sông Ba, như một phòng triển lãm thường xuyên.

Vui hơn là khi về lại Hoa Kỳ, theo dõi trên trang Văn Học Nghệ Thuật Phạm Cao Hoàng, cứ vài tuần lễ, Nguyễn Sông Ba lại đưa lên một bức tranh lập thể mới, đợt sau này, ông vẽ chân dung bạn bè qua góc nhìn rất lạ. Tôi đã được xem tranh ông vẽ Trương Vũ, Nguyễn Đức Nhân, Đinh Cường, Phạm Cao Hoàng... Và gần đây ông gửi cho tôi bức chân dung Nguyễn Minh Nữu. Nét vẽ sáng tạo và nhiều ẩn ý. Nhưng thú vị nhất là cái tình bạn ông ký thác trong đó. Xin cám ơn Nguyễn Sông Ba.

9/
Tri âm còn cũng dăm ba đứa
Cát bụi thì không chỉ một lần
Hải giác sơn nhai phiêu bạc mãi
Bên trời nhìn tuyết trắng bâng khuâng.

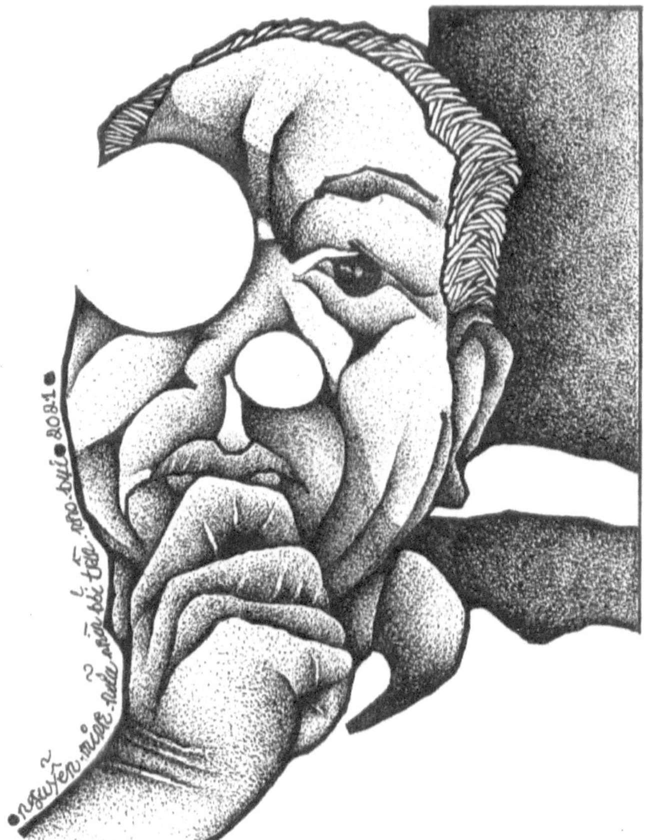

NGUYỄN MINH NỮU nhìn bởi TRẦN NHO BỤI

PHẦN 3 - TRUYỆN NGẮN NGUYỄN MINH NỮU

NHỮNG TÁC PHẨM ĐÃ XUẤT BẢN
của NGUYỄN MINH NỮU

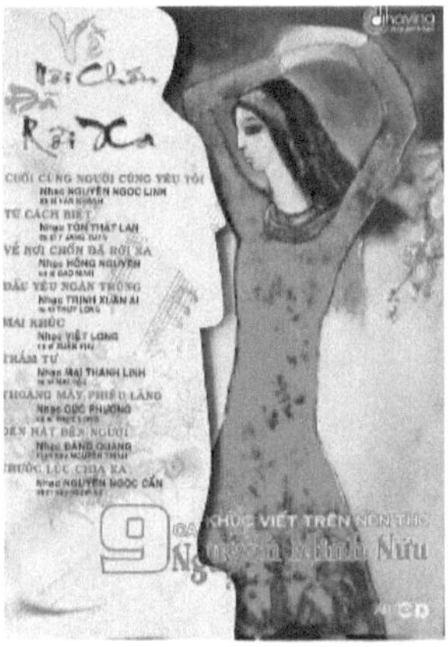

CD Về Nơi Chốn Đã Rời Xa

Gồm 9 Ca Khúc phổ từ thơ Nguyễn Minh Nữu của các nhạc sĩ Nguyễn Ngọc Linh, Tôn Thất Lan, Hồng Nguyễn, Trịnh Xuân Ái, Việt Long, Mai Thanh Linh, Cúc Phương, Nguyễn Ngọc Cẩn.

Lời Ghi Trên Đá

Tập thơ đầu tay Bìa Đinh Cường, Lời giới thiệu của Bùi Bảo Trúc và Nguyễn Minh Diễm

Thuồng Luồng Mắt Biếc
Tập truyện.
Sách do Nhân Ảnh xuất bản, Bìa tranh Trương Vũ
Trình bày bìa Uyên Nguyên Trần Triết,
Trình bày trang trong Công Nguyễn
Biên tập Trần Thị Nguyệt Mai.

Đất Nhớ Người Thương
Bút Ký.
Sách do Nhân Ảnh Xuất Bản, Bìa Trương Vũ.
Trình bày bìa Uyên Nguyên Trần Triết
Trình bày trang trong Công Nguyễn.
Biên tập Trần Thị Nguyệt Mai

Thơ văn Nông Sơn Nguyễn Can Mộng
(1980-1954)

Sưu tập thơ văn của Phó Bảng Nông Sơn Nguyễn Can Mộng. Sách dày 900 trang khổ lớn bao gồm sáng tác, biên khảo, sách giáo khoa Chữ Việt và Chữ Hán: Nông Sơn Thi Tập, Nam Học Hán Tự, Việt Hán Thành Ngữ, Ngạn Ngữ Phong Dao, Gương Liệt Nữ, Bức Gương Lòng Son.. Các bài thơ trên các báo Tứ Dân Văn Uyển, Nam Phong Tạp Chí....

Chút Tình Đọng Lại

Tuyển tập gồm Biên khảo, Cảm Nhận, Thơ, Nhạc, Tranh Vẽ của Trương Vũ, Nguyễn Quyết Thắng, Đoàn Văn Khánh, Phạm Cao Hoàng, Nguyễn Minh Nữu, Hoàng Kim Oanh.

HẢO HÁN CUỐI CÙNG

Lương Sơn Bạc vỡ. Đám đầu lĩnh chủ hòa đã thắng. Lá đại kỳ màu vàng tươi thêu bốn chữ Thế Thiên Hành Đạo đã kéo xuống đem để vào góc nhà, trông lù lù như một đống rác chưa kịp đổ. Thay thế vào vị trí kiêu hãnh đó, từ buổi sáng hôm nay, là dải lụa trắng, nó hẹp bề ngang mà quá dư chiều dài, phơ phất trong gió, mường tượng như mảnh khăn tang.

Đại cuộc coi như ngã ngũ. Ngày mai quân Tống lên núi, đám lính đói khát, mặt mày xanh xao với thói quen đánh đâu chạy đó kia sẽ được tiếp đón như những vị anh hùng. Sẽ không có gì thay đổi được sự việc cuối cùng này. Bên ngoài thì vậy, nhưng trong lòng những đầu lĩnh dường như không phải vậy.

Phản ứng mỗi người không giống nhau. Có người vứt bỏ nhung trang đao kiếm, thay đổi thường phục, một mình xuống núi, bỏ đi như bỏ chạy, vội vàng lúng túng. Có người lại thu gom những nhung trang đao kiếm đó, rồi cùng đám lâu la thuộc quyền quẩy gánh xuống núi, họ nói rằng họ trở lại vùng đất khi xưa của họ, nơi họ đã bỏ đi khi gặp Tống Giang, và ngỡ rằng đã gặp minh chủ. Nhiều người đang tụ tập ở lều quân sư Ngô Dụng, họ đang được trấn an là triều đình rất nhân nghĩa, chắc chắn không ai hỏi tới những công việc đã qua. Có người đang nghĩ tới việc thu hồi nhà cửa đất đai, nhân tình tì thiếp cũ, có người cân nhắc tới năng lực và những chức quan lại có thể được ban thưởng, rồi ngồi vuốt râu cười một mình.

Còn nữa, có người cũng bỏ xuống núi, nhưng không phải đi về phương nam mà đi về phương bắc, họ xăm xăm chèo thuyền qua lạch, nhắm vào dãy doanh trại quân Tống. Họ đi tay không, nhưng trong đầu họ là những bí mật của sơn trại mà họ may mắn nắm giữ. Họ muốn dâng công hay họ muốn trao đổi?

Bóng đêm đang đồng lõa với họ.

Lê Tùng đứng đây và Lê Tùng thấy hết. Còn Phạm Tuấn, hiện giờ Tuấn ở đâu, có nhìn thấy như Tùng hay không?

Lê Tùng là một lâu la mới lên núi chưa đầy ba tháng. Ở tuổi hai mươi sống giữa vùng chiến sự, Tùng ý niệm rõ ràng về Thiện Ác. Người ta chỉ nói tham quan ô lại, nhưng Tùng nhìn rõ sự người bóc lột người. Tùng nhìn rõ đồng tiền kiếm ra bằng mồ hôi, đôi khi bằng cả máu nữa, đã bị lấy đi không thương tiếc bởi những kẻ có quyền. Người ta nói tới uất hận đau thương, còn Tùng thì chính tay mình đã sờ được vào vết roi khảo của, mũi mình ngửi được mùi tanh của máu và tai còn lùng bùng tiếng trống họp đêm.

Ở tuổi hai mươi, chưa biết yêu thương mà chai mặt với hận thù. Tùng hiểu được sự yếu đuối của một cá nhân trước đám đông, và nỗi vô vọng khi chiến đấu đơn lẻ. Cho nên Tùng lên núi.

Tùng trở thành Chấp Kích Lang cho đại đầu lĩnh Lâm Xung. Và trong đêm cuối cùng của sơn trại này, Lê Tùng còn làm nhiệm vụ người gác cửa.

Từ chiều tới giờ, nghĩa là từ lúc rời Tụ Nghĩa Sảnh trở về, Báo Tử Đầu Lâm Xung vẫn đi đi lại lại trong trướng. Chỉ có một mình, lâu lâu có tiếng động của xô đẩy, đổ vỡ, và cả tiếng gầm gừ. Đột nhiên tiếng xoảng của bình rượu vỡ, rồi tiếng Lâm Xung:

- Có ai ở ngoài đó không?

- Có tôi.

Lê Tùng chạy vào.

- Ngươi là ai?

- Tôi là người đứng gác đêm nay.

- Gác? Ngươi gác ai? Gác giặc hay là gác ta? Giọng Lâm Xung

khinh bạc. Gác ta thì làm sao ngươi có khả năng đó, còn gác giặc, thì hôm nay đâu chỉ có giặc ở bên kia bờ lạch, mà giặc đang ngồi trên ghế chéo giữa Tụ Nghĩa Sảnh, ngươi gác làm sao?

Lê Tùng đứng yên, câu hỏi đó không phải dành cho chàng dù chàng đang nghe. Lâm Xung cũng nghĩ vậy nên không chờ câu trả lời. Lâm Xung lại hỏi:

- Ngươi tên gì?

- Tôi là Lê Tùng.

- Ngươi lên núi lâu chưa?

- Tôi tụ nghĩa được gần ba tháng.

- Tụ nghĩa? Lâm Xung cười nhạt, ngươi đem Nghĩa lên núi mà tụ, hay ngươi tưởng trên núi có Nghĩa mà ngươi lên?

- Tôi lên núi vì đại nghĩa của sơn trại.

- Vậy ngươi đã thấy ngươi lầm rồi chứ?

- Tôi không lầm.

Lâm Xung ngồi bật thẳng dậy, mắt trợn lên, nói như quát, ngươi nhìn thấy đại nghĩa của sơn trại này hay sao?

- Không có.

- Nghĩa là sao?

- Dù dưới lá cờ Thế Thiên Hành Đạo, sơn trại cũng chưa bao giờ biểu thị được đại nghĩa mà nó nhân danh. Nhưng cá nhân từng đầu lĩnh, thấp thoáng lại có phong cách người nghĩa sĩ. Chính phong cách đó từ ngoài nhìn vào cứ tưởng họ đại diện cho cả sơn trại.

Tiếc thay...

- Tiếc sao?

- Tiếc là kẻ đại diện cho cả sơn trại lại không có phong cách đó.

Lê Tùng ngừng lại một giây để lấy hơi:

- Họ có phong cách khác, phong cách của mẫu người bất nghĩa.

Lâm Xung đã đứng dậy bước từng bước chậm, giọng buồn, phải chăng ngươi đang ân hận vì lỡ sa chân vào chốn này?

- Tôi không ân hận, chủ tướng! Tôi không ân hận vì tôi đang phục vụ dưới quyền một người Nghĩa Sĩ.

- Nói bậy. Lê Tùng, hãy nghe ta nói đây. Khuất thân thờ người mà không được người dùng là một điều nhục. Nhưng điều nhục đó có thể nhịn được. Còn đã được người dùng mà không tận được sức mình, không mở được cái chí của mình, làm nhục đến cả người dùng mình, thì nhục nhã chất chồng. Nhục nhã chất chồng thì chút sĩ diện cũng không còn, sĩ đâu ra nữa mà nghĩa sĩ...

Tiếng nói Lâm Xung mỗi lúc một lớn, nói như hét. Khuôn mặt vuông, hai hàm răng nghiến lại, bạnh ra như mặt hổ phù. Lâm Xung quay mặt vào phía khác, rồi chậm chậm đi về giữa trướng. Khi tới trước chiếc ghế chéo vẫn ngồi, Lâm Xung chống mũi cây đao xuống đất, để hai tay lên trên đuôi đao, mặt ngước lên, mắt đăm đắm nhìn vào chữ Lâm thêu bằng kim tuyến vàng trên nền vải đen, lá cờ vẫn thường theo Lâm ra trận. Lá cờ treo ngang tầm nhìn, ngay ngắn sau lưng ghế, chính giữa lều đại tướng.

Lê Tùng còn nhiều điều cần nói ra, nhưng bây giờ không phải là lúc, nên Lê Tùng đứng yên, và đợi.

Đêm có lẽ đã sâu, trên cao có ánh sáng mờ nhạt của trăng và trong tâm có bóng tối của nỗi buồn. Thời khắc như chậm lại, đặc quánh niềm riêng.

Giây lâu, Lâm Xung chừng đã nguôi ngoai, quay lại nhìn Tùng. Thanh đại đao được cầm bằng hai tay, một tay nâng cán, một tay nâng mũi, trang trọng thăng bằng trước khi ngồi xuống. Tiếng nói u uất và trầm lắng hơn:

- Sẽ có một ngày ngươi hiểu lời ta nói. Ngươi còn quá trẻ... Sẽ không có một nghĩa sĩ nào trên sơn trại này đâu. Thôi ngươi ra ngoài.

Tùng vừa quay mình, Lâm Xung gọi lại:

- Ngươi ra ngoài và đêm nay đừng canh gác nữa. Không còn cái gì để mất thì gác làm chi.

Ngước nhìn tàn đại thụ bên hông Tụ Nghĩa Sảnh, bóng đen phủ hơn nửa sân. Âm u và cô độc.

Thoáng thấy lòng mình hoang mang, Tùng nghĩ tới Phạm Tuấn. Tuấn là bạn cùng quê và cùng lên núi với Tùng. Tuấn làm việc dưới trướng Hắc Toàn Phong Lý Quỳ. Tùng muốn chia sẻ với Tuấn điều mình nghĩ.

Băng mình chạy qua sườn núi phía đông, xuyên qua nhiều lều trại hoang vắng. Khi tới trước lều Hắc Toàn Phong thì nỗi hoang vắng còn nhiều hơn, đã như là hoang tàn. Cửa lều bỏ ngỏ, không bóng người nhưng lập lòe vẫn còn ánh ngọn đuốc tàn. Bên trong, bàn ghế xiêu đổ, bình rượu vỡ, ly tách lăn lóc tứ tung. Lá cờ Tím có chữ Lý thường nghiêm chỉnh treo giữa sảnh, nay lệch một bên như bị ai giựt xé. Giữa nhà, hàng chữ viết to bằng mực mới: Ta đi rồi.

Ai đi? Đi đâu? Lê Tùng bắt gặp lại cái cảm giác cô độc ngày xưa, khi một mình chống lại đám cường quyền thô bạo quê nhà. Lê Tùng thấy lạnh, Lê Tùng thấy sợ. Tùng quay mình chạy về lều cũ. Tùng định báo với Lâm Xung điều này, dù rằng không biết báo để làm gì, từ chiều tới giờ biết bao nhiêu người đã bỏ đi. Tùng không cảm thấy mất mát mà chỉ có cảm giác trống thoáng rộng chân, nay thấy Lý Quỳ bỏ đi, bỗng hình thành trong Tùng một nỗi bàng hoàng, cái đổ vỡ cứ tưởng bên ngoài, đột nhiên mở cửa bước vào và nhanh chóng chiếm trọn lòng Tùng.

Khi về đến cửa lều, Tùng có cảm giác lạ. Hiu quạnh phủ toàn sơn trại từ chập tối, dường như đang tập trung trước lều Lâm Xung. Ngọn đèn dầu vẫn còn trên bàn, soi bóng Lâm Xung lên vách lều màu đen sẫm. Lâm Xung ngồi quay lưng ra ngoài, tay có lẽ vẫn để trên đuôi ngọn đao quen thuộc, nhưng đầu cúi xuống. Cúi xuống quá thấp như đang gục đầu. Tùng lên tiếng:

- Chủ tướng!

Im lặng. Tùng bước thêm bước nữa.

- Chủ tướng!

Bước tới nữa, trong bóng tối nhờ nhờ vì ngược sáng, Tùng thấy mũi đao không chống xuống đất như chàng tưởng, mà quay ngược lên trên, ngay cổ Lâm Xung. Và dưới chân, Tùng đang bước trên lớp nhầy nhầy như máu.

Tùng chợt hiểu, chàng cầm đèn soi lại. Lâm Xung đã chết. Cái chết tự chọn bằng chính mũi đao của mình. Đĩa đèn rơi xuống đất, tắt ngúm. Đứng yên lặng trong bóng đêm, đồng cảm với người đã khuất, xót xa chia sẻ nỗi tuyệt vọng không nói thành lời. Ở góc nhìn của mình, Lê Tùng không cổ vũ lối giải quyết của Lâm Xung, nhưng trong quan hệ sơn trại, Tùng tán đồng và khâm phục tư cách người chủ tướng cũ.

Tùng không sửa lại thế tự tận, và cũng không có ý định chôn cất Lâm Xung. Tùng cho rằng phải để cho nhiều người nhìn thấy, hiểu ra những truyền ngôn của Lâm Xung. Những truyền ngôn sẽ đi từ trái tim người này qua trái tim người khác mà không cần qua một trung gian ngôn ngữ nào.

Xuống núi khi ánh bình minh vừa chớm, phương đông hồng như một trái đào. Sau lưng Tùng là sơn trại, sau sơn trại là bờ lạch, sau bờ lạch là mênh mông dải đất thân tình, nhưng đã không còn là thân tình với Tùng được nữa. Phải mất một thời gian khá lâu Tùng mới dần thích hợp nổi với đời sống. Thường xuyên với cảm giác sống trên mây với nhiều tưởng tượng vô căn cứ. Rồi những cơn ác mộng, trong đó máu người và sấm sét bão giông trộn lẫn. Rất nhiều đêm bàng hoàng tỉnh giấc, mồ hôi đầm đìa không định vị được mình đang ở đâu. Lúc đó, người lay gọi là Thảo. Cô gái mồ côi nay là vợ Tùng.

Thảo đúng là một kết hợp hài hòa giữa hai thế lực đối đầu: Mẹ chết vì bị huyện quan tra khảo đòi tiền, cha chết vì đi buôn bị cướp chặn đường cướp của. Thảo lớn lên trong đau khổ nhưng không hận thù. Đời dạy cô rằng hận thù không làm cho con người lớn lên được nhưng đối diện trực tiếp và sòng phẳng với đời sẽ thấy đời hẹp lại. Và trực tiếp đối diện với đời thì phương cách tốt nhất chính là yêu thương. Cô khuất phục Lê Tùng bằng sự độ lượng, bao dung và lòng thành thật. Kiềm hãm Lê Tùng khi chàng bồng bột, an ủi Lê Tùng khi chàng tuyệt vọng. Cứ thế, con ngựa non háu đá dần đã quên núi thẳm rừng sâu.

Tạm yên tâm trong nếp sống thường, nhưng vẫn dõi lòng theo dấu bóng người ngày xưa. Tất cả tin tức nhận được đều buồn. Các người xuống núi trước ngày Lương Sơn Bạc vỡ hoặc trở về núi cũ hành nghề lạc thảo, kiếm ăn qua ngày trong mùa tao loạn, có người tha phương đổi họ đổi tên làm công làm mướn qua quýt một đời. Cũng có người mộng đời không thỏa, tìm vui bốn bể mười phương, phiêu bạc giang hồ không nghe tăm tích.

Thương là thương bọn hảo hán vâng theo lệnh trên về hàng quân Tống. Họ bị bội bạc từ những ngày đầu. Hoặc bị đày đi vùng ma thiêng nước độc, hoặc bị ghép chung với các nhóm tội đồ, hoặc bị cô lập từng nhóm, phong tỏa đủ điều. Nhiều người trong họ mang nỗi uất hận không thể giãi bày, tích chứa lâu ngày trở thành trầm cảm. Cũng có người chua xót quá đi tìm cái chết. Còn có nhiều cái chết do bệnh hoạn và không chịu nổi lao nhọc kéo dài. Cũng có người vượt thoát trốn đi. Cũng có người phản bội bằng hữu cũ để tìm miếng cơm thừa canh cặn của bọn chó Tống. Nhưng lạ lùng là có vài cái chết do bị giết. Nhưng ai giết và tại sao bị giết thì không ai biết.

Đến một ngày, Lê Tùng có khách tới tìm. Người đàn ông trung niên vóc dáng lực sĩ, khuôn mặt sạm đen và hàm râu quai nón lốm đốm bạc. Tấm áo phong sương, nhìn thì lạ nhưng ánh mắt quen thuộc biết bao. Lê Tùng dò la:

- Ông tìm tôi?

Khách gật đầu, ánh mắt giễu cợt.

- Trong mắt ông có những tia nhìn hết sức quen thuộc, nhưng đầu óc tôi lúc này quá tệ, xin lỗi ông.

Khách bật cười lớn:

- Mày tệ thật Tùng ơi! Tới tao mà còn nhận không ra thì quá tệ.

Như cơn chớp lóe lên, Tùng la lớn, "Phạm Tuấn! Ngồi đây, ngồi xuống đây," Tùng nói lắp bắp như nghẹn thở.

Hai mươi năm kể từ ngày Lương Sơn Bạc vỡ, hai mươi lăm năm kể từ đêm giặc về xóm nhỏ, trói thúc ké cha Phạm Tuấn ra đình làng kết tội nhà giàu rồi dùng gậy đánh chết. Cũng từ đó, hai thằng kết nghĩa hẹn hò nhau đủ lớn tìm cách giúp đời... dẫn cho tới lúc lên núi tụ nghĩa...

Hai tay nắm chặt hai tay. Tùng dồn dập hỏi thăm từ ngày cách biệt, đi đâu, làm gì, ở đâu, vợ con, nghề nghiệp. Tuấn trầm tĩnh cười, tao sẽ ở đây nhiều ngày mới nói hết được. Một cách tóm lược là mày không biết gì về tao, nhưng tao thường xuyên biết rõ về mày, từng thời điểm một. Chưa thể gặp nhau vì chưa phải lúc đó thôi.

Bữa cơm chiều dọn ra, linh đình vui vẻ, rượu thịt và nhiều chuyện buồn vui kỷ niệm. Hai đứa bên nhau uống tới lúc say mèm. Dẫu nói thật nhiều mà rõ ràng chưa nói gì hết, câu chuyện bâng quơ chỉ là lớp váng, còn những gì Tùng muốn biết dường như cũng là những điều Tuấn muốn nói lại chưa được nói ra. Tùng thiếp ngủ trong nôn nao.

Thức dậy, Tuấn đã đi rồi, trên án thư để lại vài câu: Vui mừng vì buổi gặp mặt vừa qua. Mày không có gì thay đổi, đó là điều tao thú vị. Tao còn có chút việc riêng cần giải quyết trước khi kể lại với mày chuyện hai mươi năm qua. Hãy chờ tao!

Tùng có cảm giác hụt hẫng, dẫu sao Tuấn cũng đi rồi. Cố ôn lại từng mẩu chuyện vụn vặt để truy tìm tung tích, dường như Tuấn vẫn trong khói mù đời cũ, thấp thoáng hiện về từ ký ức, trong đó lúc nào cũng là một Phạm Tuấn cương nghị, dũng cảm, và biết quên mình.

Tùng chờ đợi nhưng không nóng ruột, chàng nghĩ Tuấn còn trong hoạt động bí mật, trước sau rồi cũng trở về.

Thực vậy, một buổi tối không trăng, Tuấn đột ngột trở về. Nụ cười tươi tắn, vỗ vai Tùng. Tao thèm được gặp và trò chuyện với mày.

Hai đứa đi bên nhau ra vườn sau. Giữa âm u của tàn lá rộng, Tuấn trầm giọng, bùi ngùi.

- Đời sống trôi vội vàng quá đáng, cũng một đêm như thế này hai đứa bàn bạc để ngày mai đi Lương Sơn... Mấy chục năm rồi...

- Những suy tính thời trai trẻ đã trở thành ảo vọng, tao sống đây mà tưởng như mình không tồn tại.

- Tồn tại chứ Tùng, có điều sự tồn tại của mỗi con người có giá trị hay không là do mục đích đóng góp của nó với cuộc đời. Nếu sống như loài cây cỏ thì tồn tại cũng như không.

- Hiện tại mày ra sao? Vợ con?

- Tuấn bật cười, cần biết điều đó lắm sao mà hỏi nhiều lần? Tao không có vợ.

- Chưa chứ?

- Không, không kịp nữa rồi.

- Câu trả lời tối nghĩa quá, thôi mày kể từ lúc xuống núi đi. Hôm đó tao chạy qua lều thấy hàng chữ ta đi rồi, có phải mày xuống núi cùng Hắc Toàn Phong?

- Đúng vậy, đó là khởi đầu cho các hoạt động sau này.

- Cho tới bây giờ?

- Không, cho tới ngày hôm qua thôi. Bắt đầu từ ngày mai là chương trình khác. Kể từ ngày mai, chương trình có cả mày tham dự. Vai trò của tao đã hết.

- Tao sao? Tao thì làm được gì?

- Đúng vậy, một mình mày thì chẳng làm được gì. Mà chẳng phải riêng mày, cả thế hệ chúng ta đã không làm được gì. Nhưng đã qua rồi, bây giờ mày sẽ đứng trong đám đông những người chứng kiến một đổi thay ngoạn mục của thế hệ sau mình. Tao tin như thế.

- Hắc Toàn Phong bây giờ ở đâu?

- Chết rồi.

- Tại sao? Ốm đau? Tự tử? Bị giết?

- Không. Nói cho rõ hơn, Hắc Toàn Phong chết nhưng Lý Quỳ còn sống. Sau khi rời Lương Sơn, thầy trò trải qua rất nhiều thử thách của cuộc sống, trong đó cam go nhất là câu hỏi về từng đêm, thế nào là đúng, thế nào là sai. Cái mà chúng ta coi là Đại Nghĩa, là Thế Thiên Hành Đạo cũng đã bao lần hoen ố vì cướp của giết người, vì những nhiễu lê dân, vì tranh quyền đoạt vị. Vậy chẳng lẽ chúng ta sai? Làm sao chúng ta sai được khi chúng ta đối đầu với cái xấu, cái gian xảo, cái áp bức cường quyền thủ đoạn. Đối đầu với cái xấu tức nhiên phải là cái tốt. Đối đầu với cái bất nhân tất nhiên phải là cái Đại Nghĩa. Vậy thì vướng mắc nào khi chúng ta đứng dưới cờ Đại Nghĩa lại nhúng tay vào một số việc bất nhân?

Phạm Tuấn chợt im lặng. Lê Tùng cũng im lặng. Cái im của Tuấn là cái im để thở, còn cái im của Tùng là cái im của lặng người. Câu hỏi Phạm Tuấn đặt ra có nhiều lần Tùng đã đặt ra với chính mình. Tùng tự trả lời rằng chí nhân là đại thể còn sự sai lạc chỉ là cá biệt vài người. Tùng cũng cảm thấy câu trả lời của mình chưa ổn nhưng không tìm ra cách trả lời khác. Tùng ngồi xuống bờ đá, hỏi Tuấn, theo mày thì thế nào là đúng?

- Mỗi cái đúng sai chẳng những tùy thuộc vào thời mà còn tùy thuộc vào người, hãy khoan phân biệt để tao kể tiếp chuyện Hắc Toàn Phong.

Phạm Tuấn ngồi xuống bên Tùng.

- Hai thầy trò lưu lạc cả năm trường với những dằn vặt không giải tỏa được. Cho đến một đêm tạm trú trong ngôi chùa cổ, nằm hiu quạnh bên dòng sông nhỏ cạnh núi Đại Nhạc. Buổi tối đó, đàm đạo với nhà sư già, câu chuyện dẫn dắt khi biết nhà sư đó cũng là khách giang hồ bẻ kiếm. Đặt với nhà sư câu hỏi cũ. Câu trả lời của nhà sư là câu trả lời mang triết lý Phật nói về nhân quả, nói về luân hồi, nói về nhân ái. Nhà sư lý luận đúng khi cho rằng không thể nào thay thế bạo lực bằng bạo lực và nền tảng đưa con người đến bình an là lòng nhân ái. Nhà sư đã khuất phục Hắc Toàn Phong khi chỉ rõ điểm yếu nhất của ông ta là bao nhiêu năm cầm dao đi giết người, quá quen thuộc những câu kết tội đáng chết của người mà chưa bao giờ dám hỏi thử những tội đáng chết của mình. Đêm đó, Hắc Toàn Phong xuống tóc quy y, liệng dao vào lòng sông với lời nguyện trọn đời không nói đến chuyện giang hồ.

Phạm Tuấn dừng lại. Hỏi Tùng nhà có rượu không. Khi cầm bầu rượu uống một hơi dài, mắt đăm đăm ứa lệ.

- Sáng hôm sau, tao ra đi một mình.
- Mày không thỏa mãn với lời giải thích của nhà sư?
-Tao không đồng ý với cách giải quyết của Lý Quỳ.
-Tại sao?
- Ích kỷ.

- Còn những người khác?

- Thí dụ?

- Sơn Đông Tống Công Minh?

- Hỏi làm gì thằng thủ lãnh kéo cờ trắng đó.

- Hà Bắc Lư Tuấn Nghĩa?

- Vì muốn thu hồi nhà cửa ruộng vườn đất đai tỳ thiếp, hắn đã bán cả đất Lương Sơn. Tao giết hắn rồi.

- Giết?

- Phải! Không chỉ riêng một mình hắn. Đó là những kẻ sử dụng nhuần nhuyễn cái mặt nạ Đại Nghĩa để mưu đồ lợi nhuận. Tuổi trẻ chúng ta, nhiệt tình và khí tiết chúng ta đã bị chúng phí phạm và chà đạp như thế nào? Đó là cái giá chúng phải trả.

- Những đầu lĩnh khác?

- Khá nhiều người trong bọn họ còn giữ được tâm huyết và danh dự của người từng là lãnh đạo một đội quân, dù một đội quân đã đầu hàng. Nhưng họ chỉ còn duy nhất cái Tâm, họ đã già rồi. Một số khác lại biểu lộ cái ô uế bám vào chất hảo hán Lương Sơn, mà ngày xưa chúng ta vẫn từng bêu xấu, đó là ăn tục nói phét, hữu dõng vô mưu, và đặc biệt nhất là lầm lẫn về cái chính nghĩa mà ta phục vụ.

Phạm Tuấn đứng dậy, đi chậm, vừa đi vừa nói:

- Đó là công việc tao làm từ hai mươi năm nay. Từ khi rời khỏi Lý Quỳ, tao đã lập chí một điều duy nhất là rửa cho sạch những lớp bụi bặm đó. Phải trả cho Lương Sơn cái chính nghĩa vì dân trừ bạo. Dù rằng muốn trừ bạo thì phải dùng bạo, nhưng cái bạo của người chính nghĩa là cái bạo lực nhân ái. Giết người không còn là lòng háo sát mà chính vì lẽ phải làm.

Tuấn đưa bình rượu cho Tùng:

- Mày uống vài hơi cho ấm, mày có vẻ lạnh?

- Câu chuyện mày kể làm tao lạnh chứ không phải tại gió đêm nay. Có phải từ lúc chia tay mày không còn gặp lại Lý Quỳ?

- Không gặp lại và cũng chẳng gặp lại làm gì. Tao dành toàn bộ thời gian còn có được sau chuyến buôn hàng trên ghe xuôi ngược, để tìm gặp những người hảo hán năm xưa. Niềm hy vọng sẽ tìm ra người nghĩa sĩ để phụng thờ. Tiếc thay, hảo hán thì nhiều nhưng nghĩa sĩ chẳng có ai. Mỗi lần gặp thêm một người là thêm một lần đau xót. Hào khí năm xưa, lời thề giữa Vũ Đình Trường lộng gió tưởng rằng suốt đời vẫn nhớ, ngờ đâu chỉ là hào hứng nhất thời. Họ đã tàn lụi. Tao bất ngờ nhìn lại mình, thật là thất chí khi thấy mình có khác chi đâu. Miệt mài nửa đời chưa gặp Đại Nghĩa để đầu quân. Cho đến năm ngoái đây...

Lê Tùng hưng phấn: Mày đã gặp...

Phạm Tuấn nhè nhẹ lắc đầu, để hai tay trên vai Tùng. Tao chỉ gặp chính tao. Thật nhiều đêm trăn trở, tao chợt khám phá ra rằng mình đòi hỏi quá cao nơi người chủ tướng, và nơi ngọn cờ mình phục vụ. Cái gọi là Thế Thiên Hành Đạo thực ra chỉ là đòi hỏi công bằng cho một nhóm người chứ không phải là tất cả. Nó nằm trong một guồng máy, cho nên dẫu giết tên tham quan này thì guồng máy sẽ đẻ ra tên tham quan khác, nhu cầu giết đó chỉ hẹp hòi trong tính vay trả mà thôi. Quan điểm công bằng là quan điểm của người hảo hán. Tao thấy rõ tao không thể làm được trang Nghĩa Sĩ như điều mơ ước tự thủa thiếu thời, thì thà làm một thằng hảo hán đòi cho đủ nợ vay. Tao quyết định đi đòi nợ trước rồi trả nợ sau.

- Nhưng mày vừa nói giết tên tham quan này, guồng máy sẽ đẻ ra tên tham quan khác?
- Tao không giết tên tham quan, mà tao giết thằng đã giết cha tao.
- Như vậy không hợp lẽ công bằng. Mày đã đòi được công bằng về phía mày, thế rồi công bằng từ những người bị giết ai sẽ đòi đây?
- Tao sẽ trả mà không cần người đòi. Lê Tùng, đến tìm gặp mày lần cuối cùng này, chính vì muốn mày là chứng nhân cho một thời đã hết đó.
- Tao?
- Câu này tao nói rồi, mày không làm được gì hết, không phải riêng mày mà cả thế hệ tụi mình, nhưng ai cấm chúng ta kỳ vọng vào thế hệ mai sau.

Phạm Tuấn để hai tay ra sau lưng, mắt ngước thẳng về phía trước, nói dồn dập:

- Đúng vậy. Giương cao ngọn cờ chính nghĩa vì dân trừ bạo không phải là việc một người, một nhóm người, hay một thời, một đời bất ngờ sáng tạo rồi làm nên được. Tao nghĩ nó âm ỉ khai sinh từ nhiều con người, từ nhiều thế hệ, nó được thêm bớt bằng máu xương nhiều đời để thích nghi và đáp thỏa yêu cầu chính đáng của tất cả. Lúc đó, mọi thế lực dù hung bạo và gian ác cỡ nào nhưng đi ngược với lòng dân thì cũng tự diệt.

Phạm Tuấn rút trong người ra một cuộn giấy cũ, đưa cho Tùng: "Đây là tên tuổi và chí khí của nhiều người tao đã từng được gặp. Họ là những hảo hán một thời, nhưng nay già nua và cùng đường về suy nghĩ. Tập giấy này một thời với tao trân quý như bảo vật. Nhưng nay chỉ là kỷ niệm. Gửi lại cho mày vì đời tao không còn dịp cần nó nữa"

Tuấn im lặng một chút, nói nhẹ: "Tao đã đòi đủ nợ, bây giờ tới phần tao trả nợ"

Nâng bầu rượu lắc nhẹ để ước lượng số còn, Tuấn nói tao với mày chia hai số còn này nhé. Giọng Tuấn điềm đạm và trữ tình. Tùng gật đầu. Tuấn uống trước. Trao bình rượu qua cho Tùng cười tươi tắn. Khi Tùng bỏ bình rượu xuống, Tuấn đã đi rồi.

Cô đơn quay trở về phòng, gác tay lên trán thức đến khi gà gáy. Lần giở cuộn giấy Tuấn trao. Đọc và nản chí. Những tên tuổi lẫy lừng nay còn lại là tư tưởng hẹp hòi cục bộ. Hào quang xưa nay thành vành khăn đen che mắt mù lòa. Tùng chợt nhớ tới một đoạn trong Tam Quốc Chí. Đoạn kể khi Lưu Thiện về hàng triều đình nhà Tấn, có một viên quan nhỏ giữ sĩ không ra làm quan. Tào Phi cho người gọi ra khen ngợi lòng trung và hỏi thăm kế hoạch an Thục. Viên quan từ chối và thưa rằng Tướng đã thua trận không thể nói lời hùng, Quan đã thua trận không thể bàn được mưu hay.

Lê Tùng nghe cay cay tròng mắt. Nhân ngọn nến canh đêm còn dang dở nửa chừng, Tùng đưa cuộn giấy vào đầu ngọn lửa. Đêm đã tàn, đời sau đã tới, có lẽ cũng chẳng lưu làm gì cái chất hảo hán gốc Lương Sơn.

HÀ NỘI THỨ TƯ

1

Cao là bạn với tôi từ thời trung học. Cao học không giỏi nhưng là người thông minh. Cao sống chí tình với mọi người, nhưng đó không phải là điểm làm cho ông ta thành công trong cuộc sống có quá nhiều biến động như thời chúng tôi lớn lên. Chính vì quá nặng tình nên thường nhẹ lý, và thường khi giữa đám đông, Cao là kẻ chịu nhiều thiệt thòi. Thiệt thòi lớn nhất chính là khi mọi người đổ xô ra Vũng Tàu để tìm cách chạy theo những con tàu vượt biển, hoặc chen chân trước Tòa Đại Sứ Mỹ, phi trường Tân Sơn Nhứt, hay bến tàu Saigon để mưu tìm một phương tiện thoát thân, Cao lại một mình ngược chiều chạy về Đà Lạt tìm gặp người thân. Hậu quả đó khiến Cao đã chịu đựng thêm 19 năm sống tại Việt Nam.

Cao vừa định cư tại Hoa Kỳ, chúng tôi nối được với nhau một tình bạn. Tình bạn giữa hai người quá lứa như một tách cà phê để nguội, nhìn thì chán mắt, nhưng có chịu khó nếm vào mới thấy nó đậm đà và nồng ấm hơn biết bao nhiêu.

Cao kể cho tôi nghe câu chuyện đi Hà Nội trước khi xuất cảnh, khi Cao nhận được một lá thư từ trong nước gửi tới. Chúng tôi ngồi với nhau ở sân vườn sau, dưới bóng mát của tàn cây cổ thụ rừng già, rừng tiếp nối vườn nhà. Tôi sinh trưởng ở miền Nam, niềm vui từ thủa thanh niên là cà phê, là thuốc lá, là bia rượu và là hào sảng ngân dài một câu vọng cổ. Nay cà phê thì làm tim đập mạnh, thuốc lá làm hôi nhà, uống rượu vào không được lái xe mà ngay cả mượn đời câu vọng cổ cũng không làm hài lòng mấy đứa con lai. Gặp lại Cao như gặp lại được một thời thanh niên cũ. Cái thời mà Đoàn văn Khánh mô tả là:

"Người ta biết cũng đâm liều.
Còn hơi thở yếu, còn yêu em hoài..."

2

Tôi mang theo trong lòng rất nhiều nỗi khát khao. Sự chờ mong lâu ngày, khi chín, nó rạo rực như ai ấp than hồng lên bờ ngực. Hà Nội với tôi không phải là điều mới lạ, dù chưa bao giờ ghé đến. Tại sao? Đơn giản quá, tôi sinh ra ở Hà Nội. (Sinh ra mà không lớn lên ở Hà Nội là một điều may mắn mà mãi sau này tôi mới biết). Tôi rời Hà Nội khi lên bốn tuổi, cùng đi với tôi, ngoài gia đình sáu người, còn có gần hai triệu người nữa cũng bỏ lại tất cả để thoát thân vào Nam tìm tự do.

Lần này trở lại Hà Nội, nơi sinh ra sau hơn bốn mươi năm, ôm giữ trong lòng chồng chồng chất chất hình ảnh của Hà Nội qua lời kể, qua sách báo và đặc biệt là qua trí tưởng làm sao mà tôi không xao xuyến cho được. Khi di cư vào Nam, rất nhiều người đem theo cả Hà Nội. Phải nói như vậy mới đủ nghĩa. Trong lời nói, trong hành xử, trong thói quen, trong thức ăn thức uống, trong giao tế thường nhật, bất cứ lúc nào không gian Hà Nội vẫn len lỏi chen chúc sống với thời gian Saigon.

Mẹ tôi là một trong đám đông này. Buổi sáng với người, khởi đầu bằng một ấm trà đậm đặc và khay chén lỉnh kỉnh kiểu cách. Tôi không nghĩ rằng mẹ tôi uống trà mà tôi nghĩ người đang hành lễ. Ngồi xếp chân vòng tròn trên phản gỗ, từ tốn rót nước sôi vào cái ấm đất nung nhỏ bằng nắm tay, lắc lắc vài lần cho nóng đều, đổ ra cái chén lớn nhất cũng lớn gần bằng cái ấm mà người gọi là chén Tống, tráng qua loa, rồi chuyền nước qua bốn cái chén nhỏ xíu gọi là chén Quân. Đó là nghi thức chuẩn bị, bây giờ thì chờ nước sôi, người với tay lấy hộp chè Chính Thái Thiết Quan Âm, đổ ra lòng tay trái một nhúm nhỏ rồi khéo léo nghiêng tay cho trà vào ấm, rót nước sôi vào. Trong khi chờ trà ngấm, tay người thoăn thoắt lau khô bốn chén Quân, chén Tống, đĩa để chén, đĩa để bát, trong cái bát có cái ấm và sau chót là cái khay gỗ. Nói là cái khay nhưng cấu trúc của nó là một cái bàn nhỏ xíu, có viền và bốn cái chân, tất cả bằng gỗ đen tuyền cẩn ốc xa cừ. Đoán chừng trà đủ ngấm, rót ra chén Tống, với tay rót thêm nước sôi vào ấm, rồi mới thong thả chiết từ chén Tống ra bốn chén Quân, đặt hai chén Quân ra khay gỗ, còn lại hai chén trên đĩa sứ, mẹ tôi bước xuống phản, bưng đặt lên bàn thờ, thắp ba nén hương, bây giờ mới là lúc uống trà buổi sáng. Dáng ngồi đăm chiêu, tư lự trong không gian mờ nhạt nửa sáng nửa tối đó, bàng bạc khói sương như hiển linh suốt thời quá vãng.

Tôi không gọi Trà là Chè như mẹ tôi được. Tôi lớn lên ở Saigon, đã quen hiểu chè là một thứ khác, lạ lùng sao khi nghe mẹ tôi hoặc bằng hữu thân quen với người gọi "chè", tôi lập tức hiểu đúng thứ người muốn mà không cần phải diễn thêm là chè tàu hay nước chè.

Tôi đã thức từ lúc những tiếng lịch kịch mẹ tôi kéo cái lò ra, bỏ than vào chuẩn bị nhóm bếp, nhưng tôi vẫn nằm yên, trùm chăn nhìn ra, lơ mơ, có lúc mở mắt, có lúc nhắm mắt. Tôi yêu thương và tôn kính không khí trầm lắng thâm nghiêm này. Tôi chưa bao giờ hỏi mẹ, và cũng chưa bao giờ suy đoán cả. Nhưng tôi vẫn cứ nghĩ rằng đó là lúc mẹ dành riêng cho cha tôi, một người đã khuất.

Cha tôi mất cuối năm Tỵ, vào Nam mới làm giỗ đầu. Cái mất mát của người chồng nhập chung cái mất mát của vùng đất thân quen, làm tóc mẹ tôi sớm bạc. Người u uất nhìn về phía sau tưởng nhớ Hà Nội và lo lắng nhìn về phía trước trông chờ tương lai của sáu đứa con.

Bao giờ cũng vậy, sau hai tuần trà, mẹ tôi châm thêm nước sôi, rồi đổ toàn bộ cả bã trà và nước ra cái chén, từ chén chiết nước ra chén Tống, rồi gọi tôi dậy, – Có muốn uống chè thì ra đây. Tôi lồm cồm ngồi dậy, chạy vội ra súc miệng rồi leo lên phản ngồi đối diện với mẹ, cầm chén Tống có trà nước ba uống một hơi cạn sạch, lần nào cũng nghe mẹ mắng: uống như mày người ta gọi là ngưu ẩm, người Hà Nội không ai uống thế. “Người Hà Nội không ai làm thế” là một điệp khúc, nghe mãi thành quen, và tưởng lại thì luôn là một gợi nhớ. Câu nói đó thường khởi đầu cho một mẩu chuyện bất kỳ về cái thành phố sương mù quá khứ cũ.

Tôi biết Hà Nội vì trong khai sinh đề rõ địa chỉ gia đình lúc tôi ra đời: Số 7 đường Lý Quốc Sư, Hà Nội. Dòng chữ khô khan không mô tả được gì, nhưng với mẹ tôi và các anh chị tôi lại là biểu hiện của một Hà Nội sinh động. Suốt thời thiếu niên của tôi, Hà Nội trùm phủ và chan hòa như là đang thực sống. Sau này, mỗi khi nghĩ về Hà Nội là tôi nghĩ về những hình ảnh, phong cách và hành xử của người Hà Nội qua biểu tượng cũ trong trí nhớ nhỏ nhoi của mình.

Đoàn tàu dừng lại ga Phủ Lý mười lăm phút. Tôi nhìn đồng hồ ước lượng mình sẽ đến Hà Nội lúc nửa đêm. Đêm Hà Nội làm sao nhỉ? À, tiếng lanh canh của tàu điện, có tiếng rao hàng của ai phía xa không? Sương mù phủ mờ mịt mặt hồ Gươm... Khi Anh Bằng viết Nỗi Lòng Người Đi, ông chỉ nói: “Tôi xa Hà Nội năm lên mười tám khi vừa biết yêu”, mà không nói xa ban ngày hay xa ban đêm. Tôi thầm mong ông xa người tình đầu vào ban đêm, ban đêm thích hợp cho mơ mộng, cho viễn tưởng và cho nỗi xót xa. Và tôi cũng sẽ hội ngộ đêm nay cùng Hà Nội.

Tôi mong chờ nhưng hoàn toàn không kỳ vọng là sẽ nhìn thấy Hà Nội phải như thế nào. Tôi sẽ thăm Hồ Gươm, thăm Đền Ngọc Sơn, thăm Hồ Tây, thăm Quán Thánh... tất nhiên, điều quan trọng và động lực chính của chuyến đi này là thăm mộ cha tôi và nơi tôi mở mắt chào đời, thăm một lần trước khi chia xa chẳng biết bao giờ gặp lại.

Bốn mươi năm sau khi mất, ngôi mộ an táng ngày xưa không còn nữa. Khoảng năm 1960, Nghĩa trang Voi Phục bị giải tỏa, may mắn là có người quen chôn cất kề cận mà con cái lại ở lại miền Bắc nên nhân tiện bốc cả lên di chuyển tới Yên Kỳ, Sơn Tây. Và do đó, tôi mới có dịp ra thăm kỳ này. Đoàn tàu chuyển bánh, tôi nhắm mắt lại, cố tìm giấc ngủ để đủ tỉnh táo nhìn mặt Hà Nội. Hà Nội mà tôi hội ngộ tối nay sẽ là một Hà Nội khác với hai cái Hà Nội tôi được biết từ trước.

Sau tháng Tư 1975, những người nón cối dép râu đem vào Saigon một Hà Nội khác. Họ kể lại với tôi một Hà Nội hoàn toàn không giống với Hà Nội trong tôi. Khác tới độ đối nghịch, và tôi có cảm giác thành phố họ kể không phải là Hà Nội, hoặc cái tôi đang gìn giữ trong tim là một thành phố trong mơ. Chưa bao giờ có thật. Cái Hà Nội được mô tả lần thứ hai này đầy máu, lửa, hận thù. Đó là "kìa nòng pháo vẫn vươn lên trời cao". Đất nước nào cũng phải trải qua chiến tranh để đi đến hòa bình, ai đó đã nói cây hòa bình phải tưới bằng máu, nhưng dẫu tưới bằng máu thì cũng phải nở hoa nhân ái thì mới được gọi là cây hòa bình chứ? Tôi ngạc nhiên khi thấy người ta chấm dứt chiến tranh bằng thủ đoạn và khởi đầu hòa bình bằng lòng hận thù. Vài ba tháng sau ngày chiếm trọn miền Nam, trong cuộc nói chuyện với văn nghệ sĩ và sinh viên học sinh tại rạp Olympic, Lưu Trọng Lư bước ra sân khấu với lời chào: "Tôi vẫn là con nai vàng ngơ ngác, đạp trên lá vàng khô..." Sau tràng vỗ tay dài xúc động, họ Lưu nói chuyện khá dài về văn nghệ, về đời sống những tên tuổi lẫy lừng ngày xưa. Tới phần giao lưu, có câu hỏi xin cho biết về tình trạng hiện tại của các thi sĩ Phùng Quán, Trần Dần. Lưu Trọng Lư trả lời bằng một hình tượng: Thời đại tiến lên như một chiếc xe lớn, nó chuyên chở tất cả nhưng chính những người trên xe cũng phải biết bám lấy nó để tồn tại, tất nhiên, trên đường đi nó sẽ hủy diệt những gì là chướng ngại.

- Phải chăng những con người văn hóa đó là những chướng ngại cần hủy diệt? Câu hỏi thứ hai không được trả lời. Nhưng những người ngồi nghe hôm ấy đã phải tự trả lời sau đó không lâu.

Tàu chuẩn bị vào Ga Hàng Cỏ. Không khí náo loạn dần, người ta thu dọn hành lý, nói chuyện râm ran. Người đàn ông ngồi bên, người bạn đường từ Saigon. Vâng, tôi không thể không nhắc đến và kể về người đàn ông kỳ bí này. Chính ông ta đã cho tôi những xúc cảm và rung động cho tới bây giờ còn rạo rực. Chúng tôi ngồi chung một băng ghế và làm quen với nhau dễ dàng. Ông Vượng là thợ khảm, người miền Nam chúng ta gọi công việc đó là cẩn ốc xà cừ, người miền Bắc gọi là khảm trai. Ông ta vào Nam chín tháng theo lời mời của một ngôi đình ở Thủ Đức để thực hiện tấm tranh thờ Bà Chúa Liễu Hạnh. Công việc gần xong, chỉ còn một việc nhỏ và quan trọng nhất đó là vẽ nét mặt của vị thần linh trên tấm tranh thì ông ta phải đem về quê thực hiện.

- Tấm tranh thờ thì quan trọng nhất là nét mặt, chưa thực hiện được nét mặt thì coi như chưa thực hiện được điều gì, chứ sao lại coi là gần xong?

Ông Vượng lắc đầu – Cái ông nói là tranh vẽ, quan niệm ông nghĩ là thường tình. Nhưng đây là tranh cẩn ốc và quan niệm áp dụng ở đây là tôn giáo. Khác nhau chỗ này. Tranh cẩn ốc là loại tranh kết cấu bằng nhiều mảnh ốc nhỏ, căn cứ vào màu sắc và độ phản chiếu ánh sáng, người thợ cưa cắt, ghép chúng lại theo hình dạng định sẵn, sau đó đục gỗ sâu xuống khoảng một ly, để ốc vào và mài cho bằng phẳng với mặt gỗ. Khi dùng dao nhọn tách những nét đen trên ốc chỉ là những nét điểm xuyết, tranh càng ít nét tách là tranh thực hiện càng công phu, đây là cái tinh vi của Thủ Công Mỹ Nghệ. Còn nữa, khi đi vào lãnh vực tranh tôn giáo là ta đi vào ước lệ. Ước lệ này căn cứ từ trang phục, kiểu tóc, giày vớ để phân biệt vị thần linh này và vị thần linh khác, nếu chúng ta để riêng khuôn mặt thì không ai phân biệt được khuôn mặt nào là của vị nào. Cho nên, một tấm tranh cẩn ốc tôn giáo thường coi như xong dễ dàng vì khuôn mặt ước lệ không đòi hỏi quá cao về mỹ thuật. Ngoại trừ trường hợp này.

- Ngoại trừ?

- Chính vì ngoại trừ này mà ngôi đình ở Thủ Đức dù rất gần Thủ Dầu Một là trung tâm cẩn ốc phía nam vẫn phải cậy cục mời thợ từ Hà Bắc vào thực hiện tranh thờ Bà Chúa Liễu Hạnh. Và người thợ thực hiện xong tranh lại phải cậy cục đem mảnh ốc đã cưa sẵn hình khuôn mặt ra Bắc, về Phủ Tây Hồ dâng lễ trầu rượu và thực hiện nét tách mặt ngay tại chính điện, trước bàn thờ. Nghi thức này người thợ khảm trai miền Bắc chỉ áp dụng trên tranh tôn giáo với đề tài Tứ Bất Tử mà thôi. Ông biết Tứ Bất Tử chứ? Bốn người mà truyền kỳ Việt Nam không ghi nhận được cái chết, đó là Chử Đồng Tử, Tản Viên Sơn Thánh, Phù Đổng Thiên Vương và Liễu Hạnh Công Chúa. Phủ Tây Hồ nằm trên rẻo đất nhô ra mặt hồ phía tây Hà Nội là nơi thờ Công Chúa Liễu Hạnh, tổ đình của tôn giáo thờ Tứ Phủ này.

Nghề khảm trai đối với dân Hà Bắc cũng là một tôn giáo, họ tự trói mình trong những điều luật khắt khe cha truyền con nối, trong đó, nếu thực hiện tranh thờ bên Tứ Phủ thì dung mạo các vị thần linh phải được vẽ tại đền thờ chính vị đó. Nghi thức này gọi là Tế Dung. Ông Vượng về Bắc theo tổ truyền để làm lễ. Tôi rất thú vị cùng đi làm bạn với ông. Khi tàu vào Ga Hàng Cỏ, chúng tôi tạm chia tay, tôi cần đi Sơn Tây thăm mộ, Vượng cần về Hà Bắc thăm nhà hẹn nhau hai ngày sau sẽ gặp ở Phủ Tây Hồ.

Đặt chân lên đường phố Hà Nội sau khi vượt thoát khỏi vòng vây của xe ôm, xích lô và người bán hàng rong. Với hành lý gọn nhẹ và địa chỉ rõ ràng của người quen ở gần Ga Hàng Cỏ, tôi muốn thong thả đi và thở không khí Hà Nội ban đêm. Tháng Bảy, trời se lạnh và gió nhẹ. Hai dãy đèn vàng bên đường cho tôi cảm giác thân thuộc như đã từng gặp. Phải lắm, hình ảnh này đã là hình ảnh cũ mà tôi đã từng nghe kể lại trong ký ức gia đình. Hình như, trong Hà Nội thứ nhất của tôi lúc nào cũng buồn, cũng quạnh hiu và cũng mờ mờ như trong buổi tối trời.

Tôi quyết định ngủ đêm từ quán trọ, phải lắm và hay đó. Tôi như người khách lạ trong thành phố mình nghĩ rằng quen này. Tôi muốn hòa vào cuộc sống hoàn toàn khác kia và tìm trong đó những làn hơi quen.

Một thanh niên gạ mời tôi mua báo.

- Được, cho tờ Kiến Thức, bao nhiêu?

- Mười hai ngàn.

- Ồ, sao vậy, thường giá sáu ngàn mà?

- Sáu ngàn? Cháu mua cũng không được giá đó, chú trả thêm cho cháu nhé...

- Tôi là độc giả quen, mua thường xuyên, nhưng có thể đường sá xa xôi nên bán đắt hơn một chút cũng được, tôi trả bạn tám ngàn chịu không?

Người thanh niên nghiêng mặt nhìn tôi, buông thõng:

- Địt mẹ, giá đấy lấy gì ông ăn?

Và bỏ đi, mặc kệ sự sững sờ của khách. Tôi bàng hoàng trong giáp mặt đầu tiên với con người Hà Nội. Không phải vì câu chửi của chàng thanh niên, mà vì sự đổi giọng giữa hai câu nói liên tục, từ câu trên mang tính thân thiện và cầu mong, tới câu sau trở giọng đốp chát, thiếu giáo dục. Hai câu nói lật lọng từ một người với một người cách nhau không đầy một phút. Tôi ôm nỗi buồn vào phòng trọ qua đêm.

Một đêm mất ngủ nhưng qua nhanh. Tôi nằm miên man nghĩ ngợi lung tung về nắng mưa thời tiết, văn hóa, chính trị chen lẫn những nôn nao chờ đợi cho hình ảnh sẽ gặp ngày mai, cho tới khi tiếng xe chạy trên đường đã nhiều, tôi nghĩ thành phố đã thức. Tôi ngồi dậy thu xếp hành trang gửi lại nhà trọ, trang phục gọn nhẹ cho chuyến rong chơi. Xem lại bản đồ và tìm đường ra Hồ Hoàn Kiếm. Hồ Hoàn Kiếm có Tháp Rùa, có Đền Ngọc Sơn. Tôi dành buổi gặp gỡ đầu tiên với Hà Nội cho Đền Ngọc Sơn, không phải vì thắng cảnh mà vì kỷ niệm.

Tất nhiên, không thể có kỷ niệm với một cậu nhóc lên bốn được. Nhưng là kỷ niệm của gia đình. Tấm ảnh được dán trân trọng ở trang đầu tiên của cuốn album là ảnh Đền Ngọc Sơn, nơi đó, trong thời kỳ toàn thịnh của chế độ Pháp thuộc, đầu tiên có một lớp dạy Hán Nôm thử nghiệm, từ khởi đầu nhỏ nhoi này, Đại Học Văn Khoa đầu tiên của Việt Nam đã được hình thành. Giáo Sư đầu tiên là một vị Đại Khoa triều Nguyễn, bao nhiêu năm phải dạy chữ Pháp, nay được trở về dạy tiếng Hán Nôm, đã thở phào nhẹ nhõm:

Mười mấy năm nay gái lộn chồng
Nay về cho khỏi kiếp long đong
Người ta duyên mới vui như tết
Mình giở gương xưa luống lạnh lùng.
(Phó Bảng Nguyễn Can Mộng 1885 - 1954)

Dọc theo hành lang, dọc theo các cột kèo vẫn là những câu đối chữ Nho của các bậc tiên hiền, nhưng người ta không còn tìm thấy tên của các tác giả nữa, thay vào đó là tấm bảng ghi lại cách phát âm và lời dịch bằng văn xuôi. Những người quản trị Đền Ngọc Sơn đã chuyển từ văn chương bác học qua văn chương bình dân, cùng lúc chuyển từ ý tứ thâm trầm sâu sắc, phát sinh từ một nền văn hiến bốn nghìn năm qua thành diễn dịch ngô nghê, thô tục.

- Tên tác giả đâu?

- Việc gì phải nhớ đến những con người, chúng ta đã quản lý thật tốt tài sản để phục vụ nhân dân, những câu văn đó sở dĩ còn lưu lại, chính là nhờ nó nói lên được cái hay đẹp mà tài sản này có được.

Người đàn ông đang quản trị Đền Ngọc Sơn đã trả lời như vậy. Điều này không gây ngạc nhiên cho tôi, bởi vì, quan niệm văn hóa không đem lại lợi nhuận thì không giá trị bằng một đống phân đã là một danh ngôn được ngợi ca như khuôn vàng thước ngọc, in ấn đầy rẫy trong sách vở báo chí từ bấy lâu nay.

3

Vượng đón tôi ở cửa phủ. Chiếc áo the đen và chiếc khăn đóng làm tôi không nhận ra ông. Vượng cầm tay tôi dắt vào:

- Tôi nghĩ rằng chắc chắn ông sẽ tới.

- Thật vậy, tôi thật lòng muốn gặp ông nhưng tưởng sẽ chỉ gặp hai ngày sau khi ông từ Hà Tây trở lại, thật vui khi gặp ông sớm hơn.

- Vâng, nhưng qua trò chuyện với ông trên tàu hỏa, tôi ước chừng với lối suy nghĩ mơ mộng của ông, ông sẽ ngỡ ngàng khi đối diện với Hà Nội, nên tôi chủ động tìm gặp ông trước. Phải chăng ông rất buồn, và vỡ mộng khi đối diện trực tiếp với Hà Nội?

- Ông đoán gần đúng với ý tôi.

- Ông buồn vì nó không còn đẹp như lòng ông nghĩ đến, và vỡ mộng bởi sự trần trụi quá đáng của con người trong nhịp sống ồ ạt quay cuồng?

- Tôi nghĩ tệ hại hơn. Thiên nhiên có lẽ cũng chỉ vậy thôi, nhưng đối diện với sự đổ nát, tôi không kềm được lòng mình cũng nát tan theo.

- Ông nói về kiến trúc?

- Không, tôi nói về văn hiến, cái Văn Hiến nuôi dưỡng và biểu lộ bằng giao tế giữa những con người.

- Đó là ông mới nhìn thấy Hà Nội trên mặt nổi.

- Nghĩa là còn có mặt chìm?

- Gần như vậy. Tôi hiểu và cảm thông được với ông từ khi chúng ta ngồi ăn trưa với nhau ở Ga Phan Thiết. Khi nghe ông tả về Hà Nội trong trí nhớ ấu thơ ông, hay cái Hà Nội theo lời kể của những người đi vào tiếp quản miền Nam. Tôi đã nghĩ rằng ông sẽ bàng hoàng khi gặp mặt cái Hà Nội thực tại khi ông bước xuống sân Ga Hàng Cỏ. Và tôi đã tự nhận trách nhiệm khi gặp lại để nói với ông về Hà Nội.

- Ông muốn nói tới một Hà Nội khác hơn những cái tôi đã gặp?

Ông Vượng đứng tựa lưng vào gốc liễu. Tháng Bảy Hà Nội đang bước vào mùa thu, gió gờn gợn trên mặt hồ xanh biếc, Phủ Tây Hồ vắng ngắt không người, không gian im ắng không một tiếng chim kêu. Cảnh u tịch đẹp nhưng lại lạnh lùng như nét vẽ.

Ông Vượng trầm ngâm điếu thuốc lá trên tay, không trả lời trực tiếp vào câu hỏi mà chợt quay lại:

- Ông biết Nguyễn Tuân?

- Tác giả "Chiếc Lư Đồng Mắt Cua"?

- Phải, nhưng ông ta sống được cho tới tuổi già không phải nhờ vào tác phẩm đó. Tác phẩm đã cho ông ta những tiêu chuẩn lãnh gạo là tác phẩm "Hà Nội Ta Đánh Mỹ Giỏi".

- Cuốn đó gọi là tác phẩm sao?

- Ở mức độ nào đó, cuốn sách đã là lá chắn cho sự sinh tồn của nhà văn. Ông ta đã chết. Chết sau khi nói một câu vang vọng khắp những người cầm bút miền Bắc, đó là câu trả lời một người bạn văn: Tôi sở dĩ còn sống được đến bây giờ là nhờ tôi biết Sợ.

- Sau "Hà Nội Ta Đánh Mỹ Giỏi", Nguyễn Tuân không còn là nhà văn.

- Điều đó không đúng. Ông ta không là nhà văn khi ông ta viết "Hà Nội Ta Đánh Mỹ Giỏi". Nhưng khi đã có cái lá chắn che chở về chính trị đó, những điều ông ta âm thầm viết ra và chưa thể phổ biến, mới là chân thực con người Nguyễn Tuân. Ông biết Chế Lan Viên?

- Tác giả Điêu Tàn?

- Bài thơ cuối đời được phổ biến là bài Bánh Vẽ. Đó chỉ là một trong hàng trăm bài thơ khác viết cùng thời kỳ, và chưa được chính thức in ra.

- Nhắc tới Nguyễn Tuân, Chế Lan Viên, ông định hàm ý điều gì?

Vượng cười lớn, hàm ý điều gì ư? Tôi không hàm ý một điều gì, nhưng họ thì hàm ý nhiều điều lắm. Thực ra họ cũng chẳng đại diện cho ai, nhưng rõ ràng họ là con người trong đám đông, rất đông những con người như họ, sống ẩn khuất bằng các dạng kiếm cơm không giống nhau, vẫn âm thầm chờ đợi một điều khác sẽ xảy ra. Không có những mẫu người tranh đấu đối diện trực tiếp với quyền lực như ở miền Nam, nhưng thật nhiều những bất hợp tác, tẩy chay, nhận định thật rõ chân tướng của sự việc rồi truyền tai nhau để như những vết dầu loang, chỉ một sự kiện nhỏ xảy ra, dù che giấu cách mấy cả thành phố cũng biết tường tận vào một vài ngày sau.

- Nhưng đó không phải thái độ tích cực.

- Xuất cảnh đi nước ngoài như ông là tích cực sao?

Tôi nhìn thẳng vào mắt Vượng. Ẩn sau con người làm lao động chân tay và có vẻ sống chết với nghề kia, dường như ẩn giấu một nhân cách thứ hai. Đôi mắt Vượng sáng, sâu và nhiệt tình dữ dội.

Từ khi làm quen với nhau trên chuyến xe qua một bức tranh trên bìa báo, Vượng đã nói với tôi về tranh Cẩn Ốc, qua tới thơ của các cụ già trong làng Thợ Cẩn, qua tới các tác giả đương thời. Tôi đã ngạc nhiên rất nhiều về sức đọc và trí nhớ của người đàn ông này.

Ông Vượng nói nhỏ hơn, giọng trầm lại:

- Xin lỗi ông, tôi không có ý nói vậy.

- Nhưng ông đã nói rồi, và ông nói cũng đúng.

- Tôi chỉ muốn chia sẻ cùng ông những điều u uất chung, mà tôi nghĩ rằng ông cũng như tôi, chúng ta đang ở những vai kịch phải luôn đóng cả hai khuôn mặt. Khuôn mặt cho cơm áo gạo tiền và khuôn mặt cho ước mơ bay bổng.

- Ông đã làm xong nghi thức Tế Dung cho bức tranh cẩn chưa?

Ông Vượng chỉ vào bờ nước kề cận:

- Năm 74, một ông rùa có đường kính gần hai thước tây đã chết và tấp vào bờ nước này.

Tôi bật cười, Ông nghĩ đó là Thần Kim Quy?

Vượng không cười, mắt nhìn xa về phía tây bắc, đăm đắm nỗi hồi mong.

- Ông không sống ở Bắc Hà, ông không hiểu gì về kết cấu của Hồ Hoàn Kiếm với Núi Tản Viên, ông không tin gì về Tản Viên Sơn Thánh với Liễu Hạnh Công Chúa. Tất nhiên không ai trách ông những điều như vậy, nhưng thật sự đó là một thiếu sót khi ông bỏ quên đi một mảng khá lớn trong lập thuyết sinh tồn của miền Bắc Hà, miền địa dư được đánh giá địa linh nhân kiệt này.

Khi tạm biệt, tôi nhìn được trong mắt Vượng còn nhiều điều không nói ra. Tôi mường tượng như còn có một con người khác trong con người đầu tắt mặt tối kia.

4

Chúng tôi ngồi ở sân sau, trời đang là mùa thu, những hàng cây phong từ màu xanh chuyển qua vàng rồi đỏ ối suốt tầm mắt nhìn. Cao chiêu ngụm nước trà nóng, và thở khói thuốc ra mờ mịt. Mùa Thu ở Virginia là vậy, chen giữa cái nóng của mùa hè còn sót lại là những cơn lạnh bất thường, trên xe, thường khi mới buổi sáng đây còn mở máy *heat* thì tới trưa đã phải chuyển qua máy lạnh. Tôi chờ đợi đoạn kết câu chuyện mà Cao vừa kể về Hà Nội, hay nói chung ra, là về Việt Nam, vùng đất ông vừa rời bỏ chưa đầy một năm trước đây. Nhưng Cao im lặng nhìn mông lung. Trên bàn vẫn là lá thư viết từ Việt Nam mà Cao nói rằng vừa nhận được từ Hà Nội. Bức thư của Vượng, bức thư đã khởi đầu cho câu chuyện kể dài dòng về thành phố xa xôi cách trở bên kia.

Bất chợt Cao hỏi tôi về những người quen gặp lại trong buổi ra mắt sách tuần trước. Thấy Cao muốn bỏ lửng đoạn cuối câu chuyện, tôi nhắc chừng:

- Trước khi ông rời Hà Nội, ông có gặp lại Vượng hay không?

- Không, sau đó suốt ba tháng chót còn ở Việt Nam, tôi có lên tìm Vượng vài lần tại ngôi đình mà ông ta nói gần Thủ Đức, cũng không gặp. Vài người thợ cẩn làm việc chung nói rằng ông ta đã gửi miếng ốc có nét tách chân dung mẫu Liễu Hạnh vào rồi, nhưng ông ta không vào làm việc nữa. Qua câu chuyện thăm dò với những người bạn chung làm việc với Vượng, người nói này người nói khác không giống nhau, nhưng nói chung vẫn là đánh giá Vượng là kẻ khác đời. Có đứa nói ông ta không phải người Kinh, mà là người Thổ, một sắc dân ở cao nguyên Bắc bộ, Vượng có bùa chú và bí mật thờ ma xó nên hay biết được chuyện thầm kín người khác. Đứa thì nói Vượng là con một địa chủ ngày xưa, đã bị đấu tố chết từ năm 1948 ở nông thôn Thái Bình. Vượng lưu lạc và giấu mình vào vỏ bọc lao động cần cù, vượt thoát vòng kiềm chế của chính quyền bằng tài khéo léo của đôi tay. Nhưng không đứa nào biết được Vượng là người đọc sách.
Trước khi rời Việt Nam tôi gửi cầu may cho Vượng một lá thư về địa chỉ miền quê, và cho Vượng biết địa chỉ người thân của tôi bên này. Tôi không nghĩ rằng sẽ nối được liên lạc với Vượng.

- Và Vượng trả lời thư ông?

- Sau đó cả năm.

- Và ông tin tưởng vào lập luận mang đầy tính huyền bí kia để nghĩ rằng đất nước đang vào một chu kỳ biến động, để đi tới tốt đẹp hơn?

Cao cau mày lại – Tại sao cứ phải đặt vấn đề tin hay không tin khi tất cả đều ngoài tầm tay chúng ta? Tôi không đặt lòng mình vào sự hiển linh của Tản Viên Sơn Thánh, hay Liễu Hạnh Công Chúa, hay một vị thần linh nào khác, bởi vì tôi hiểu rằng sự hiển linh của một vị nào bất kỳ đều là kết tinh của một niềm tin rộng lớn, nhưng thầm kín, của cả một thế hệ, cả một dân tộc. Cho nên tôi đặt niềm tin vào những luồng sóng ngầm đó. Những luồng sóng ngầm trong lòng Hà Nội khi nó luân lưu thì là nguồn nuôi sống con người, nhưng khi đột phá, thì nó chính là sự bùng vỡ từ trung tâm cứ tưởng là bền vững kia.

- Nhưng lá thư ông Vượng viết cho ông nói như thế à?

Bức thư được mở ra, thư Vượng viết thế này:

"Xin lỗi đã trả lời thư trễ, trễ vì không thể viết sớm hơn. Rất tâm đắc với ông, khi ông phân tích Hà Nội thành ba cái khác nhau. Cái Hà Nội thứ nhất là cái Hà Nội trong nỗi nhớ của gia đình ông, cho nên nó mơ hồ, nên thơ và tất nhiên không thể có thật. Cái Hà Nội thứ hai của nón cối dép râu mô tả với ông là cái Hà Nội trong "Hà Nội Ta Đánh Mỹ Giỏi" của Nguyễn Tuân. Đó là cái Hà Nội của bọn văn công ăn cơm thật nói chuyện giả, cái Hà Nội chỉ có trong văn bản của hệ thống truyền thông quốc doanh, và tất nhiên không thể là cái Hà Nội thật được. Và ngay cái Hà Nội thứ ba mà ông trực tiếp đối mặt, gặp gỡ trong lần ông ghé Hà Nội, cũng không phải là Hà Nội đúng nghĩa. Ông mới chỉ nhìn lớp váng để đoán một nồi canh. Mới chỉ cưỡi ngựa để thưởng thức hương hoa. Và nói cho đúng nhất là mới chỉ đứng ở bờ đèo để đoán lòng biển cả.

Không phải thế đâu, hãy nghiêng mình xuống để nghe được âm vang, hãy lắng lòng lại mà rung theo địa chấn.

Xin mô tả với ông một Hà Nội khác. Đó không phải là thành phố Hà Nội, mà là tấm lòng Hà Nội. Đó không phải là Chính Quyền đang cai trị Hà Nội mà là cái văn hiến bàng bạc trong thói ăn nếp ở của người Hà Nội. Đó là Nề, là Nếp, là Kinh, là Lịch mà không một thể chế nào bôi xóa được. Chỉ có thể lúc nó nổi lên như một phong cách riêng tư, hoặc nó lặn xuống như một luồng sóng ngầm, âm vang mãi mãi trong lòng Hà Nội. Thư viết cho ông không thể viết dài, nhưng thật đấy, sẽ có một ngày ông được nhìn thấy Hà Nội Thứ Tư."

5

Trong lúc tôi đọc thư, Cao đưa tay với bình trà, rót ra tách. Cao nói, từ chiều tới giờ, chúng ta uống đã hết ba bình rồi. Thôi không uống nữa.

Vâng, cũng vừa xong mùa thứ ba của một năm nhiều biến động.

CHUYỆN CỔ TÍCH TRÊN BẾN BÌNH ĐÔNG

Năm nào khi về đến Saigon, tôi cũng dành một buổi chạy xe về bến Bình Đông. Lần đầu về vào năm 2000, tôi còn có dịp gặp bác Ba Thanh, khi đó cụ cũng đã gần sát tuổi chín mươi, và Triều là bạn học chung với tôi thời trung học ở trường Nguyễn Bá Tòng. Dần dà những chuyến sau về, cụ Ba Thanh đã mất, cụ bà cũng mất sau đó vài năm, và ngay cả Triều cũng lâm bệnh rồi từ trần năm 2016. Căn nhà cổ kính nằm giữa vườn cây trái bây giờ còn lại gia đình Phiệt (con trai của Triều). Cái liên lạc thân tình của tôi với cả ba thế hệ của gia đình này là một câu chuyện khá dài.

Triều nằm trong nhóm ba đứa thân nhau học chung lớp từ hồi lớp Đệ Nhị (bây giờ gọi là lớp 11) trong đó tôi thì nhà ở gần trường, còn Triều và Mai ở tuốt trong Chợ Lớn. Nhà Mai bên này rạch Lò Gốm gọi là khu Bình Tây, còn Triều nằm bên kia rạch Lò Gốm gọi là bến Bình Đông. Lớp Đệ Nhị mà Triều đã có xe Honda đi học thì là gia đình khá giả lắm. Bến Bình Đông và khu Bình Tây nằm song song với nhau phía cuối kênh Lò Gốm. Bình Tây thì có hãng rượu Bình Tây, sát với khu trung tâm thương mại người Hoa ở Chợ Lớn, có chợ Bình Tây, khu bến xe Chợ Lớn là trung tâm xe chở hành khách về các tỉnh miền Tây. Bến xe Chợ Lớn khác với Xa Cảng Miền Tây ở chỗ Xa Cảng Miền Tây là bến xe khách lớn, chở khách về các tỉnh lỵ như Cần Thơ, Mỹ Tho, Châu Đốc, Rạch Giá, còn bến xe Chợ Lớn đa số là xe nhỏ 16 hoặc

24 chỗ ngồi, nhưng lại chở khách về các địa danh huyện lỵ. Cũng là về miền Tây, nhưng nếu Xa Cảng Miền Tây chở khách về Đồng Tháp là về bến xe tỉnh Đồng Tháp, thì bến xe Chợ Lớn chở khách về thị trấn Hồng Ngự là một huyện của Đồng Tháp chẳng hạn.

Bến Bình Đông nằm song song với bến Lê Quang Liêm của Bình Tây, nhưng nằm về phía bên kia kênh Lò Gốm. Bình Đông nằm giữa hai con kênh, bên này là kênh Lò Gốm và bên kia là kênh Đôi. Cách gọi tên các dòng nước này tùy từng đoạn mà có tên riêng, người ngoài thành phố nghe rất khó hiểu. Thực ra là như thế này: Từ sông Saigon, có hai nhánh rẽ vào phía nam, nhánh trên gọi là rạch Bến Nghé, nhánh dưới gọi là kênh Tẻ, hai nhánh sông này gặp nhau và nhập thành một tại Cầu Chữ Y, sau đó lại chia thành hai nhánh chạy tiếp về phía nam, một nhánh gọi là kênh Lò Gốm và một nhánh gọi là kênh Đôi. Kênh Lò Gốm và kênh Đôi nhập vào nhau tại Bình Đông, từ đây dòng kênh Đôi lớn hơn và chảy thẳng ra sông chợ Đệm. Đoạn đường hai bên kênh Lò Gốm khúc gần hợp lưu này toàn là các chành, các kho. Phía bên Bình Tây là các chành gạo, nông sản; phía bên kia sông là Bình Đông thì đa số các nhà kho lớn chứa phân bón, thuốc trừ sâu và nông cụ.

Bình Tây sầm uất vì sát với khu thị tứ và các chành xuất nhập gạo lúa nông sản thường xuyên mỗi ngày. Còn Bình Đông thì vắng lặng hơn vì mặt tiền đường sát bờ sông dài hằng hai ba cây số đều là những nhà kho lớn, kín cổng cao tường; đàng sau dãy nhà kho đó là khu dân cư, nhưng cũng thưa thớt ít người. Nhà của Triều là một trong vài chục căn nhà hiếm hoi nằm ở mặt tiền đường, ngôi nhà xây cất theo kiểu cổ, nằm sâu vào trong, bao bọc quanh nhà là vườn cây khá rộng. Nhà Triều trồng rất nhiều Mai, từ trước ra sau, bên phải bên trái đếm ra cả mấy trăm cây lớn nhỏ. Đặc biệt ngay cửa chính vào nhà, giữa sân là một cội lão Mai khá lớn, thân cây có lẽ hơn 20 cm, không mọc thẳng lên cao, mà khoảng cao gần 1 mét bỗng gập gãy như hình chữ V ngược một đoạn mới lại vươn lên. Chỗ gập gẫy đó tạo như một mắt cây, xù xì cổ kính, cùng với các nhánh cành khác mọc ra đan chen nhau thành một hình dáng vừa kỳ dị vừa bắt mắt. Khi tôi tới chơi với Triều lần đầu, cây Mai đã cao hơn tôi khá nhiều rồi, sum suê những nhóm nụ xanh tươi khỏe mạnh vào dịp gần tết.

Triều gốc là dân Vĩnh Long, gia đình lập nghiệp ở Saigon từ mấy đời là do ba của Triều: Bác Ba Thanh làm công chức ở thành phố. Mẹ Triều buôn bán trái cây ở chợ Xóm Củi, gần nhà. Triều là con một, sống với ba má. Triều là dân miền Nam truyền thống, gương mặt bầu bĩnh trắng trẻo và lúc nào nhìn cũng có vẻ như sắp cười, tính tình khoáng đạt rộng rãi, không thích bắt lỗi người khác mà chỉ chọc ghẹo gây cười rồi quên đi.

Những ngày cuối tuần, tôi đạp xe xuống nhà Mai, rồi kéo qua nhà Triều chơi giống như về quê. Ở đó chúng tôi thả diều, qua kênh Đôi lặn hụp dưới sình bắt cá lia thia, bắt cua bắt ốc rồi về nhà Triều mở tiệc liên hoan... không có rượu. Ba của Triều tôi gọi là bác Ba người tầm thước, khuôn mặt phúc hậu và rất thương con cùng lúc quý bạn của con, chúng tôi được sống như trong gia đình, rất đầm ấm và vui vẻ. Sau Trung học, chúng tôi chia tay nhau, mỗi đứa cuộc đời xô đẩy đi một hướng khác nhau. Triều thì học Sư Phạm, ra trường đi dạy ở gần nhà. Mai thì làm việc ở Phú Giáo, Bình Dương. Tôi thì phiêu bạc lên tới cao nguyên Ban Mê Thuột. Thế mà khi có dịp về lại Saigon là chạy đi tìm nhau. Lần nào về cũng có cảm giác như trở về nhà, bác Ba gái từ sau nhà chạy ra vồn vã: Chèn ơi, bây về hồi nào? Thằng Mai biết bây về hôn? Ngồi đó đi tao ra trường kêu thằng Triều về.

Tôi đón vòng tay ôm của bác Ba mà ứa nước mắt vì xúc động. Kệ, lát nó về, kêu nó chi bác, con ở đây tới ngày mai mà.

- Dzậy hả, vậy bây ngồi chơi đó nghe, tao nấu nồi canh chua cho bây nhậu với Ba nó nghe, lóng rày nó quậy lắm, biết uống bia uống rượu với ổng rồi.

Tiếng xe gắn máy chạy vào sân, rồi tiếng Triều la lớn:

- Trời phải mày không? Đi đâu mất biệt không thấy tăm hơi là sao?

Triều quay lại nói với má:

- Con chở nó qua nhà thằng Mai coi có thằng Mai về không nghe má...

Rồi sau 75, cuộc sống vượt khỏi suy nghĩ bình thường. Bác Ba

Thanh đi học tập 3 năm mới về, thân thể mang đủ thứ bệnh mà chẳng biết bệnh gì, chỉ càng ngày càng ốm yếu, đau nhức khắp người. Mai thì lấy vợ ở Phú Giáo và ở lại quê vợ luôn. Tôi về làm công nhân ngay quận 6. Cuộc sống khó khăn từ miếng cơm manh áo nên thời giờ ghé lại thăm nhau cũng ít dần đi. Triều vẫn đi dạy học nhưng vài ba tháng ghé lại một lần lại thấy thiếu mất một cái gì. Đầu tiên là cái xe gắn máy chuyển thành xe đạp, rồi thì bộ bàn ghế gõ phòng khách thay bằng cái bàn mica và mấy cái ghế nhựa, rồi thì trên bàn thờ trang trọng xưa đã có vẻ trống trải vì thiếu bộ lư và đôi chân nến bằng đồng, hình như còn nhiều thứ nữa mà tôi không biết, nhưng thái độ niềm nở ân cần thì chẳng khác gì xưa.

Cho đến một lần khi tôi qua, cả nhà im ắng một cách kỳ lạ. Tôi đi thẳng vào buồng sau, chỗ bác Ba nằm thì thấy bác Ba gái ngồi trên ghế cạnh giường ôm mặt khóc thút thít, bác Ba trai nằm nhưng cặp mắt vẫn mở, nhìn đăm đắm lên trần nhà. Triều kéo tay tôi bước ra ngoài. - Chuyện gì vậy?

Triều thở dài, chỉ vào cây Mai lớn giữa sân:

- Có người tới muốn mua cây Mai này với giá 4 chỉ vàng, mà nhà bây giờ kẹt quá rồi, ba tao bịnh mấy năm nay, giờ má cũng bịnh nữa, nhà không có tiền mà ba tao nhứt định không cho bán, ổng nói chờ ổng chết rồi bán. Nhà còn có cái gì khác mà bán để lo bịnh được đâu. Tao tính bán lấy tiền lo thang thuốc rồi mua chiếc xe xích lô tối về đạp thêm kiếm tiền...

Lúc đó tôi nhìn quanh vườn mới thấy vườn xơ xác trống trơn, cây cỏ mọc tùm lum, mấy trăm cây Mai trồng khắp vườn hình như đã được nhổ lên đem bán từ hồi nào... Tôi hỏi Bác có nói tại sao không cho bán không. Triều lắc đầu, ông chỉ nói không là không. Không bán gì hết, chết thì chịu chứ không bán...

Khuôn mặt của Triều quắt queo, xanh lè. Khi tay hai đứa nắm vào nhau, cả hai bàn tay đều lổn nhổn xương, siết vào nhau đau buốt.

Tôi cậy mình như là con cháu ruột thịt, nên đến bên giường cầm tay bác Ba góp ý:

- Bác ơi, một đời ta bằng ba đời nó, nay hoàn cảnh chung ai cũng chật vật, số tiền 4 chỉ lớn lắm, có thể lo cho bịnh tình hai bác mà còn có thể tạo ra việc làm cho Triều kiếm sống nuôi gia đình...

Bác Ba nhìn tôi, nước mắt ứa ra, nói chầm chậm:

- Tao biết bây nghĩ đúng chớ không sai, nhưng cây Mai này tuổi đã hơn trăm năm, là di sản từ thời ông nội thằng Triều, đem về đây trồng ngay bữa má thằng Triều sanh ra nó. Hơn vậy, tuy trồng ở đó mà có phải của mình đâu, làm người phải coi trọng lời hứa... đợi tao chết rồi bây làm gì đó thì làm...

Giọng bác Ba trầm, buồn nhưng dứt khoát, chỉ là chi tiết trồng ở đó mà đâu phải của mình thì tôi không hiểu tại sao mà không dám hỏi. Hôm đó đi về mà lòng nát tan, đau xót thương yêu mà chẳng biết làm sao để chia sẻ với Triều.

Bến Bình Đông từ bao đời nay là nơi cập bến của ghe thuyền miền Tây chở theo hoa kiểng và cây trái. Bên kia sông là bến Bình Tây chuyên về nông sản, lúa gạo. Các loại hoa kiểng chẳng những đổ về Bình Đông dồn dập vào dịp gần Tết, mà thường xuyên suốt năm vẫn có những chuyến ghe lớn chở trái cây đặc sản về cung cấp cho các chợ, cùng lúc hoa kiểng cho các vựa trong thành phố. Các chủ ghe lâu năm khi ghé lại, tạo ra một mối liên lạc thân tình với cư dân trong xóm và nhiều nhà dân trong xóm cũng trở thành nơi tạm chứa các thứ cây kiểng chưa tiêu thụ kịp.

Thời điểm 1980 ở thành phố nơi tôi sống như đang ngồi trên một cơn sóng dữ. Cuộc đời mỗi người gánh mọi biến động lớn trên một con thuyền nhỏ, biết bao người đã vượt thoát đi, biết bao người đã chìm đắm xuống và biết bao người như tôi, cắn răng chịu đựng, sống mà chỉ biết sống hết một ngày hôm nay, ngày mai chưa biết. Miếng cơm, manh áo, giấc ngủ và sự bình an chỉ biết chắc khi buổi sớm mai còn thức dậy được.

Mấy tháng sau, bất ngờ Triều ghé thăm tôi tại chỗ làm. Lần này nụ cười tươi rói, ngồi trên chiếc xe xích lô mới toanh, cười hi hí... Tôi chạy ra mừng rỡ:

- Bác Ba khỏe lại rồi hả?

- Ba má tao khỏe rồi, tao tới báo với mày mấy tháng nữa tao lấy vợ.

Tôi la lên:

- Úy trời, đứa nào ngu quá vậy? Mày quen nó ở đâu?

Triều kéo tôi vào quán cà phê lề đường và kể lại câu chuyện. Câu chuyện của Triều như thế này.

Ông nội của Triều là Chủ Sự trong tỉnh, là một hào phú ở huyện Trà Ôn, tỉnh Vĩnh Long. Ông có nhiều con nhưng hợp tánh nhất là người con thứ, là ba của Triều, nên cuối đời, ông về sống với vợ chồng con ở tại bến Bình Đông.

Ông thích hoa kiểng và có lòng hào phóng thương người. Hôm người con trai có đứa con đầu là Triều vào dịp sát tết Nguyên Đán, ông thảnh thơi đi dạo bến sông, ghe thuyền tấp nập cập sát mé bờ, ngay trên bờ là các loại hoa kiểng chở lên bày đầy đặc. Ông bất ngờ dừng chân ở một khoảng bày toàn là Mai, cả mấy chục chậu Mai lớn nhỏ, mỗi cây được bọc một bao tải vải bó rễ và đất tưới ẩm. Ông bất chợt nhìn thấy một cây lão Mai khá lớn, hoa kép, mỗi hoa chồng lớp mấy chục cánh vàng tươi rực rỡ tuyệt đẹp. Ông đứng ngắm nghía hồi lâu thì một người đàn ông bước ra chào hỏi. Đây là một cặp vợ chồng từ dưới quê Đồng Tháp chở cây từ vườn lên bán. Ông hỏi giá cây Mai nhưng mắc quá ông không mua. Cây Mai bình thường cũng cao lớn như vậy thì giá chừng hai trăm ngàn, mà cây Mai này đòi giá tới ba triệu. Ông hỏi tại sao, người đàn ông lễ phép thưa không phải con thấy bác hỏi ngay cây này mà con nói giá cao, thiệt ra đây là một loại mai đặc biệt mà không chỉ vườn nhà con, nói rộng khắp huyện Lấp Vò của con chỉ có một cây này. Nó là loại Mai Hương, bác chơi hoa nhiều thì bác biết. Hoa Mai là loại hoa có sắc mà không có hương, riêng cây này thì bác cứ ngửi thử đi. Bông hoa tỏa ra một mùi hương dìu dịu, không phải hương Lài không phải hương Lý mà phảng phất như có chút mùi trầm, càng về đêm mùi hương càng đậm cho tới sáng phai nhạt dần. Ba con dặn cái này cần người hữu duyên, phải giá thì bán không thì đem về nên giá nó mới cao như vậy.

Tưởng chỉ chuyện trò như vậy rồi thôi. Ai dè vài bữa sau, trời đã về khuya, ông Chủ Sự đi ngang qua ghe thì nghe tiếng khóc của phụ nữ. Sẵn cảm tình từ lần trò chuyện trước ông ghé qua hỏi thăm. Té ra cặp vợ chồng kia cơm ghe bầu bạn đem cây lên bán có dắt theo hai đứa con khoảng 5 tuổi và 7 tuổi. Hồi chiều, do bận rộn bán hàng, hai đứa bé chạy giỡn với nhau sẩy chân lọt sông chết đuối cả hai. Không có thân nhân ở gần, tiền bạc vốn liếng không còn, hai vợ chồng ôm nhau khóc ngất. Bây giờ phải gấp rút về quê vừa đau khổ vừa khó khăn chưa biết tính sao. Ông Chủ Sự suy nghĩ rồi nói thôi để tui mua mão hết mớ cây vợ chồng bậu đem lên để bậu lấy tiền mua quan quách cho sắp nhỏ rồi về quê. Hai vợ chồng cúi đầu cảm tạ và nói giá bán mão hết số cây là hai triệu. Ông Chủ Sự nói vậy sao được, nguyên cây Mai Hương đã là giá ba triệu rồi, mà bán mão cả chục cây còn lại có hai triệu là sao, thôi tui đưa bậu năm triệu để lo việc nhà. Hai vợ chồng kéo nhau quỳ xuống cám ơn và thưa rằng cám ơn ông hào phóng giúp người, nhưng thôi như vầy, năm triệu ông đưa coi như con mượn, về quê rồi khi có được sẽ xin đem lên trả, còn nay tất cả mớ cây con giao hết cho ông. Những cây khác thì coi như bỏ, riêng cây Mai Hương xin ông trồng lại chớ đừng bán, khi nào có tiền tụi con đem lên sẽ xin chuộc lại. Ông Chủ Sự gật đầu, bậu tính sao cũng được. Rồi ông chỉ tay về phía căn nhà: đó là nhà của tui, chừng nào lên được thì lên.

Đó là lý do vì sao ông Ba Thanh nhất định không cho bán cây Mai trước nhà. Triều kể tiếp, khi gia đình đang túng bấn tới độ có bữa ăn rau muống luộc trừ cơm thì bất ngờ có một cô gái tới hỏi thăm phải đây là nhà ông Chủ Sự không? Khi biết chắc đúng, cô gái mới kể tiếp cô tên Ơn, là con gái của ông bà Hai Đậu, quê ở Lấp Vò, Đồng Tháp. Hồi ba mươi năm trước, khi cô chưa ra đời, cha mẹ cô làm vườn và bán cây kiểng, có năm chở ghe bán lên bến Bình Đông vào mùa gần tết giống như vầy, bất ngờ gặp tai nạn làm chết hai người anh chị ở bến sông, có được ơn ông Chủ Sự ở nhà này giúp đỡ nên mới đem được xác về quê. Mấy năm sau thì sanh ra cô, nhưng gia đình làm ăn cũng không khá giả. Mới năm rồi người cha từ trần, kể lại cho cô nghe cái ơn khó trả ngày xưa. Nay nhờ được mùa lại thêm bán được mấy công đất, nên mẹ cô đưa địa chỉ sai cô lên đây đền ơn đáp nghĩa ngày xưa.

Mẹ của Triều lúc đó lại nảy sanh căn bệnh đàn bà, đi đứng khó khăn thiếu người giúp đỡ, cô Ơn tự nguyện ở lại ít ngày giúp bà tắm rửa thay đồ. Cô Ơn đưa gia đình số tiền còn nhiều hơn giá 4 chỉ vàng mà còn nhất định không chịu lấy cây Mai Hương về lại dưới quê. Cô nói cây này nó chỉ sống được nhờ người có phước. Nay nó ở đây an lành con lấy nó đi làm chi. Khi thấy má Triều chưa bớt bịnh, cô nhắn tin cho mẹ cô lên thăm, và ở lại sống trong nhà như người thân yêu. Má Triều gần ba tháng sau nhờ có người chăm sóc, nhờ tinh thần thanh thản vui vẻ và nhờ thuốc men chạy chữa đã gần khỏe hẳn. Lâu ngày bên nhau nảy sinh lòng quyến luyến. Có bữa, má Triều mân mê tay cô Ơn, bà nói, phải chi bây ưng thằng Triều thì đời tao có phước quá. Cô Ơn cười mắc cỡ, biết ảnh có ưng con không mà bác hỏi vậy? Triều đang nằm chèo queo ngoài bộ ván ngoài sân, nghe thoáng qua chạy vô cầm tay cô Ơn, thú thiệt tui ưng cô từ khi cô từ ghe bước lên bờ kìa. Cô Ơn cười e thẹn, hai má đỏ hồng.

Ơn tính tình thuần hậu mà lại giỏi giang chuyện mua bán. Khi hai đứa lập gia đình với nhau, Ơn lấy lại cái sạp bán trái cây ở chợ và về quê tạo đầu mối đưa cây trái lên giao hàng bán sỉ cho các chợ trong vùng. Triều ngoài giờ dạy học, thì thành người giao hàng chuyên nghiệp cho vợ, chiếc xe xích lô chuyển thành xe ba bánh phục vụ cho chuyện kinh doanh.

Khi tôi rời Việt Nam vào năm 1995, thì gia đình Triều đã là một gia đình êm ấm, hai bác Ba khỏe mạnh lại, sống nhẹ nhàng thảnh thơi với đứa cháu nội đầu lòng, con của Triều và Ơn.

Lần này về bến Bình Đông, lại đúng gần mùa Tết, trên bến thì tràn ngập hoa tươi đủ loại, dưới bến thì chen khít với nhau ghe bầu, ghe rổi, xuồng chèo, thuyền máy, hàng hàng lớp lớp sát bên nhau như một hội hoa nửa bờ nửa nước. Tôi ghé vào nhà Triều, căn nhà vẫn là kiến trúc cũ, cổ kính và thanh lịch nhưng nay được sơn phết mới, trang trí thêm cửa kính, máy lạnh, sân vườn tráng xi măng, đường đi sạch sẽ, giữa vườn vẫn là cây Mai Hương nay đã cao quá nóc nhà, rực rỡ hoa vàng, tỏa hương thơm ngát. Vợ chồng Phiệt đang xúm xít trang trí bàn thờ quay ra thấy tôi reo lên mừng rỡ... Bác Bảy về rồi... Năm nay đám kỵ ba con có bác Bảy ba con chắc vui lắm... Trên bàn thờ, di ảnh hai bác Ba nhìn xuống cười hiền hòa, lung linh trong ánh nến thắp trên đôi chân đèn sáng loáng, chiếc đỉnh thờ rực rỡ màu đồng, thấp bên dưới là khuôn mặt của Triều cười mím chi y hệt như thời chúng tôi còn trẻ trâu.

Tôi hỏi Phiệt:

- Má mày đâu?

- Má con đi chợ mua đồ làm tiệc chiều nay đãi bạn bè con.

- Ủa có tiệc gì vậy? Tất niên hả?

Phiệt mắc cỡ:

- Dạ... dạ... không... Mừng vợ con có bầu.

Đứng trước hiên nhà, nhìn lên cây Mai Hương cao lớn tỏa hương dìu dịu mênh mang, Phiệt nói sau Tết, má con dâng cúng cây Mai Hương này vô chùa. Má con nói cây lão mai này đã cho gia đình con hưởng phước đã ba đời rồi, "Phước bất khả hưởng tận", nên muốn để tất cả những người có tâm thiện cùng được hưởng phước như gia đình con.

Tôi quay lại nhìn Phiệt, sửng sốt về câu thâm nho Phiệt nói, không biết nó học được từ đâu. Như vậy, khoảng cuối năm sau nếu tôi còn đủ sức khỏe về thăm nữa, thì tôi có quen biết với cả 4 đời gia đình Triều rồi đó. Tôi với tay lấy mấy cây nhang và kính cẩn thắp lên trên bàn thờ với lòng thương nhớ và kính yêu thật đầy.

Tháng 1.2018

SỐ 19 KỲ ĐỒNG

Năm 1972, Thắng rủ tôi tới 19 Kỳ Đồng, quận 3, nằm đối diện hơi xéo về phía trái nhà thờ Dòng Chúa Cứu Thế. Lúc bấy giờ nơi này đang được sử dụng làm Văn Phòng Liên Lạc Sinh Viên Quốc Nội và Hải Ngoại. Đây là một tòa biệt thự cổ của Pháp, bước vào là một khoảng sân khá rộng, rồi bước tới phòng khách có thể sinh hoạt chung năm bảy chục người, trong nữa là ba phòng dùng làm văn phòng, phòng họp và phòng văn thư. Chỗ này là nơi gặp gỡ và sinh hoạt cho sinh viên đang đi du học nước ngoài khi về nước có chỗ tìm đến nhau, làm quen, kết bạn và tham dự các sinh hoạt cùng sinh viên trong nước. Điều hành chung là anh Đỗ Ngọc Yến. Anh Yến là Huynh trưởng của phong trào Du Ca nên đây là nơi các Huynh trưởng nhạc sĩ của Du Ca thường ghé chơi như các anh Ngô Mạnh Thu, Nguyễn Đức Quang, Trần Văn Bùi và các trưởng trẻ của Du Ca như Đặng Mục Tử, Nguyễn Quyết Thắng, Nguyễn Hữu Nghĩa, Bùi Công Bằng...

Trong số các sinh viên làm việc thường xuyên tại văn phòng, tôi quen với Lương Văn Tự, Nguyễn Ngọc Linh, Đinh Việt Hùng, Nguyễn Văn Thanh. Ở địa điểm này, mỗi cuối tuần có những buổi sinh hoạt trình diễn âm nhạc truyền thống, và một đơn vị

Du Ca hoạt động thường xuyên là Ca Đoàn Trung Ương của Phong trào Du Ca.

Hôm đó, Nguyễn Quyết Thắng đưa tôi tới để xem Thắng trình diễn một số ca khúc trong chương trình cuối tuần. Trước phần trình diễn của Thắng là một màn độc tấu đàn tranh. Người nữ thướt tha trong áo dài gấm vàng, đội khăn hoàng hậu. Cô ta ngồi xuống, cây đàn để trên đùi và ngón tay thoăn thoắt lướt trên 16 sợi dây đàn, tỏa mênh mông suốt khán phòng một làn hương dân ca dìu dặt. Tôi nghe và thấy lòng dào dạt thương yêu. Đôi mắt cô ta tròn xoe, lúc nhìn xuống đàn, lúc ngước lên nhìn bao quát, tôi nhìn được một cái gì đó mơ màng như mắt nai, và dịu dàng như người em gái nhỏ. Hết phần trình diễn này là tới phần Thắng hát. Tôi ngơ ngác nhìn theo cô bước vào hậu trường. Không cần ai giới thiệu tôi bước theo cô và làm quen.

- Lúc nãy tôi vào trễ nên không nghe được người ta giới thiệu cô tên gì. Vậy cô tên gì?

Cô ta quay lại nhìn tôi, vẫn cặp mắt mơ màng đó nhìn từ trên xuống dưới rồi trả lời nghiêm chỉnh:

- Tuần sau, anh tới sớm hơn sẽ nghe được người ta giới thiệu tên người trình diễn mà.

- Ồ... Nguyễn Văn Thanh, người điều khiển chương trình, là bạn tôi, tôi có thể hỏi anh ta.

- Thế sao anh không hỏi anh ta mà hỏi tôi?

- Trời ạ, tôi tưởng hỏi cô thì nhanh hơn chứ.

- Anh lầm rồi đó.

Nói xong cô mỉm cười có vẻ hài lòng và quay mình bước vào phòng.

Tôi đành thở dài quay lại hội trường ngồi nghe Thắng hát và chờ cuối chương trình sẽ hỏi lại. Nguyễn Văn Thanh mà sau này trở thành một đạo diễn kịch nghệ với tên Phương Cửu cho biết cô ta tên Ngọc Trai, sinh viên Khoa Học, thành viên ca đoàn Trung Ương. Khi chương trình chấm dứt, tôi không về ngay mà chờ cô ta ra là bước tới hỏi chuyện:

- Ngọc Trai về một mình mà tay cầm đàn có vướng không? Hay tôi đưa Ngọc Trai về nhe?

Cô ta khựng lại, nhìn tôi, bây giờ thì cô ta đeo cặp kính trắng to. Cặp mắt không còn mơ màng nữa, mà sắc như dao lướt qua tôi. Nhưng cô lại cười tươi tắn:

- Được chứ. Anh đến đây bằng gì?

- Bạn tôi chở.

- Vậy anh định đưa tôi về bằng gì?

- Ơ.., tôi... tôi...

May quá, Thắng chạy tới cứu bồ, Thắng nói tôi chở Nữu cầm đàn cho Ngọc Trai và chạy theo Ngọc Trai về nhà như vậy an toàn hơn.

Ngọc Trai trả lời:

- Tôi nghĩ rằng tôi đi một mình an toàn hơn.

Cô ta ngừng một chút rồi nói:

"Nhưng nếu hai anh chạy theo bảo vệ thì cũng vui mà..."

Từ lúc quen Ngọc Trai, tôi tới chơi với Văn Phòng Liên Lạc nhiều hơn, từ đó kết thân với Nguyễn Ngọc Linh và Đinh Việt Hùng. Cả hai đều là Du Ca, và là nhân viên thường trực tại văn phòng. Đinh Việt Hùng hát hay, vừa đoạt giải Khôi Nguyên Tiếng Hát Sinh Viên, còn Nguyễn Ngọc Linh thì phụ trách về Kỹ Thuật, là toán trưởng một toán Du Ca.

Đầu tiên là hẹn Ngọc Trai ở văn phòng liên lạc. Thuở ấy, phương tiện liên lạc với nhau chỉ là viết thư, không có phone, không có fax, cho nên gặp lần này là hẹn lần sau, hoặc tới sớm nhìn lên bảng nhắn tin coi có mẩu nhắn tin nào gắn lên đó.

Văn phòng 19 Kỳ Đồng là nơi gặp gỡ của sinh viên các trường Đại Học trong và ngoài nước. Tôi là một người đặc biệt, cũng là sinh viên, nhưng là sinh viên Sĩ quan Thủ Đức. Mỗi chiều thứ sáu, đi phép về là đi thẳng tới văn phòng, vẫn mặc trên người quân phục đi phép. Thường thì sau giờ sinh hoạt chung, khoảng hơn 8 giờ tối, Ngọc Trai và tôi đi về trên chiếc xe Yamaha nữ màu xanh nước biển của Ngọc Trai. Một lần, vừa tới nơi, tôi thấy Ngọc Trai vẫn còn ngồi trên xe ở sân trước. Cô ngoắt tôi chỉ ra ngoài. Đi theo ra ngoài, ngồi phía sau cho Ngọc Trai chở, tôi vẫn nghĩ là sẽ chạy lăng quăng đâu đó như mọi lần, rồi ghé quán cà phê Phấn Thông Vàng trên đường Nguyễn Thông nghe nhạc tình hoặc ghé hội quán Cây Tre ở Đinh Tiên Hoàng nghe nhạc thân phận, nhưng khi chạy ra tới Ngã Sáu, Ngọc Trai quay lại hỏi tôi nhà ở đâu.

- Nhà... nhà ai?

- Nhà bạn chứ ai.

- Để làm gì?

- Về thay đồ dân sự đi.

Tôi chỉ đường cho cô chạy về cầu chữ Y, vào nhà thay vội bộ quần áo dân sự rồi lại leo lên xe cho cô chở đi, chẳng hỏi là đi đâu. Ngọc Trai chạy về phía quận 6, rẽ vào khu cư xá Phú Lâm B, và ghé vào một căn nhà lớn như một cái biệt thự. Bên trong có khoảng mười mấy thanh niên nam nữ ngồi quanh nhau, mọi người chào hỏi vui vẻ và bày biện ra bánh kẹo trái cây nói rằng hôm nay là sinh nhật ai đó. Lát sau có một người tới nữa, lớn tuổi hơn chúng tôi, người này mọi người gọi là anh Huỳnh.

Anh Huỳnh thấp người, khuôn mặt vuông vức nhưng xanh lét như người bệnh sốt rét. Ngọc Trai nói với tôi anh Huỳnh trước học ở Khoa Học, ra trường lâu rồi, tới đây chơi như một người anh. Khi vòng tròn ăn uống tạm vơi, anh Huỳnh có nói gì đó về trách nhiệm thanh niên, về dân tộc, sau đó hướng dẫn mọi người cùng vỗ tay hát chung một số bài ca sinh hoạt thanh niên. Trong đó có bài tôi biết, có bài tôi không biết. Anh Huỳnh liếc qua tôi và lục trong túi xách mang theo một xấp giấy đưa cho tôi, giọng thân mật, nhắc tôi nhìn vào giấy này và hát theo mọi người.

Tôi gật đầu, lật phớt phớt vài trang xấp giấy quay ronéo đó, đọc và giật mình khi thấy thoáng qua là những lời ca mang nặng tính đấu tranh và hận thù. Tôi chợt hiểu lý do Ngọc Trai muốn tôi thay quần áo dân sự trước khi đến đây. Tôi ngồi im suốt buổi, cho tới khuya mới về.

Ngọc Trai chở tôi về nhà cô ta. Nhà nằm trong đường hẻm đối diện trường Quốc Gia Hành Chánh ở đường Trần Quốc Toản. Căn nhà rộng bề ngang và khá sâu, bên ngoài là phòng khách, rồi tới một phòng lớn có cầu thang lên lầu, phía sau là xưởng ép đế giày bằng mủ cao su. Tôi gặp mẹ của Ngọc Trai. Cụ bảo khuya quá đi đường không tiện, cháu cứ ngủ lại trong xưởng với mấy anh công nhân cũng được. Tối đó, tôi lấy cái ghế bố ngủ lại ở cái phòng có cầu thang lên lầu. Gia đình Ngọc Trai ở trên lầu, cửa khóa lại.

Tôi học ở Thủ Đức xong, ra trường về đơn vị ở tiểu khu Định Tường. Đôi mắt cận thị nặng không phù hợp cho những đêm di chuyển giữa bùn lầy sình nhão, nên tôi xin đi khám mắt và sau đó được giải ngũ vào cuối năm 1974. Những ngày còn quanh quẩn ở Saigon, Ngọc Trai thường đưa tôi đi gặp nhiều nhóm bạn khác lạ. Dù dị ứng với chính trị, nhưng tôi cũng mường tượng ra một cái gì không bình thường ở những nhóm sinh hoạt này.

Tôi thường từ chối đến với các sinh hoạt thanh niên theo từng nhóm, viện lý do không phù hợp để đưa Ngọc Trai rong chơi trong thành phố. Trên chiếc xe hai bánh màu xanh nước biển, tôi chạy dọc bến sông, từ bến Bạch Đằng, qua bến Hàm Tử, qua bến Lê Quang Liêm vào tuốt gần Bình Chánh, rồi ngược ra, chạy theo xa lộ Đại Hàn, chạy ven phía nam thành phố, qua đến Bình Dương, vòng xuống Gò Vấp để về lại Hàng Xanh... Có khi chúng tôi dừng lại ven đường, ghé vào một quán cóc gọi ly cà phê đen đá, thong thả nhìn đời sống kham khổ nhưng yên bình của người dân, có khi trời còn nắng, chúng tôi chạy vào rừng cao su ven xa lộ, ngồi nghỉ ngơi dưới tàn lá rậm, rì rào con gió mùa hè và nghe Ngọc Trai khao khát một đời sống bình yên khi đất nước hòa bình...

Ngọc Trai nằm thoải mái xoải chân trên nền lá vàng, hát mê say: Nếu là chim tôi sẽ làm loài bồ câu trắng, nếu là hoa tôi sẽ là một đóa hướng dương (Tự Nguyện - nhạc Trương Quốc Khánh).

Còn tôi, tôi hát cho Ngọc Trai nghe Bài Hương Ca Vô Tận của Trầm Tử Thiêng: Hát nữa đi Hương hát điệu nhạc buồn, điệu nhạc quê hương. Hát nữa đi Hương hát lại bài ca tiễn anh lên đường. Ngày đao binh chưa biết còn bao lâu, cuộc phân ly may lắm thì qua mau. Hát nữa đi Hương hát để đợi chờ...

Những lúc không đi đâu, tôi cùng Ngọc Trai thường đứng ở lầu một biệt thự 19 Kỳ Đồng. Khung cửa sổ lớn nhìn ra khoảng sân rộng bên dưới, ngoài đường tiếng xe chạy vọng vào xa xa, chiều về chầm chậm, tiếng chuông nhà thờ Dòng Chúa Cứu Thế thánh thót báo lễ chiều và thả hồn mình vào những khao khát hòa bình dù chưa biết cuộc tương tàn sẽ chấm dứt bằng cách nào. Hiệp định Paris đã ký kết cả ba năm rồi mà có ngày nào trên đất nước không có tiếng súng đâu.

Buổi sáng ngày 30/4/1975, tôi đứng trên đường Nguyễn Biểu, nhìn dòng người táo tác, mặt mày thất sắc, ôm đồ đạc chạy từ quận 8 qua, rồi lát sau, một toán bộ đội súng cầm tay đi tới. Cái cảm giác bàng hoàng, buồn vui lẫn lộn. Vậy là hòa bình rồi hả? Vậy là chấm dứt chiến tranh rồi hả? Cái chết không còn là sự đe dọa nữa nhưng rồi cuộc sống sẽ như thế nào đây...

Bất ngờ nhìn thấy chiếc xe Yamaha chạy vào hẻm, tôi vội về nhà, và sửng sốt nhìn Ngọc Trai.

Là Ngọc Trai đó sao? Vẫn trên chiếc xe gắn máy quen thuộc, nhưng hôm nay Ngọc Trai mặc đồ xanh của bộ đội miền Bắc, sau lưng đeo một khẩu súng dài, chiếc mũ tai bèo cột chặt dưới cằm thật xa lạ trong mắt tôi.

Cô ta ngoắt tay, kêu tôi ngồi lên xe. Đi đâu? – Đi, làm việc. – Làm việc gì? Tôi biết gì mà làm? – Lên xe đi, lát nữa rồi biết.

Ngọc Trai chạy về phía Chợ Lớn, chạy qua Nguyễn Tri Phương, bùng binh An Dương Vương, rồi ghé vào Đại Học Xá Minh Mạng. Ngoài cổng Đại Học Xá có người gác cửa, họ quen thuộc với Ngọc Trai nên mở cổng cho cô chạy vào. Bên trong, không có một sinh viên nào mà thấp thoáng từng toán bộ đội ngồi đứng xa xa... Ngọc Trai đưa tôi vào một dãy nhà đang có đông người lố nhố, có thường phục, có áo bộ đội, có nón cối, có dép râu, có mũ tai bèo. Chợt một người quay ra nhìn tôi cười, khuôn mặt xanh xám, hai tay lỏng khỏng trong cái áo bộ đội quá khổ. Người này nói ông rất vui khi gặp lại tôi... Tôi khựng lại và nhớ ra... anh Huỳnh. Ngọc Trai nhanh chóng giới thiệu, Huỳnh là họ thôi, anh Tư đây nguyên là Chủ Tịch Tổng Hội Sinh Viên Sài Gòn đó. Tôi bật lên, à...

Mấy ngày sau đó, tôi hiểu ra. Cái mặt ngoài là mồ côi cha của Ngọc Trai chỉ là cái vỏ bọc. Cô ta là con gái của một cán bộ nằm vùng. Căn nhà mà tôi đã từng tới, đã từng ngủ lại là một cơ sở bí mật tàng trữ vũ khí. Công việc sản xuất đế giày cao su cũng là mặt nổi để họ vận chuyển vũ khí vào thành phố gói kín trong những bành cao su to đùng chuyển từ Tây Ninh về. Tôi còn biết thêm cái ghế bố mà tôi đã từng nằm được kê trên nắp hầm bí mật chứa vũ khí bên dưới. Sau này, người ta giữ lại căn nhà Ngọc Trai ở như một di tích, vì đó là nơi duy nhất ở Saigon cất giấu vũ khí đạn dược mà không bị phát hiện.

Ngọc Trai tạo điều kiện để tôi tới nhà và gặp người Cha bí mật của mình. Thân phụ của cô người cao lớn, nói tiếng Bắc vùng Nam Định, câu chuyện không dài nhưng cởi mở. Ông nói:

"Tôi nghe bà nhà nói về chuyện cậu với con Ngọc Trai nhà tôi. Tôi biết cậu là sĩ quan, muốn tính chuyện lâu dài, cần phải ổn định cuộc sống. Muốn ổn định thì cậu cần phải học tập. Tôi có thể giúp cậu bằng cách đưa cậu ra phường trình diện và đi học tập ngay. Học xong sớm rồi về mà xây dựng lại cuộc sống gia đình.

Tôi hoãn binh bằng cách nói rằng sẽ bàn lại với gia đình. Nhưng thực sự trong tinh thần hoang mang bất định lúc đó, tôi có cảm giác mọi chuyện không đơn giản như lời nói, và xã hội đang vận hành bằng những bước đi phức tạp và khá buồn. Tôi về, và bắt đầu tránh né những lần đi chung với Ngọc Trai. Rõ ràng vẫn là cô gái ấy, vẫn là những săn sóc chăm lo cho nhau, nhưng giờ đây một cái gì đó không tả ra được làm con người mình dường như không là mình nữa.

Lúc thân phụ Ngọc Trai (về sau tôi biết bí danh là Ba Mủ) đề nghị tôi đi học tập thì chưa có lệnh tập trung sĩ quan công chức miền Nam đi học tập, nghĩa là lúc đó chẳng ai biết học tập cải tạo là gì, ra sao... Và sau này, khi hồi tưởng lại, tôi cũng tin chắc rằng ngay cả người nằm vùng như bác Ba Mủ cũng không biết thế nào là tập trung cải tạo.

Ngọc Trai ghé nhà nhiều lần không gặp, để lại thư nhắn tôi lên số 4 Duy Tân buổi sáng để gặp bạn bè.

Khi tôi lên, gặp lại Bằng, Hùng, Linh, Linh đầu bạc, Hùng hí và Ngọc Trai. Ngọc Trai đề nghị chúng tôi lập lại một nhóm giống như Du Ca, lấy tên là Thanh Ca Tác Động. Nhóm này khi sinh hoạt tại số 4 Duy Tân đã tập trung lên đến hàng trăm thanh niên sinh viên tới chơi chung. Nhóm được đưa vào hội trường chính để nghe hát và dạy hát bài ca mới, rồi đưa đi các trường Đại Học dạy lại cho sinh viên... Dường như chỉ khoảng vài tháng, một buổi sáng, đang tập họp thành vòng tròn, một cán bộ thành đoàn xuống phổ biến một thông báo, thông báo rằng giải tán tổ chức Thanh Ca Tác Động, và cấm các thành viên của nhóm tự ý tụ tập sinh hoạt bất cứ nơi đâu.

Chúng tôi chia tay nhau, ai về nhà nấy.

Không gặp lại Ngọc Trai.

Tháng 9 năm 1975, đợt đổi tiền đầu tiên ở miền Nam là một cú đấm trực diện vào kinh tế xã hội miền Nam. Thiếu thốn, kham khổ từ trước, nay nặng nề hơn thành đói kém, thê lương. Mọi gia đình đều cố gắng thu vén, bán được cái gì thì bán bớt bổ sung vào miếng ăn. Những gia đình họ hàng mà tôi quen biết, gia đình nào cũng có nỗi đau xót riêng, tựu trung là mất mát, chia ly, thiếu hụt và cái chung nhất là hoang mang không biết sẽ ra sao. Mấy anh chị trong gia đình tôi thì hai người anh đi học tập cải tạo chưa biết bao giờ về, một gia đình người chị đi nước ngoài, một gia đình người chị ở lại đi dạy học và thường xuyên lên lớp với cái bụng trống không. Tôi không tìm được việc làm, kể cả công việc nặng nhọc như lao động.

Giữa lúc đó, Ngọc Trai tìm đến. Cô ta hỏi thăm về người anh kế tôi, đang học tập cải tạo ở Đà Lạt. Mẹ tôi thở dài, không có tin tức gì về con dâu và bốn đứa cháu nội. Ngọc Trai hỏi Bác có muốn con đưa N. lên Đà Lạt thăm anh Diễm và gia đình không? Tôi lắc đầu liền, không đi đâu, xe cộ khó khăn và tiền bạc không có. Nhưng mẹ tôi thì nghĩ đến con trai, con dâu và các cháu nên bị lung lạc. Để làm mẹ yên lòng, tôi theo Ngọc Trai lên Đà Lạt tìm thăm anh Diễm.

Khi xe chạy ra khỏi thành phố, chúng tôi ngồi bên nhau trong im lặng. Tôi đưa mắt nhìn mông lung những hàng cây xa tít tắp, những mảnh vườn, mái nhà hiu quạnh bên đường. Tôi thoáng có ý nghĩ tìm một miếng đất làm vườn làm rẫy sống qua ngày... Khi xe gần đến Bảo Lộc để chuẩn bị dừng cho khách ghé ăn trưa,

Ngọc Trai giúi vào tay tôi tờ giấy 50 đồng, nói cầm lấy để chi phí lặt vặt cho chuyến đi. Ăn trưa xong, tôi rút tiền ra trả nhưng nhân viên tiệm ăn từ chối. Tờ giấy 50 đồng quá lớn khi ăn hai đĩa cơm chưa tới 3 đồng. Tờ 50 đó tôi giữ lại cho tới khi về lại Saigon trả lại cho Ngọc Trai.

Những ngày ở Đà Lạt, Ngọc Trai trở về như cô gái ngày xưa, đằm thắm, dịu dàng, sắc sảo và rất thông minh. Chúng tôi vào tận trại cải tạo ở Trại Mát thăm anh Diễm, rồi sau đó đi thăm chợ Đà Lạt, thác Prenn, Cam Ly, tản bộ trên sân Cù, đi bộ dọc theo hồ Xuân Hương. Cả hai không đề cập hay nhắc tới chuyện tôi đến gặp bác Ba Mủ, hay chuyện tình cảm giữa hai người. Tôi biết chắc đó không phải là tình yêu, chúng tôi chưa bao giờ nói với nhau những lời tình tứ riêng tư. Có lần, Ngọc Trai nói dường như tôi đã thay đổi nhiều lắm, cái sôi nổi, hào hứng ngày xưa có vẻ như đã chìm vào đâu đó.

- Không phải vậy. Ngày xưa khi tôi nói là tôi tin rằng những điều mình nói là đúng, nên đủ tự tin để giãi bày ra và hăng say bảo vệ nó.

- Còn bây giờ?

- Bây giờ? Bây giờ tôi nghi ngờ cả sự có mặt của tôi trên mặt đất này, không chừng cũng là điều không thực.

- Bạn không cảm thấy vui khi mình đi bên nhau sao?

- Ngọc Trai vẫn là một người nữ nhiều cá tính và thú vị. Bên cạnh Ngọc Trai là bên cạnh những đợt cuồng phong, cạnh những làn sóng lớn, những chuyển dịch bất ngờ... và đôi khi từ đó vẫn nảy sinh những ước mơ nóng bỏng nhưng...

- Nhưng sao?

- Nhưng đời sống vẫn phải có sự bình ổn về tinh thần. Sự bình an và thư thái nhẹ nhàng...

- Bạn thấy bất an khi mình ở bên nhau?

- Không nói thế được, sự bất an trong tôi bấy lâu nay là thường trực, dù có Ngọc Trai bên cạnh hay không.

Chúng tôi cùng im lặng và giữ gìn tránh tranh luận cho tới lúc về lại Saigon. Tôi buồn. Và buồn hơn khi tôi biết tôi làm Ngọc Trai buồn. Ngọc Trai dành cho tôi rất nhiều sự quan tâm, và có thể nói là chiều chuộng, ngoại trừ những lúc tranh luận, còn không thì Ngọc Trai chiều chuộng tôi như chiều chuộng một đứa em. Bên cạnh Ngọc Trai tôi thấy mình nhỏ bé và thiếu tự tin. Tôi quý Ngọc Trai nhiều lắm, nhưng cái tình cảm đó có vẻ như tình bạn, một tình bạn không bình đẳng mà tôi thuộc về phía yếu kém.

Khi xe về đến bến ở đường Nguyễn Tri Phương, chúng tôi đi bộ về nhà Ngọc Trai, sau đó cô ta lấy xe chở tôi đi. Chúng tôi chạy loanh quanh và ghé ngang qua 19 Kỳ Đồng. Ngôi biệt thự bây giờ bỏ hoang, không người cư trú. Cây hoa sứ lớn giữa sân trong bóng đêm như tỏa ra một vòm tối ám, âm u, nhìn lên trên lầu, cái cửa sổ rộng mở toang, nhìn vào bên trong một khoảng nhờ nhờ trắng, hoang tịch. Ngọc Trai hỏi tôi có muốn ghé vào thăm một chút không. Tôi lắc đầu. Ngọc Trai đưa cho tôi một mảnh giấy nhỏ gấp tư và bảo lát về nhà hãy đọc, rồi rồ ga chạy.

Khi Ngọc Trai chở tôi về nhà ở cầu chữ Y, trời đã tối, chuyến đi bốn ngày làm cơ thể tôi nhão ra như mất sức, những suy nghĩ dằn vặt làm tôi chóng mặt và có cảm giác như đang sốt. Tôi lăn ra ngủ. Sáng hôm sau, thức dậy, chợt nhớ tới tờ giấy Ngọc Trai đưa hôm qua, tôi ngồi dậy lục tìm và mở ra. Trong đó chỉ một dòng chữ ngắn:

"Philippe ơi, đọc nhật ký của Isabelle nhé."

Philippe là nhân vật nam, còn Isabelle là nhân vật nữ trong tác phẩm Climats (Mặc Đỗ dịch với tựa là Tâm Cảnh) của André Maurois. Cuốn sách Ngọc Trai tặng tôi hồi hai đứa mới quen nhau, tôi tìm trong nhà, không còn cuốn đó, nhưng vì là sách được dạy trong chương trình giáo khoa lớp Đệ Nhị, nên tôi nhớ đại khái là khi Philippe chết vì bệnh phổi, vợ ông, Isabelle, viết trong nhật ký hồi tưởng, câu kết thúc nhật ký và cũng là kết thúc tác phẩm là: "Em tin rằng nếu em giữ được anh, em sẽ biết cách đem vui sướng đến cho anh, nhưng định mệnh và lý trí chúng ta thường lỗi điệu".

Virginia, tháng 5/2018

SƯ ÔNG CHÙA NÚI

Ở khu vực núi đồi, giáp ranh giữa ba tiểu bang Virginia, Maryland và West Virginia là nơi đầu nguồn của dòng sông Potomac, là vách núi dựng đứng, soi mình xuống dòng nước cạn lô nhô đá núi chảy miên man về phía đông tìm đường ra biển.

Có một con đường nhỏ tên là đường Đồi Đậu Phộng, chạy men theo vách đá, lên cao, lên cao, quanh co chạy uốn vòng theo vách đá rồi đi vào những đồi cao thấp khác nhau để vào khu cao nguyên của thị trấn Charles Town của tiểu bang West Virginia. Những ngọn đồi xanh cây cỏ, vườn tược, thấp thoáng xa xa mới có một căn nhà ẩn sâu trong rừng cây, cái đẹp của cao nguyên là cái đẹp của cô tịch. Thường thì vẫn có những con đường nhựa nhỏ, dẫn vào một căn nhà hay một khu gia cư nào đó mà đằng trước có bảng đề rõ Đường Riêng Tư, cá biệt là khoảng giữa đồi, có con đường mang tên Nuisap St., tên con đường nghe như tiếng Việt làm cho tay lái lãng du bỗng dưng chậm lại.

Dịch bệnh Covid đẩy toàn thế giới vào cơn biến động đặc biệt, số người nhiễm càng lúc càng tăng cao. Mỗi quốc gia, mỗi thành phố có một cách ngăn ngừa và chống lây lan khác nhau.

Nhiều nhất vẫn là tránh giao tiếp, tự cách ly mình khỏi đám

đông, cô lập trong nhà và trang bị khẩu trang, bao tay khi bắt buộc phải ra ngoài.

Những ngày đầu tháng 3, lệnh giới hạn gặp gỡ giao tiếp được ban hành, mọi người nghiêm chỉnh chấp hành, các hàng quán đóng cửa, các hẹn hò... từ nay xếp lại, chỉ có điều khó lòng mà tâm nhẹ nhàng như mây... (nhạc TCS). Ông Thành lại là người giữ gìn nhiều nhất, bởi vì ông có đầy đủ yếu tố để dễ nhiễm bệnh: già yếu, có bệnh nền là cao mỡ, cao máu, thấp khớp...

Tháng đầu, thoải mái trong nhà, với kế hoạch buổi sáng thăm viếng nhà bếp, buổi trưa tham quan phòng khách, buổi tối hẹn hò ăn với vợ và bắt đầu giao tiếp bạn bè thân hữu từ xa trên mạng. Kế tiếp tìm thêm thú vui bằng đọc sách, xem tranh, vẽ vời nhưng qua tới tháng thứ hai thì quẩn chân quá đỗi. Phải đi ra ngoài thôi, không cần gặp gỡ ai cả, không hẹn hò hay nhắm tới phải đi đâu, cứ việc lên xe, tự trang bị cho mình nước rửa tay, khẩu trang, nón và kính mát, và lái đi.

Nhớ đến câu chuyện Thiền, khi một thiền sinh này hỏi thiền sinh kia anh đi đâu đấy, và câu trả lời là gió thổi đến đâu tôi đi đến đó. Trên xe thì đâu có gió, nên tự nhắn với mình đường chạy tới đâu, tôi đi đến đó, bữa nay chạy về hướng đông, ngày mai chạy về hướng tây, ngày mốt hướng nam, hướng bắc.

Và hôm nay, ông Thành thong dong chạy về hướng tây, chạy ven theo con sông Potomac về phía đầu nguồn, thấy con đường lạ thì lái xe vào và bây giờ đang ngẩn ngơ nhìn tên con đường nghe như âm hưởng Việt Nam: Nuisap St.

2/

Con đường nhỏ uốn lượn theo các cánh đồng trồng nho ven những ngọn đồi xa, chạy xa lắm mới thấy hình bóng căn nhà. Gần hơn, mới thấy thực ra là một cụm ba căn nhà gần kề. Hai căn hai bên thì rất bề thế, nhìn như một tòa lâu đài, cái lạ là nhìn thì biết ngay là cùng một chủ nhân, vì cách xây dựng, màu sơn, cho đến hàng rào gỗ trắng cũng in hệt như nhau. Chính giữa hai căn đó là một ngôi nhà nhỏ hơn, phải nói là nhỏ hơn rất nhiều. Hai bên là hai biệt thự lớn hai tầng, có sân vườn trồng hoa cắt tỉa khéo léo, có đường cho xe chạy từ cổng vào cong theo bồn hoa giữa sân để chạy vào sát khung cửa chính, có bậc thang đưa lên kiểu cách và tinh tế, bề ngang rộng rãi có lẽ phải là ba căn phòng tiếp nối nhau vì nhìn ra phía trước ngoài cửa chính còn có 8 cái cửa sổ, treo rèm màu tím sẫm, cả hai căn đều kết cấu xây dựng như nhau, sơn màu như nhau, mà rèm cửa cũng cùng màu như nhau luôn.

Căn nhà ở giữa thấp nhỏ, cửa chính và hai cửa sổ hai bên, chỉ có một con đường nhỏ trải sỏi chạy từ trước vào bên hông nhà. Căn nhà thực ra chẳng có gì đáng chú ý, nó nhỏ và hẹp, đơn giản và cô độc, nằm giữa hai tòa biệt thự, nhìn nó không khỏi liên tưởng đó là một cái nhà kho của hai căn nhà hai bên. Cái làm ông Thành đặc biệt chú ý là trước cửa nhà, có một cái bàn Thiên. Đó là một cái trụ xi-măng cao khoảng thước rưỡi, bên trên là một tấm bê-tông vuông nhỏ, trên đó có một cái giống như bát hương, dường như có cả mấy cọng chân hương. Căn nhà cách mặt lộ khoảng vài chục thước, trong khi hai tòa biệt thự hai bên xây cất thụt vào trong sân cả gần trăm thước.

Ông Thành đậu xe vào lề đường, nhìn ngắm căn nhà và lòng nổi lên nhiều thắc mắc. Tiếng máy xe từ bên hông căn biệt thự chạy ra, một chiếc xe cắt cỏ, chiếc xe chạy rà rà và đậu ghé bên xe ông Thành. Người đàn ông trên xe đầu trùm kín bằng cái nón lớn, mặt thì che khẩu trang, ghé lại hỏi bằng tiếng Anh: Tôi có thể giúp gì cho ông? Ông có cần gì không? Rồi giọng nói ồ lên, Ông là người châu Á phải không?

Ông Thành đáp lại, "Vâng tôi là người châu Á, tôi là người Việt Nam. Tôi chỉ chạy ngang thôi, khu đồi này đẹp quá!" Người đàn ông tắt máy xe, gỡ cái nón ra, rồi bước xuống xe nồng nhiệt chào hỏi. Lần này thì bằng tiếng Việt:

- Hay quá, tôi là người Việt, hiếm khi gặp người Việt ở vùng này. Ông có thời gian không? Ông có thể ghé nhà chơi, chúng ta có thể uống nước trà và chuyện trò cho vui.

- Ông Thành ngần ngừ, thời gian thì có, vì tôi đang rảnh rỗi hoàn toàn, nhưng mùa Covid này...

- Ồ không sao đâu. Tôi là người vùng này và... tôi đã cách ly với đời sống cả ba năm nay chứ không chỉ vài tháng vừa qua.

Còn về phía ông, nếu ông cảm thấy an toàn thì chúng ta có thể trò chuyện mà.

Người đàn ông gỡ bỏ khẩu trang, lộ ra khuôn mặt trắng hồng đôn hậu, đuôi mắt có dấu chân chim, khoảng chừng trên dưới 60. Lúc này ông Thành mới chú ý người đàn ông cạo đầu trọc và bên trong lớp áo khoác, lộ ra cổ áo màu nâu.

- Ông là người xuất gia?

Người đàn ông bật tiếng cười, không, tôi có một thời là tăng sĩ, nhưng bây giờ chỉ là một người tu tại gia thôi.

Ông Thành vui vẻ tắt máy xe, bước xuống, thật hân hạnh được quen với ông, xin được uống với nhau vài chén trà.

Đi theo sau chủ vào căn nhà nhỏ. Mở cửa bước vào là phòng khách, kê bộ bàn ghế gỗ đơn giản, giữa nhà, đúng là có một bàn thờ Phật, nhưng là một bàn thờ Phật tại gia, hết sức đơn giản. Không có tượng, treo giữa là tấm ảnh chụp pho tượng bán thân Đức Phật đen trắng, trên bàn thờ có lọ hoa tươi chắc mới hái trong vườn, cái chuông, mõ nhỏ và xâu tràng hạt gác ngang cuốn kinh.

Chủ mời khách an tọa, rồi lúi húi cắm điện nấu nước sôi.

Vóc dáng nhanh nhẹn và khi nhìn sau lưng hai đường gân cổ nổi lên thẳng đứng mạnh mẽ, làm ông Thành mênh mang nhớ... hình như có chút gì quen thuộc.

- Thưa... ông quý danh là gì? Ngày xưa xuất gia pháp hiệu là gì, xin cho biết để dễ xưng hô?

- Tôi là Chơn Nhã.

Ông Thành buột miệng la lên: "Chơn Nhã... Thủ Đức? ..."

Chơn Nhã cũng giật mình, quay phắt lại. "Phải rồi Thủ Đức, ngày xưa tôi xuất gia và tu học tại một thiền viện ở Thủ Đức... Sao ông biết?"

Ông Thành đứng bật dậy, hướng về Chơn Nhã chắp tay chào, "Chơn Nhã không nhớ tôi sao? Tôi là Minh Thành..."

- Minh Thành, Minh Thành... Tôi nhớ rồi, hồi nãy khi nhìn ông, tôi đã ngờ ngợ...

3/

Khoảng năm 1976 gì đó, Thành làm nghề cưa lọng hàng mỹ nghệ gỗ ở Saigon, làm giao mối cho các chợ Bình Tây, Bến Thành, An Đông và một số cửa hàng bán quà cưới ở Hóc Môn, Thủ Đức. Có lần, chạy lên Thủ Đức giao hàng, khi về, trời buổi trưa nóng nực, mệt mỏi Thành chạy xe ngang một ngôi chùa có cây cao bóng mát ở gần xa lộ. Đậu xe vào một gốc cây cao, bên dưới có sẵn cái ghế đá, Thành ngồi xuống và mệt quá nằm ngủ lúc nào không hay. Không biết chợp mắt được bao lâu, khi giật mình thức dậy, nhìn vẫn thấy còn xe, và bên cạnh lại có sẵn một ly nước có đá.

Thành sửng sốt nhìn quanh, thấy từ hiên chùa một chú tiểu đưa tay lên chào. Thành cảm tạ rồi nâng ly lên, té ra không phải nước lọc, mà là một ly chanh muối ngọt ngào, thanh mát giữa trưa hực lửa. Thành bước tới cám ơn, chú tiểu xưng tên là Chơn Nhã, và hẹn khi khác nói chuyện, vì giờ này Bổn Sư vừa thức nên chú phải lên hầu Sư phụ.

Những lần sau, Thành lên chùa, tìm gặp Chơn Nhã, chuyện trò mới biết Chơn Nhã gốc là người miền Trung, xuất gia vào chùa đã được 4 năm và đang là một trong hai Thị Giả của Hòa Thượng trụ trì. Năm đó Chơn Nhã 17 tuổi và đang theo học lớp 12 ở trường trung học thị trấn.

Thị Giả là người gần gũi nhất đối với sư phụ, là người chăm lo miếng ăn nước uống, hầu thay y phục và bên cạnh sư phụ trong tất cả các lễ nghi, lúc giảng pháp, lúc hành lễ và cũng là người thu xếp các tiếp xúc của sư phụ đối với người ngoài. Trong Phật giáo, vị Thị Giả nổi tiếng nhất chính là ngài A Nan theo hầu Đức Thế Tôn, và trở thành vị Tôn Giả uyên bác nhất của Phật giáo.

Chơn Nhã còn trẻ, nhưng từ lời ăn tiếng nói cho tới phong cách đi đứng đều giữ nghi biểu điềm đạm thanh tịnh. Thành và Chơn Nhã kết bạn với nhau, Thành học được thật nhiều điều từ người bạn trẻ tuổi xuất gia này. Kỷ niệm với Chơn Nhã là có lần, Thành thấy Chơn Nhã thường đi chân không, nên trong dịp ghé thăm, đã tặng Chơn Nhã đôi dép và hai cục xà bông ngoại.

Chơn Nhã nhận món quà một cách trân trọng, đứng lên cúi đầu cám ơn. Sau đó nhẹ nhàng: Chơn Nhã nhận tấm lòng của Minh Thành rồi, nhưng xin cho Chơn Nhã tặng lại Minh Thành, vì Chơn Nhã không sử dụng. Đi chân không là theo giáo pháp của Khất Sĩ, đi để tránh trường hợp vô ý sát sinh các sinh vật nhỏ trên đường đi, còn xà bông thì quý lắm, nhưng Chơn Nhã đang sống trong tăng chúng, và chỉ sử dụng cái gì mà các tăng chúng cùng sử dụng chứ không nên xài cái khác. Rồi lần khác khi tạm biệt nhau, Thành chắp tay cầu chúc Chư Phật gia hộ cho Chơn Nhã thân tâm an lạc. Chơn Nhã mỉm cười cám ơn, Minh Thành chúc lành cho Chơn Nhã là lòng Minh Thành rất tốt, nhưng Chơn Nhã nghĩ Đức Phật không giáng họa cho ai thì ngài cũng đâu bao giờ ban phước cho ai. Tìm được an lạc là từ giáo pháp của Thế Tôn, nương vào đó, tự tu tập mới tìm được an lạc thực sự chứ.

Sau đó, lên chùa mấy lần không gặp Chơn Nhã, Thành bước hẳn vào chùa xin gặp Chơn Nghĩa là bạn đồng tu với Chơn Nhã và cũng là Thị Giả của Hòa Thượng để hỏi thăm về Chơn Nhã.

Chơn Nghĩa trả lời là Chơn Nhã không ở chùa nữa, còn Chơn Nhã đi đâu làm gì không ai biết.

Ai ngờ gần 40 năm sau lại có cuộc hội ngộ bất ngờ này.

4/

Đây là câu chuyện của Chơn Nhã.

- Đúng là khi tôi rời chùa, không ai biết tôi đi đâu, ngoại trừ Ân sư. Chính Ngài đã chấp thuận và khuyến khích tôi đi ra khỏi chùa.

Chuyện là một buổi trưa đó, sau khi hầu Ân sư xong, khi Thầy ngồi tịnh, tôi như có một thôi thúc kỳ lạ nên đi xuống sân chùa thì gặp một người giống như hành khất. Thật ra đó là một Du Tăng vì ông cụ đó tuổi đã rất cao, gầy ốm hom hem, đầu trọc nhưng tóc đã mọc ra lún phún, bạc trắng, áo tăng bào sờn rách, cái bị vải cũng không lành lặn, cây gậy ông cụ chống lại là một nhánh cây khô và bước đi chập choạng như muốn té. Tôi sửng sốt chạy lại đỡ ông cụ vào hàng hiên ngồi và chạy vào nhà trai xin một dĩa cơm, ly nước đem ra cho ông cụ. Hỏi thăm thì ông cụ không trả lời vào câu hỏi mà nhướng đôi mắt lên hỏi tôi có phải là một tăng sĩ không? Ánh mắt của ông cụ thật kỳ lạ, sáng như bên trong có đèn, nhưng lại phát ra sự đằm thắm, ấm áp, nhân từ.

Tôi trả lời đúng, cụ gật đầu, ta cũng là một tăng sĩ đây, ta có một ngôi chùa ở trên núi, ta có một giáo pháp biệt truyền, và ta đang tìm một truyền nhân phó thác, con có bằng lòng đi theo ta không?

Tôi thưa rằng tôi thí phát và xuất gia ở đây, tôi có sư phụ còn đang hiện tiền, con có thể thỉnh ý Ân sư để mời Hòa Thượng trụ thế nơi này, còn đi theo ngài thì... chắc không thể được.

Vị sư già sửa lại thế ngồi, hai chân xếp lại, hai tay chắp tay trước ngực nhắm mắt lại một hồi lâu. Rồi mở mắt ra, nói với tôi hãy lên thỉnh ý Ân sư đi.

- Thỉnh ý chuyện gì, thưa ngài?

- Chuyện ta muốn nhận con làm truyền nhân và muốn dẫn con đi theo ta lên núi.

Thú thật là tôi bàng hoàng với lời đề nghị lớn lao này. Đã xuất gia đi tu thì nơi nào cũng có Phật, Phật tự trong tâm mình chứ có phải từ chùa lớn chùa nhỏ gì đâu, nhưng xuất gia và tu tập tại đâu thì mến cảnh mến chùa chỗ đó. Ân sư lại là người khai thị và dìu từ bước khởi đầu đến nay, đột ngột nói chuyện ra đi lòng sao chẳng ngại. Nhìn lại vị sư già ngồi đó, bỗng hiển hiện trong tôi là hình ảnh Đức Thế Tôn lúc ngài đang tu khổ hạnh, nghĩ tới sự già yếu, cô độc giữa rừng sâu của một người khất giả, tự nhiên tôi cũng cảm thấy một cảm thông sâu sắc.

Tôi xin phép rồi chạy lên phòng tịnh của Ân sư. Nhìn qua khe hở, thấy Ân sư vẫn đang thiền định, tôi ngần ngừ chưa biết làm sao, bỗng Ân sư mở mắt gọi: "Chơn Nhã, vào đây!"

Tôi mở cửa chạy vào quỳ trước mặt ngài. Ân sư đưa tay xoa trên đầu tôi:

- Chơn Nhã nghe đây, tám vạn bốn ngàn pháp môn của Đức Thế Tôn thì pháp nào cũng là phương tiện để con người tìm được bến bờ an lạc, nhưng đã là con người thì ai cũng phải vào vòng Duyên nghiệp. Có Duyên khởi thì phải có Quả nghiệp. Vị cao tăng dưới sân đó chính là Nghiệp Sư của con, người mà ngài tìm kiếm chính là con, và bây giờ gặp được rồi, con nên đi theo quả nghiệp đó.

Tôi sững sờ, chưa kịp tác bạch điều gì, Ân sư đã nói hết rồi. Tôi bần thần: Thưa thầy... là duyên của con sao? Là nghiệp sư của con sao?...

Ân sư gật đầu, không chần chờ được đâu, không cần tạm biệt bất cứ ai, con lên đường ngay đi. Ta chúc phúc cho con.

Nói xong Ân sư nhắm mắt lại an trú vào cõi tịnh.

Tôi quỳ xuống đảnh lễ với Ân Sư và vào phòng lấy thêm một bộ quần áo nữa cho vào túi xách. Xuống tới sân thì vị Hòa Thượng kia đã lững thững bước ra gần tới cửa chùa. Tôi không nói gì nữa mà chỉ chạy vội theo.

Tôi đi theo Hòa Thượng đó tới Châu Đốc và đón xe vào núi Sập. Khi đến chân núi Sập, đường lên núi gập ghềnh, cheo leo, nhiều lần tôi đưa tay định dìu, nhưng ngài lắc đầu. Cái hình ảnh vị sư già ốm yếu ngồi không vững ở sân chùa hoàn toàn biến mất. Vẫn là vị sư già, còm cõi, rách rưới, nhưng bây giờ bước đi vững chãi, hoạt động nhẹ nhàng và khuôn mặt thanh tịnh, làm tôi sinh lòng kính ngưỡng.

Về tới chùa, thì là một gian nhà lá, có hai bên cái chái cũng lợp bằng lá, gian giữa không có vách, nền gạch tàu đỏ au, giữa là bàn thờ Phật đơn sơ nhưng rất trang nghiêm, có hoa tươi và trái cây. Tôi ngạc nhiên vì Hòa thượng đi vắng bấy lâu ai là người dọn dẹp, quét tước và hương hoa dâng cúng. Nhưng chỉ một buổi là hiểu ra. Ngôi chùa bằng lá đơn sơ này là nơi chẩn bệnh và phát thuốc miễn phí, có một tịnh cốc phía sau của vị sư già, quanh quẩn gần xa, phía núi trên cao và phía lũng dưới thấp còn có những gian tịnh thất khác, các vị sư ở đó mỗi ngày vẫn lên ngôi chùa lá chính này để hái thuốc, phụ phát thuốc, chăm sóc bàn thờ Phật giữa nhà. Sáng sớm hôm sau, trước khi bình minh hé rạng, sau thời kinh sáng, vị Sư già gọi tôi ngồi xuống trước chánh điện khai mở rằng:

- Con biết ta là ai không?

- Bạch Thầy, con không biết.

- Đi theo ta tới một nơi không rõ, học theo một pháp môn nào không rõ vậy động lực nào làm con đi theo ta?

- Bạch Thầy, con thực lòng không biết, chỉ là khi bất ngờ gặp ngài, tự nhiên con cảm thấy quyến luyến và tin tưởng, con thật lòng không chờ mong một điều gì bởi đã xuất gia thì nơi đâu cũng là cõi đạo, chỉ nghĩ rằng hữu duyên thì xin đi theo lời gọi của duyên mà thôi.

- Được lắm, hôm nay ta khai mở cho con hiểu. Ta và ân sư của con là huynh đệ đồng môn. Con được thu nhận vào chùa và lập tức trở thành thị giả của ngài chính là sự sắp xếp của ta. Ngay pháp danh của con cũng là do ta khai thị, bởi vì pháp danh của ta là Nguyên Nhã. Ta chưa xuống đón con là do duyên chưa tới và do chính con chưa phát tâm đủ đầy. Rõ ràng rồi, từ nay, con là đệ tử của ta.

Vị Sư ngừng lại, rót thêm trà vào hai ly nước, rồi đứng dậy đi về phía bàn thờ Phật, thắp một nén nhang thơm, cúi đầu đảnh lễ rồi mới thong thả kể tiếp.

- Tám vạn bốn ngàn pháp môn là một lối nói của người Ấn, mô tả một cái gì nhiều lắm không đếm xuể chứ không phải là con số chính xác. Trong các giáo pháp của Phật thực ra có rất là nhiều con đường và con đường nào cũng để đi tới an lạc.

Hai vị ân sư của tôi đi theo hai cách khác nhau. Một là Hiển tông hay còn gọi là Đại Thừa, tu học và rao giảng chánh pháp với mọi người. Hai là Mật Tông, tu theo giáo pháp nhưng hướng vào tìm hiểu và khám phá chính mình, khám phá và chứng nghiệm những khả năng và quyền lực bí ẩn của con người. Ai cũng có những năng lực kỳ diệu này, có điều Biết, Hiểu và Sử dụng được những năng lực đó đòi hỏi nhiều tu dưỡng, được hướng dẫn chuẩn xác và đặc biệt phải có cơ duyên đủ đầy.

Chơn Nhã ngừng lại, hướng về Minh Thành, giọng nhấn mạnh hơn: Thần thông là có thật, Nhân quả là có thật, Duyên nghiệp là có thật. Đó là những điều tôi ghi nhớ và chứng nghiệm suốt 10 năm tu hành và theo hầu hai vị chân tu Ân sư.

- Rồi lý do gì ông bỏ tu và cơ duyên gì ông đến nước Mỹ?

Giọng Chơn Nhã trầm hẳn lại:

- Tôi ở trên núi được 4 năm thì Ân sư viên tịch. Bốn năm đó chuyên cần học pháp để nhìn thấu bản thể, chứng kiến biết bao thần thông của Ân sư, từ nghe được tiếng nói, thấy được dịch chuyển từ xa, nhận được nghiệp duyên và căn bệnh từng người, nhiều lắm, nhiều lắm... Ở quanh vùng, người ta không gọi pháp hiệu của ngài, mà chỉ kính cẩn nhắc về Sư Ông Chùa Núi. Tất cả những lời chỉ dạy, thuyết giảng chỉ nhằm hướng dẫn người ta đi vào tu tập để tự đoạn nghiệp chướng của mình. Phương pháp tu dưỡng thì được chỉ bảo cặn kẽ rồi, nhưng theo được tới đâu lại còn tùy căn cơ mà chứng ngộ. Khi Ân sư viên tịch, ngài gọi tôi dặn dò là nghiệp chướng của con quá nặng, ta đã hướng dẫn và trì chú trợ lực cho con rất nhiều, ta biết rõ con chí tâm hành trì kinh pháp, nhưng vượt qua được để tiếp tục tu hành hay không, thực không biết được. Hãy sống bằng lòng bao dung, từ ái và quan trọng là tự hiểu được duyên ta có và nghiệp ta nhận với tâm tĩnh lặng.

Ân sư viên tịch chưa được bao lâu tôi cũng phải rời chùa.

- Rời chùa nghĩa là cởi bỏ tăng bào hoàn tục hay sao?

Chơn Nhã gật đầu, Chùa trên núi đó có nhiều đàn na thí chủ thường xuyên thăm viếng và bảo trợ. Có một gia đình khá giả ở chân núi Sập, nay ra lập nghiệp ở Phú Quốc gặp nhiều nạn kiếp, muốn lập trai đàn cầu an nên lên chùa nài nỉ mời đi tụng kinh.

Do lòng quý mến từ lâu nên tôi nhận lời. Đêm hôm đó tụng kinh cho đến nửa đêm, gia chủ mời đi nghỉ trong phòng, nhưng tôi từ chối, bước ra ngoài cái chái bên hông nhà, ngồi tịnh tâm nghe sóng vỗ rì rào và nhắm mắt dưỡng thần, chờ sáng sẽ đi thuyền vào đất liền.

- Đêm đó là cái đêm định mệnh ông à... Chơn Nhã thở dài rồi ngồi im lặng.

5/

Miền đông bắc Hoa Kỳ vào đầu tháng 9 là đang buổi giao thời giữa hè và thu, nắng vẫn vàng tươi trên cánh đồng, nhưng vài cơn gió thổi mênh mang chút lạnh vào người. Ông Thành nóng ruột muốn hỏi thêm cho hết câu chuyện mà Chơn Nhã vẫn cúi đầu im lặng, hai tay để xuôi theo thân như đắm mình vào một suy tưởng gì xa lắm.

Bất chợt ông đứng lên: - Mình đi ra ngoài dạo một vòng cho nhẹ nhàng, ông nhé.

Chơn Nhã chỉ vào tòa biệt thự giới thiệu đó là nhà của vị thí chủ ngày xưa ở núi Sập, Châu Đốc. Ông bà có trang trại lớn cả mấy chục mẫu tây trồng nho, táo, dâu, bắp nên con đường mở ra từ giữa trang trại là do ông bà thực hiện. Để nhớ đến quê hương ông bà đã xin phép và đặt tên đường là đường Núi Sập.

Hai ông bà đều đã mất cả chục năm nay, trang trại giao lại cho người con trai trưởng. Ông bà cho tôi một căn nhà nhỏ để cư trú và trông coi, chỉ có một mình tôi cắt cỏ, dọn dẹp vườn tược, quản lý tài sản như một quản gia...

- Vậy là ông lập gia đình và... còn bà đâu?
- Nhà tôi mất hơn ba mươi năm nay rồi.

Ông Thành tò mò, phải chăng bà chính là người trong cái đêm gọi là định mệnh đó?

Chơn Nhã tần ngần, hôm nay gặp lại ông như một cố nhân, nên có những điều giấu kín trong lòng xin bộc bạch trước là cho nhẹ lòng, sau cũng là đền đáp nghĩa tâm giao.

- Phú Quốc ngày xưa vắng vẻ lắm, dân cư thưa thớt sống bằng nghề chài lưới dọc theo bờ, đánh bắt đồi mồi, chỉ có vài ba gia đình do có thuyền lớn đánh cá từ ngoài khơi, thu mua hải sản rồi đem về bán ở đất liền hoặc mở vựa nước mắm thì mới khá giả. Ông Bà Năm Hương này là một gia đình như thế, trong nhà bạn chài, gia nhân cả mấy chục người. Năm đó, trong hai chiếc thuyền của họ có một chiếc cứ mỗi lần ra khơi là bị tai nạn, hoặc thuyền trưởng, tài công nhiễm bệnh, hoặc máy móc trục trặc, ông bà mới lập đàn tràng cầu an. Ông bà đó là một đại tín chủ của chùa, họ tin tưởng và thân tình với Ân sư rất nhiều nên ông bà lên núi thỉnh mời, ai ngờ Ân sư vừa viên tịch nên tôi nhận lời đến trì chú giúp họ.

Đêm đó, sau khóa kinh đêm, tôi ra nhà ngang ngồi dưỡng thần, chờ sớm hôm sau thì theo thuyền về đất liền. Đêm đó thực sự là trăn trở, cứ chợp mắt thì lập tức cảm thấy như bị đẩy vào những hỗn loạn, trời đất như xoay vòng vòng. Tôi giật mình tỉnh lại, vội vàng ngồi thẳng lưng cố định tâm lại, chỉ chút xíu lại bị đưa vào cơn mê, chuyện đó lặp đi lặp lại mấy lần, tỉnh dậy, rồi lại mê đi... cho tới lúc thấp thoáng phía đông ửng sáng, tôi mới đứng dậy đi ra sân hít thở cho thoáng, chờ tới giờ lên thuyền về lại Rạch Giá, rồi đón xe về núi Sập.

Chuyện tưởng sẽ chẳng có gì, nhưng bất ngờ mấy tháng sau, tôi nhận được nhắn gọi khẩn cấp ra Phú Quốc có chuyện cần. Tới nơi, ông bà Năm Hương trách móc là tôi làm chuyện tư tình bậy bạ mang tai tiếng cho chùa, và ảnh hưởng tới ông bà rất nặng. Tôi sửng sốt ngạc nhiên hỏi lại. Thì ra ở cạnh nhà, có một gia đình làm công cho gia đình Năm Hương, người cha đi theo thuyền và đã mất, người mẹ và cô con gái tiếp tục làm công cho vựa cá. Nay bỗng dưng cô gái mang thai, bà mẹ buồn bã sinh bệnh, hỏi han mãi mới nói ra trong đêm lập đàn tràng đó cô ta lén lút tình tự với một thanh niên đầu trọc mà cô ta cũng không biết rõ là ai. Hôm đó đàn tràng chỉ có một mình Sư đầu trọc từ phương xa đến không ai quen mặt nên nghi quyết là Sư làm bậy.

Tôi cả quyết là chuyện không có, xin gặp cô gái để phân bua. Cô gái trả lời thật lòng cô cũng không chắc, vì lúc đó như một cơn mê sảng, không phân biệt trắng đen. Chỉ có một điều ghi nhớ là người thanh niên đó đầu trọc và sau lưng có một cái bớt màu đỏ lớn bằng nắm tay. Ông Năm Hương kéo tôi vào buồng trong, lột áo ra xem xét và la lên, đúng rồi, không thể sai được.

Cô gái thì nhà nghèo, mẹ già yếu đuối bệnh tật và đôi mắt ràn rụa nước mắt, ăn nói chân chất không phải dối lừa, tôi thì tình ngay nhưng lý gian, chối cãi không được nên đành khuyên cô gái, có lẽ tôi và cô có một nghiệp duyên nào đó chứ không phải tôi sinh lòng tà dục đâu. Nay đã có nghiệp thì phải trả nghiệp, tôi xin chịu trách nhiệm với em về đứa bé này. Xin cho tôi một tháng, trở về chùa, trả hết tăng phục, bàn giao nhà thuốc và xin hoàn tục trở về đây làm ăn nuôi con.

Tôi vào kể hết mọi chuyện với ông bà Năm Hương, nói rõ lòng tôi phát nguyện tu hành, nhưng nghiệp chướng đã theo và vận vào không sao thoát được. Xin hoàn tục đền bồi và vẫn xin giữ giới tu hành dù không còn trong tăng sĩ nữa.

Ông bà Năm Hương gật đầu, nhận đứng ra chủ hôn và nhận tôi vào làm cho vựa cá để có tiền nuôi thân. Đứa bé ra đời là một bé trai, điều kỳ dị là nó có khuôn mặt, ánh mắt nụ cười giống tôi như hệt, như đúng là thực sự nó là con ruột thịt của tôi.

Hai vợ chồng tôi cùng phát nguyện tu tại gia, an trường trai và cùng nhau tu học, bỏ qua tất cả những ân ái đời thường. Khi ông bà vượt biên, mẹ vợ tôi cũng đã mất, ông bà dắt theo vợ chồng tôi và đứa con nhỏ theo ghe đi luôn. Khi tới đảo, do bị phân chia khác nhóm, tản mát đi định cư các tiểu bang khác nhau tùy người bảo lãnh nên tôi mất luôn liên lạc với gia đình đó.

Qua Mỹ được ba năm thì vợ tôi mất. Tôi xông xáo làm đủ thứ nghề nuôi thân và nuôi con, từ đi làm vệ sinh công sở, tới phụ hồ, thợ điện suốt cả gần hai mươi năm. Tới khi đứa con trai 24 tuổi, nó lập gia đình và di chuyển tới một tiểu bang xa, thì tôi tình cờ gặp lại được ông bà Năm Hương. Lúc đó hai cụ đã lớn tuổi, nhưng còn minh mẫn, cụ hỏi tôi có nhớ câu nói ngày xưa là muốn tu hành không?

- Muốn lắm, nhưng cơm áo gạo tiền và trách nhiệm người cha nên tôi chưa làm được. Hai cụ có nhã ý cho tôi ngôi nhà nhỏ vốn là nhà kho này, tu sửa lại và tạo cho một công việc làm để có thể thanh thản sống cho đến cuối đời.

Chơn Nhã nhẹ nhàng kết thúc câu chuyện: - Tôi bây giờ là một tăng sĩ tự tu, tĩnh tâm nhớ lại và ôn tập các lời dạy của Ân sư ngày xưa, đã hiểu ra quán thân bất tịnh, quán tâm vô thường.

6/

Khi bị cách ly hay tự cách ly với xã hội, bỗng dưng mỗi người trở thành một ốc đảo riêng tư và vô cùng tịch mịch. Chúng ta vẫn phải ăn, vẫn phải thở nhưng dường như rơi vào nhàm chán với chính mình. Mọi chia sẻ dù vui hay buồn đều như đối diện với bốn bức vách. Ông Thành thường tự hỏi: Đó là tôi, còn bạn thì sao?

Các phương tiện như điện thoại, Facebook dù có giúp ích để chúng ta biết là còn có nhau, nhưng vẫn chưa đủ để mỗi người được sống trong một xã hội như ta vẫn từng sống.

Đại dịch xảy ra đem tới những hậu quả thảm khốc cho nhân loại, từ Đậu Mùa, Dịch Tả, Dịch Hạch, mỗi đợt dịch số lượng người chết có khi lên tới nửa triệu người, nhưng chưa có đại dịch nào có số lây lan rộng khắp như đợt dịch Covid này. Mỗi cá nhân phải tự bơi, và cũng có người cũng tự chết chìm trong cô độc. Khi tạm biệt và lái xe về nhà, Ông Thành bỗng giật mình khi nhớ lại câu chuyện thật dài của Chơn Nhã. Chấp nhận nghịch cảnh, dưỡng tâm an lạc và quán Thân bất tịnh, quán Thọ thị khổ, quán Tâm vô thường, quán Pháp vô ngã. Dường như Chơn Nhã đang thay lời Sư Ông Chùa Núi gửi cho mình những điều khai thị giữa mùa dịch bệnh.

Ông Thành nghĩ rằng mình sẽ còn phải lên thăm Chơn Nhã nhiều lần.

Tháng 9/2020

THU ƠI LÀ ƠI THU

1.

Sau mùa thu 1968, chúng tôi vỡ ổ. Đúng nghĩa là vỡ tan tành cái ổ bạn bè thời trung học. Đoàn Văn Khánh đi lính ở Đồng Tháp, Lê Ôn Vũ vào Không Quân, Vũ Công An Khang đi du học, Lâm Văn Sang tốt nghiệp Sư Phạm về dạy ở Vĩnh Long... Năm sáu năm sau mới gặp lại lúc đứa này lúc đứa khác, tất cả đều già giặn đi và trầm lắng hơn nhiều. Có lần, Sang ôm đàn hát một ca khúc, mà Sang nói là của một người bạn học chung Sư Phạm nay đang đi dạy ở Saigon, ca khúc hồn nhiên sót lại của tuổi học trò, chẳng còn nhớ ca khúc tên gì, tác giả thì chỉ còn nhớ tên Vũ, họ cũng quên rồi, bài hát về Mùa Thu, hay bài hát về cô Thu?

Hôm nay trời vào thu
Trời mặc áo sương mù
Em đi tà lụa phô
Bay vờn bay trong gió
Anh nghiêng đầu song thưa
Trường về mắt trông chờ
Yêu em và yêu Thu
Nên tập tành anh nói yêu mùa Thu.
Hai hôm rồi nghỉ học

Thư viết làm sao đưa
Thu không mặc áo lụa
Chỉ có áo thu mưa
Thu không mặc áo lụa
Chỉ có áo len sơ
Áo len cho người bệnh
Mặc đỡ rét tương tư.
Tương tư là tương tư
Trường về anh ngẩn ngơ
Bao nhiêu cô học trò
Cười trong mắt vô tư
Thu ơi là ơi thu
Trường về mắt trông chờ
Yêu em và yêu thu
Nên ngàn đời anh nói yêu Mùa Thu.

Lời nhạc quấn quýt giữa con gái, tà áo lụa và mùa thu, bản nhạc không vui (tất nhiên rồi) mà lại cũng không buồn, như cánh chim bay chuyền cành, có chút nhí nhảnh và có chút bâng khuâng. Bản nhạc lập tức cuốn hút tôi, nghe lại lần nữa và thuộc lòng. Sau 1975, Lâm Văn Sang kết hôn với cô giáo cùng trường rồi vượt biên, bản nhạc vẫn quanh quẩn với tôi và bỗng thành trò chơi khi bắt đầu đoạn điệp khúc bằng tiếng ơ ơ kéo dài...

Áo len cho người bệnh

Mặc đỡ rét tương tư.

Ơ.....

Tương tư là tương tư

Trường về anh ngẩn ngơ.

Khi đem ra hát cho nhóm bạn bè Thanh Ca như Bùi Công Bằng, Đinh Việt Hùng, Nguyễn Ngọc Linh, tới đoạn giữa cả nhóm hét lên ... Ơ... Tương tư là tương tư... kỷ niệm và nhớ quá.

2.

Thế rồi cả gần 50 năm sau, có lần một người bạn nhạc sĩ rủ tới nhà chơi uống rượu xem hoa cúc vào mùa thu đến trên đất Mỹ.

Cuối tháng 9, qua đầu tháng 10, thời tiết biến chuyển kỳ lạ, mấy ngày trước còn hừng hực nóng, ngồi trong xe như ngồi trong một nồi hầm, bước ra khỏi xe, như chạm vào lò lửa, thế mà tối thì nhiệt độ xuống thấp cả năm bảy độ, ngày hôm sau, xuống nữa, chỉ vài ngày là đã lành lạnh hơi thu. Phú rủ tới nhà chào đón những ngày êm mát của đất trời. Khi đã chập tối, phòng khách còn lại khoảng hơn mười người, Phú dạo đàn và hát vài ca khúc về thu như Thu Quyến Rũ của Đoàn Chuẩn Từ Linh, Thu Vàng của Cung Tiến và mời gọi mọi người ngâm thơ hát nhạc chung vui.

Có người ngâm thơ, có người hát nhạc, Phú quay lại tôi mời góp vui. Tôi ngại ngần tìm bài, bỗng dưng như một thói quen gợi nhớ mỗi độ thu về, tôi nhờ Phú tìm tông và điệu nhạc và ngân nga lại một ca khúc không biết tên gì và của một người... cũng chẳng biết là ai.

Bài hát hát lại hai lần, bỗng nghe có tiếng thổn thức, mới đầu nhè nhẹ sau bật thành tiếng khóc từ góc phòng.

Phú sửng sốt, dừng đàn quay lại nhìn người phụ nữ đang dụi mắt ở góc phòng: Chuyện gì vậy chị Thu?

Người phụ nữ tên Thu lắc đầu, đứng dậy rời chỗ ngồi, đi lên lầu. Tôi hỏi Phú:

- Ai vậy?

- Bà chị ruột của mình, mới từ Canada qua chơi.

- Tại sao khóc? Tôi có làm gì xúc phạm không?

Phú lắc đầu, làm gì có. Bả góa chồng đã lâu và hay bị kích động khi nhớ kỷ niệm nào đó, thôi bỏ qua đi, nào chúng ta uống nữa nhe.

Nhưng buổi tiệc đã như lắng xuống chẳng ai còn muốn nói gì thêm, chia tay mà ai cũng buồn, cái buồn mênh mang chẳng biết vì sao lại buồn.

Hôm sau, Phú gọi điện cho tôi mời tới nhà: Chị Thu muốn hỏi anh cái gì đó mà tôi dò hỏi chị không nói. Chị ấy nói rằng nếu không làm anh phiền thì mời anh đến chơi, gặp mặt trước khi chị ấy về Canada.

Tôi đến ngay, trước mặt tôi là một phụ nữ đứng tuổi, tầm thước và rất đẹp dù tuổi tác có làm thêm vài nét nhăn trên khóe mắt, tia nhìn dịu buồn và thân thiện, khi chị đứng dậy bước vào bếp lấy nước trà và dĩa bánh Trung Thu bày ra trên bàn, bước đi thanh thoát và quý phái dù trang phục đơn sơ. Chị nhẹ nhàng mời, Bánh này là do tôi làm. Vợ chồng Phú vẫn cứ thích lối làm bánh dẻo của tôi, nên ép tôi làm cho dịp Trung Thu này, mời anh ăn thử...

Tôi cám ơn và ngồi xuống chờ đợi, tôi biết những lời nói vừa rồi chỉ để chuẩn bị cho một câu hỏi gì đó, mà câu hỏi chắc chắn liên quan tới tiếng khóc bất ngờ hôm trước và ca khúc tôi hát góp vui bất ngờ. Sau cùng, sau khi đối diện im lặng khoảng năm ba phút, chị hỏi tôi:

- Anh ấy bây giờ ở đâu?

- Anh ấy... anh ấy nào?

- Người viết ca khúc Về Thu đó.

- Đó là bài Về Thu à? Đây là lần đầu tôi nghe tên bài hát này. Tôi không quen với anh ta. Bài hát là do một người bạn của tôi là Lâm Văn Sang hát cho tôi nghe, tôi thích, nhớ và hát lại. Theo Sang nói tác giả tên Vũ, là bạn cùng học với Sang ở Saigon.

- Học Đại Học Sư Phạm Saigon.

- Đúng rồi, sao chị biết?

- Anh ta không phải tên Vũ mà là họ Vũ, Vũ Đình Tuấn, học Đại học Sư Phạm Saigon ra trường năm 1974 và dạy tại Gò Vấp.

Tôi sửng sốt, thì ra chị quen với Vũ Đình Tuấn?

Chị Thu nâng tách trà, nhấp một chút, bỏ xuống, đưa mắt nhìn ra cửa sổ, nói nhè nhẹ...

- Tôi là Thu. Tuấn là người miền Bắc di cư vào Nam, nhà chỉ có hai mẹ con. Mẹ Tuấn bán trái cây ở chợ Gò Vấp nuôi Tuấn ăn học, cho tới lúc tốt nghiệp Đại Học được may mắn về dạy gần nhà. Chúng tôi đều tha thiết mong chờ ngày hai đứa được sống mãi mãi mãi bên nhau.

Tôi quen Tuấn khi đang học lớp Đệ Nhị trường Lê Văn Duyệt. Tuấn học năm thứ hai Sư Phạm, mỗi chiều về, trên chiếc xe đạp của Tuấn chúng tôi đã biết thế nào là gió vờn trên má, lá rơi trên tóc, Tuấn dừng xe bên lề công viên hát những ca khúc hồn nhiên và ước hẹn những ngày thiên đường. Nhưng cuộc chiến tranh kết thúc đã không phải là những ngày của hòa bình. Mỗi gia đình rơi vào một hoàn cảnh khác nhau. Hoàn cảnh nào cũng xót xa và hoàn cảnh nào cũng khắc nghiệt.

Trước nhất kể về gia đình Tuấn. Nhà chỉ có hai mẹ con, mà buôn bán nhỏ, Tuấn lại là giáo sư trung học, nhưng chỉ vì nhà là một căn nhà mặt tiền vị trí đẹp, họ đã tìm cách kết cho Tuấn một tội trạng vu vơ rồi đuổi không cho Tuấn dạy, và ép hai mẹ con đi kinh tế mới để tịch thu nhà. Giữa lúc ngặt nghèo, Mẹ Tuấn lâm bệnh và đột ngột từ trần. Tuấn bỗng dưng thành vô gia cư, không nghề nghiệp, chao đảo tuyệt vọng, thì gia đình tôi cũng bị đẩy vào tuyệt lộ. Khi không còn tìm được niềm tin vào cuộc sống tương lai cho đám con mới lớn, Cha tôi dắt vợ con tìm đường đi vượt biển.

Tôi chỉ biết khi Ba gọi các con vào căn dặn thu dọn quần áo, 5 giờ sáng sẽ ra xe đi Cà Mau ăn đám cưới, sau đó sẽ đi xa.

Khuya hôm đó, lúc gia đình đã ngủ, tôi lén mở cửa chạy bộ tới nhà thờ Hạnh Thông Tây. Tôi biết Tuấn đi đâu đó ban ngày để tránh né công an, nhưng khuya sẽ về ngủ góc nhà mồ trong khuôn viên nhà thờ... Khuya , khuya lắm, trời tháng 11 lạnh buốt, gió rì rào và âm u giữa hai ngôi mộ lớn, tôi có khép mình lại chờ đợi... Cho tới lúc, ngoài đường có tiếng xe xích lô chở hàng hóa bán sớm ở khu chợ bên kia đường, và thấp thoáng đã có người bán hàng lục tục đi qua đi lại. Tuyệt vọng, không chờ được, tôi mới bỏ về nhà.

Tôi đi tìm Tuấn giữa đêm chuẩn bị ra đi đó để làm gì? Tôi không đoán định được. Nếu gặp Tuấn thì sao? Tôi có thể nói với Tuấn lời tạm biệt và hẹn sẽ gặp lại sau này, hay sẽ bỏ tất cả để ở lại với Tuấn rồi không biết sẽ ra sao, hay sao nữa... Nhưng chỉ biết là lòng đầy tiếc nuối, chúng tôi yêu nhau đã bốn năm rồi, chưa bao giờ vượt vòng lễ giáo nhưng đã nguyện trọn đời trao gửi cho nhau. Tuấn mềm mỏng, khiêm cung, nhưng là người tự trọng, quốc biến gia vong đã đẩy anh vào tuyệt lộ nhưng anh cam chịu và tự cố vượt thoát đi lên. Tôi còn quá trẻ và non nớt chưa biết tính cách nào để giữ được nhau trong đời.

Chuyến đi của gia đình tôi quá nhiều bi thảm, ghe hư, biển động, đói khát và bị cướp biển, trên ghe năm sáu chục người, sau chót chỉ còn mười mấy người. Cha mẹ tôi chết mất xác trên biển, tôi thì bị... Tôi chỉ muốn nhảy xuống biển chết theo cha, nhưng nhìn lại còn thằng em trai, Phú lúc đó mới 12 tuổi, bị đánh nằm ngất trên sàn máu trào đầy ngực không biết sống chết ra sao nên không đành lòng tự vận. Lúc đó, người đàn ông bị cướp đá văng xuống biển lại bám được thành ghe trèo lên còn sống sót. Anh ta giúp những người còn lại phục hồi chút xíu và ôm lấy tôi an ủi và thú thật lúc đó, không có anh ta, có lẽ tôi chẳng có bây giờ. Khi lên được đảo, Nam là chỗ dựa duy nhất cho chị em tôi. Nam nói với tôi rằng: Những gì kết được với nhau từ đáy vực, thì sẽ giữ được nhau khi lên đến bến bờ. Anh yêu em vì nghị lực và tình yêu của em dành cho gia đình, nên anh tin rằng nếu anh trở thành người Gia Đình của em, anh cũng sẽ được nhận những tình chung thủy đó. Anh cũng đã mất hết người thân, bây giờ chỉ còn ba chúng ta giữa thế giới mênh mông và xa lạ, em nghĩ thế nào khi chúng ta đến với nhau?

Tôi không thể quên Tuấn, nhưng bây giờ biết Tuấn ở đâu? Chỉ còn Nam với từng cử chỉ chăm sóc, an ủi và sẻ chia. Tôi và Nam lấy nhau khi ở đảo và về định cư ở Mỹ từ năm 1980.

Tôi có với Nam hai người con, người con lớn thú thật tôi không biết chắc có phải con của Nam hay không, nhưng cho đến cuối đời, Nam vẫn dành toàn tâm toàn ý chăm lo gia đình yêu thương vợ con hết lòng, nuôi em Phú ăn học và xây dựng gia đình như người anh ruột, thương yêu hai con đồng đều. Nam mất mấy năm nay rồi. Tôi hiện ở với gia đình con gái ở Canada.

Còn Tuấn, không có tin tức gì đáng tin cậy. Một bạn học của tôi nói rằng có gặp Tuấn ở Mỹ nhưng không trò chuyện được. Một bạn học khác ngày xưa có quen với cả hai đứa thì nói Tuấn ở Việt Nam, đang sống ở miền tây, có gia đình nhưng cũng không bắt được liên lạc. Tôi với Tuấn thật ra cũng chỉ là tình xưa, mỗi người đã có một đời cách biệt. Tôi không có tin tức chính xác nào về Tuấn, và Tuấn có lẽ cũng chẳng có tin tức chính xác nào về tôi.

Hay nếu có mà Tuấn cố tránh tôi, lại càng làm cho tôi tin rằng dấu ấn của nhau vẫn còn trong trái tim mỗi người.

3

Những ngày đầu tháng 10 ở vùng Hoa Thịnh Đốn này hiu hắt gió lạnh, chưa có lá vàng rụng, nhưng đã vàng rực cả chân trời. Ngồi trong phòng khách nhà Phú, nhìn xuống phía chân đồi của vùng Annandale xanh rì cỏ non và lối đi bộ ngoằn ngoèo quanh những thân cây phong già úa, tôi chợt cảm thấy lạnh.

Chị Thu đưa tay mời nước và ăn bánh. Chị nói, anh có thể hát lại cho tôi nghe bài Về Thu đó không? Tôi quay lại nhờ Phú dạo đàn lấy tông và nói:

- Bài này khi tôi biết và hát, thì không biết tên nó là Về Thu, và không biết bài này là ca khúc tình yêu của tác giả nói về người tình tên Thu của mình, bây giờ biết rồi, thì tôi sẽ gọi bài này thành một tên khác, đó là "Thu ơi là ơi Thu" và chỉ hát lần này là lần cuối. Từ nay ca khúc này tôi sẽ quên đi, bởi vì nó thuộc về một Người, một người duy nhất, và tôi xin thay mặt một người Bạn của Bạn tôi, hát tặng chị Thu của "Thu ơi là ơi Thu..."

Dường như hát lần này, giọng tôi không còn hồn nhiên như những lần hát trước, và chị Thu cũng không bật khóc như cách đây mấy hôm, mà chỉ thấy mắt chị đỏ hoe.

Khi kể câu chuyện này với một nhạc sĩ trẻ mới quen trên mạng: nhạc sĩ Cung Minh Huân, qua phone, tôi hát cho Huân nghe, và Huân đã ký âm lại bài hát, xin gửi kèm theo đây với lời nhắn: Vũ Đình Tuấn ơi, nếu cơ duyên nào bạn đọc được những dòng chữ này, thì hãy nhớ rằng tình yêu của bạn, ca khúc của bạn vẫn có người còn nhớ dù đã 50 năm nhé.

Virginia, 6/10/2021

CHỊ THÚY

Bác Phán là bạn với mẹ tôi từ khi ở Hà Nội. Khi di cư vào Nam, hai người mất liên liên lạc với nhau cả gần mười năm, khi gặp lại, bác Phán trai đã mất, bác Phán gái lập gia đình với một người đàn ông khác, và có một người con gái, kém tôi vài ba tuổi. Năm đó tôi đang học lớp Nhất tức là lớp 5 bây giờ. Từ đây, mẹ tôi dặn không gọi là bác Phán nữa mà gọi là bác Kim. Bác Kim cũng góa vợ và có một con riêng. Chị Thúy lớn hơn tôi năm sáu tuổi gì đó và là nữ sinh trường Trung học Trưng Vương.

Tôi thi rớt vào Chu văn An, thì may mắn là năm đó, Tổng Hội Sinh Viên Saigon được cấp phép thành lập một Trung Tâm Giáo Dục Sinh Viên. Địa điểm là ngay ngã ba đường Nguyễn Bỉnh Khiêm và Thống Nhất (sau 75 đổi tên thành Lê Duẩn). Đây là một khu đất trống, rất rộng, trên đó xây dựng một dãy nhà tôn cho bốn phòng học và chỉ có hai cấp lớp Đệ Thất và Đệ Lục. Giáo sư giảng dạy hầu như toàn bộ là sinh viên đang theo học các trường Đại Học, và là bạn chung với anh ruột tôi, cho nên tôi may mắn được nhận vào học tại đây. Địa điểm này, sau hai niên khóa đã bị thu hồi lại rồi cất lên cao lớn thành trụ sở Tổng Cục Dân Vận, tới năm 2016 khi tôi về thăm lại đã thành một nhà hàng cà phê rất lớn và sang trọng.

Tôi có tìm hiểu, nhưng hoàn toàn không biết Trung Tâm đó do ai sáng lập, trực thuộc vào đâu. (Lúc đó năm 1960, không biết đã có Tổng Hội Sinh Viên chưa?). Nhưng đó chỉ là cơ duyên để nhớ đến một kỷ niệm thật đẹp với chị Thúy. Khi được nhận vào học, vấn đề đi học bằng cách nào là một khó khăn. Nhà tôi ở đường Trương Minh Giảng, mỗi sáng đi học, tôi đón xe buýt Saigon - Lăng Cha Cả ra chợ Bến Thành, rồi đón xe buýt Saigon - Sở Thú đi tới trường. Dường như đi học được độ một tuần, một hôm đang đứng đợi xe buýt, chị Thúy đi xe đạp chạy qua, ghé lại hỏi: Em học ở đâu? - Ở gần Sở Thú. – Em học Võ Trường Toản hả? - Dạ không, ở Trung Tâm Giáo Dục Sinh Viên. - À ngay đầu đường Nguyễn Bỉnh Khiêm phải không? – Dạ. – Lên đây chị chở đi.

Tóc chị Thúy dài tới nửa lưng, khi chạy xe, chị kẹp lại nhưng khi gió thổi, vẫn phủ lất phất trên mặt tôi tỏa ra mùi hương dìu dịu ngây ngất mà sau tôi mới biết đó là hương Ngâu. Tôi ngồi phía sau, ôm cái cặp cho chị, thỉnh thoảng chị quay lại nhắc cẩn thận kẻo chân vướng vào nan hoa xe rồi ngã nhé.

Trong cái ngõ 359 đó, nhà chị Thúy gần đầu, còn nhà tôi ở giữa. Mẹ tôi và Bác Kim thường cùng nhau đi chợ mỗi sáng nên rất thân tình. Chị Thúy chắc có dịp nghe hai cụ nói chuyện về tôi, thằng nhóc mới đi học xa nhà lần đầu nên để ý, và có ý sẵn nên ghé lại hỏi khi gặp tôi tại bến xe, từ đó thêm thân vì mỗi ngày đều được theo chị chở đi và theo chị chở về.

Trường Trưng Vương thời đó mà tôi nhớ là một ngôi trường bề thế và kín cổng cao tường, với lối kiến trúc riêng thời Pháp, khung cửa sổ gỗ màu xanh đậm nổi bật với nền tường vàng cổ kính. Có những lần tan học sớm, tôi đã đứng ngẩn ngơ từ bên kia đường nhìn qua, những tiếng ve kêu âm vang dù không phải mùa hè, nhưng ngôi trường cho tôi cái cảm giác như tòa lâu đài giữa rừng trong truyện cổ tích, âm vang nhẹ nhàng nhạc hiệu rừng xanh và trong đó có những nàng công chúa đang mơ màng chờ vó ngựa lạc của một hoàng tử xinh trai.

Những trưa thứ hai hàng tuần, các chị thay chiếc áo dài trắng bằng màu xanh tựa như màu ngọc bích, tan trường về, cả khoảng đường Nguyễn Bỉnh Khiêm lả lướt những cánh bướm xanh làm mát cả một khung trời.

Chị Thúy lớp Đệ Tam có lẽ niên khóa 1960-1961. Khuôn mặt hơi tròn và mắt to, thực ra tôi không biết có đúng là mắt to không, bởi vì cái ghi nhớ được là đôi mắt chị thường tròn lên ngạc nhiên về những điều tôi kể kèm theo hàng loạt tiếng "Thế à?", "Ồ ghê quá!", "Thật à!"... Mà những câu chuyện tôi kể cho chị nghe thì có gì đặc biệt đâu, câu chuyện của thằng nhóc quanh quẩn trong xóm, trong lớp, nhưng chuyện gì cũng làm chị ngạc nhiên, trầm trồ mới lạ. Mới đầu chỉ là qua nhà chị, chờ một chút rồi chị chở đi học. Tan trường thì ra đứng gốc cây thứ ba bên tay phải đường Nguyễn Bỉnh Khiêm chờ chị chở về.

Sau thì những lần đem vở qua nhờ chị chỉ bài, rồi những hôm đi học về sớm, hai chị em đi thơ thẩn vào Sở Thú, tôi đi loanh quanh bên Đền Kỷ Niệm còn chị ngồi dựa gốc cổ thụ ngồi ôn bài.

Hình như thời đó vào Sở Thú chẳng có mua vé gì cả, cứ cửa mở là vào, bên trái là Viện Bảo Tàng, bên phải là Đền Kỷ Niệm, sau này thành Đền Thờ Quốc Tổ. Tòa nhà lớn, bốn phía có cầu thang xi-măng đi lên, hai bên cầu thang là hai con rồng uốn khúc rất lớn, đặc biệt cửa bên trái, có một cái hồ trên có hòn non bộ đắp hình bản đồ Việt Nam, và quanh đó có mấy cây cổ thụ cao lớn tỏa bóng mát khắp sân. Ở đó những trái dầu bay lả tả quay quay trong gió là một trong những trò chơi thú vị thời thiếu niên tôi.

Qua tới năm tôi lên lớp Đệ Lục, thì chị Thúy đã đẹp lắm rồi. Tại sao tôi biết? Bởi vì tôi đã thấy những khuôn mặt rất quen thuộc mỗi ngày chạy rề rề sau lưng chị em tôi, rồi tôi cũng được săn đón hỏi thăm, có khi được cho cả bánh kẹo chỉ để hỏi chị ấy tên gì. Trong các anh đó, có một anh lớn hơn không phải học sinh, đi xe Mobylette xám, anh này thường đậu xe cạnh gốc cây kế bên, khi thấy chị Thúy ghé lại đón tôi thì cũng lên xe chạy phía sau xa xa... Một hôm chị Thúy bảo tôi, lát về chị cho đi ăn kem. Tôi vui lắm, dang hai tay ôm chặt vào bụng chị làm chị la lên, xe lảo đảo phải tấp lại bên đường. Tôi hoảng hốt nhảy xuống nhìn chị, khuôn mặt chị đỏ bừng.

Tan học về, vẫn hai chị em chở nhau tới đường Bà Huyện Thanh Quan thì ghé quán đậu đỏ bánh lọt, vừa ghé lại đã thấy anh Mobylette xám ghé lại, cũng kêu đậu đỏ bánh lọt nhưng khi ăn xong trả tiền thì chủ quán nói có người trả rồi, chị ngơ ngác ngó chung quanh, anh kia chỉ mỉm cười vẫy tay rồi lấy xe đi thẳng.

Dịp gần tết, chị qua nói với mẹ tôi rồi dắt tôi đi chợ hoa. Ra đó đi vài vòng lại gặp anh Mobylette xám. Lần này thì thân tình hơn anh gọi đúng tên tôi luôn, và tự giới thiệu anh tên Ngọc. Thì ra chị Thúy của tôi đã lớn lên rồi.

Anh Ngọc thật khéo thu xếp, anh gặp mẹ tôi nói chuyện sao đó, bỗng dưng tôi có một anh giáo dạy kèm ở nhà một tuần mấy buổi không ăn tiền. Mà học trò hưởng đủ thứ lợi quyền bánh trái, kẹo quà mỗi khi trả lời những câu rất... ngớ ngẩn như chị Thúy ở nhà hay mặc áo màu gì? Chị Thúy thích ăn món gì? Chị Thúy có hay khóc không? Cuối tuần chị Thúy có đi đâu không? Có ai đến nhà thường xuyên không?... Bây giờ nghĩ lại, ngày xưa các ông anh tán gái thiệt lắm nhiêu khê.

Cuối năm Đệ Lục, trung tâm Giáo Dục Sinh Viên giải tán, gia đình tôi cũng dọn nhà về quận 5, tôi biết tin chị Thúy đã lập gia đình và dọn đi xa. Từ bấy đến mấy chục năm sau mới có dịp gặp lại.

Khoảng năm 2013, nhóm cựu học sinh Trưng Vương Gia Long vùng Hoa Thịnh Đốn náo nức tụ họp chuẩn bị một Đại Hội Trưng Vương Toàn Thế Giới họp tại Hoa Thịnh Đốn. Vì làm báo, nên tôi có điều kiện quen và kết thân tình với các chị như Hồng Thủy (TV 54-60), Thúy Diệm (TV 60-67), Nguyễn Thị Ngọc Dung (TV Hà Nội), Trương Anh Thụy (TV Hà Nội), Trần thị Thanh Minh (TV Hà Nội) nên trong một bất ngờ tại buổi tiệc tiền Hội Nghị tôi ngỡ ngàng khi gặp lại chị Thúy. Phụ nữ có những phương thức bí ẩn giữ gìn nhan sắc nên dù đã ở tuổi 70, chị vẫn tươi trẻ mà còn thêm vẻ đài các mệnh phụ. Các chị Trưng Vương mà tôi gặp là biểu tượng tuyệt vời của cái đẹp, cái đẹp bây giờ không còn là cái đẹp của nhan sắc, mà thanh tao trong lời ăn tiếng nói, dịu dàng trong từng cử động vén tà áo dài khi ngồi xuống, khi gắp thức ăn vào đĩa trao tay từng người. Từng ánh mắt nụ cười, câu chuyện cuốn hút thông minh và rất tế nhị. Lời nói ngọt ngào như mật tuôn. Tôi kính phục và thương các anh Làm Rể Trưng Vương quá sức, thế này mà không đắm đuối suốt đời sao được.

Chị Thúy cho biết hiện đang sống ở Michigan với con gái và cháu ngoại.

- Còn anh?

- Anh mất mấy năm rồi. Ngày xưa em gặp anh rồi mà?

- Đâu có, em dọn nhà đi rồi chị lấy chồng mà.

Chị bật cười thằng nhóc này trí nhớ kém quá.

Ngày xưa mắt chị tròn lên "Thế à", thì bây giờ tôi tròn mắt lên "Thế à".

- Lúc anh còn, lâu lâu vào dịp kỷ niệm ngày cưới, anh có nhắc đến em, anh hỏi không hiểu thằng nhóc "Thông Minh nhưng Lười" đó bây giờ ở đâu.

Tôi bật la lên, trời ơi, anh Ngọc hả?

Cô gái mồ côi mẹ sống với cha ngày xưa lâu lâu kín đáo che mặt khóc một mình đó đã may mắn có một cuộc hôn nhân đẹp, và sống bên nhau với người tình đầu đời cùng bốn đứa con trai gái. Khuôn mặt của chị rạng rỡ. Tôi thú vị ngồi kế bên nghe chị chuyện trò trêu chọc với bạn bè, tôi nghĩ chị đang nhớ đến khung trời Trưng Vương một thuở hoa mộng đã rất xa.

Mấy năm sau, tin đưa về chị đã từ trần sau cơn bệnh nặng. Tin đến thật trễ khi đã an táng xong. Hôm nay, ngồi bên bình trà buổi sáng, gói trà thơm ướp hương Ngâu từ Việt Nam gửi sang, giữa cái lành lạnh của những ngày đầu xuân còn vương vấn hương đông trên đất Mỹ, bỗng nhớ thật nhiều người chị quý yêu:

Và sẽ mãi mãi chẳng bao giờ có được
Cái rung động thời niên thiếu có bên nhau
Những ngón tay thơm lùa tóc ướp hương ngâu
Giấu vào đây, màu môi e ấp nụ
Và sẽ mãi mãi chẳng bao giờ còn nữa
Vì mùi hương đâu có đợi ai về....

THI THÁNH

Lời Mở: Nhân vật và tình tiết trong truyện là do tưởng tượng. Xin đừng nghĩ rằng tôi nhắm vào ai, bởi vì, trước nhất tôi cũng là một người làm thơ, cũng đã gửi bài đăng trên báo giấy, báo mạng, trang web bạn bè và cả trên Facebook của mình, nên nếu bạn nghĩ tôi đang nói về tôi thì cũng được, nhưng tốt nhất là nên nghĩ về một nhân vật ẢO thì vui hơn.

Sinh là một người làm thơ giỏi. Anh ta có thể làm đủ loại thơ từ Lục bát, Song thất Lục bát, Tứ tuyệt, Thất ngôn Bát cú, bài nào cũng đúng vần, đúng luật. Sinh làm thơ nhiều, cho nên anh gửi bất cứ nơi nào anh có địa chỉ, báo ngày, báo tuần, báo tháng, báo năm, báo mạng, và cả những người có lập trang web trên hệ thống internet. Mỗi khi có dịp đi đến đâu, anh ghi chú các địa danh nổi tiếng để khéo léo ghép vào trong thơ, sau đó thêm vào một chút hương vị thương nhớ, tình yêu gì đó, thí dụ đến Cần Thơ thì trong bài phải có bến Ninh Kiều, Hậu Giang, đến Huế thì phải có cầu Trường Tiền, tà áo tím, về Đà Nẵng thì thêm đỉnh Bà Nà, Cầu Hàn... Thơ gửi tới khắp các báo đài địa phương. Địa phương thấy nhắc đến các địa danh riêng mà lại đang dư trang thiếu bài, thế là gửi nhiều rồi cũng có bài được đăng. Sinh chụp lại đưa lên Facebook khoe thêm lần nữa. Còn nếu đăng trên các trang báo mạng thì viết lời cám ơn, chép lại đường dẫn... Lâu ngày, bút hiệu của Sinh cũng khá quen thuộc trong giới văn nghệ.

Nhưng làm thơ giỏi, không có nghĩa là làm thơ hay. Cũng có người bạn thân tình nói với Sinh như vậy, và dẫn chứng có nhiều người làm thơ có khi chỉ năm ba bài mà ai cũng đọc và trân trọng, ghi nhớ, thí dụ ngày xưa như Hữu Loan, Thâm Tâm, gần đây như cô giáo Trần Thị Lam...

Sinh thực ra không phải người ương ngạnh, cho nên cũng có nghe, nhưng lòng riêng vẫn cho rằng thay vì làm được một bài thơ tuyệt tác, thì làm thật nhiều thơ trong đó cũng sẽ có một bài hay chứ, Sinh dẫn chứng như chuyện hai cô ca-ve đó.

- Hai cô ca-ve nào?

- Thì là chuyện kể thôi. Thời quân đội Mỹ còn đóng quân ở Việt Nam, có hai cô ca-ve thuê chung một phòng. Một bữa cô A đi về, trên tay đeo cái nhẫn kim cương 5 carat, cô B ngạc nhiên hỏi sao mày có? Cô A trả lời tao quen với một thằng Thiếu Tá Mỹ. Cô B gật đầu. Một tháng sau, cô B cũng có một cái nhẫn kim cương 5 carat. Cô A vui vẻ hỏi mày cũng quen một thằng Thiếu Tá hả? Cô B trả lời, đâu có, tao quen với hai chục thằng Trung Sĩ thôi.
Bạn nghe, nổi giận, Ông ví chuyện làm thơ với chuyện đi khách là không tế nhị.

Sinh mỉm cười, im lặng, nhủ thầm lòng mình tranh cãi làm gì với thằng hẹp hòi đó. Nhiều lúc tụ họp bạn bè, khi chén rượu đầy vơi, cả bọn hứng thú, ngâm thơ, hát nhạc cho nhau nghe thật là thú vị. Có điều thơ ai thì người ấy đọc, nhạc ai thì người ấy hát, chẳng ai đọc thơ người khác vì thơ chính mình làm xong rồi bỏ đó có khi không thuộc lấy đâu ra mà thuộc thơ người khác.
Những lúc một mình, Sinh thầm tự hỏi làm thế nào để viết ra được một bài thơ hay, mà một bài thơ như thế nào là hay... Nghĩ hoài không hiểu được. Chuyện là một hôm, ngồi đối diện với màn hình trắng toát, lòng trống không, đầu óc mơ mơ màng màng, bỗng dưng thấy gió thổi rì rào rồi từ xa bước vào một chàng thư sinh mặc trang phục trắng theo như kiểu cách ngày xưa, đầu đội khăn xếp, mặt đẹp như ngọc, cặp mắt sáng, môi đỏ

thật duyên dáng.

Sinh: "Vội vàng đón hỏi gần xa... thần tiên lạc lối đâu mà đến đây?" (Kiều).

Chàng thư sinh khiêm cung chắp tay chào lại và nói vì ngài khao khát muốn gặp, nên ta khởi nhã ý tới đây hội diện. Ta là Thi Thánh đây.

Ôi Trời... Sinh kêu lên mừng rỡ. Tôi là người từ nhỏ đã hết lòng yêu quý và trân trọng với thơ ca, trải qua sáng tác viết xuống cả năm ba ngàn bài mà chân lý mong tìm một bài thơ bất tử vẫn chưa tìm thấy. Khao khát cầu hiền, mong được chỉ lối sáng ra khỏi đường mê nay được gặp ngài thật là hữu hạnh.

Thi Thánh cười nhẹ, thơ không phải là vật trang trí, mà là huyết lệ của mỗi tầng cảm xúc. Thơ chẳng phải viết ra để thỏa lòng yêu thích, mà phải bắt nguồn từ rung động thật và nối tiếp bởi muôn ngàn rung động từ người thưởng ngoạn. Những cái đó, hạ giới không nhìn được, nhưng ở cõi trên có thể cân đo đong đếm được từng cảm xúc thật của người ngoài đối với một bài thơ được viết ra, ta chính là người thu thập và cập nhật các dữ liệu ghi nhận đó. Những lòng ngưỡng mộ, hay những lời dè bỉu đều có giá trị cho sự sinh tồn của một bài thơ, hay nói rộng ra là của một đời thơ.

Sinh cung kính: Thật là hay quá! Xin ngài có thể cho tôi được nghe một vài bài thơ của ngài để tôi học hỏi hay không?
Thi Thánh cười lớn, Ta không làm thơ.

- Không biết làm thơ mà sao là Thi Thánh được?

Thi Thánh giải thích: Đất có Thổ Công, sông có Hà Bá. Giữa mênh mông vô tận của đất trời, có một vùng rộng lớn dành cho thơ văn, trong đó có Thi Lâm là nơi nảy sinh và nuôi dưỡng các mầm xanh văn hóa, ta là người canh gác và ghi chép của vùng đất đó nên được phong làm Thi Thánh, chứ không phải là người làm thơ. Trời sinh ra một người làm thơ là cho họ thiên khiếu hơn người về thẩm mỹ, nên họ đọc một bài thơ là lập tức có cảm nhận được đây là bài thơ ở trình độ nào. Nhưng chia sẻ được cảm xúc, thấm thía được nghĩa tình, rung động được hàm ý, chuyển tải được khắp nơi, ghi nhận được trong lòng, nhớ ra được khi cần thì lại thuộc một thành phần khác, đó là quần chúng. Trong quần chúng đó cũng có thể có người làm thơ, nhưng khi đó họ đóng một vai khác.

Nghỉ một chút, rồi Thi Thánh chỉ tay về phía xa xa... Kia kìa, đó là một khu rừng bạt ngàn không giới hạn, tất cả những cây trong đó là những người làm thơ từ bao đời nay, họ còn sống hay họ đã chết không ảnh hưởng gì đến sự sống còn và phát triển của cây. Thực ra như thế này, mỗi người khi trót làm ra một bài thơ, thì trong khu Thi Lâm đó lập tức nảy lên một chồi, tích trữ suốt một đời của một người làm thơ đó. Cho nên trong Thi Lâm có những cây cao vạn trượng, tỏa bóng mát ra cả một vùng, có những cây lừng lững như bóng núi, ảnh hưởng suốt một vùng thời gian, có những cây cao vừa tầm dáng người, cũng có hoa, có lá nhưng chỉ chưng lên gọi cho là có chứ chẳng ai để ý, và có những cây suốt đời, suốt cả một đời luôn vẫn không cao hơn ngọn cỏ.

Thi Thánh nói tiếp, Ta là người chịu trách nhiệm trông nom bảo tàng Thi Lâm. Hôm nay do cái duyên từ trước đến đây gặp người, ngài có muốn theo ta vào thăm một khoảng Thi Lâm không? Thi Thánh dứt lời, đứng dậy, tay áo phất phơ, rời khỏi vị trí, Sinh thảng thốt bước theo... Chỉ chút sau đã thấy mình đang ở giữa rừng bạt ngàn, cây cao cây thấp chen nhau, có cây mỏng manh như Liễu, có cây hùng vĩ như Tùng, có cây nghiêng theo dáng núi, có cây uốn lượn như suối... trăm nghìn kiểu dáng khác nhau. Có cây rậm rạp chi chít lá non, có cây lốm đốm lá vàng, có cây lá úa quắt queo hoặc có khi lá đã hủ nát vẫn bám vào thân. Dưới những cây đại thụ khổng lồ, lại có rất nhiều những cây nho nhỏ, nhưng không có nắng chiếu vào nên cây cành còi cọc... Sinh tò mò muốn hỏi nhưng chưa biết đề cập từ đâu. Chỉ tay vào một cây đại thụ tỏa bóng rợp trời, Sinh hỏi đây là nhà thơ nào?

Thi Thánh lắc đầu, - Thực ra ta cũng không nhớ rõ, và nếu có nhớ cũng không thể nói ra. Chỉ biết đại khái là những cây cao lớn như vậy là những nhà thơ mà thơ của họ chấn động tiền nhân, bàng hoàng hậu thế, bài thơ viết ra sống trong lòng nhiều người từ nhiều thế hệ, nên mỗi lòng xúc động của ai đó là cây có thêm một lá xanh non, thêm một nhánh tưởng nhớ. Cái vĩnh viễn sống đời là Tác Phẩm chứ không phải tác giả. Như ngài thấy có những cây lốm đốm lá vàng, đó cũng là lòng cảm xúc nhưng chưa là kính phục, hay những chiếc lá mục nát là những lòng khinh thị dè bỉu của người đời. Tác phẩm càng được nhiều lòng kính trọng yêu thương chia sẻ thì cây như có thêm phân, thêm nước, phát triển lớn lên hùng hùng vĩ vĩ.

Sinh ngần ngừ một chút rồi hỏi, Thi Thánh có thể chỉ cho tôi biết tôi là cái cây nào không?

Thi Thánh gật đầu, Ở trong Thi Lâm này, ngài gọi tên ngài thì chẳng có ai đáp lại, nhưng nếu ngài đọc một câu thơ của ngài thì cái cây chủ của câu thơ đó sẽ rung lên và phát ra tiếng reo để ngài nhận diện.

Sinh thú vị, nhưng chợt nảy ra một ý khác, bèn đọc một câu thơ của người khác coi cái cây thơ đó rung động ra sao, nên cao giọng ngâm lên:

Từ phen đá biết tuổi vàng,
Tình càng thấm thía dạ càng ngẩn ngơ.
Sông Tương một dải nông sờ,
Bên trông đầu nọ, bên chờ cuối kia

Đọc vừa dứt, bỗng cây cổ thụ cao lớn xanh mướt hướng tây rùng rùng chuyển động và phát ra âm thanh như tiếng sáo trúc... Thì ra cây đó là cây thơ Nguyễn Du.

Sinh lại đọc tiếp:

Ta về như hạc vàng thương nhớ
Một thuở trần gian bay lướt qua
Ta tiếc đời ta sao hữu hạn
Đành không trải hết được lòng ta

Lần này thì ngay bên cạnh, cành lá một cây vạm vỡ vươn cao rùng mình và thoát ra một âm thanh nghe như tiếng sóng, thì ra cây thơ Tô Thùy Yên

Lần này Sinh dùng sức bình sinh đọc sang sảng bốn câu thơ của chính mình mà chàng đắc ý nhất. Đọc xong, chả thấy cây nào rùng mình, chẳng nghe tiếng động nào vọng đến...

Thi Thánh nhẹ nhàng chỉ ra phía bờ suối. Ra đó Sinh thấy một cái cây cao chừng một thước, cũng có rung, cũng có âm thanh nhưng rung yếu như gió thoảng và âm thanh nhỏ xíu như tiếng muỗi kêu. Trên cây có dăm ba lá xanh, nhiều nhất là lá vàng, và mươi chồi non, chồi nào cũng héo úa không thể phát triển được.

Sinh không hiểu hết ý nghĩa lá cây nên nhờ Thi Thánh giải thích.

- Lá xanh là tác phẩm được một người nào đó đọc và cảm nhận được trọn vẹn ý tình bài thơ. Lá vàng là bài thơ được đọc, được yêu thích nhưng còn chút gì đó người đọc chưa hài lòng, lá úa mục là những lời chê trách chân tình của người đọc lướt qua. Cái nặng nhất là những chồi non mà bị héo khô, đó là những bài nhận định về thơ, viết ra từ sự giả dối, hời hợt, có thể vì tình thân nên viết, có thể do nể nang nên viết, có thể do nhận tiền nên viết, những cái đó lẽ ra thành những chồi non, thêm lá mới, phát triển thành cành thành nhánh cho cây, thì lại èo uột, héo tàn ngay khi vừa nảy ra, chẳng những làm cây xấu đi, mà còn cho cây khó phát triển sau này.

Thi Thánh chỉ tay vào một thân cây to lớn cằn cỗi, hình dáng kỳ dị, bởi vì những cành mọc ra, thay vì chĩa thẳng ra ngoài phát triển, lại quay hướng đâm thẳng vào thân cây, những cành khô gẫy đó chẳng những chẳng có một lá non, mà chính thân cây cũng xù xì chờ mục. Giọng trầm buồn u uất, Thi Thánh than thở: Nhìn thân cây to lớn, thì đã hiểu đó là những tài danh đáng kể, tiếc là những lời viết xuống bình thơ lại là những lời xảo trá không thật, có thể vì một bữa ăn, có thể vì một tiệc rượu, hay có thể vì tiền, vì tình mà viết ra những xưng tụng láo khoét, để rồi những lời đó thay vì là cành lá xanh tươi cho người được nói đến, lại trở thành những nhát dao quay lại đâm vào chính kẻ viết ra... Thật là đáng tiếc!

Sinh cúi đầu nghĩ ngợi, quay lại thì Thi Thánh đã biến mất hồi nào. Sinh ngoái người tìm quanh, chợt vấp phải gốc cây ngã nhào... và bất tỉnh.

Nhìn lại trên bàn viết, còn đây vài bài thơ mới viết hôm qua, định gửi đi cho một tờ báo nào đó. Sinh đưa tay vo tròn tờ giấy, liệng thẳng vào thùng rác, Sinh nhủ thầm, đó sẽ là bài thơ cuối cùng.

Nói chính xác là Bài Thơ Cuối Cùng cho một thời ảo vọng, viết xuống không bằng cảm xúc mà viết như một kỹ năng, viết xuống không phải bằng niềm khao khát thiết tha nào mà chỉ là ham muốn đập cái tên của mình vào mắt mọi người, những cái trưng bày gần như trơ trẽn.

Kể từ ngày mai, có lẽ Sinh sẽ không làm thơ nữa. Chợt bàng hoàng nhớ lại câu viết của Rainer Maria Rilke trong Mười Bức Thư Gửi Người Thi Sĩ Trẻ Tuổi: "Đừng hỏi ai hết, không một người nào đem đến cho ông lời khuyên giải hay giúp đỡ. Hãy tự hỏi chính ông rằng nếu người ta cấm ông viết có làm cho ông phải chết đi không? Và nhất là vào giây phút thầm lặng nhất trong đêm tối, "Tôi có thực sự cần phải viết hay không?" Nếu ông có thể đối mặt với câu hỏi nghiêm trọng này bằng một câu trả lời dứt khoát giản dị "Tôi phải viết", thì ông hãy viết và ông hãy xây dựng đời ông theo mối nhu cầu tâm tư ấy. Ở những giây phút lạnh nhạt nhất, hoang trống nhất, đời sống của ông phải trở thành dấu hiệu và chứng tích cho lòng khao khát thôi thúc ấy.

Lời sau chót của người kể chuyện: Tôi thực sự không biết rõ là sau bài thơ cuối cùng của một thời đó, Sinh có còn làm thơ nữa hay không, nhưng tôi thấy khuôn mặt chàng càng lúc càng sáng rỡ, tươi tỉnh và rất thanh tịnh. Có điều cái bút hiệu ngày xưa đó hoàn toàn không xuất hiện trên bất cứ báo đài nào.

Một người yêu thơ và sống chí tình với thơ từ thời niện thiếu, liệu có thể thanh thản sống nếu không được làm thơ hay không? Hay là Sinh đã mở được một cái nghĩ khác để truyền đạt ý mình? Phải vậy không ta?

Tháng 5/2019

THUỒNG LUỒNG MẮT BIẾC

1.

Trong chiều dài 652 km của dòng sông, Potomac khởi nguồn từ tiểu bang West Virginia và lần lượt chảy qua các tiểu bang Maryland, Virginia và Washington D.C.. Đoạn sông chảy qua Virginia là dài nhất, dài nhất bởi khi vào tới tiểu bang Virginia dòng sông uốn khúc nhiều lần khi nối với các phụ lưu nhỏ và mỗi lần tiếp nhận thêm một phụ lưu, dòng sông lớn hơn cho tới khi chạm mặt với thủ đô Washington D.C. thì dòng Potomac đã trở thành mênh mông khi xuôi về phía nam để đi ra biển. Từ đoạn sông này, Potomac làm ranh giới giữa hai tiểu bang, phía đông bắc là Maryland và phía tây nam là Virginia.

Gia đình bà Trang cư trú tại thành phố Chilton này được hai năm, kể từ khi bà Trang bị tai biến mạch máu não mà may mắn chữa trị kịp thời nên tạm hồi phục. Bà Trang định cư tại Mỹ từ 1995, hai mươi năm đi làm đủ thứ nghề từ bồi bàn, rửa chén cho tới làm vệ sinh công sở trường học để tự sống và nuôi một mẹ già cùng một đứa con trai thơ dại. Bây giờ, cụ bà Thái Lao đã vào tuổi chín mươi và đứa cháu ngoại con trai ngày xưa dắt tay khi đến nước Mỹ đã là một bác sĩ chuyên khoa nổi tiếng. Căn nhà chỉ có ba người, cụ bà Thái Lao hàng ngày chuyên chú tụng kinh, bà Trang đi đứng khó khăn vì những di chứng từ thời bị bệnh và cậu con trai tên Lân chưa lập gia đình.

Lân rất thương bà ngoại và mẹ, việc anh học chuyên khoa về thần kinh cũng là vì Lân chuyên tâm suy nghĩ để tìm cách chữa bệnh cho mẹ. Cái bệnh nặng nhất của bà Trang theo Lân nghĩ, không phải là những cơn đau tim co thắt kéo dài mà là tâm bệnh. Ngay từ hồi mới đến Mỹ, mỗi năm một vài lần, bà Trang sống trong ảo giác, không tự chủ được mình, bà lái xe đi ra ngoài và tới khu công viên gần bờ sông Potomac ở đoạn ngang qua thủ đô Hoa Thịnh Đốn, ngồi nhìn hàng mấy giờ liền xuống dòng sông, miệng lẩm bẩm những câu vô nghĩa cho tới khi Lân đi học về chạy lùng kiếm mẹ để đưa mẹ về nhà. Qua ngày hôm sau, bà Trang không nhớ gì về chuyện vừa xảy ra hôm qua, bà lại đi làm bình thường, và sống u uẩn với những suy nghĩ riêng trong lòng.

Đưa mẹ đi khám nhiều nơi vẫn không tìm ra tại sao có những khoảng thời gian như vậy của bà Trang. Khi sống trong ảo giác đó, bà không quậy phá ai, không làm phiền ai và ngay cả vị trí bà tìm đến, bao giờ cũng là bên cạnh dòng nước mênh mông của sông Potomac. Cái khao khát được sống bên cạnh dòng sông đó của bà Trang đã được Lân thực hiện khi điều kiện cho phép, Lân mua một căn nhà ở xa thành phố, dựa vào mé sông để mẹ có thể mỗi ngày ngồi ngay tại sân nhà mình nhìn dòng nước mênh mông của dòng Potomac trên đường ra biển.

Đã có lần, khi Lân tìm đến và nhìn thấy bà ngồi bất động nhìn ra dòng nước trôi xuôi. Lân im lặng, nhè nhẹ đi tới gần, ngồi phía sau bà lắng tai nghe tiếng nói của bà lẩm bẩm trong sương chiều, Lân nghe bà như đang trò chuyện với ai đó và thật bất ngờ khi nghe bà nói hai chữ "Ông ơi..."

2.

Năm năm sau 1975, khi ông Thái Lao học tập cải tạo về thì gia đình và cơ ngơi tan nát hết rồi. Căn nhà bị tịch thu, chỗ ở của hai mẹ con bà Thái Lao là cái nhà kho mái tôn ngày xưa ông dựng thêm phía sau để làm nơi chứa vật dụng phế thải. Hai mắt bà Thái Lao lõm sâu như hai cái hố, bà nghẹn ngào nhìn ông và khóc. Cuộc đoàn tụ mà bà khao khát mong chờ và đã tưởng đi vào tuyệt vọng, tưởng rằng không thể xảy ra nay thành hiện thực, và cái tài sản lớn nhất hai người có được là cô con gái gầy như bộ xương, quần áo tả tơi vừa ôm cái khay đựng chuối chiên đi bán về.

Ông bà Thái Lao quyết định về quê, dù dưới đó chỉ còn vài gia đình họ hàng xa, nhưng ông Thái Lao nói ở đây chúng ta không có cách nào sống được, chi bằng về đó, còn có chim trời cá nước, trồng rau trồng lúa mà chắt chiu nuôi nhau. Hai vợ chồng và đứa con gái tìm về Hồng Ngự, tỉnh Đồng Tháp là nơi họ nội lâu đời.

Họ may mắn gặp được người chú chia sẻ một khoảng vườn nhỏ ven sông. Họ dựng mái nhà tranh, họ trồng giàn mướp giàn bầu, và chăng lưới bắt cá sống đời nông dân mới lạ. Vậy mà sống được đó đã sáu bảy năm, bà Thái Lao hồi phục lại, những bữa cơm rau đậu bên chồng làm cho khuôn mặt đã phục hồi huyết sắc, và cô bé Trang cũng dần thành một thiếu nữ mơn mởn dậy thì. Hàng ngày, cô có thể làm vườn, có thể chăng lưới, có thể chèo ghe đem hàng ra chợ bán và luôn là niềm vui cho ông bà Thái Lao bằng những bữa cơm chiều có con cá nướng trui hay dĩa rau xào ngát thơm mùi tỏi.

Nhưng đời không nhẹ nhàng và đơn giản như vậy. Một buổi chiều về trễ, Trang bước từ ghe lên cầu ván bỗng ngã trượt chân, ngay lúc đó, mặt sông sủi bọt và một vật dài màu tím như một dải lụa lượn quanh người Trang và cuốn lấy chân cô, kéo cô sâu xuống dòng nước. Trang muốn la lên nhưng cổ họng tê cứng không phát ra tiếng. Trang cảm nhận rõ ràng một sức mạnh cuốn chặt lấy người cô, mới đầu là chân, lên cao dần tới bụng, tới ngực. Nó trơn và tỏa ra một mùi hương thoang thoảng như mùi rau kinh giới, sức mạnh đó uốn éo di chuyển từ dưới lên trên từ trên xuống dưới làm Trang rùng mình. Bất chợt sóng nước rẽ ra và từ dòng sông màu tím sẫm màu hơn, hiện ra một khuôn mặt như khuôn mặt rồng. Trang vùng vẫy, la lớn và ngất đi.

Khi Trang tỉnh dậy thì đã nằm trong nhà, có cha mẹ hai bên. Ông Thái Lao nói chiều tối rồi mà sao chưa thấy con về. Ba ra bờ đứng đón thì thấy con nằm vắt nửa người trên bờ nửa người dưới nước nên vác con về đây, đoán chắc con bước lên bờ hụt chân sao đó... Bây giờ con thấy trong người ra sao? Trang im lặng kiểm tra lại toàn thân, cô thấy mình không bị gì, không đau đớn, không xây xát, mọi chuyện xảy ra tưởng chỉ như một cơn mộng dữ.

Ngày hôm sau, Trang khỏe hoàn toàn, đứng dậy đi đứng bình thường và tưởng đã quên chuyện xui rủi vừa qua. Trải qua vài tháng, con người Trang đổi khác, cô xanh xao vàng vọt, chán cơm tanh cá và ụa mửa liên tục. Bà Thái Lao âu lo dò hỏi nghi ngờ cô có gì đó với chàng trai nào trong vùng, nhưng Trang quả quyết là không, cô chưa từng có quen biết tình ý với ai. Sau cùng thì chỉ đoán già đoán non là cô bị một thứ bệnh mà dân miền Nam gọi tránh né là Mắc Đàng Dưới. Trang chỉ còn biết khóc cho thân phận mình, tủi thân và tuyệt vọng.

Ông bà Thái Lao tin tưởng nơi con mình trong trắng nên ra sức dỗ dành. Ông Thái Lao thì khẳng định con cứ tĩnh dưỡng, nếu quả có thai thì ba má có thêm cháu ngoại vui vầy tuổi già chẳng có gì ghê gớm. Bà Thái Lao thì suốt ngày đi thắp hương cầu cúng nơi này nơi khác, nửa đêm thắp nén nhang thơm giữa trời cầu xin mọi chuyện bình an và mong sự trợ lực của các thế lực siêu nhiên.

Một đêm, sau khi thắp hương lễ Trời Phật bốn phương, bà Thái Lao vào đi ngủ. Hôm đó là giữa rằm, trăng sáng vằng vặc, bà thao thức nhìn ra cửa sổ, gió nhè nhẹ thổi phất phơ tàu lá dừa ven nhà, và bà thiếp đi không biết bao lâu bỗng giật mình khi thấy thấp thoáng như có bóng người đứng bên giường. Bà nhìn kỹ qua ánh trăng sáng và qua cái sự ửng sáng chung quanh bóng người, đó là một chàng trai phương phi mặt mũi khôi ngô, chàng trai nhìn bà và chắp hai tay lại nghiêng mình cúi chào.

Bà Thái Lao sửng sốt: Anh là ai?

- Con là Tử Kim Long, con có túc duyên từ tiền kiếp với em Trang. Em Trang đã biết tất cả mọi chuyện rồi, nay con đến chào mẹ và đưa ra lời cam kết sẽ bảo trợ em Trang và con trai của con cho đến suốt đời, xin mẹ đừng sợ. Bây giờ, xin mẹ gọi cha dậy và ra bờ sông đón em Trang về.

Bà Thái Lao hoảng hồn hỏi lớn, Trang bị sao rồi... và bừng mắt dậy, Ông Thái Lao vẫn nằm ngủ bên cạnh bà, bà chạy vội ra phòng ngoài thì không thấy Trang nằm trên giường nữa. Bà chạy vội lại kêu chồng, ngắn gọn kể sơ cho chồng nghe giấc mơ và hai ông bà líu ríu chạy vội ra bờ sông.

Lúc đó, ông bà thấy Trang từ bờ nước bước lên. Vẻ mỏi mệt nhưng hoàn toàn khô ráo, cả hai chạy đến ôm con, dìu con về nhà.

Vào nhà, Trang kể cho cha mẹ nghe nỗi buồn bã và tuyệt vọng vì bản thân mình lại thêm những lời đàm tiếu nhỏ to từ lối xóm đã đưa Trang tới chán sống và đêm nay cô ta đã nhảy xuống sông mong tìm cái chết cho nhẹ người.

Trang kể lại khi nước lớn mênh mang là khi Trang quỳ xuống lễ bốn phương trời rồi nhào mình xuống, bỗng dưng cô có cảm giác như dòng sông cô đặc lại như một lớp sương sa và thân hình cô như trôi tuột đi cho tới lúc dừng lại thì thấy mình đang đứng giữa một tòa nhà lớn rộng như cái đình. Trước mặt cô là một ông lão râu tóc bạc trắng, khuôn mặt hồng hào phúc hậu, ông lão khoát tay nhè nhẹ và nói:

- Con không chết được đâu, nghiệp duyên con còn nặng lắm từ nay phải tu thân dưỡng phước cho đời sau, con ngồi đó đi.

Trang thấy mình lảo đảo, thì ra nãy giờ cô đang được một người bồng trên tay, bây giờ mới được bỏ xuống, người bồng cô là một chàng trai khôi khô tuấn tú, thân thể cường tráng, mặt ửng sắc màu tím hồng. Chàng trai quỳ xuống hướng về ông lão xin cha tha tội cho con và cứu giúp cô Trang này.

Ông lão gật đầu, con với cô này có túc duyên với nhau từ nhiều kiếp. Không ai khuyến khích mà cũng chẳng ai ngăn cản được. Nhưng đã khởi nghiệp thì phải dưỡng nghiệp thôi.

Quay về phía Trang, ông lão nói nhỏ nhẹ, con đừng sợ, người thanh niên này là Tử Kim Long, anh ta là một trong các thần tướng của dòng sông này, mấy trăm năm trước khi anh ta còn là một con Giao Long nhỏ, thì con là một cô gái con nhà hào phú ở đầu dòng sông đã bất ngờ cứu anh ta từ một người dân chài, đem về nuôi và thả trong ao nhà tạo nên một mối ân sâu mà anh ta hứa đền đáp. Con thì đầu thai kiếp này kiếp khác, nhưng anh ta thì tu dưỡng và nay thành một thần tướng bảo hộ sông. Anh ta vẫn thường theo dõi con mà con không biết đó thôi. Tới khi bất ngờ thấy con gặp nạn thì ra tay cứu vớt, nhưng tại do số trời nên khi anh ta quấn quanh người con nhằm mục đích nâng người con lên khỏi dòng nước để cứu lại chính là mùa giao phối của giống rồng, cho nên chất nhớt dính quanh người anh ta đã vô tình thâm nhập vào con để tạo nên bào thai trong bụng con. Đó là duyên phần của con và của Tử Kim Long, nay ta làm chứng đây để cho con an tâm mà sống, Tử Kim Long và anh em chúng sẽ bảo trợ cho con và đứa bé nên người.

Trang đưa mắt nhìn chung quanh, cả chục chàng trai khác với trang phục như những dũng tướng, mỗi người là một màu trang phục khác nhau, xanh dương, xanh lá, đỏ thắm, vàng chanh, vàng cam, riêng chàng trai đang quỳ trước mặt mình thì cái áo khoác ngoài màu tím hồng, tất cả mọi người đều rực rỡ óng ánh hào quang.

Tử Kim Long vẫn quỳ nhưng hướng về phía Trang: Ta và em ngàn năm mới gặp, là duyên trời đưa lối. Nay đã chẳng đồng loại thì không thể gần gũi lâu dài, nhưng đã là nghiệp dĩ thì phải cùng nhau tài bồi. Gặp nhau lần này có lẽ cũng không còn lần nữa, em một mình sinh nở và nuôi dưỡng con, nhưng em không cô đơn đâu, ta luôn quanh quẩn bên em và con. Bất cứ lúc nào khi em cần thiết hãy đến bất kỳ bờ nước nào thầm gọi tên ta thì ta sẽ về bảo dưỡng cho em. Ta là Tử Kim Long nghĩa là con rồng màu tím.

Tử Kim Long ngước mặt lên nhìn thẳng vào mắt Trang: hãy nhớ lời ta, mênh mông nước biển nước sông nơi nào cũng kết nối với nhau, em nhìn được dòng nước là em còn nhận thấy được ta.

Tử Kim Long kéo tay Trang, cùng quay lại tạ từ ông lão và đưa Trang ra ngoài, Tử Kim Long dặn dò, em về ngay đi, cha mẹ đang chờ đón em đó.

Vẫn là một chất trơn mềm cuốn tròn Trang và nhẹ nhàng đưa nàng lên bờ, nhưng lần này, Trang cảm thấy ấm áp và tràn đầy xúc động, dường như những khiếp sợ của lần bị ngã xuống sông không còn nữa, mà là sự mơn trớn yêu thương, Tử Kim Long nâng người Trang lên, đằm thắm ghé môi hôn nhẹ vào bụng nàng, nơi cái bào thai đang từng lúc lớn dần.

Trang thấy người mình như lại trôi vào lớp sương sa cho tới lúc bước lên cái cầu ván bước lên bờ.

Mỗi tháng, vào dịp trăng tròn và con nước lớn dâng cao, là Trang chờ đợi, không về với nhau bằng sự thật, nhưng trong giấc mơ Trang thấy rõ bờ vai rộng của Tử Kim Long sừng sững đứng bên giường.

Cho tới khi Trang sinh nở, Trang mong đợi trong âu lo, không hiểu mình sẽ sinh ra cái gì và sẽ ra sao. Nhưng Trang sinh nở rất nhẹ nhàng, một bé trai bụ bẫm cất tiếng chào đời trong niềm vui của cả nhà. Bà Thái Lao, ông Thái Lao và cả Trang nữa đã nhiều lần bồng đứa bé lên, nhìn từ trên xuống dưới, từ trái qua phải, sờ nắn từng thớ tay bắp thịt cố tìm sự khác biệt của đứa bé giống rồng này với những đứa bé khác. Họ không tìm ra, cậu bé Lân bình thường, hoàn toàn bình thường như muôn ngàn bé thơ khác, chỉ có điều cậu hay ăn chóng lớn, khóc to và đẹp đẽ rạng ngời.

Có hai dấu hiệu đặc biệt là trên người cậu bé luôn luôn thoang thoảng mùi hương khác biệt, có lúc như mùi rau kinh giới, có lúc như mùi bạc hà. Dù tắm rửa, thoa phấn thơm gì cũng vậy, chỉ ít phút sau lại trở lại cái mùi cố hữu. Và điều thứ hai khác biệt là khi cậu ta khóc thì toàn cơ thể bỗng nổi lên những vết màu tím từng vòng từng vòng như lớp vảy suốt toàn thân, đặc biệt phía sau lưng là nổi dày đặc và u lên cao hơn. Nhưng khi cậu ta nín khóc thì các vết đó lập tức mờ dần vào da và chút xíu sau là mất hẳn.

Chuyện Trang không có chồng mà sinh con mới đầu cũng làm xôn xao lối xóm, không thiếu gì những lời dè bỉu, nói xấu nhưng khi bé lớn lên vài ba tuổi, mọi người cũng quên dần không ai hỏi nữa. Bất ngờ một đêm Tử Kim Long nói với Trang là hãy kêu ba lên thành phố gặp bạn bè đi, có điều mới lạ và tốt đẹp đó. Và dặn Trang đừng lo lắng, hãy thuận theo vận nước, đừng sợ xa xôi, vì bất cứ nơi nào vẫn kề cận bên nhau.

Trang không hiểu hết ý của Tử Kim Long, nhưng vẫn báo với ba. Ông Thái Lao lên thành phố tìm gặp bạn bè mới hay nhiều người đã rời khỏi nước đi định cư tại Hoa Kỳ. Ông hỏi han, và vội vã tìm lại giấy tờ ngày xưa nạp đơn. Chuyện xảy ra rất nhanh. Gia đình ông đủ điều kiện di cư qua Hoa Kỳ. Khi đó cậu bé Lân vừa lên 6 tuổi.

Tới Mỹ chưa tới hai năm thì ông Thái Lao từ trần. Bà Thái Lao già yếu, dành trọn thời gian cho câu kinh tiếng kệ nhưng Trang thì khỏe mạnh và xông xáo, nàng nhanh chóng thích hợp với đời sống mới, đầu tiên là đi học thêm ban ngày, ban đêm làm vệ sinh công sở, rồi bồi bàn, rửa chén cho nhà hàng dần dần rồi tìm được công việc văn phòng có thu nhập khá hơn. Đặc biệt là Lân lớn lên trưởng thành nhanh chóng thành chàng thanh niên đĩnh đạc, hiền lành, học rất giỏi, phụ giúp việc nhà, kể cả đi làm thêm phụ với mẹ tiền chợ.

Lân thương bà ngoại, thương mẹ và luôn luôn chứng tỏ là một người đàn ông duy nhất trong gia đình, là chỗ dựa cho cả nhà. Sáng sớm dậy là vào tụng một thời kinh với bà ngoại, rồi đi học, chiều về đi làm thêm ở tiệm thức ăn nhanh, khuya nào cũng ghé vào phòng thăm hỏi mẹ trước khi đi ngủ. Học xong trung học, Lân nói với mẹ là muốn theo ngành y khoa, và cho biết chàng ta đã xin được một học bổng bán phần. Trang ôm lấy con, xúc động, con cứ học, mẹ rất vui khi biết con ham học, mẹ còn đi làm được thì sẽ tìm đủ mọi cách giúp con có đủ điều kiện học tới nơi tới chốn.

Khi Lân bước ra khỏi phòng là Trang nhắm mắt cầu nguyện và thầm gọi tên Tử Kim Long về giúp cho con. Dù ở xa cái bờ sông Tiền ở quận Hồng Ngự tỉnh Đồng Tháp đã nửa vòng trái đất, nhưng rất nhiều đêm theo lời cầu khẩn của Trang, Tử Kim Long vẫn về bên cạnh nàng, nói những lời an ủi, yêu thương. Nhưng có lẽ Trang chỉ cảm thấy gần gũi thân tình khi được ngồi bên bờ sông Potomac vào những ngày nước lớn, để tự thầm thì với lòng mình, thầm thì với dòng sông mà thiết tha như ruột thịt.

Cũng nhiều lần, Lân hỏi mẹ và bà ngoại về người cha của mình, người cha mà trên giấy khai sinh ghi là vô danh đó. Cả hai đều trả lời thoáng qua là cha con là một người lính miền Nam, đến với mẹ con bằng một tình yêu nồng thắm, tiếc thay chiến tranh đã làm cha con hy sinh quá sớm khi hai gia đình còn chưa kịp nghĩ tới chuyện cho hai người kết hôn, mà cha con lại chết từ phương xa, khi con vừa được hoài thai thì đã nhận được tin cha con chết không lấy được xác. Thời bấy giờ khó khăn với những đứa con của người lính miền Nam nên khi con sinh ra, ông bà ngoại khai cha vô danh để dễ sống.

- Nhưng cha con phải có tên chứ?

- Cha con tên là Long.

- Còn họ?

- Cha con cùng họ với mẹ, nên tên con là Thái Kim Lân, họ Thái là họ của cả cha và mẹ của con.

Lân tạm bằng lòng với lý lịch của mình và yên vui sống trong yêu thương của bà ngoại và mẹ. Sau khi học xong, Lân được làm việc ngay tại bệnh viện mà chàng thực tập và nổi tiếng vì sự siêng năng và tận tâm của mình.

Chỉ có một điều mà hai người đàn bà thầm lo lắng và mong mỏi mà mãi chưa xảy ra, đó là với vóc dáng cao to, khuôn mặt khôi ngô tuấn tú và một công việc chuyên môn giỏi, thế mà cho tới tuổi ba mươi, Lân vẫn phòng không chiếc bóng. Một vài người tình có lần Lân đưa về nhà chơi, cũng chỉ thoáng qua vài tháng rồi mất hút không còn nghe Lân nhắc lại...

3.

Lân giật mình thức giấc khi ánh nắng đã tràn qua cửa sổ, tia nắng chiếu vào giường nằm, xuyên qua lớp rèm bằng voan trắng mỏng làm Lân hoa mắt. Chỗ này không phải phòng riêng thường ngày của Lân mà là một căn phòng của khách sạn. Lân đưa mắt nhìn chung quanh lần nữa để biết chắc mình đang nằm đây một mình. Cơn say đã đưa Lân chìm vào giấc ngủ của buồn bã, chán chường và thất vọng về chính mình, sau khi anh và Jennifer cùng đồng ý đưa nhau vào đây, để lần đầu tiên khám phá về nhau chuẩn bị cho hôn nhân tương lai. Lân nồng nhiệt quấn quýt bên Jennifer, cả hai đi từ dịu dàng yêu thương, ve vuốt trìu mến, qua tới rạo rực toàn thân, rồi hung bạo cuốn chặt vào nhau và trút bỏ y phục ra ngoài để hai cơ thể trọn vẹn hòa nhập vào nhau, ngay chính lúc tràn đầy hưng phấn đó thì Jennifer thét lên sợ hãi và xô đẩy Lân ra xa...

Cơ thể Lân không còn là lớp da trắng hồng thường ngày nữa, mà thay vào đó là từng lớp nổi lên vằn vện như da cá, màu tím đỏ xếp lớp từ trên xuống, nổi u lên từng cục như những vết giác hơi. Khi đang ôm Lân trong vòng tay, Jennifer bỗng phát giác lớp da trên lưng Lân không còn láng mịn mà nổi lên từng mảng bất thường. Jennifer đẩy nhẹ Lân ra để nhìn rõ hơn, trong ánh đèn ngủ mờ nhạt trong phòng, Jennifer thấy người con trai khôi ngô tuấn tú cô yêu thương không còn nữa, mà là một thân hình kỳ dị, màu sắc ghê gớm như một quái vật. Jennifer hét lên sợ hãi và vùng nhảy ra khỏi giường, tay vơ vội mớ quần áo vào ngực chạy nép vào góc phòng.

Lân cũng vừa kịp khám phá cơ thể của mình. Sự chuyển biến của cơ thể của Lân là bình thường. Ngay từ thơ ấu chàng đã biết, lúc nào bị kích động vì vui, vì buồn, vì tức giận hay vì ham muốn cơ thể đều thay đổi như vậy. Lân lập tức hiểu ngay tại sao Jennifer phản ứng. Lân bước tới gần Jennifer để giải thích, nhưng khi Lân vừa cử động thì Jennifer đã hét lên quái vật... quái vật, không được tới gần. Lân đành im lặng ngồi lại nhìn Jennifer mặc vội quần áo và mở cửa chạy ra ngoài.

Mười phút sau, nhân viên khách sạn gõ cửa phòng, Lân đã trở lại trạng thái bình thường. Họ báo cho Lân biết cô gái đã gọi xe bỏ về rồi. Họ quan sát Lân và thấy Lân bình thường nên cho rằng có cái gì đó bất đồng của một đôi tình nhân, và chuyện đó không có gì lạ. Lân gọi khách sạn đem cho mình một chai rượu mạnh, vừa khóc thầm vừa uống một mình cho tới lúc gục xuống ngủ mê.

Jennifer đã đi rồi. Jennifer người tình của Lân từ hai năm nay, đã từng nói với nhau những lời ân ái thiết tha, đã từng đắm đuối trao nhau những nụ hôn nồng cháy đã rời bỏ Lân trong hoảng loạn đêm hôm qua. Jennifer không phải là người tình đầu đời của Lân.

Ngay năm thứ hai đại học, Lân đã gặp và yêu thương một cô gái Việt Nam khác. Đó là Thúy, chỉ có điều cuộc tình với Thúy không lâu như với Jennifer. Thúy gặp Lân và có cảm tình với nhau khi cả hai cùng đi thực tập tại một bệnh viện xa nhà. Hai người chuyện trò và chia sẻ được một số ham thích về âm nhạc, Lân có đưa Thúy về nhà chơi một vài lần, nhưng khi trao cho nhau nụ hôn đầu đời, Lân bàng hoàng và đau xót nhìn thấy Thúy mặt tái xanh, và nôn ọe liên tục. Thúy không xô đẩy Lân, nhưng Thúy tránh xa dần Lân mỗi khi đến gần.

Sau đó, Thúy thú thật với Lân là Thúy không chịu đựng nổi mùi từ cơ thể Lân. Thúy nói: em thực sự xúc động trong tình cảm anh dành cho em, nhưng khi tiếp nhận nụ hôn đầu tiên của anh, cơ thể em phản ứng khốc liệt với nụ hôn đó. Em không thể mô tả nó là hương vị gì nhưng xin lỗi anh, mùi đó làm em khiếp sợ và cơ thể em phản ứng không thích hợp. Mình chia tay nhau đi.

Thúy ra khỏi mối tình đầu của Lân như làn khói. Lân ôm nỗi buồn cho tới lúc ra trường, đi làm được vài ba năm mới nguôi ngoai và bắt đầu mối tình mới với cô y tá người Spanish, và hôm nay cô y tá Jennifer đó cũng bỏ đi rồi.

Lân nghĩ rằng mình bị dị ứng. Mà dị ứng thì nhiều thứ dị ứng lắm. Có người dị ứng với y dược, có người dị ứng với thực phẩm, có người dị ứng với thời tiết và có người như Lân, bị dị ứng với cảm xúc.

Dị ứng với y dược thì tìm y dược khác, dị ứng với thực phẩm thì không ăn thực phẩm kiêng kỵ, dị ứng với thời tiết thì tránh đi nơi khác vào mùa khó chịu, nhưng dị ứng với cảm xúc thì tránh né hay chữa trị cách nào?

Với Lân, chỉ có hai cách chữa trị cho mình, hoặc là ngồi thiền định, chú mục vào câu kinh để thanh tịnh nội tâm từ từ và cách thứ hai nhanh chóng nhất là nhảy xuống một dòng nước thí dụ sông, suối, biển, hồ như từ thời gian còn bé, mỗi lần Lân bị dị ứng là đem ra dòng sông sau hè khỏa nước lên vuốt ve một chút là các dấu đỏ lặn xuống và Lân nhẹ nhàng ngủ ngoan.

Lần này cũng vậy, cảm xúc của Lân chuyển từ nóng qua lạnh, chuyển từ nồng nhiệt qua xót xa, bên nào cũng có vẻ như quá mực, nên Lân muốn ngâm mình vào nước. Khách sạn nằm ở khu du lịch sát ngay bờ biển nên Lân thay đồ và bước ra ngoài.

Ngâm mình xuống nước biển chút xíu là Lân cảm thấy dễ chịu hoàn toàn. Chàng đi lên bờ, tìm một cái ghế bố nằm phơi nắng nghỉ ngơi. Khi bước lại cái ghế trống Lân bất chợt nhìn thấy một người nữ nằm gần đó, khuôn mặt được che bằng một tờ báo, người nữ có thân hình cân đối tuyệt đẹp, làn da nâu nhạt và vóc dáng thon nhỏ như người châu Á. Bộ quần áo tắm bằng vải in hình hoa hướng dương cỡ lớn, màu vàng tươi và đỏ cam phản chiếu ánh sáng mặt trời, rực rỡ như một đóa hoa trong nắng hè.

Lân liếc qua rồi nằm xuống lim dim mắt nhìn ra biển, nhưng dường như một hấp lực nào đó, chàng quay đầu nhìn lại lần nữa, nhìn thật nhanh rồi vội quay đi như sợ bất ngờ cô ta bắt gặp. Nhắm mắt một lúc, Lân lại ngoái nhìn qua, sau đó vì mệt mỏi chàng ngủ thiếp đi. Chừng mở mắt quay lại thì không còn thấy cô nàng đâu nữa. Lân nhìn quanh quất nhưng không thấy nên quyết định lại xuống biển tắm một đợt nữa rồi đi về.

Nước biển mùa này không quá lạnh, vì đã vào tháng 8. Đại Tây Dương là biển nối với miền băng giá Bắc Cực nên nước biển lạnh khá lâu, phải tới giữa mùa hạ nước biển mới hơi ấm lại. Lớp sóng lô xô và nước trong vắt làm Lân hứng chí, chàng xoải tay bơi ra xa tới lúc nhìn quanh vắng vẻ bóng người mới dừng lại, đạp nước và thong thả bơi ngang qua về phía nam. Sau một hồi trồi lên hụp xuống đùa nghịch với sóng biển, Lân ngạc nhiên thấy một người nữa cũng đang bơi một mình phía xa. Lân bơi lại gần và người đó cũng quay lại nhìn Lân.

Đôi mắt cô gái, vâng đó là một cô gái có làn da bánh mật, có đôi mắt tròn to như mắt nai rừng và xanh biếc như màu nước biển. Khi cô ta xoải tay bơi Lân mới ồ lên vui vẻ khi thấy áo tắm của cô ta là màu vải hoa hướng dương hồi nãy nằm cạnh chàng. Khi Lân lại gần và nói lời chào theo lối Mỹ thì cô ta cười, hàm răng trắng như ngọc trai và đều tăm tắp như bắp trả lời Lân bằng một câu tiếng Việt, chào anh.

Lân mở to mắt, cô là người Việt? Nhưng sao cô biết tôi là người Việt?

Cô gái cười to lên thành tiếng, biết chứ, vì mẹ tôi là bệnh nhân của bác sĩ và tôi còn biết nhiều điều nữa mà bác sĩ không ngờ đâu.

- Là điều gì? Nhưng đừng gọi tôi là bác sĩ như thế, hãy gọi tôi là...

- Muốn tôi gọi bằng anh phải không? Cũng được, anh Lân nhé.

- Cô biết gì về tôi mà nói là tôi không ngờ?

- Nhiều chứ, thí dụ khi nãy tôi nằm ngủ, anh đã lén lút nhìn tôi rất nhiều lần đúng không?

Lân đỏ mặt và dưới da đã chớm có dấu hiệu dị ứng. Lân vội vàng nhào người xuống, lặn sâu một chút rồi ngoi đầu lên.

- Khi đó cô che tờ báo trên mặt thì làm sao cô biết được? Hơn nữa cô cũng phải lén lút nhìn tôi nên mới biết là tôi đang nhìn cô chứ....

Cô gái cười:

- Anh ngây thơ lắm Lân ơi. Tờ báo che mặt nên tôi không thấy mặt anh, nhưng tôi nhìn thấy phía dưới chân anh, và tôi biết được anh xoay mình nhìn về phía tôi. Tôi nói có đúng không?

Lân cũng bật cười, cô thông minh lắm, và cô nói cũng đúng. Cô đẹp lắm. Sao tôi chưa bao giờ được gặp cô mà cô lại biết tôi?

- Tôi đưa mẹ tới khám bệnh, tôi nhìn thấy anh nhưng anh chỉ nhìn thấy mẹ tôi.

Câu chuyện đã thân mật, cô gái tự giới thiệu tên Kim, người Việt nhưng sinh ra ở Kampuchea. Kim hăm mốt tuổi, đang đi học. Kim đi biển lần này với nhóm bạn cùng trường.

Hai người lên bờ và mỗi lúc một thân tình.

Lân hiểu căn bệnh của mình nên giữ một khoảng cách vừa phải. Sau hai lần thất vọng trong tình cảm, Lân trở nên nhút nhát và mặc cảm. Chiều xuống dần và bắt đầu thẫm tối mà câu chuyện lan man về đủ loại đề tài vẫn chưa dứt được. Lân thấy rõ mình lọt vào một khoảng trời đầy mê hoặc của thú vị. Nhưng càng si mê Lân càng lo sợ về bệnh dị ứng của mình. Khi đứng dậy tạm chia tay ai về phòng nấy, Lân vẫn chưa từng nắm tới bàn tay của Kim. Nhưng Kim thì khác, Kim nhẹ nhàng và thoải mái bước tới gần Lân và vòng tay ôm Lân cùng lúc đưa mặt sát vào Lân, đôi môi chu lên chờ đợi.

Ngay lúc đó, Lân bàng hoàng và hân hoan cực độ khi ngửi thấy từ thân thể Kim tỏa ra một mùi hương quen thuộc, như mùi rau kinh giới, như mùi hương bạc hà ngây ngất. Và khi môi trong môi, cả hai như tan chảy vào nhau.

Lân lái xe về nhà trong cảm giác lâng lâng của một tình yêu mới chớm.

Những ngày kế tiếp và những tuần kế tiếp, mặc kệ ngày tháng trôi qua lững lờ, hàng cây ven đường từ lá xanh tươi trong tia nắng hạ hồng đã chuyển qua màu vàng màu đỏ của cái lạnh thu qua, rồi rơi rụng đầy đường.

Mùa đông đã về đem theo cơn gió lạnh buốt xương da. Lân và Kim vẫn quấn quýt bên nhau như đôi chim uyên. Chỉ có điều Lân chưa dám đưa Kim về nhà giới thiệu với mẹ và bà ngoại, cũng như Lân chưa dám đi tới khám phá về nhau để tìm được sự chan hòa trong thể xác. Lân sợ.

Những chuyến đi chơi thăm đây đó càng ngày Kim càng chủ động nhiều hơn. Đã nhiều lúc, Lân thiếu tự chủ, ôm ghì lấy Kim và muốn đi xa hơn. Kim không ngăn cản mà còn như khuyến khích, nhưng Lân nhớ tới Thúy, nhớ tới Jennifer và kiềm lòng mình lại.

Có lần, Kim và Lân đưa nhau tới đầu nguồn của sông Potomac. Sông Potomac được tạo thành từ hai chi lưu là North Branch và South Branch bắt nguồn từ đông bắc của West Virginia và hợp lưu ở dưới Cumberland, Maryland. Giữa mênh mông của đất trời sông nước, Kim nhắc tới sông Mekong:

- Em sinh ra ở bên dòng Cửu Long đoạn sát Biển Hồ, anh sinh ra ở bên dòng Cửu Long đoạn ngang Đồng Tháp, cả hai là một dòng nước nay em và anh lại cùng cư trú ở bên dòng Potomac. Có bao giờ anh nghĩ cuộc đời chúng ta như sinh ra rồi để sống với dòng nước hay không?

- Đúng vậy, Kim à, chẳng những sinh ra rồi lớn lên với dòng nước, mà căn bệnh bí ẩn của anh cũng chỉ dòng nước mới làm nguôi ngoai được.
Kim mở mắt to hơn nhìn thẳng vào mặt Lân, nói một cách trang trọng:

- Không phải căn bệnh bí ẩn nào đâu, mà là mật hiệu ký thác của thần linh. Anh chưa nói cho nên em chưa nói, bây giờ anh đã nói thì em nói để anh biết, em tự ý tìm đến anh chứ không phải ngẫu nhiên gặp nhau giữa biển đâu.

- Nghĩa là sao? Lân ngạc nhiên hỏi lại.

Kim âu yếm ghé vào lồng ngực Lân, nói nhỏ:

- Đi tới nơi đầu nguồn sông Potomac này là ý của em đề nghị đúng không?

- Đúng, em nói tới ngôi chùa nào gần đây để cầu nguyện mà?

- Thì là vậy đó, vị tăng trong chùa đó là người đã khai thiên nhãn để chỉ dẫn cho em cách đi tìm gặp anh.

- Wow... Thiên nhãn? Em đi tìm anh? Kim làm anh khó hiểu quá...

Kim dẫn đường cho Lân đi vào phía núi, vượt qua một vài ghềnh thác và con đường nhỏ giữa rừng, thấp thoáng phía xa là một mái nhà nhỏ. Khung cảnh u tịch và tĩnh lặng, phía trước, pho tượng đức Quán Thế Âm như một giới thiệu đây là nơi tu hành, ngoài ra không một biểu tượng gì khác. Khi Lân bước vào nhà, một không gian thanh vắng trang nghiêm, bàn thờ Phật giữa nhà thoang thoảng mùi hương trầm nhè nhẹ, không một bóng người.

4.

Lân trang nghiêm quỳ xuống, hướng về bàn thờ Phật đảnh lễ, khi đang phủ phục, Lân nghe tiếng bước chân nhè nhẹ từ phía sau bàn thờ, và một vạt áo nâu thấp thoáng trước mặt.

Vị hòa thượng khuôn mặt khắc khổ nhìn về phía Lân dịu dàng:

- Hay lắm, hay lắm, hôm nay ta đã gặp con rồi, con có biết con là truyền nhân của Tử Kim Long không?

Lân ngơ ngác: Tử Kim Long? Con chưa hề nghe đến tên này.

Hòa Thượng gật đầu:

- Con là huyết thống của Tử Kim Long, con là truyền nhân của giống rồng và là sự hiện hữu của thần linh.

Lân bàng hoàng: Con không phải là người sao?

- Con là người chứ, nhưng con mang huyết thống pha trộn của con người và thần linh. Con không tự hào là một hiện hữu của thần thoại và thực tế hay sao?

Lân lắc đầu, Không, con chỉ muốn làm một người bình thường được sống và yêu thương như một người bình thường.

Tiếng nói của vị Hòa Thượng trầm lắng hơn:

- Ta hiểu, bởi vì từ nhỏ con đã bị dằn vặt bởi những điều khác thường nên con chỉ muốn được bình thường. Nhưng hãy nghe ta nói đây, có những điều chúng ta làm mà chúng ta không muốn làm nhưng vẫn phải làm thì đó là nghiệp. Sao con lại không được sống? Và sao con không được yêu? Đó là vì duyên của con chưa đúng thời, và chưa đúng người thôi. Con có muốn biết về nguồn gốc huyết thống mà con mang trong người không?

Lân không biết từ lúc nào đã quỳ sát vào người vị Hòa Thượng mà từ trong lòng bất giác nổi lên tâm trạng yêu thương, kính trọng và tin tưởng. Lân gật đầu nhẹ nhẹ: Con chỉ muốn làm người, chỉ muốn làm người bình thường.

Hòa Thượng đưa tay xoa đầu Lân:

- Tổ tiên ta lập nghiệp ở phương nam, mà trong huyền sử đã từng ghi lại là sự phối hợp giữa giống Rồng và giống Tiên, mà thời vừa lập quốc, dân chúng phải sống giữa núi rừng và sông biển, con người cũng là một loại sinh vật nên chuyện giao thoa phối giống dù là hãn hữu nhưng chẳng phải là chuyện không thể xảy ra. Phương nam đặc sắc là có những linh vật mà phương bắc không có thí dụ như rừng sâu thì có Sư Tử, núi cao thì có Phượng Hoàng, vực thẳm thì có Thuồng Luồng. Người phương bắc gọi Thuồng Luồng là Giao Long, nghĩa là con rồng Giao Chỉ.

Cổ sử còn ghi lại truyền thuyết dân cư làm nghề biển thường bị loài Thuồng Luồng phá phách và bắt ăn thịt nên Vua dạy dân lấy mực đen xâm hình vằn vện quanh người để Thuồng Luồng tưởng là đồng loại không hại nữa. Đã có những loài thủy quái hại người thì cũng có những loài thủy quái giúp người, hơn thế, nhờ khí thiêng trời đất và nhờ nghiệp duyên nhiều đời tích tụ nên đã có biết bao nhiêu những phối hợp dị thường.

Vị Hòa Thượng im lặng vuốt tay trên đầu Lân nhẹ nhàng an ủi:

- Con là sự phối hợp này. Mỗi dòng sông đều có thần linh trú ngụ, họ điều hòa thiên nhiên. Dòng Tiền Giang nơi con sinh ra cũng vậy, Thủy Thần nơi đó có duyên với Mẹ của con từ nhiều đời trước nên vay trả nghiệp là chuyện tất yếu. Con chính là huyết thống của một trong 18 thần tướng của Thủy Thần phương nam. Những biểu hiện trên thân thể con từ mùi vị tới khí sắc là những ký hiệu của thần linh chứ không phải bệnh tật đời thường. Những người như con không phải là ít, nhiều lắm, họ hiện diện khắp nơi như những con người có thiên phú đặc biệt về lĩnh vực nào đó bởi từ ngay trong người đó đã được ký thác một khả năng dị thường. Ta biết rất rõ về con, vì ta được Tử Kim Long ủy thác khai mở suy nghĩ của con và cùng lúc chủ trương giải kết nghiệp duyên nhiều đời cho Tử Kim Long và mẹ của con.

Vị Hòa Thượng bỗng mỉm cười an lạc:

- Người con gái đưa con tới đây cũng là một huyết thống thần linh như con, cô ta là dòng máu của Thủy Thần Áo Trắng, còn con là con của Thủy Thần Vảy Tím. Cha cô ta là Bạch Y Long, còn cha của con là Tử Kim Long. Các con tìm đến nhau và sẽ trộn lẫn vào nhau bởi vì đó là luật sinh tồn của tạo hóa.

5.

Vào tới nhà, Lân ôm mẹ và nói rằng cuối tuần sau, con sẽ đưa về nhà một người bạn gái mới để giới thiệu với mẹ.

Bà Trang ngần ngừ: Là Jennifer hả con?

- Không một người khác.

Lân kín đáo giấu nụ cười trên môi và tung tăng chạy vào phòng bà ngoại nói vài lời thăm hỏi trước khi về lại phòng mình.

Bà Trang nhìn theo Lân lòng nhiều âu lo hơn là mừng rỡ. Bà yêu thương con và háo hức mong chờ tin vui nhưng dường như bà thâm hiểu sự khó khăn của dòng máu trong Lân nên sợ con thất vọng.

Buổi tối tháng 9 ở vùng Đông Bắc Hoa Kỳ trời nóng nực không khác Saigon. Bà Trang mặc áo nhẹ, và đi bộ ra phía sau nhà, bà bước dần về phía bờ sông Potomac.

Vừa đi bà vừa thầm gọi tên Tử Kim Long hãy về phù hộ cho con mọi chuyện êm đẹp. Bà Trang ngồi dựa vào chiếc ghế gỗ bên bờ nước, và thầm gọi nhiều lần: *"Tử Kim Long, Tử Kim Long!"*. Mặt nước xao động nhẹ nhàng theo từng đợt gió thổi qua, nhưng bất chợt gợn mạnh hơn và tạo ra một cơn xoáy từ giữa dòng dần dần di chuyển vào bờ, và bà Trang thấy mờ mờ một bóng người bước tới bên cạnh. Trong gió thoang thoảng như có tiếng nói của Tử Kim Long: Duyên số của con đã tới rồi đó, hãy yên tâm và vui vẻ lên đi.

Ngày cuối tuần, Lân đề nghị đưa mẹ và bà ngoại đi chùa, nhưng không phải ngôi chùa Việt Nam mà gia đình thường tới. Lần này Lân muốn đưa bà ngoại và mẹ tới chùa lạ ở tận đầu nguồn dòng sông Potomac. Lân nói là hẹn Kim ở đó để tạo ra một lần gặp gỡ hai gia đình như một bất ngờ có dự tính.

Ba bà cháu lên xe, Lân hào hứng kể cho mẹ nghe về Kim, cô gái người Việt nhưng sinh ở Cao Miên ngoan và hiền với sự yêu thương trìu mến qua từng lời kể. Khi gặp Kim bước ra chào hỏi, bà Trang hết sức hài lòng vì khuôn dáng Á châu và lối nói chuyện lễ phép của Kim. Bà Trang thú vị nhìn đôi mắt tròn xoe trong vắt và xanh biếc như màu nước biển của Kim nhưng có lẽ cái làm bà hài lòng và vui vẻ nhất chính là mùi hương nhẹ toát ra từ người Kim, một mùi hương quen thuộc và thân tình.

Kim nói là gia đình con đạo Phật và là tín chủ của một ngôi chùa người Thái Lào Miên này. Tuần trước, con có đưa anh Lân lên chùa lễ Phật và Lục Cụ nói là hãy đưa gia đình anh Lân lên chùa gặp Lục Cụ, Lục Cụ có chuyện muốn nói.

Lục Cụ theo ngôn ngữ người Kampuchea thì có nghĩa là Sư Trưởng trụ trì một ngôi chùa, thường là một vị cao tăng đắc đạo được bá tánh tôn thờ như một thần linh sống.

Lục Cụ tuổi khoảng bát tuần, tướng người khang kiện, ngồi tọa thiền phía sau chánh điện. Khi bà Trang bước vào quỳ xuống hành lễ, Lục Cụ từ tốn mở mắt nhìn xuống gật đầu và hỏi bằng tiếng Việt hết sức rành rẽ:

- Bà có biết nghiệp chướng của bà từ nay được giải rồi không? Con trai của bà được hưởng phúc từ những thời kinh Dược Sư mà gia đình trì tụng từ suốt ba mươi năm qua.

Lục Cụ gật đầu nhè nhẹ nhiều lần... Báo ứng rồi đó, chàng trai sẽ kết duyên với người nữ cũng mang trên người nghiệp báo như chàng ta, và cả hai cùng giải hết lời nguyền nghiệp chướng ngày xưa. Khi họ hòa lẫn vào nhau thì mọi dấu hiệu mà thần linh ký thác vào họ để họ đi tìm nhau không còn cần thiết nữa cho nên sẽ tự biến mất đi.

Bà Trang quay lại nhìn đôi trẻ đang chắp tay đứng sau lưng mình mà ứa nước mắt.

Bà đứng lên ôm cô gái vào lòng. Bà tin rằng con bà sẽ hạnh phúc bởi vì cô gái xinh đẹp kia chính thực là duyên số của con mình. Bà lẩm bẩm trong miệng: "*Tử Kim Long ơi* !".

Đợi mẹ buông tay ra, Lân bước tới, trước mặt Lục Cụ và ngay trước chánh điện rực rỡ hương hoa, Lân ôm chặt Kim vào lòng và đặt lên môi Kim nụ hôn trìu mến. Lân tự tin và hết sức trân trọng nói với Kim:

- Anh muốn có em mãi mãi trong đời được không?

Kim nhắm mắt lại, gật đầu và ngả hẳn đầu mình vào vai Lân. Cặp mắt màu xanh biếc của nước biển khép nhẹ trên vai chàng trai mang dấu ấn ký thác của Thuồng Luồng. Lân gọi Kim là "*Thuồng Luồng Mắt Biếc của riêng anh*".

Virginia, November 2015

CON TRAI CỦA THỦY THẦN

1

Ông Tư Thời năm nay có lẽ đã trên tám mươi. Ông sinh ra và sống bám vào vùng đất này từ thời thơ ấu đến nay. Ngồi bên tách trà nhâm nhi nhìn mưa gió tối trời tối đất của tháng Chín trên vùng núi non hùng vĩ của Thất Sơn, bỗng sinh lòng hoài cổ cảm khái kể lại như thế này.

Vào một năm lâu lắm rồi, lúc đó vùng Thất Sơn còn rất hoang tịch, dân cư thưa thớt, giao thông vẫn còn trông cậy vào xe ngựa ở trên bờ, và thuyền ghe dưới bến, sâu vào phía sau núi Ông Két, có một ông già sống đìu hiu một mình bên cạnh một mô đất lớn. Ông Tám nhấn mạnh, "Mà ông già đó còn già hơn ông nội tao nữa nghen bây". Nhờ vào những nén hương thắp mỗi buổi chiều tàn, người ta mới hiểu đó là một ngôi mộ, nhưng là một ngôi mộ khá lớn so với kích thước bình thường. Ông già đó sống ở đó từ hồi nào và bao lâu rồi thì ông nội tao cũng không biết rõ. Người ta thường gọi ông là Thầy Tám Rắn, vì ông rất giỏi về thuốc trị rắn. Dân địa phương và các vùng lân cận nếu ai bị rắn cắn, miễn là còn sống cho tới khi gặp thầy Tám là coi như người đó sống. Cách chữa trị của ông cũng lạ kỳ, có người bị rắn cắn hấp hối, khi gặp thầy Tám chữa trị xong, sống lại rồi kể lại: khi khiêng bệnh nhân tới, thầy Tám kêu để trên bộ ngựa giữa nhà rồi đuổi thân nhân ra ngoài hết, sau đó, thầy Tám đưa tay ra vuốt ngay chỗ rắn cắn, từ trong vết thương rỉ ra một vệt nước đen đặc sánh chảy ra tay thầy, người bệnh cảm thấy nhẹ nhàng liền, chút xíu sau là các vết sưng xẹp xuống, và sinh hoạt bình thường.

"Ông nội tao hồi còn thanh niên bị rắn cắn, cũng đã được thầy Tám cứu, vậy mà khi tao lớn lên, thành thanh niên mười bảy mười tám tuổi cũng còn thấy mặt thầy Tám... thì tao cũng không biết ổng già cỡ nào!"

"Lúc đó lóng chừng khoảng giữa tháng 10, trời mưa hoài, mà lại giữa mùa nước lớn, một bữa vào buổi chiều, trời cũng đang chạng vạng tao vừa ngoài ruộng về, bỗng thấy sấm chớp sao quá lớn, nhất là sét đánh gì đâu mà tứ tung, khắp trời như sao xẹt... Tao hoảng hồn kiếm chỗ núp sao mà bất ngờ chạy tới ụ rơm kề ngay ngoài vườn nhà thầy Tám, và tao hoảng hồn khi thấy sao nhà thầy Tám đông người quá, mà người nào người nấy bận đồ như hình mấy ông Hộ Pháp trong chùa, có hai người quay mặt ra ngoài nên tao thấy rõ họ chỉ là những chàng thanh niên cỡ chừng hai chục tuổi, khuôn mặt sáng láng, họ đang nói chuyện bàn bạc gì đó chung quanh thầy Tám. Còn thầy Tám thì nằm trên bộ ngựa... không biết bệnh gì và còn sống hay không. Thiệt tình thì tao cũng muốn chạy vô thăm hỏi, nhưng sợ sấm sét inh trời mà sao như nhiều tia chớp như phát ra từ trong căn nhà đó nên chưa biết tính sao. Chợt tiếng sấm thiệt lớn nổ như ngay trên đầu mình, tao té lăn bất tỉnh, tới chừng tỉnh dậy cũng đã nửa đêm, dòm ra thì căn lều thầy Tám cũng không còn, chỉ thấy trên đó là một ụ đất lớn như ngọn đồi, mà bây giờ tụi bây thấy đó, hai ngọn đồi nằm song song bên núi ông Két."

2

Ngôi chùa đìu hiu lắm, bốn bức tường rêu phong cũ kỹ, chính điện chỉ là một cái kệ xây cao, trên đó, pho tượng Phật bằng gỗ mít lâu ngày đã sẫm đen như hắc ín. Vị lão tăng khoác tấm áo nâu bạc màu, thân hình gầy ốm, chỉ có tia mắt là sáng.

Khi nghe khách kể lại những lời ông lão Tư Thời kể về sự tích hai ngọn đồi bên cạnh núi ông Két, vị tăng từ tốn gật đầu xác nhận, và nói ông Tư Thời kể lại đúng đó, đúng nhưng chưa đủ. Ông Tám đó là Long Thần, nên nọc rắn nào khi móng rồng vuốt vào thì độc cách mấy cũng phải ứa ra thôi. Ngôi chùa mà ông đang đứng đây là ngôi chùa xây dựng từ trăm năm nay, ngoài chính điện thờ Phật, phía trái, chúng tôi vẫn có bàn thờ Long Thần. Sự tích vị Long Thần này chính là sự tích Ông Thầy Tám Rắn. Tổ sư khai sơn của ngôi cổ tự này là tổ sư ba đời của tôi, đã ghi rất rõ nguồn gốc của hai ngọn đồi, của Long thần được thờ trong chùa, tôi xin kể lại ông nghe.

Thủy Thần biển Đông có chín con trai, và ông Tám Rắn đó chính là người con trai thứ tám phụ trách thông thương cho cửa Ba Thắc. Nhiệm vụ của họ là mỗi ngày đi vào đất liền bằng chín lối khác nhau. Mỗi khi đi vào, họ hóa thân thành chín luồng nước lớn, những lớp vảy là những con sóng bạc, khi họ đi vào là nước thủy triều dâng lên, vừa làm lòng sông sâu thêm, vừa làm bờ sông mịn láng, và khi lên tới đầu nguồn, họ quay về biển Đông, đó là khi người ta nhìn thấy nước triều xuống. Hàng ngày, thủy triều lên xuống tạo cân bằng cho sinh thái tự nhiên và là hoạt động của thiên nhiên chi phối và hỗ trợ con người. Những long thần này còn làm ra những cơn mưa tưới cho vùng đồng ruộng bát ngát của đồng bằng miền Nam. Khi cất lên cao để tạo mưa, rồng nhả từ trong miệng ra viên trân châu là linh khí của mình, viên trân châu xoay tròn tạo ra những tia sáng lấp lánh mà chúng ta thường gọi là sét, cùng lúc với tiếng reo vang của Long Thần trở thành tiếng sấm. Công việc bình thường từ muôn đời tới nay vẫn êm đềm trôi chảy cho tới khi...

3

Bát Lang thong thả vượt dòng nước trôi đã nửa ngày. Tháng này đang là mùa nước nổi, lênh láng khắp nơi là những đợt nước từ đầu nguồn mưa lớn chảy xuống, chưa thể chảy ra biển nên tràn vào các rừng cây mọc thấp. Dòng sông bây giờ không chỉ là một dòng nước chảy giữa hai bờ, mà rất nhiều nơi bát ngát mênh mông như một biển giữa đồng bằng. Bát Lang lúc thì bơi giữa dòng, lúc thì nép hẳn thân mình vào núi đá. Phong cảnh xanh tươi của núi rừng thấp thoáng xa xa là những cánh đồng lúa thơm bất tận, vui vẻ trong lòng, chàng bay hẳn lên cao, nhả hạt trân châu cho xoay giữa hai chân vờn múa tạo ra những cơn mưa, đùa giỡn một lúc, chàng từ từ ghé lại đỉnh núi Cấm, rùng mình biến thân thành một chàng trai, đứng trên vồ đá dựng cảm khái nhìn xuống bình nguyên.

Xa xa trong tầm nhìn của chàng là cánh đồng lúa xanh rì, thấp thoáng vài mái nhà tranh, làn khói lam nhẹ bốc lên trong thời điểm chuẩn bị bữa ăn chiều.

Bỗng Bát Lang nhìn thấy một bóng người giữa đồng, kín hở trong cái chòi lá chênh vênh. Khuôn mặt thì không rõ, nhưng dáng diệu dịu dàng trong từng cử động nhẹ... bỗng làm chàng xúc động.

Với phép thần thông có sẵn, Bát Lang lại biến mình thành một cánh chim, bay từ đỉnh núi xuống ven cánh đồng, rồi hiện ra với vóc dáng một chàng thanh niên dân dã, đi xăm xăm về phía chòi tranh.

- Này cô gái, sao cô ở đây một mình? Cô không biết là trời gần tối rồi sao?

Cô gái ngước mặt lên, khuôn mặt trắng hồng và đôi mắt to đen ngạc nhiên:

- Ông là ai? Một mình là sao khi ruộng lúa này là ruộng lúa của quê hương tôi, chung quanh còn có xóm giềng làng nước, trên dưới còn có đất trời, trái phải còn có thánh thần hai bên. Nếu hỏi tại sao chỉ có một mình thì hãy hỏi về ông đó, ông là người lạ mặt với thổ ngơi này, gần tối rồi sao lưu lạc đến đây?

Bát Lang đỏ mặt:

- Chỉ là ta lo cho nàng thân gái dặm trường nên muốn giúp nàng... muốn đưa nàng về nhà thôi...

Cô gái cười:

- Hãy coi lại mình đi chàng trai xứ lạ. Đây là đâu và chàng là ai? Ruộng đồng xanh ngát này đâu phải là chỗ cho những người mặt trắng như công tử con nhà giàu, đất bùn sình này đâu phải là nơi dành cho bộ quần áo trắng trơn như chàng....

Bát Lang thấy máu chạy rần rật nơi mang tai, mặt nóng bừng

như hơ trên bếp lửa và miệng khô cứng như ngậm phải trái bồ hòn.

Chàng lúng túng...

- Vậy ta... có thể làm gì giúp nàng hay không?

Cô gái vẫn cười, lúng liếng đôi mắt bồ câu, cái lúm đồng tiền càng sâu hơn khi cô ta cười trêu ghẹo:

- Có chứ, chàng có thể làm cho cái nhìn của em thân thiết hơn bằng cách bôi chút sình lên khuôn mặt để giống con trai vùng núi Cấm, có thể trộn màu quần áo tinh tươm kia với nước phù sa để đồng điệu với dân quê...

Cô gái nói như đùa, và cười như người bạn thân thiết. Nhưng ngay lúc đó lại tới giờ về biển. Viên trân châu linh khí của loài rồng trong bụng chàng bắt đầu réo gọi bằng những chuyển mình cuồn cuộn. Nếu là bình thường thì lúc này Bát Lang chỉ việc rùng mình một cái, trở lại hình dáng long quân và nhào xuống dòng nước bơi về biển theo đợt nước ròng. Nhưng Bát Lang không muốn vậy, chàng đưa tay chặn bụng mình lại và tìm lời đối đáp, chuyện trò với cô gái mới quen.

- Nếu ta làm theo ý nàng thì... nàng bằng lòng để ta đưa nàng về nhà chứ?

- Chưa đâu, vì chàng đã biết em tên gì đâu...

- Nàng tên gì...

- Chèng ơi... hỏi tên người ta dễ dàng vậy sao, vậy chàng tên gì?

Bát Lang luống cuống hơn, ai cũng gọi chàng là Bát Lang, vì chàng là con trai thứ 8 của Thủy Thần, còn chàng tên gì chàng chưa bao giờ biết tới...

- Ta... ta thứ Tám.

Viên trân châu linh khí không để yên cho Bát Lang chuyện trò nữa, nó nhồi lên nhồi xuống, chạy ngang qua, ngang lại làm Bát Lang cố gắng đưa tay ngăn chặn không kịp nữa.

Chàng biết rõ, nếu không gồng sức chịu đựng, viên trân châu sẽ vọt ra cửa miệng là chàng lập tức hóa thân thành rồng, nên càng cố gắng cắn răng lại và ôm bụng chịu đựng. Mồ hôi toát ra đầm đìa khắp toàn thân và Bát Lang ôm bụng lăn lộn trên bờ ruộng. Cơn đau làm Bát Lang mê mệt, Bát Lang thiếp đi, trước khi chìm hẳn vào cơn mê, chàng vẫn còn ý thức được vòng tay trìu mến của cô gái nâng người chàng lên và đôi mắt bồ câu long lanh lo lắng nhìn vào mắt chàng.

Tối hôm đó, dòng Cửu Long chảy ra cửa biển Ba Thắc đã không có nước ròng, con thủy triều lên, nhưng chưa chịu ròng xuống, thì nước lại vào vòng chu kỳ nước lớn nữa. Người ta gọi hiện tượng này là Bán Nguyệt Triều.

Bát Lang tỉnh lại nhìn quanh. Tiếng gọi nhẹ nhàng bên cạnh, anh Tám, anh Tám khỏe lại chưa? Ăn chén cháo này nghe...

Họ quen nhau như thế, Bát Lang thành anh Tám mộc mạc sống bên người vợ hiền là cô gái nghèo mồ côi làm nghề gặt lúa mướn bên núi Cấm. Cô gái chỉ biết người chồng khỏe mạnh của mình bị một cái bệnh kỳ lạ là mỗi ngày hai cơn đau bụng thấu trời, nhưng sau đó lại bình thường sinh hoạt việc nhà chăm chỉ, chứ không biết gì về một long quân ở cõi bất sinh bất diệt đang hạnh phúc bước vào cõi người để chịu sinh lão bệnh tử. Họ sống trong yêu thương, quấn quýt bên nhau cho đến một ngày cô gái già yếu đi, bệnh hoạn và từ trần. Bát Lang chôn cất nàng dưới chân núi Cấm và cam tâm chịu sống hiu quạnh một mình cho thương nhớ vô vàn người phối ngẫu.

Khi mang thân xác con người, Bát Lang cũng chịu sự chi phối của quy luật con người, nghĩa là già đi, nghĩa là yếu đi, dòng nước ngày xưa chàng phụ trách mỗi ngày ra vào từ cửa biển, nay lâu ngày không lưu thông, các gò cát phù sa từ thượng nguồn đổ về nhô hẳn lên cao, và dòng nước hẹp dần.

Tháng mười năm đó, Bát Lang già yếu lắm rồi, chàng không còn đủ sức kiềm chế nổi viên trân châu linh khí rồng nữa, cho nên một buổi trưa, khi ngoài trời mưa lớn, nghĩa là khi các anh em của chàng đang vần vũ trên cao nhả ngọc làm mưa xuống, thì trong căn nhà tranh giữa rừng, Bát Lang nhả viên trân châu ra khỏi miệng, viên trân châu bay lên, xoay tròn bốn phía, phát ra các tia sét màu hồng tươi, quyện cùng các tia sét màu xanh lục, màu vàng chanh, màu vàng cam... của các anh em khác. Thế là tám anh em của Bát Lang đã tìm ra đứa em thất lạc bấy lâu nay. Lập tức họ hiện thân thành các hoàng tử tụ xuống lều tranh thăm người em thứ tám. Tám chàng trai trẻ đứng chung quanh một ông già ốm yếu, co quắp trên bộ ngựa giữa lều.

Đại Lang giận dữ:

- Em sao vậy Bát Lang, bỏ nhiệm vụ thiên phong, bỏ cõi bất sinh bất diệt vì cái gì vậy? Có biết cha và các anh buồn nhớ ra sao không?

Nhị Lang thì cầm tay Bát Lang khuyên nhủ:

- Hãy theo anh về gặp cha ngay, cha cứu được em mà.

Cửu Lang thì như đứa con nít, quỳ xuống ôm thân hình Bát Lang và khóc nức nở:

- Em không chịu đựng nổi khi nhìn thấy anh xơ xác như thế này đâu... Bát Lang hùng tráng của em ngày xưa đâu rồi.

Bát Lang lờ đờ nhìn các anh em, nước mắt ứa ra từ đôi mắt hóp sâu, da nhăn nhúm...

- Em sắp tới giờ chia xa tất cả mọi người rồi, em nhớ các anh và em nhiều lắm, em có lỗi với cha, em có lỗi với chức thiên phong, em xin mọi người tha thứ...

Tam Lang ngắt lời:

- Vẫn còn kịp mà, em là giống rồng, em thoát bỏ kiếp người phù du này đi, hãy về với cha và các anh em...

Bát Lang lắc đầu, em không về đâu...

- Cái gì làm em mê muội như vậy? Hai ba giọng nói cùng cất lên.

Đại Lang hằn học, sao em u mê tới vậy, Bát Lang à, anh không hiểu nổi em rồi. Chúng ta có thần thông, nếu em chỉ yêu nhan sắc nào đó, em đủ khả năng biến bất kỳ một sinh vật nào thành một nhan sắc vượt trên mọi nhan sắc của thế gian mà sao em tự hủy mình vì một con người đời sống phù du như vậy...

- Nếu em không muốn tự làm, anh sẽ làm giúp cho em, Tứ Lang chen vào.

Bát Lang buồn bã lắc đầu, lắc đầu nhẹ nhưng cương quyết.

Bất ngờ một tiếng sấm khủng khiếp vang lên, cả căn lều như sáng rực lên vì lớp hào quang vàng rực bao trùm cả một vùng.

Tám chàng trai vội giạt qua hai bên và quỳ xuống, Bát Lang từ trên bộ ngựa cũng cố gượng dậy, nhưng ngay lúc đó một bàn tay đã ngăn lại và tiếng nói trầm hùng vang lên, "Con trai yêu, con cứ nằm đó đi..."

Tám chàng trai đồng loạt, "Tham kiến phụ hoàng". Ông già quắc thước đưa mắt mỉm cười với các con , và phẩy tay, "Các con đứng lên đi. Thằng Tám sao rồi?"

Bát Lang ôm cánh tay của ông già, "Con xin lỗi cha..."

Ông già gật đầu dịu giọng, "Bây giờ con theo cha về chứ?"

Bát Lang quỳ xuống, im lặng một chút, rồi nói nhỏ, "Thưa cha... không..."

- Con không về? Ông già bực bội, Giải thích cho cha nghe. Tại sao vậy?

Bát Lang cố gượng dậy, bước xuống bộ ván và quỳ trước mặt ông già, nhưng quỳ sâu, quỳ lâu mà không nói.

Tám chàng trai cũng quỳ xuống đồng loạt thưa, "Xin cha từ tâm..."

Khuôn mặt ông già cau lại, hàm râu màu nâu sẫm như vểnh ngược, ông nhìn đăm đăm ngoài trời xa hồi lâu, rồi dịu dần, hòa hoãn lại, ông nâng Bát Lang lên, và dịu dàng:

- Hãy nói cho cha nghe con nghĩ thế nào?

- Thưa cha..., giọng Bát Lang rõ ràng hơn, cha biết đó, chúng ta là giống rồng, và chúng ta chịu thiên phong nên chúng ta có thần thông. Thần thông có thể làm chúng ta hóa thân làm đủ mọi loài hình dáng khác nhau, xấu đẹp, hiền dữ đều có thể làm được, nhưng có một thứ chúng ta không nhân bản được, vĩnh viễn không làm được vì ai trong chúng ta cũng chỉ có một cái hồn. Cái Hồn đó là cái bản chất riêng tư mỗi cá thể, là cái tâm để hành xử thiện ác, và là cái mang theo trong suốt cuộc luân hồi.

Bát Lang ngừng lại để thở:

- Chính từ cái tâm đó con biết yêu thương, con biết giận hờn, con biết trách nhiệm thiên phong, con biết lòng cha và các anh em trìu mến, và con hiểu được tình yêu. Con yêu em Lành không vì nhan sắc, không vì dục vọng, không vì những lời nói phù phiếm bên nhau, mà vì tự trong tâm hồn của con và tâm hồn của em Lành là những phối nhịp dịu dàng như một hòa âm. Ở bên em Lành con được sống trong hoan lạc và an bình. Em Lành chết đi, nhưng cạnh mộ của em, vẫn là những an ủi sâu lắng, là những tình cảm thiết tha không ngừng trao đổi với nhau. Con chịu lỗi với cha nhưng con thật sự hạnh phúc nếu được chết như một con người.

Bát Lang ngừng lại một chút để thở, sau đó nhấn mạnh: "Được chết như một con người bên cạnh em Lành".

Bát lang gục xuống chân ông già. Và tất cả im lặng. Im lặng khá lâu, Ông già đứng giữa lều, tám chàng trai thõng tay đứng chung quanh và Bát Lang quỳ dưới đất.

Tất cả im lặng.

Mọi người chờ đợi cơn thịnh nộ của Thủy thần.

Ông già lắc lắc cái đầu hai ba lần như để tỉnh táo lại, rồi tự tay nâng Bát Lang lên bộ ván. Giọng nói của ông chùng lại:

- Con à, ta hiểu con rồi. Mỗi cá thể chỉ có một cái tâm, hướng cái tâm tới điều ác thì thành quỷ sứ, hướng cái tâm tới điều thiện thì thành bồ tát, nay con đã tự nguyện hướng cái tâm của mình vào một tình yêu thì con phải được làm con người thôi. Phút cuối này ta không dùng lời khuyên nhủ con nữa, mà dùng tâm của mình để chúc con an lạc.

Lại im lặng một chút, rồi giọng Thủy thần dứt khoát:

- Ta đi đây.

Sấm nổ vang trời, hào quang rực sáng, ông già đã biến mất. Bát Lang đã kiệt lực, tám người anh em nhìn Bát Lang trút dần hơi thở cuối. Khi viên trân châu của Bát Lang cạn kiệt linh khí rồng rơi xuống là khi Bát Lang từ bỏ cõi trần. Các chàng trai đồng loạt thoát ra ngoài khi viên trân châu phủ ụp xuống lều tranh tạo ra một tiếng nổ lớn và hóa thành một ngọn đồi đất phủ lên Bát

Lang, giống như ngày trước Bát Lang đã sử dụng thần thông để đắp ngôi mộ nàng Lành.

4

Núi Cấm bây giờ thay đổi nhiều lắm, mới ba mươi năm trước là vùng đất hoang liêu cô tịch không có lối đi lên, nay thì đường xe hơi đã chạy lên tới gần đỉnh núi. Nhiều ngôi chùa được xây cất vĩ đại, khang trang.

Ông Tư Thời kêu thằng cháu nội lấy xe gắn máy chở khách đi thăm các vồ trên núi. Vồ là những khối đá lớn nhô ra từ núi Cấm, nhiều lắm các vồ với tên mang dấu ấn một sự tích nào đó. Đường lên các vồ đá quanh co khúc khuỷu với nhiều đoạn lên dốc cao dựng ngược, nhiều đoạn như lao xuống vực sâu. Có những vồ muốn tới phải băng qua những lũng, có những vồ phải qua vực, nhưng cao nhất trong các vồ là vồ Thiên Hậu, lúc nào cũng mờ mờ sương khói, nhìn xuống bình nguyên xa tít tắp dưới chân. Đi thăm các vồ cũng mất cả ngày, chiều xuống, khách trở lại ngôi nhà của ông Tư Thời, khách hỏi lại ông Tư Thời, câu chuyện chàng hoàng tử thứ tám của Thủy Thần nghe sao hoang đường quá, ông có tin chuyện đó hay không?

Ông Tư Thời trợn mắt, "Bây không thấy cửa Ba Thắc ngày nay đã bị cát bồi lấp kín cửa sông sao? Cửu Long bây giờ chỉ còn 7 cửa, một cửa do con người xây đập thủy điện làm bít cửa sông, và một cửa do thiên nhiên tự bồi, và những gò giữa sông nay đã có diện tích lớn bằng hai huyện trong đất liền".

Sau đó ông Tư Thời thở dài, nhìn khách:

- Tụi bây còn trẻ, tin hay không tự ý. Nhưng tin thiêng liêng thì có thiêng liêng, không tin thiêng liêng... thì vẫn có thiêng liêng mà.

Nói xong, ông chậm chạp đứng lên, lấy ba cây nhang ra đốt và hướng ra ngoài sân kính cẩn vái lạy bốn phương trời.

Trời tối rồi, bên ngoài còn mưa nặng hạt lắm, nhìn xéo qua bên kia, pho tượng Phật Di Lặc cao tới 34 mét, lừng lững giữa trời, lâu lâu một tia sét lóe lên, sáng cả khu vực, pho tượng trắng tinh hiện ra bất ngờ như từ cõi trời hạ thế, chỉ một giây sau cả núi Cấm lại chìm trong bóng đêm u tịch ngàn năm.

Khách đứng kề bên khung cửa, nhìn ra ngoài, bỗng chợt nhớ tới hồi chiều khi lên vồ Thiên Hậu, trên vách đá kề bên, ai ghi lại hai câu thơ bằng sơn trắng:

Những vồ đá dựng soi thiên cổ
Nhìn xuống bình nguyên một khối tình

Hai câu thơ hình như muốn mô tả mối tình của chàng Bát Lang với cô Lành, hoặc có khi cũng chỉ trùng hợp vô tình của khách vãng lai khi lên thăm đỉnh núi, xao động trước cảnh hùng vĩ của thiên nhiên và sự nhỏ nhoi của thân phận con người, nên xúc động viết nên chăng?

Sự thật thế nào chẳng ai biết rõ.

Ký họa NGUYỄN MINH NỮU của ĐINH CƯỜNG (2006)

PHẦN 4 - THƠ NGUYỄN MINH NỮU

THÁNG GIÊNG TÔI VỀ TRÊN NHỮNG BỜ XANH

Cảm khái ngân dài câu vọng cổ
Trăng đã qua cổ độ biết bao lần
Chân ngại ngùng và lòng rất phân vân
Lời em nói có bao phần sự thật.
Đời bóng xế, sá gì còn với mất
Hiu quạnh riêng, chật vật một đời chung
Hãy cứ bay đi, cánh én muôn trùng
Không đáng kể gì với người tuyệt lộ.

Cảm khái ngân dài câu vọng cổ
Trên dòng chia, sóng vỗ điệu hoài lang
Đã mười năm sao còn rất hoang mang
Nghe ai oán còn hơn lời ly biệt
Trau chuốt làm chi những dòng chữ viết
Khi tim người tận tuyệt nỗi chờ mong
Từ lúc xa người là khởi điểm lưu vong
Không ai sống một đời cho ký ức.

Cảm khái người ơi cõi nào tỉnh thức
Gửi cho nhau như lời chúc an lành
Tháng Giêng tôi về trên những bờ xanh.

CUỐI CÙNG NGƯỜI CŨNG YÊU TÔI

Rất có thể tôi vẫn chờ vẫn đợi
Hạnh phúc nào vời vợi cuối chân mây
Ước mơ nào vẫn lọt giữa khe tay
Và khao khát một điều không có thật.
Lòng mê vọng muộn phiền đan lớp lớp

Rất có thể những trở trăn thao thức
Những ngại ngùng day dứt nối dài đêm
Những nỗi buồn theo tuổi sẽ dày thêm
Và oan khuất vòng đời không thoát được

Rất có thể giữa đời người mê ngất
Giữa dòng chen, chật vật một đường tơ
Nợ cơm áo một dòng thơ bất chợt
Trong trăng rằm như thoáng chút tình mơ

Rồi Người đến bàng hoàng như ánh chớp
Bóng hình Người choáng ngợp cả hồn tôi
Tôi hiểu ra tôi, tôi cảm ơn Người
Cảm ơn cả từng giọt đời mặn đắng.

Đêm có bóng đen, ngày còn sợi nắng
Không bao giờ tôi xa vắng người đâu.
Nghiêm tĩnh muôn đời có tự bao lâu?
Và vinh hiển một màu hoa Vô Thường.

Nguyễn Ngọc Linh phổ nhạc 1993

TẠ TỪ TRƯỚC LÚC CHIA XA

Mai một xa chắc lòng sẽ nhớ
Nay còn gần mà ngỡ như xa
Lời tôi ca giữa những bao la
Cùng sóng gió vỗ vào vách đá
Gửi muôn trùng, gửi vào tất cả
Gửi về người thương quá người ơi.

Rừng bao la chập chùng tán lá
Biển dạt dào hương tỏa khôn nguôi
Đã lâu rồi đắng lưỡi tê môi
Hiu hắt quá, cuối trời trăng giãi
Nửa đời qua, là nửa đời bạc đãi
Có tôi mà... có phải là tôi

Nắng cháy da, mưa giăng ngõ tối
Trưa thanh niên bối rối tự tình
Rồi một ngày đất sẽ hiển linh
Khi tôi gửi chính mình vào đất
Cho tôi nói một lời rất thật
Dẫu xa người, người chẳng mất tôi đâu.

Nguyễn Ngọc Cẩn phổ nhạc 1993

GÕ TAY VÀO CỬA, ĐỜI HƯ

Gõ tay vào phiếm tình khuya
Đầm đìa tinh huyết đi về một hôm
Gõ tay vào dáng kiều thơm
Ai xuôi Vạn Lý để buồn vọng phu.
Gõ tay vào cõi thâm u
Đời hoang tưởng đã thiên thu bao lần
Gõ tay vào cuộc phù vân
Biển dâu ai biết phong trần bao la
Gõ tay vào cõi người ta
Nguyễn Du dưới ánh trăng tà lập thơ
Mênh mông không bến không bờ
Gõ làm chi? Có bao giờ gõ đâu.

Mai Thanh Linh phổ nhạc 1991

NGÁT THƠM KÝ ỨC

Từng góc phố ngát thơm từng ký ức.
Mỗi mặt người đăm đắm một riêng tư
Tôi thả tôi về những lối tôi xưa
Không giấu giếm những điều thầm thú vị.

Nếu truyền thuyết còn lắm điều kỳ bí
Thì tình người thường lúc có đơm hoa
Bằng hữu tôi ơi, thầm lắng sâu xa
Ai cộng hưởng với tôi thời quá khứ.

Bắt đầu từ mái trường thơ ấu cũ
Nơi vỡ lòng ráp vần Mẹ, vần Cha
Tan trường về, đăm đắm cánh diều xa
Vở tập đọc vẽ toàn hoa với lá.

Hoa vẫn nở, đời đôi lần vấp ngã
Đường vào đời trùng lặp những phong ba
Khi biết yêu người, cùng lúc biết phôi pha
Cái tồn đọng, chỉ còn là nỗi nhớ.

Nhớ rất nhớ, nhớ từng góc phố
Từng đoạn đời bỏ lỡ quên đi
Ước gì tôi tìm được lối quay về
Hôn âu yếm những gì tôi đã mất.

Thương lắm đó khoảng trời xanh bất biến
Giữa đổi thay dâu biển của lòng tôi
Áo lính thay rồi, áo thợ cũng thôi
Còn trong vắt cả một thời niên thiếu

Từng góc phố ngát thơm chiều xuống thấp
Áo học trò hòa nhập ước mơ xanh
Hoa lá mọn trên đầu nhành lộng gió
Và vô cùng một góc phố riêng tôi.

Và thơm lừng một nỗi nhớ khôn nguôi.

YÊU DẤU

Chỉ là một chút bâng quơ
Thuyền đi bỏ lại đôi bờ, như không.
Trăng non in dấu ngựa hồng
Tóc con gái mượt mà lòng con trai
Mơ hồ vào với cơn say
Dường như có chút liêu trai giữa đời.

Đoán chừng ước hẹn với người
Chiêm bao áo lụa về phơi sương mù.
Nói lời tình động thiên thu
Rất hào phóng, rất ngây thơ, rất tình.
Ta tìm em bóng tìm hình
Phiêu du lỡ cuộc, sầu mênh mông sầu.

Đắm say cho đến bạc đầu
Cuối vườn lan nhuốm một màu tịch liêu
Nâng niu vệt khói lam chiều
Chao ơi yêu dấu dấu yêu ngàn trùng
Bâng khuâng lòng cứ hỏi lòng
Vòng tay ai, ngỡ... ngỡ vòng tay ai.

Trịnh Xuân Ái phổ nhạc 1994

XA VÀ XƯA

Xa rồi những tối hoa xưa
Cảm ơn chút gió đổi mùa hôm nay
Đường về nhẹ chút heo may
Môi cười mà mắt cay cay tiếng cười.
Mênh mang câu hát nửa vời
Giết nhau lời nói đãi bôi ngượng ngùng
Xa rồi những tối thương mong
Ai mê đắm hát thơ nồng nàn hương.

NGHE LẠI BÀI HÀNH PHƯƠNG NAM

Dưới nguyệt mài gươm, gươm đẫm nguyệt
Bên trời tưởng tiếc nước xa khơi
Người ơi mải miết đời thua thiệt
Tay trắng thêm vào bạc tóc thôi.

Tri âm còn cũng dăm ba đứa
Gió bụi thì không chỉ một lần
Hải giác sơn nhai trôi giạt mãi
Bên trời nhìn tuyết trắng bâng khuâng.

Đứng ở bờ đông, tê tái lạnh
Bài Hành như nhắc một thời trai
Rượu đắng, môi tê, tay vụng dại
Nâng chén khuyên mời... đâu có ai.

TỪ CÁCH BIỆT

Buổi chiều không có gió
Áo trắng làm sao bay
Bàn tay không gắn bó
Ai quay quắt đêm ngày

Có phải buổi chiều không
Kể từ ngày cách biệt
Nhớ nhung và nuối tiếc
Mài miệt bước lưu vong.

Buổi chiều bên dòng sông
Thả bóng mình vào sóng
Vỗ mạn thuyền vô tâm
Mà tim người lạnh cóng.

Tôn Thất Lan phổ nhạc 1994

VỀ NƠI CHỐN ĐÃ RỜI XA

Sóng xô bạc tóc tự bao giờ
Về ngồi ôn lại chuyện xa xưa
Bằng hữu đếm không đầy những ngón
Tay khô điếu thuốc rụng ơ hờ.

Những tưởng một xa là mất cả
Con sông dòng cũ, bóng đò đưa
Ở giữa tim người là sóng dập
Dồn từng tiếc nhớ xuống trang thơ.

Đã biết bao phen dừng gót lại
Quê người nâng chén uống khơi khơi
Đâu cứ phong sương thì mới lạnh
Đêm nay nghe buốt đến tê người.

Thí dụ, chỉ là thí dụ thôi
Bất ngờ từ một chốn xa xôi
Người xưa về trước thềm năm cũ
Sảng khoái thơ vang một góc trời

Thí dụ, chỉ là thí dụ thôi
Mà lòng rào rạt mấy trùng khơi
Đâu cứ phong sương thì mới lạnh
Đêm nay nghe buốt đến tê người.

Nguyễn Ngọc Tuấn Hương phổ nhạc 2006

NGHE TIẾNG THINH KHÔNG

Ngồi đây thoắt đã trăm năm
Thấy tâm mê vọng thấy thân lạc loài
Nghe chừng giữa cõi trần ai
Tiếng ai cười một hơi dài thinh không.
Ngỡ hiu quạnh đã hoài công
Trao người, chỉ một tấm lòng dở dang.

LỜI CHÀO NĂM MỚI

Sẽ như tia nắng bất ngờ
Sau cơn bão tuyết mịt mờ canh thâu
Nỗi lòng chôn giấu đã lâu
Hôm nay hiểu đến thâm sâu nỗi lòng
Môi trầm hương mắt bao dung
Mỗi người là một phần chung mỗi người
Về ngồi đây cạnh nhau thôi
Mà nghe rộng suốt một đời cho nhau.

KHI VỀ

Tôi về, phố đã đêm gần hết
Chênh chếch trăng soi lá dập dờn
Chuyến xe gửi tới câu chào đón
Mà nghe vọng động đã từng cơn

CHỜ NGƯỜI

Bao nhiêu buổi đứng đây chờ
Bao nhiêu rêu phủ xanh bờ thềm em
Bao nhiêu sương trắng qua đêm
Và bao nhiêu ánh mắt nhìn bâng quơ
Về chưa, em đã về chưa
Tóc vương ảo giác mắt mờ nhân gian
Rừng xưa chừng đã điêu tàn
Người xưa hòa bóng trăng tan bao lần

THOÁNG MÂY XA

Thoáng mây rồi phiêu lãng
Ánh trăng rồi mênh mang
Tìm nhau là tìm nhớ
Mơ hồ hương khói loang

Sóng xô bờ nước lũ
Vỡ tan vào hư vô
Bên trời thân quen cũ
Hát cho tình thiên thu

Rừng cây ban mê
Rào rạt mưa sơn khê
Chìm trong cơn mê
Bóng người xa xôi thế

Rừng cây xưa vời vợi
Thoáng thấy ai bên đồi
Một lần xa trăm nỗi
Chìm lắng thế nhân ơi

Đàn buông cung lơi
Nhịp đàn thêm chơi vơi
Tình chia đôi nơi
Chán chường đưa tay với

Rồi trong sau xưa, nơi kỷ niệm
Sẽ thấy mây vô ngại
Nhẹ nhàng trôi xa mãi
Và mãi trong tim người.

Cúc Phương phổ nhạc 1995

THƯ XA

Xin cho tôi gửi một lời
Tới người xa, cuối chân trời ngày xưa
Đầm đìa vạt tóc dưới mưa
Xuân thì qua, bóng nhạn thưa, bạc đầu
Cổ kim nối một nhịp cầu
Hát khan giọng dưới trăng đau. Một mình.

KINH ĐÊM

Một thủa yêu đàn đàn lỗi nhịp
Một thời xây mộng mộng tan hoang
Tôi ơi, dừng lại đời lang bạt
Dứt tiếng tơ lòng ngăn trái ngang

HÁT RONG GIỮA ĐỜI

Ôm đàn đến một bên đời
Thấy em áo lụa thấy đời gấm hoa
Thấy người tới thấy người qua
Thấy trong mắt biếc có ta đứng cười

Ôm đàn đến hát bên người
Sớm mai lồng ánh mặt trời ngát hương
Mặt người như hoa hướng dương
Thế là có những giọt sương ra đời

Ôm đàn đến hát bên người
Lòng vui thêm khúc nhạc vui hơn lòng
Hỏi rằng em giống tôi không
Mắt trông chân ngóng tay mong dạ chờ
Phải chăng đời chính là thơ
Nguyện bên nhau khúc tình mơ suốt đời.

Nguyễn Quyết Thắng phổ nhạc 1973
Trần Đăng Quang phổ nhạc 1990

KHI VỀ Ở WEST VIRGINIA

Bây giờ xin ở lại đây
Với đêm quạnh quẽ với ngày hoang vu
Lên cao, có dốc sương mù
Xuống sâu có lũng xuân thu vắng người.
Ở đây thiếu hẳn tiếng cười
Thiếu luôn tiếng khóc, thiếu đời chung quanh
Xóm xa cách núi cách ghềnh
Cây tàn cổ thụ chênh vênh góc trời
Mưa rừng gió núi chơi vơi
Tựa hiên có một bóng tôi tự tình
Bây giờ sống thật với mình
Cùng thiên thu với chí tình thiên thu

DẠ KHÚC

Một nửa sương và một nửa hoa
Em dắt tôi vào dạ khúc ma
Chân đi xiêu đổ, tay hoang dại
Trân mình cho thấm nghĩa phôi pha
Một nửa sương và một nửa hoa
Ướt đẫm vai tôi tóc nhạt nhòa
Gót nâng lay động trong hư ảo
Dập dìu từng bóng, bóng trôi qua

BÊN DÒNG POTOMAC

Tôi ghé bên bờ sông rất lâu
Im cho từng lớp ngập qua đầu
Triều dâng từ nhật rồi qua nguyệt
Trôi tới đâu và tan tới đâu
Tha thiết với vô vàn bóng nước
Được vỡ tan theo sóng bạc đầu

RẤT NHIỀU VÀ NHỮNG

Rất nhiều những tách cà phê
Chảy tan vào những đêm khuya một mình
Rất nhiều những lúc một mình
Chảy tan vào những tự tình cà phê
Rất nhiều những tỉnh những mê
Chảy tan vào những tái tê giọt buồn
Rất nhiều thơ đã khởi nguồn
Chảy tan vào đất, chạy tuôn vào lòng
Rất nhiều những nỗi chờ mong
Chảy tung tăng những long đong phận người
Rất nhiều lời nói trên môi
Chảy trong quên lãng nên người xa tôi.

HAY EM ĐỪNG VỀ QUAN TÁI BIẾT RA SAO

Em về đó, gửi một lời cho biển
Là thiên thu nguyện làm sóng bạc đầu
Là thiên thu giữ tấm lòng bất biến
Mãi mặn nồng dâng hiến dẫu tim đau
Yêu một người, giữ dưới đáy thẳm sâu
Không muốn chia lìa, không mong kết hợp.

Ta vẫn vậy dựng đời trên vách đá
Vẫn kiên gan làm kẻ đứng bên lề
Lòng tái tê xanh mãi một câu thề
Mắt có lệ đâu để mà ta khóc
Dõi mắt theo em ngang dọc đi về
Không khép bao giờ trằn trọc cơn mê

Em về đó, gửi một lời cho mộng
Cay đắng mặn nồng ta vẫn chắt chiu.
Không sống bên nhau nhưng mà gió lộng
Vẫn tựa hình tựa bóng nương nhau
Ngực ta đây, hãy ghé đầu nghe thử
Cả ngàn lời tình tự vẫn râm ran

Em về đó, gửi một lời, rất nhẹ
Cho từng gốc cây, bờ vách trên đường
Cho gió cho mây bốn phương tám hướng
Là giữ cho ta một đóa vô thường
Sẽ nhắc nhớ em giữa bờ sinh tử
Có chỗ em về, là chỗ thân thương

Em về đó, ghé chơi vui, rồi trở lại
Hay em đừng về, quan tái biết ra sao...

MÊNH MÔNG TRỜI BẤT BẠT

Bất bạt ngừng ngay giấc ngủ ngày
Yên Kỳ ngàn mộ mở vòng tay
Đón tên phiêu bạc bao năm cũ
Mềm lòng quay lại cố hương đây.

Thắp nén nhang thơm ở giữa đồi
Nghe lòng thương nhớ đã trùng khơi
Xa trong cõi khác người quay lại
Rộng lượng Ba Vì, mây trắng thôi.

Muốn khóc lên cho nhẹ ngậm ngùi
Xin quỳ để thấy xót xa nguôi
Ai xui chim Việt về Nam nhỉ
Bốn chục năm trường nhạn lẻ đôi.

Nắng mới triêu dương trời đã tối.
Chồi chưa đủ lá đã phong ba
Lưu thân đi những phương xa lạ
Tiếp mạch thư hương, giữ nếp nhà.

Muôn dặm thiết tha hồn lữ thứ
Nồng nàn hương sắc Thủy tiên xưa
Trước mộ tâm dâng lời khấn nguyện
Nối dòng, xin nối lại dòng thơ.

Sơn Tây, Sơn Tây mưa lê thê
Đời sao hứa được lúc ta về
Gói cả núi đồi vào ký ức
Ta nhớ, và Sơn Tây nhớ nghe.

TÁCH CHÈ THƠM BUỔI SỚM MAI

Nâng tách chè thơm buổi sớm mai
Dáng người như một vệt sương phai
Lẫn vào hương thoảng trầm hương cũ
Lẫn cả hương đêm lúc rạng ngày.

Là lúc thời gian đọng giữa chừng
Không gian dường cũng rất mông lung
Mẹ nối bây giờ cùng quá khứ
Và gửi tương lai một tấc lòng

Con quấn trong chăn, đã dậy rồi
Nhưng nằm mở mắt ngắm xa xôi
Quanh con như lớp tơ mềm óng
Chỉ thở mà ngân tiếng nhạc vời

Thấp thoáng hương bay cuốn bệ thờ
Ánh mắt Cha nhìn như ánh thơ
Con thấy Mẹ nâng tay tách nước
Nghe rung động suốt cõi mơ hồ

Thinh lặng giữa đôi bờ hư thực
Hương chè mạn lục thoảng qua môi
Hắt hiu một bóng soi trên vách
Mà khay vẫn có tách song đôi.

Những sớm mai kia, có chẳng nhiều
Mẹ già bạc tóc với cô liêu
Con thì phiêu bạc theo năm tháng
Đắng lưỡi tê môi với sớm chiều.

Đời con rồi ghé vào hưng phế
Đã biết bao nhiêu cuộc đổi dời
Tĩnh tâm chỉ có khi ngồi lại
Sớm mai nhớ Mẹ, tách chè thôi.
Sớm mai bên Mẹ tách chè thôi
Tâm nhẹ nhàng theo dáng mẹ ngồi.

MAI KHÚC

Bát ngát áo ai bay
Rung động hồn phôi phai
Chuyến đò sông năm đó
Rào rạt sóng khuya nay

Em chia tay Đại học
Chân chim lạ bước đời
Chiến trường tan bom đạn
Anh về hồn tả tơi.

Chập chờn nắng kênh mới
Buông tay ngước nhìn trời
Lao đao dòng định mệnh
Chắt chiu chút tình thôi.

Thầm thì lời tâm huyết
Nghe hạnh phúc mơ hồ
Sau dẫu đời chao đảo
Còn đắm đuối tình mơ

Qua tán lá bồi hồi
Trần lưng đời bĩ cực
Thao thức nằm giữa ngực
Hoài thai mộng tinh khôi.

Phạm Ngọc Thành phổ nhạc 1995

LỜI CHÀO NĂM MỚI

Sẽ như tia nắng bất ngờ
Sau cơn bão tuyết mịt mờ canh thâu
Nỗi lòng chôn giấu đã lâu
Hôm nay hiểu đến thâm sâu nỗi lòng
Môi trầm hương, mắt bao dung
Mỗi người là một phần chung mỗi người
Về ngồi đây cạnh nhau thôi
Mà nghe rộng suốt một đời cho nhau.

LỜI GHI TRÊN ĐÁ

Tôi đến đây từ một tình cờ
Và sẽ ra đi rất bất ngờ
Ký thác chút tình vào vĩnh cửu
Ghi trên hòn đá cuội vu vơ
Đã có hàng triệu lời như thế
Nhạt nhòa khắp những bãi hoang vu.

Tôi đến đây và ghi dấu đây
Biết trước chỉ trong một phút giây
Cái vô cùng của rất vô cùng đó
Xóa sạch đi bằng cơn gió bay
Tôi làm gì được, làm sao được
Khi thật lòng trân trọng lúc này

Chắc chắn ngày sau tôi trở lại
Vẫn trên bờ cũ, chỗ này đây
Làm lại những điều làm trước đó
Rồi hân hoan chờ đợi gió tung bay.

CÔ BẠN LỐI XÓM NGÀY XƯA

Em vừa qua tuổi thanh xuân
Lời yêu vẫn đậm, tình thân thêm dày.
Cơm chiều cạn, chuyện còn đầy
Có đêm quấn quýt có ngày quẩn quanh.
Tôi già như vách cổ thành
Đá trơ mặt với rêu xanh bốn mùa
Hỡi cô lối xóm hồi xưa
Bên nhau bao lượt nắng mưa trong đời.
Ngày xuân xin gửi một lời
Chúc em và chúc cả tôi: Ngọt Ngào.

BỐN SÁU NĂM MÀ ĐÂU CÓ BAO

Tặng Trương Thị Kim Mai.

Bốn sáu năm mà đâu có hay
Bên em vẫn tưởng mới như ngày...
Văn Khoa những buổi trưa tan học
Áo trắng em về tung gió bay
Hay là ly rượu Tân Hôn đó
Mới nhấp môi mà nghe đã say.
Rồi đến một thời sau 77
Dọc đường gió bụi với mưa bay.
Ôm con bán bánh bên hè phố...
46 năm mà đâu có hay
Đắng cay sao kể hết dãi dầu
Ngọt ngào vẫn giữ được bên nhau
Ta đi từ tận cùng gian khó
Đến có hôm nay bạc mái đầu
Cám ơn đời sống cho ta biết
Chí tình để giữ được bền lâu.
Cám ơn một dạ trung trinh đó
Níu giữ tình nhau sóng dạt dào
Bình minh còn ngát cà phê sáng
Bốn sáu năm mà sao quá mau
Xin mãi yêu như thủa khởi đầu
Và còn yêu mãi mãi về sau
Bởi em là những điều chân chất
Phủ lớp phù sa đất nhiệm mầu
Bởi em là những điều đơn giản
Như cỏ như hoa hóa hiện vào
Bên em ta đã hồn nhiên sống
Cám ơn em độ lượng bên nhau
Xin mãi yêu như thủa khởi đầu
Và còn yêu mãi, mãi về sau.
Bốn sáu năm mà... đâu có bao?

30/11/1977 - 30/11/2023

GỬI CÁI HƯỜNG NHAN

Hường nhan em là đôi mắt lanh đen
Ngơ ngác nhìn anh, em đóng phim hiền
Nhưng giấu thế nào được tia tinh nghịch
Chỉ liếc qua thôi anh đã biết liền.
Đôi mắt theo anh vào đêm mất ngủ
Nhớ mãi một người người rất hay quên
Hường nhan em là vạt tóc ngang vai
Vạt tóc như mây vạt tóc không dài
Bởi vạt tóc thiếu một bàn tay vuốt
Nên em cứng đầu như con gái Hà Tây
Anh ở đây giữa mùa thu nước Mỹ
Giữa gió lộng trời cuốn lá vàng bay
Thấy ngây ngất giữa núi đồi hùng vĩ
Thấy mây trời lòng lại như say

Hường nhan em là giọng nói rất nhanh
Giọng cao vút làm anh ngơ ngác ngó
Ríu rít như chim, suối rừng lá cọ
Bỗng chuyển giọng trầm mưa rạt rào quanh
Tiếng em nói mà sao như cơn lũ
Cuốn đời anh vào sóng nước âm thanh
Hường nhan em là những cái rất riêng
Như Sinh Nhật giữa công viên buổi sáng
Như nét buồn một thoáng lại cười vui
Em giấu cho em một chút ngậm ngùi
Chút ký ức ngây thơ thời trẻ dại
Em đã yêu chưa hỡi người con gái

Anh đang về trở lại tuổi thanh niên
Anh đang về trở lại tuổi thanh niên
Để bắt đầu yêu một người nữ không hiền

MƯA TRÊN DÒNG POTOMAC

Chỉ có mưa bay trên dòng Potomac
Khuya hôm nay bát ngát khói sương bay
Tôi biết em đã xa, xa hút tầm tay
Khi bên tôi là đêm, thì bên em là giữa trưa ngày nóng ẩm

Chỉ có mưa bay trong lòng tôi ướt đẫm
Không nói được gì, độc dược thẫm không gian
Có phải dế giun đâu mà buông giọng khóc than
Tôi sẽ hát, giọng vang khuya tịch mịch

Chỉ có mưa bay ngày xưa em thích
Ngồi bên hiên nghịch dòng nước trôi xuôi
Giờ chỉ mình tôi, còn một tôi thôi
Nhưng con nước muôn đời trôi chỗ trũng

Chỉ có mưa bay và gió trời lồng lộng
Tôi ngồi đây lòng trống vắng lạ lùng
Có hiểu gì là hạnh phúc hay không
Tôi sẽ bắt đầu quay một vòng quay mới

Chỉ có mưa bay trên dòng Potomac
Trôi hẳn đi đêm nay, rồi sẽ khác mai này

TƯỞNG CHỈ MƯA THÔI

Mới đầu tưởng chỉ mưa thôi
Ai ngờ bão nổi một thời truân chuyên
Hai ta kẻ trốn người tìm
Vui chung thì ít buồn riêng lại nhiều
Nói sao cho hết tịch liêu
Nửa khuya nhìn bóng trăng treo bồi hồi

Mới đầu tưởng chỉ quen thôi
Ai ngờ nghiệp chướng kéo đời trăm năm
Đôi ta chẳng biết ai lầm
Nhưng trăn trở cả hai nằm không yên
Nhớ thì nhớ suốt ngày đêm
Càng thương tưởng lại càng thêm ngậm ngùi

Mới đầu tưởng chỉ vui thôi
Ai ngờ buồn đến rã rời thịt da
Cám ơn kẻ bỏ đi xa
Cho ta biết vị muối pha trong lòng.
Ở đây thừa cái lạnh lùng
Thế mà nhớ kẻ nghìn trùng lại thương

Thương sao cho được mà thương.

HÁT CHO NHỮNG KẺ YÊU NHAU

Hình như giữa trời mưa dông,
Hình như em đến trong vô cùng.
Đúng không người nữ hoa rơi từng nhịp vui,
Và em hay gió trên lưng trời.
Hay em từ tiền kiếp đến đây chung vui cùng người.
Ta rơi từng dòng nước mắt xanh khóc trong tình say.

Mưa bay bay một sớm mai,
Và em theo với mưa rơi tới,
Xa xót như từ lâu, chết trong hằng triệu kiếp,
Kín sâu tình ngàn sau.

Hình như giữa trời mưa sương,

Hình như anh đến trong vô thường.
Áo anh màu trắng mây hay là hạt sương,
Mà trong nhung nhớ em mơ hoài.
Anh như ngàn tình khúc viết muôn năm chưa thành lời.

Em bơi hoài dòng máu nóng yêu đến bao giờ thôi.
Anh hay đâu tự chính anh,
Cùng em đi tới hư vô tím,
Nơi có trăm bài thơ thoát thai từ hạt đắng,
Giấu trong tình ngàn sau.

PHƯỢNG XƯA

Đêm mơ màng tình yêu muôn trùng,
Trong đêm này mùa hoa bay.
Em như màu hồng trong thương nhớ,
Nhớ bóng ai hồng giữa cơn tình mong.
Đêm mơ màng gợi thoáng nhớ mong manh,
Ai xui ơ-hờ tình ta trông ta chờ.

Nhớ đến ngày nào, bên em một chiều,
Khuất tăm người xưa, viết cung đàn thương.
Trong vui buồn đời ta ai ngờ,
Em đi vào nào hay đâu.
Ta không còn là tên phiêu lãng,
Đã khóc trong chiều giữa khi hồng rơi,

Em xa rồi gợi mãi mãi trong ta,
Trong cơn say tình, tình ơi xa xa rồi,
Khúc hát ngày nào, xa xôi một chiều
Nhớ em ngày xưa, nhớ cung đàn thương.

VỀ LẠI SAIGON SAU 20 NĂM

Ta đã về đây lòng Đại Lộ
Thênh thang mà dạ hắt hiu buồn
Đăm đăm đôi mắt người thiên cổ
Vẫn dõi theo ta tới ngọn nguồn
Thoáng thế hai mươi năm khốn khổ
Mắt lệ ai, mà mưa vẫn tuôn

Cây đứng sao hiu hắt một mình
Lá rơi từng cặp lá song sinh
Ta về đứng ngẩn soi gương nước
Thấy bóng trăng che nhạt bóng mình
Buồn quá tay nâng ly rượu đắng
Gọi người phiêu lãng kiếp nhân sinh

Hành trang chỉ có vài trang giấy
Hồn Đường thi vọng rất hoang mang
Lưng nghe đã mỏi mòn sông núi
Chiêu niệm người đưa bóng hạc vàng
Về đây lòng vẫn ngoài biên tái
Đốt nén hương thương chuyện lỡ làng

Ta đã về đây vuông chiếu cũ
Thù tạc dường như thiếu mấy người
Ngâm lại câu thơ tình đắm đuối
Bật cười như chuyện tiếu lâm thôi
Thả xuống giữa bàn hoa giống lạ
Chờ xem năm tới sẽ đâm chồi.

Ở TIMES SQUARE, NEW YORK

Giữa cả ngàn người ở Times Square.
Em ở phía nào sao anh không thấy
Thấp thoáng rất quen ở quanh đâu đấy
Hơi thở ai thơm mùi biển Thái Bình

Giữa cả ngàn người, cả trăm ngữ điệu
Hòa lẫn chật đường New York chiều nay
Làm sao anh gặp được cái đắm say
Của cái ngày xưa mưa bay Đà Lạt

Ở Times Square chiều nay bát ngát
Có kẻ lạc đường chân bước phân vân
Mặt trời xuống rồi đêm Manhattan
Nhiều lần anh quay về sau tìm kiếm

Người rất đông người mà sao quá hiếm
Một đôi mắt huyền đăm đắm trông ngang
Anh vẫn là anh một khách lang thang
Quanh quẩn mãi giữa hàng hàng lớp lớp
Ơi nỗi ưu phiền chén đời quá hớp
New York đêm về ngợp bóng đèn loang
Em ở đâu rồi châu Á hồn hoang
Giữ lấy lòng anh một chàng lãng tử.

New York 2013

NGUYÊN ĐÁN Ở BỜ ĐÔNG HOA KỲ

Hôm qua
Gió Bắc Băng Dương
Về đây lạnh cả chiếu giường tân niên
Phòng xuân ngỡ đã cài then
Lả lơi
Còn có bóng đèn thức khuya
Từ khi chung lối đi về
Chịu chung cay đắng sớt chia mặn nồng
Cái gọi là chút tình chung
Là nơi nương dựa
Sưởi lòng tha hương
Hôm qua gió Bắc Băng Dương
Đưa duyên Trừ tịch
Bén hương Giao thừa
Bên kia ngày đã sang mùa
Mà đây Nguyên Đán vẫn chưa xuân thì
Riêng lòng còn chút hồ nghi
Xuân sao?
Lạnh gió thổi về hôm qua

BÊN ĐẠI HỒNG CHUNG

Là tiếng sấm giữa mưa mùa biển động
Gọi hồn người hòa nhập với hư không
Ai bước đi mà cả vùng nhan sắc
Đã vàng son trong hừng hực vầng đông
Tôi ở đây hơi thở chừng như ngợp
Và trôi theo từng tiếng Đại Hồng Chung
Là tiếng sóng nhẹ nhàng trên bãi vắng
Một đêm trăng tĩnh lặng đã lâu rồi
Hình như lúc đời còn là ốc biển
Thoát ra ngoài sinh tử xác khô phơi
Nghe rõ được từng vi trần rời rã
Rất nhẹ nhàng về với đất tinh khôi.
Là tiếng mẹ thở dài khi vĩnh biệt
Hay lời em tha thiết gối chăn thơm
Hay lá rơi, hay bước chân hành giả
Hay chỉ là... tim loạn nhịp chơi vơi
Đừng nói gì nghe, vì ngay lúc này: Tôi
Đang biến mất vào hải triều lồng lộng
Là một cái gì giữa cõi người vọng động
Mà thiêng liêng hào phóng gửi cho đời

Cho tôi nhìn thấy được chính tôi trôi...

Ở NHÀ MÙA CÁCH LY

XEM TRANH

Đứng trên đỉnh núi nhìn qua núi
Đìu hiu mây trắng níu chân chim
Dường như ta đã như cây cỏ
Ngắm bóng hoàng hôn lặng lẽ chìm.

(Xem tranh Lặng Lẽ của Đinh Trường Chinh)

ĐỌC TRUYỆN

Ghế đá dường như có trái tim
Đường khuya nhói lạnh bước chân đêm.
Cúi đầu thật thấp trong sương giá
Cảm tạ đời trong vạn nỗi niềm...

(Đọc truyện Nỗi Cô Đơn Của Đá của Minh Ngọc)

ĐỌC THƠ

Những cánh cửa xưa đóng lại rồi.
Trên phone còn giọng nói xa xôi
Thèm ly vang đỏ đồi sương trắng
Thèm được hồn nhiên rộn rã cười.

(Đọc bài thơ Bốn Năm Sau Ngày Anh Đinh Cường Ra Đi của Phạm Cao Hoàng)

ĐI DẠO

Che mặt bằng khẩu trang
Chân mang giày đi bộ
Đi nhanh quanh khu phố
Vắng bóng người lang thang
Hoa rợp bờ hiu quạnh
Nắng thấp bờ tây phương
Một bóng cây vất vưởng
Một bóng người tha hương.

(Tháng 4/2020, qua rừng Belinger)

CÒN VÀ MẤT

Người hát "Tình Hoài Hương" đã mất
Mà "Tình Ca" vẫn tha thiết "tôi yêu"
Ngắt nhánh hoa hồng bên vườn nhỏ
Tiếc nuối đời sau tiếc nuối nhiều.

(Ca Sĩ Thái Thanh từ trần ngày 17/03/2020)

NHỚ BẠN

"Níu cao nguyên" xuống không tìm được (*)
Khuya ôm đàn hát tráng bi ca.
Bên hồ thông dựng như quân đứng
Gươm cùn, ngựa mỏi gối phong ba
Bên đồi nhớ lắm chiều hôm ấy
Dáng người như một bóng mây xa

(*) Với tay cao hết sức mình. Níu cao nguyên xuống để nhìn thấy em. Thơ Nguyễn Dương Quang. NDQ mất ngày 29/04/2020)

ĐÙA NGHỊCH VỚI MÀU

Khi vẽ một dòng sông
Nhìn như một cánh đồng
Điểm thêm vài nhánh lúa
Thành hoa vàng mênh mông.
Đôi mắt đậm màu nâu
Thêm chút xanh lá mạ
Mặt người sao thấy lạ
Mang tia nhìn yêu ma

Trắng nhạt làn sương bay
Phủ thân người huyền hoặc
Những thần linh giấu mặt.
Ẩn mật qua kẽ tay

Đêm hóa thành cánh bướm
Hỏi người, em có hay?

GHÉ THĂM NHÀ TRẦN HOÀI THƯ SAU TANG LỄ

Về đây đã thiếu bóng người.
Thiếu tay ôm thiếu tiếng cười đoàn viên.
Một mình đứng tựa mái hiên
Run tay khói thuốc chia miền tử sinh.
Nhớ sôi nổi lúc hàn huyên
Nhớ người xưa đất cao nguyên một thời.
Nhớ ly rượu rót trên đồi
Nhớ manh áo lính xanh đời chiến chinh.
Nhớ kiêu bạc, nhớ chân tình
Nhớ hào sảng suốt hành trình văn chương.
Bây giờ lớp lớp trầm hương.
Hành trình vĩnh biệt con đường thiên thu.

HOÀNG HÔN

Khi bước tới buổi hoàng hôn cuộc sống
Đưa mắt nhìn lồng lộng bóng hư không
Ai rồi cũng đi vào vòng sinh tử
Như đã từng nếm thử mọi buồn vui
Những trải qua là ghi dấu trong đời...
Thấy đau khổ, đớn đau hay hạnh phúc
Thấy phiền não, thấy đắng cay lắm lúc
Thấy công danh phù phiếm nhục và vinh
Thấy chung quanh và thấy cả chính mình
Chiếc lá mỏng lênh đênh dòng sóng cuộn
Ta đang ở đâu? Cơn gió nào sẽ cuốn
Đẩy ta đi vào những chốn hồng hoang
Đẩy ta đi vào những cõi mênh mang
Thân tứ đại sẽ vỡ tan như khói
Ai cũng vậy một đời như bóng nổi
Chia ly bây giờ là tiếp nối mai sau.
Hiểu luật đời mà cố nén thương đau.

Tranh sơn dầu Chân dung NGUYỄN MINH NỮU
của NGUYỄN SÔNG BA (2024)

PHẦN 5 - VIẾT VỀ NGUYỄN MINH NỮU

ĐINH CƯỜNG (1939-2016)

8 BÀI THƠ VIẾT VỀ NGUYỄN MINH NỮU

1 /
Sáng ngồi với Nguyễn Minh Nữu ở Starbucks Coffee nói chuyện về anh em Quán Văn lên thăm Sơn Núi

Chiếc xe màu mạ xanh đến là biết
Nguyễn Minh Nữu, từ Springfield lên
đi bộ qua đó ngồi một mình cũng buồn
nên phone cho bạn, bạn vừa ngủ dậy...

phone tiếp thăm Phạm Cao Hoàng
ngày nay thứ hai Hoàng đi làm
phone qua Dallas. Nguyễn Xuân Thiệp
vui khỏe lại rồi. Nữu kể đã thả tro
Nguyễn Minh Diễm ngoài Virginia Beach

Nữu nói mới nhận mấy hình Sơn Núi
Đoàn Văn Khánh gởi. nhân chuyến đi
cùng hơn ba mươi người. thuê nguyên
chiếc xe đò lên Đại Lào – Bảo Lộc

ra mắt Quán Văn số Nguyễn Đức Sơn
rất vui quây quần tại Thiền Viện Đồi Sim
của Nguyễn Đức Vân – con trai Sơn Núi
mừng Thầy Đức Vân đã xây Thiền Viện đẹp
với bao nhiêu bậc thềm xi măng lên cao

Sơn Núi được hai người bạn dìu lên
hình như Kim Oanh và Nguyễn Sông Ba
và vẫn niềm vui là banh miệng lè lưỡi
cố hữu của chàng, có thêm tiếng... gì không?

cám ơn Nguyễn Minh Nữu đã chuyển tiếp
cho mấy tấm hình, nghỉ trưa xong dậy gõ
giờ này Sơn Núi đang nằm ngủ trên căn gác gỗ
cầu thang lên úp đầy chén bát, ngọn điện rất mờ...

Virginia, Aug 11, 2014

2/
Cám ơn Nguyễn Minh Nữu đến chở đi cà phê sáng nay

Hơn nửa tháng nằm bệnh
sáng nay mới ra khỏi nhà

có duyên phone gặp Nữu
anh chờ mười phút em qua

Nữu chở ra ăn tô phở 75
lâu rồi cũng nhớ. rồi phone
cho Phạm Cao Hoàng. định
hẹn nhau Starbucks. nhưng
Hoàng ở xa. thôi khi khác gặp

hai người bạn hai ly cà phê
xem qua trang báo mới
làm sao không xúc động
về vụ tạp chí Charlie Hebdo
quân khủng bố đã xả súng bắn
vào tòa soạn làm chết 12 người
ngay giữa thủ đô Paris
nhìn chủ bút Stephane Charbonnier
và họa sĩ hí họa Cabu lừng danh chết
cùng bao nhiêu đồng nghiệp
mà không khỏi chạnh lòng

cũng chỉ vì bọn cực đoan Hồi Giáo
Allahu Akbar (Thượng Đế tối cao)
gì kỳ vậy. toàn trùm mặt đen giết người
xem trang báo mà buồn quá đỗi

và sao nhìn ảnh Cabu tôi lại nghĩ đến Chóe
người bạn cùng thời vẽ biếm rất độc
nay Chóe đã không còn nữa
cho tôi được chia sẻ nỗi buồn
cùng những người bạn ở Paris...

Virginia, January 11, 2015

3/
Và đi ăn cơm chiều cùng Phạm Cao Hoàng, Nguyễn Minh Nữu

Vẫn ghé khu đại học
quán quen ngồi cùng nhau
nhắc vài chuyện xưa sau
một thời văn nghệ tỉnh

những ngả đường Bình Định
những góc phố Tuy Hòa
bao nhiêu là dâu bể
thì cũng vui thôi mà...
mong gặp thăm bạn cũ
một thời làm báo Văn
nay còn chi nói nữa
tóc bạc trắng phù vân

bệnh hoài không bớt bệnh
thả trôi mình trên sông...

Virginia, July 2, 2014

4/
Chiều Thứ Bảy ở quán Le Blédo lâu gặp lại Phạm Cao Hoàng, Nguyễn Minh Nữu

Uống cà phê Starbucks xong
Nữu nói lên chiếc xe Hyundai
màu xanh mạ non mới mua
về Le Blédo ở Springfield ăn bún bò Huế
vui sao ông giáo Phạm Công [1]

gặp lại người ở xế trước mặt nhà Đức Trọng
sau hơn hai mươi năm...
chị Kim ăn trường trai, chị Kim chủ quán
ăn xong chị còn bới đem về Cúc Hoa
tình người cùng quê Đàlạt

tôi hay đến quán này cũng vì
quán còn mang tên Đàlạt - Le Blédo Dalat Bakery.
luôn nhớ con đường chạy về Trại Hầm
Trại Mát - Đa Thọ - Cầu Đất - Trạm Hành
đến Dran, qua đèo Eo Gió xuống Sông Pha

ôi một thời suốt đêm ngồi nghe gió hú
suốt đêm chong ngọn đèn khuya
vẽ cho tới sáng, thời ấy còn đâu
sao chiều nay trong quán Le Blédo nhớ lại
như Nữu nhớ thời nhà binh ở BanMêThuột
Phạm Cao Hoàng nhớ thời dạy Trạm Hành
tôi nhớ Đơn Dương thời ham mê cô tịch
giữa núi rừng chỉ thấy trăng sao
chỉ có trăng sao là đáng kể, lấp lánh đôi mắt em [2]
chiều nay bỗng nhiên mà vui, ùa về bao kỷ niệm...

Virginia, Dec. 21, 2013

[1] Phạm Công là tên thật của Phạm Cao Hoàng
[2] ý thơ Thanh Tâm Tuyền

5/
Như có bạn ngồi cạnh

Về ngồi đây cạnh nhau thôi
Mà nghe rộng suốt một đời cho nhau...
(Nguyễn Minh Nữu)

Xe màu lá mạ đi đâu
sao không ghé lại với nhau chiều này
một người góc quán buồn thay

cứ mong và ngóng như ai bạn mình

tóc vàng và tuyết trắng tinh
những ngón tay lướt màn hình quá nhanh
những cụ già cũng như mình
đâu bàn lại mà hàn huyên. vui cười

thôi thì cắm cúi vẽ chơi
xế trưa nhạc cũng êm vừa đủ nghe...

Virginia, January, 28, 2015

6/
Vẫn chiều mong ngóng
và nhớ bạn khi ngồi Starbucks Coffee

Rất nhiều những lúc một mình
Chảy tan vào những tự tình cà phê
(Nguyễn Minh Nữu)

Tôi ngong ngóng màu chiếc xe lá mạ
mừng bạn đi xa về. tôi sẽ có bạn cà phê
tôi qua đó ngồi một mình
đọc mấy bài thơ Duyên. nhớ chuyến
xe lửa chiều buồn Chicago - Michigan
nhớ con chim màu đỏ gạch
Duyên hay chụp hình gởi cho
từ khi còn mùa đông tuyết trắng

bây giờ trắng cả trời bông trắng
gió chiều bay trắng ngập đường

tôi vẫn mong ngóng tin người bạn
những ngày này đang buông xả hết
cát vàng in đậm dấu chân xưa [1]

người luôn mơ những giấc mơ bè bạn

và tôi ngồi một mình. kêu ly cà phê
chiếc bánh Madeleine nhỏ
tự vẽ chân dung mình xem sao
thấy như lời Kinh từ con chim màu đỏ gạch.

Virginia, April 17, 2015

[1] Cát vàng – tập truyện Lữ Quỳnh

7/
Ghi thêm cuối ngày Thứ Bảy, hẹn nhau ra Tong Thái ăn chiều...

Ở cùng nơi mà lâu mới gặp được nhau
không gian nơi đây mênh mông chi xứ
kể từ khi Nguyễn Minh Nữu đi xa về
ba người bạn mới ngồi cùng xe màu lá mạ

Tong Thái xong. ghé Starbucks hàn huyên tiếp
cũng toàn chuyện sách báo văn chương
thời buổi công nghệ này như vậy là hiếm
các bạn trẻ thì tay cứ lướt. quẹt. không nhìn ai

cô con gái định đổi cho cái iPhone 6 plus
mà chưa quen quẹt nên còn ngần ngừ...
tay mình chậm đụng vô nhiều khi mất hết
thà thôi cứ làm ông nhà quê, ai kêu thì trả lời.

chiều thứ bảy, Phạm Cao Hoàng khoe bản thảo
Đất còn thơm mãi mùi hương. tập thơ sẽ in
đêm nằm đọc qua. vẫn nhớ mây khói quê nhà

vẫn thấy tình yêu vợ chồng mặn tình mặn nghĩa
để thi sĩ bên cánh rừng Scibilia tiếp tục mơ mộng
đêm đêm về trang trọng cài bài anh em lên net...

Virginia, May 3, 2015

8/
Chiều gặp lại nhau ở Sài Gòn Quán

Khi tôi bước xuống chiếc xe
màu xanh non lá mạ Nguyễn
Minh Nữu chở về. một trận gió
thổi tung lá vàng trong đêm

lá vàng ngập đầy đường. ôi mùa
thu. đã thấy sợ lá như sợ tuyết...

hôm kia anh chị Trương Vũ đãi
chiều nay anh chị Nữu – Mai đãi
Hoàng Khởi Phong ở Sài Gòn quán
sáng mai bạn đi California
vẫn vui gặp nhau kể nhiều kỷ niệm
quên nói là thời Đà Lạt bạn tôi
đã là đại úy (sẽ mang lon thiếu tá
nếu không có ngày 30 tháng 4-75)
mà sao cứ nhớ là trung úy Hiển

cũng là nhắc lại cho vui vậy thôi
một thời chiến tranh một thời tuổi trẻ
đẹp nhất là những ngày miền đồi núi
sau bao thăng trầm còn ngồi bên nhau
còn uống với nhau vài ly rượu vang
còn phone thăm qua một hai người bạn
ở xa. còn hẹn nhau những lần gặp lại...

vẫn cám ơn cháu Quỳnh Anh ghé đón
cùng ba mẹ Phạm Cao Hoàng – Cúc Hoa
hai người chung nhau ly cà phê sữa đá
(anh em nói chạy theo Hoàng không nổi)
giờ này chắc Phùng Nguyễn còn trên
xa lộ về Maryland. vừa rồi đọc bài về
tai nạn mùa thu của bạn thật hay
trên damau.org cũng như bài về Thu Tứ

trận gió trong đêm thổi tung bay muôn
vàn chiếc lá. rồi ra sẽ thành rừng cây khô
nhưng chúng ta vẫn còn gặp được nhau
vẫn còn ngồi bên nhau nói cười là hạnh phúc.

Virginia, November 1, 2014

BÙI BẢO TRÚC (1944-2016)

VỀ NHỮNG BÀI THƠ CỦA NỮU

Con đường chạy tới một ngõ hẻm. Trời vừa mới xong một trận mưa. Mùi đất ẩm bốc lên cùng với mùi gỗ mục, dăm bào, bùn lệt bệt theo chúng tôi vào nhà.

Tôi đến đó lần đầu, nhà một người bạn. Căn nhà ở đường Nguyễn Biểu, chỗ cắt vào đường Trần Hưng Đạo, Sài Gòn. Mấy chục năm trước...

Gần bốn chục năm. Năm 1967 gì đó. Nhưng phải là khoảng thời gian ấy.

Căn nhà bên trong đầy bóng tối, chỉ lờ mờ chút ánh sáng. Trên mặt chiếc bàn nhỏ là mấy cuốn sách. Tôi cầm lên xem những cái bìa sách, thì một tập giấy in ronéo rơi xuống. Tập giấy được đóng lại theo chiều dọc, là một tập thơ. Tôi nghĩ ngay, lại một tập thơ học trò lãng mạn thi văn đoàn... Tôi thấy cái tên rất lạ. Cái tên ấy đến bây giờ cũng vẫn là cái tên lạ. Tôi lật nhanh mấy trang. Lục bát, bảy chữ, năm chữ. Trong tập giấy in ronéo ấy, tôi nhớ được hai câu:

Còn em là cụm mây trời
Chắt chiu đá núi ru tôi muộn màng ...

Một bài thơ tình. Người viết mấy câu thơ ấy là em của Diễm. Vậy thì tuổi tác của người viết chỉ mười mấy. Mười mấy mà làm lục bát như thế sao? Tôi không đọc được hết tập thơ ronéo đó.

Tôi không bao giờ gặp tác giả mãi cho tới hơn hai chục năm sau, ở một nơi rất xa căn nhà ở con đường nhỏ ấy, một nơi không thể nào tưởng ra có ngày chúng tôi gặp nhau.

Nguyễn Minh Nữu, người viết những câu lục bát tôi mang theo suốt bao nhiêu năm.

Không nghĩ sẽ gặp Nữu, cũng như tôi đã không nghĩ sẽ có lúc đọc được hết tập thơ ronéo đó.

Chuyện gặp lại đó, khó khăn và nhiều lần là những giả thiết. Như giả thiết gặp lại một người bạn cũ:

Thí dụ chỉ là thí dụ thôi
Bất ngờ từ một chốn xa xôi
Người xưa về trước thềm năm cũ
Sảng khoái thơ vang một góc trời

Sau cái lần gặp lại tưởng như không bao giờ có ấy, tôi được đọc lại những bài thơ cũ của Nữu và luôn cả một số thơ mới.

Ở giữa tim người là sóng đập
Dồn từng tiếc nhớ xuống trang thơ

Đọc những bài thơ của Nguyễn Minh Nữu, tôi bàng hoàng vì những bài thơ ấy.

Xin cho tôi gửi một lời
Tới người xa, cuối chân trời ngày xưa

Đã lâu lắm tôi không đọc được những lục bát như thế. Đau xót, tái tê.

Thứ ngôn ngữ trong những bài thơ viết gần đây có những lúc cổ điển, có những khi giản dị bất ngờ:

Nâng tách chè thơm buổi sớm mai
Dáng người như một vệt sương phai
Lẫn vào hương thoáng trầm hương cũ
Lẫn cả hương đêm lúc rạng ngày

Những bài thơ đọc được của Nữu cùng một lúc mang cái không khí cổ điển ấy, nhưng lại cũng rất mới đã tạo thành cái giản dị ân cần và rất bình thường...

Em về đó, gửi một lời, rất nhẹ
Cho từng gốc cây, bờ vách trên đường
Cho gió cho mây bốn phương tám hướng
Là giữ cho ta một đóa vô thường
Sẽ nhắc nhớ em giữa bờ sinh tử...

Tôi rất yêu những đoạn thơ tình của Nữu. Đọc nó để thấy lại một lúc mình cũng đã có lần:

Về ngồi đây cạnh nhau thôi
Mà nghe rộng suốt một đời cho nhau...

Đọc và nghĩ tại sao mình đã không viết những câu như thế.

Và đó cũng có thể là ý nghĩ của nhiều người khi đọc tập thơ này.

Tôi bỗng thấy như trở lại được cái buổi chiều mưa hôm ấy ở Sài Gòn thời còn trẻ của chúng tôi.

Bùi Bảo Trúc

tháng 10 năm 2006

NGUYỄN MINH DIỄM (1943-2017)

CHUNG MỐI CẢM HOÀI

Ta còn để lại gì không?
Kìa non đá lở này sông cát bồi
(Nguyện Cầu, thơ Vũ Hoàng Chương)

Trong cõi mênh mang vô tận của trời đất, đời người chỉ là một mảy bụi, và trong cái vô thủy vô chung của thời gian, thì đời người chỉ là một khoảnh khắc thoáng qua.

Tuy nhiên, đối với những ai đang miệt mài trong trần gian, thì đời sống lại vô cùng đa dạng, phong phú đến từng phút từng giây. Những đau khổ, hạnh phúc nối tiếp nhau trong một chuỗi bất tận khiến cho cây đời lúc nào cũng xanh lá, và dù đắng cay ngọt bùi liên tiếp thay thế nhau, chen lấn nhau thì cuộc sống vẫn là nguồn hạnh phúc bất tận, khi quyết tâm thưởng thức từng phút giây của cõi nhân sinh.

Nhưng cuộc vui nào cũng có lúc tàn, và nỗi đau nào cũng có lúc hết, nên cuộc đời nào khi bất chợt nhìn lại sau những bon chen vất vả, sau những đấu tranh bất tận hoặc vì miếng cơm manh áo, hoặc vì những lý tưởng cao xa, cũng thấy như một giấc mộng. Cái "nhìn lại" này từ nhiều ngàn năm trước từng là nguồn cảm khái vô tận cho thi nhân và triết gia.

Từ đâu ta tay trắng bước vào quay cuồng trong khoảnh khắc gọi là trăm năm? Và sau đó thì ta lại phủi tay đi đâu (hay là về đâu?)

Vũ Hoàng Chương bơ vơ trong "Nguyện Cầu":

"Lang thang từ độ luân hồi,
U minh nẻo trước xa xôi dặm về".

Và Quách Mạt Nhược đã dịch từ thơ của thi sĩ Ba Tư Omar Khayyan thành mấy câu, mà Kim Dung sử dụng để tô điểm cho mối tình lãng mạn đệ nhất của Trương Vô Kỵ và Tiểu Siêu trong Ỷ Thiên Đồ Long ký:

Lai như lưu thủy hề, thệ như phong,
Bất tri hà xứ lai hề, hà sở chung.
(Đến như nước chảy, đi như gió,
Chẳng biết đến từ đâu, mà cũng chẳng biết kết thúc ở đâu).

Nỗi bơ vơ trong cái "khoảnh khắc" được gọi là trăm năm ấy khiến con người đến một lúc nào đó trong đời phải nhìn lại đoạn đường mình đã đi, và từ "nhìn lại", đến "ghi lại" chỉ còn một bước nhỏ, mặc dù có ghi lại chăng nữa thì rồi cũng chẳng biết số phận của những lời ghi ấy sẽ ra sao, sẽ đi đâu, về đâu. Nhưng nếu ai cũng "nhìn lại", thì không phải ai cũng có thể "ghi lại", hay ít nhất, ghi mà cảm khái được người đọc. Công việc ấy là của một giới riêng, là những thi sĩ.

Nguyễn Minh Nữu đã làm được điều ấy, và trong ý nghĩa đó, chàng là một thi sĩ:

Tôi đến đây từ một tình cờ,
Và sẽ ra đi rất bất ngờ

Ký thác chút tình vào vĩnh cửu
Ghi trên hòn đá cuội vu vơ
(Lời ghi trên hòn đá cuội)

Thật thú vị khi trong đời có những thi sĩ, có những người "ôm đàn đến hát giữa đời" để nói giùm ta những điều ta chỉ cảm nhận mà không nói ra được, và còn thú vị hơn khi có một thi sĩ chia sẻ cùng ta những kinh nghiệm rất riêng tư, rất trân quý tưởng như vĩnh viễn cất gọn trong kho tàng ký ức.

Trong những ngày thơ ấu hơn 50 năm trước, mỗi sáng sớm, khi anh chị em tôi còn đang say giấc, trong nhà đã có những âm thanh quen thuộc khi mẹ tôi dậy đun nước pha ấm trà uống cùng cha. Khi cha đã mất, và gia đình di chuyển vào Nam, sống trong hoàn cảnh khác hẳn, thì vẫn những âm thanh quen thuộc ấy, nhưng trình tự thì có khác: Ấm trà được rót ra chén tống, rồi chén quân để lên bàn thờ. Mẹ mời cha trước khi trầm ngâm nhấp từng ngụm nhỏ, khuôn mặt vẫn hướng về tấm hình người đã khuất trên bàn thờ, làm như sự xa cách âm dương chưa bao giờ có thực. Những âm thanh và hình ảnh người mẹ ngồi uống trà buổi sớm ấy đã trở thành một phần trong tâm tư và trong đời sống mỗi anh chị em chúng tôi. Nó theo chúng tôi trong từng chặng cuộc đời dẫu ngọt bùi hay đắng cay. Nó là hình ảnh gắn liền với mẹ với cha, với gia đình mỗi khi nhớ về chỗ từ đó mình ra đi - có khi để ngậm ngùi mà cũng có khi để hân hoan, nhưng từ trước đến giờ tôi chỉ có thể cảm mà không thể nói. Nay đã có người nói giùm:

Thấp thoáng hương bay cuốn bệ thờ,
Ánh mắt cha nhìn như ánh thơ
Con thấy mẹ nâng tay tách nước
Nghe rung động suốt cõi mơ hồ
Thinh lặng giữa đôi bờ hư thực
Hương chè mạn lục thoảng qua môi
Hắt hiu một bóng soi trên vách
Mà khay vẫn có tách song đôi.
(Tách trà thơm buổi sớm)

Cũng trong tâm tình như thế, Nguyễn Minh Nữu đã nói lên giùm tôi nỗi xúc động khi về thăm mộ cha ở nghĩa trang Yên Kỳ, Bất

Bạt, Sơn Tây sau mấy chục năm trời xa cách, và nỗi bâng khuâng kéo dài (như cơn mưa lê thê) khi lại (phải) ra đi:

Bất Bạt ngừng ngay giấc ngủ ngày
Yên Kỳ ngàn mộ mở vòng tay
Đón tên phiêu bạc bao năm cũ
Mềm lòng quay lại cố hương đây

....

Sơn Tây Sơn Tây mưa lê thê
Đời sao hứa được lúc ta về
Gói cả núi đồi vào ký ức
Ta nhớ và Sơn Tây nhớ nghe.
(Mênh mông trời Bất Bạt)

Tập thơ của Nguyễn Minh Nữu gồm ba đoạn: Thơ tặng con diều giấy, dế than và cá lia thia, Lang bạt và Ký thác. Những bài thơ rõ là được xếp theo thứ tự thời gian của cuộc sống, đánh dấu những chặng đường của "khoảnh khắc trăm năm". Sự xếp đặt ấy cho thấy cái tinh thần hoài cảm đã hoàn toàn chế ngự tập thơ, và quả nhiên, nó hiện ra trong từng câu thơ, từng con chữ.

Nhưng có lẽ chủ ý của thi sĩ và cũng là cái tâm đắc của người-anh-độc-giả này là ở phần ký thác với những bài thơ ghi lại những kinh nghiệm quý giá nhất trong cuộc sống ba chìm bảy nổi của chàng. Đó là những kinh nghiệm hình thành từ bao giờ trong tâm tư, nằm lại đó và thôi thúc chàng viết ra, dù biết rằng:

Đã có hàng triệu lời như thế
Nhạt nhòa khắp những bãi hoang vu
(Lời ghi trên hòn đá cuội)

Trong những kinh nghiệm ấy, may mắn thay và hạnh phúc thay, có những điều anh chị em chúng ta cùng chia sẻ với nhau.

Xin cảm ơn chú-em-thi-sĩ Nguyễn Minh Nữu.

tháng chín năm 2006
Người-anh-độc-giả
NGUYỄN MINH DIỄM

TRẦN DZẠ LỮ (1949-2024)

NGUYỄN MINH NỮU, NHÀ VĂN CỦA NIỀM ĐAM MÊ CHÁY BỎNG

Lẽ ra bài viết này đã có mặt trên tập san Quán Văn số 60 - số đặc biệt viết về Chân dung Văn Học Nguyễn Minh Nữu. Nhưng bài viết của tôi đang nửa chừng thì máy tính của tôi "từ trần". Do đó, hôm nay tôi phải viết tay để nói về một người: Thương Quá Sài Gòn. Từ thập niên 70 tôi đọc thơ văn trên các tạp chí thường hay chú ý đến những cái tên là lạ như: Nh. Tay Ngàn, Sương Biên Thùy, Phan Phụng Thạch, Nguyễn Minh Nữu... Và tôi quan tâm đến NMN khi đọc truyện ngắn đầu tay của bạn đăng trên tạp chí Văn năm 1971 (đây là một tạp chí rất khó được đăng bài). Mãi đến năm 1973 khi vào Thủ Đức tôi mới biết, quen Nữu. Tôi khóa đàn anh, Nữu và Nguyễn Duy Ninh là khóa đàn em. Nhưng từ khi nhận mặt nhau chúng tôi mau mắn thân tình. Một người làm thơ, một viết văn và một họa sĩ, chiều chiều sau giờ học hay lên đồi Tăng Nhơn Phú ca hát, ngâm thơ, hay "tám" về văn nghệ. Ngoài chuyện viết lách tôi còn phát hiện ra Nữu là một người ăn nói duyên dáng, lưu loát với giọng Hà Nội chuẩn xác. Có với nhau nhiều kỷ niệm sau 9 tháng rồi ra trường mỗi người về một hướng. Tuy vậy vẫn luôn cập nhật tin tức của nhau qua bạn bè hay báo chí.

Sau cuộc đổi đời 75, như bao người khác chúng tôi bươn chải chuyện áo cơm. Với những người làm văn nghệ thì đúng là một thách thức trong hoàn cảnh mới. Nhưng với Nữu, là một người hoạt bát, lanh lợi anh đã tìm ra công việc tương đối nhẹ nhàng hơn tôi. Đó là nghề cưa lọng. Vợ chồng tôi thường lên căn nhà nhỏ nhưng ấm cúng của Nữu trên đường Nguyễn Biểu. Chị Mai (vợ Nữu) cũng là một cây văn nghệ nên rất hợp khi trò chuyện với bà xã tôi về Tuệ Sỹ, Bùi Giáng, Phạm Thiên Thư... Do vậy, dù cùng cực vợ chồng tôi cũng thấy an ủi vì bên đời hiu hắt vẫn còn có bạn bè chân tình.

Năm 1995 vợ chồng Nữu qua Mỹ theo diện đoàn tụ gia đình. Từ đó chúng tôi không còn những lần gặp gỡ nhau như trước. Qua Mỹ, Nữu lại có thêm một số bạn bè mới để không ngừng sinh hoạt văn nghệ như anh Đinh Cường, Phạm Cao Hoàng, Bùi Bảo Trúc, Luân Hoán, Trần Yên Hòa... Đó là một thuận lợi của Nữu nơi đất khách quê người. Với người bình thường, thì ở vào tuổi của Nữu sớm nhận ra nỗi cô đơn, cô độc trong thân phận làm người ở xứ xa. Nhưng nhờ có bạn bè kết nối, hâm nóng sự viết lách là không khó với Nữu. Qua bạn bè, tôi biết Nữu còn viết, viết rất nhiều là đằng khác. Riêng ở quê nhà, Nữu luôn gắn bó với nhà thơ Đoàn Văn Khánh (là bạn thiết thời còn ở truồng tắm mưa) và tập san Quán Văn là nơi Nguyễn Minh Nữu "có mặt trên từng cây số" với những trang viết hôi hổi...

Tôi hiểu Nữu: Đi không có nghĩa là Đi Luôn. Đi để mà Về... Từ năm 1995 đến nay anh đã có nhiều chuyến về thăm quê hương. Nhất là với Saigon. Lần nào về, Nữu cũng cùng Đoàn văn Khánh gọi tôi ra cà phê Du Miên uống cà phê và trò chuyện. Tôi cảm động vì anh không quên tôi và bạn bè ở lại. Đặc biệt là năm 2017, Nữu về VN với tác phẩm vang dội: Thương Quá Sài Gòn. Một bút ký hay cũng có thể gọi là tự truyện viết về vùng đất anh lớn lên và trưởng thành. Nhà xuất bản Tổng hợp TP Hồ Chí Minh ấn hành. Bút ký này được một đơn vị văn hóa VN mua đứt khi còn thơm mùi giấy mực. Bút ký nói về một Sài Gòn đáng yêu qua hồi niệm của một nhà văn có trái tim nhân văn và trí nhớ lạ lùng: Gợi nhắc chi tiết từng con đường, ngõ phố và tình thân tộc cũng như bè bạn anh thân thiết không thể nào quên. Suốt một trăm năm mươi trang tự truyện này, Nguyễn Minh Nữu dẫn dắt người đọc từ ngạc nhiên này đến lạ lẫm khác bởi một hồi ức hiếm có.

Một năm sau (2018), tạp chí Quán Văn ra số 60 chủ đề Lá Thu Phong đã dành 160 trang giới thiệu Chân Dung Văn Học Nguyễn Minh Nữu. Từ Mỹ, Nữu và chị Kim Mai bay về kịp lúc QV tổ chức ra mắt sách tại quán cà phê Lọ Lem ở Tân Bình. Buổi hội ngộ này rất đông anh chị em văn nghệ ở Saigon đến dự và chúc mừng nhà văn. Trong số Quán Văn 60 rất nhiều anh em bè bạn đã có bài viết về Nguyễn Minh Nữu. Tôi ấn tượng nhất là bài viết của nhà phê bình văn học Nguyễn Vy Khanh (Thương quá Sài Gòn ngày trở lại), thơ của thi sĩ Luân Hoán (Khách, Chủ) và bài viết rất tinh tế sâu sắc của nhà phê bình văn học Hoàng Kim Oanh (May mà có Sài Gòn để nhớ, để thương). Nói không ngoa ngôn thì Nữu-Oanh là một cặp Bá Nha - Tử Kỳ bởi cô em này nội soi thấu đáo từng ngõ ngách tâm tư của người bạn lớn (lớn tuổi hơn) trên miền chữ nghĩa, văn chương...

Bước qua năm 2019, Nguyễn Minh Nữu lại từ tiểu bang Virginia – Hoa Kỳ lót tót về VN để làm MC cho Đoàn Văn Khánh trong buổi ra mắt tập san Quán Văn số 65 ở quán cà phê Lọ Lem - giới thiệu Chân Dung Văn Học Đoàn Văn Khánh. Và cũng là lúc Khánh trình làng tập truyện ký Ám Ảnh Đơn Thân. Sau đó lại vội vã lên phi trường để quay lại nơi trú ngụ xa nửa vòng trái đất.

Tôi nhớ một câu nói của một ai đó: Nhà văn là người quan sát tốt, trí nhớ giỏi và cảm xúc nhạy bén... Tôi không ngạc nhiên về Nữu khi theo làng văn trận bút suốt hơn nửa thế kỷ... Anh còn làm thơ rất nhiều và thêm chuyện làm MC do tài ăn nói lưu loát của mình.

Với sức khỏe tốt và niềm đam mê văn chương cháy bỏng của Nguyễn Minh Nữu, tôi và bạn đọc có quyền tin rằng anh sẽ còn viết những tác phẩm dài hơi và hay hơn nữa sau Thương Quá Sài Gòn.

Sau đây xin gửi đến anh chị em một bài thơ mà tôi yêu thích trong vô số thơ Nữu đã trước tác. Đây là bài thơ đầy cảm xúc khi anh có dịp về Bắc thăm mộ cha:

MÊNH MÔNG TRỜI BẤT BẠT

Bất bạt ngừng ngay giấc ngủ ngày
Yên Kỳ ngàn mộ mở vòng tay
Đón tên phiêu bạc bao năm cũ
Mềm lòng quay lại cố hương đây

Thắp nén nhang thơm ở giữa đồi
Nghe lòng thương nhớ đã trùng khơi
Xa trong cõi khác người quay lại
Rộng lượng Ba Vì, mây trắng thôi.

Muốn khóc lên cho nhẹ ngậm ngùi
Xin quỳ để thấy xót xa nguôi
Ai xui chim Việt về Nam nhỉ
Bốn chục năm trường nhạn lẻ đôi

Nắng mới triêu dương trời đã tối
Chồi chưa đủ lá đã phong ba
Lưu thân đi những phương xa lạ
Tiếp mạch thư hương giữ nếp nhà

Muôn dặm thiết tha hồn lữ thứ
Nồng nàn hương sắc Thủy tiên xưa
Trước mộ tâm dâng lời khấn nguyện
Nối dòng, xin nối lại dòng thơ

Sơn Tây, Sơn Tây mưa lê thê
Đời sao hứa được lúc ta về
Gói cả núi đồi vào ký ức
Ta nhớ và Sơn Tây nhớ nghe
(1994)

Trần Dzạ Lữ

TRƯƠNG VŨ

CÂU CHUYỆN BÊN MỘT DÒNG SÔNG

Sông Potomac dài 383 dặm chạy dọc theo biên giới các bang Maryland, Virginia, West Virginia và thủ đô Washington, D.C.. Trong nội chiến Hoa Kỳ 1861-1865, nó là ranh giới của hai phe Bắc Nam và đã chứng kiến bao thảm kịch kinh hoàng khi quân đội hai bên cố vượt qua vượt lại con sông này. Nhưng, điều đáng nói nhất, đó là một con sông dài và đẹp.

Gần một trăm năm sau, một cuộc nội chiến tàn bạo nổi ra ở Việt Nam. Sau khi chấm dứt, nó đã đẩy rất nhiều đứa con của Việt Nam đến con sông này. Có khác, với họ, trên con sông Potomac hay dọc hai bên bờ của nó, không có thảm kịch. Sông Potomac dài và đẹp.

Giữa thập niên 1990, một nhà văn Việt Nam, Nguyễn Minh Nữu, đến cư ngụ ở vùng Potomac. Nguyễn Minh Nữu là con trai út cụ Phó Bảng Nông Sơn Nguyễn Can Mộng (1880 - 1954), một nhà nho, nhà thơ, nhà giáo khả kính. Rời Việt Nam đến vùng Potomac, Nguyễn Minh Nữu mang theo một hành trang tinh thần khá phức tạp, đầy dấu vết của cuộc chiến trên quê nhà, pha lẫn với truyền thống nho gia của gia đình, và một đời sống cá nhân nhiều năng động. Năng động khi là một quân nhân, một du ca, một huynh trưởng Phật tử, một nhà văn, và đặc biệt, một lãng tử. Với một quá khứ như thế, bây giờ, ở một vùng đất hoàn toàn mới lạ, vào cái tuổi trên 40, phải làm lại từ đầu với đầy trở lực, mọi sự không dễ. Không dễ như ngắm cái đẹp của một dòng sông. Tuy nhiên, không bắt đầu bằng sức lao động bình thường như rất nhiều người đồng hương khác, Nguyễn Minh Nữu chọn một con đường khó. Nữu quyết định làm một tờ báo tiếng Việt cho cộng đồng Việt Nam. Một tờ báo sống nhờ quảng cáo thương mại nhưng lại mang nội dung văn nghệ, tên là Tuần báo VĂN NGHỆ. *"Khi định cư tại Hoa Kỳ, niềm mơ ước đầu tiên và lớn nhất của mình là được cầm bút trở lại. Không thể sống toàn thời gian bằng ngòi bút như khao khát, nên tôi tìm kiếm việc làm từ ngành báo chí."* (Viết Bên Dòng Potomac, Phần 1). *"Khi chưa có khả năng làm về văn học, thì hãy làm văn nghệ trước đã."* (Viết Bên Dòng Potomac, Phần 2). Ngoài Tuần báo VĂN NGHỆ, Nguyễn Minh Nữu còn chủ biên Tạp chí Văn học nghệ thuật VĂN PHONG. Tạp chí xuất bản hàng tháng này ra được 18 số thì đình bản.

Sau khi Tạp chí VĂN PHONG đình bản, Nguyễn Minh Nữu dồn nhiều thời gian sống đúng theo tâm nguyện của mình, Nữu sáng tác nhiều và tham dự tích cực vào các sinh hoạt văn học nghệ thuật của cộng đồng Việt Nam hải ngoại và cả một số sinh hoạt trong nước. Tác phẩm của Nguyễn Minh Nữu dù được hư cấu dựa trên những tâm tư, suy nghĩ, kinh nghiệm cá nhân vẫn luôn trang trải hình ảnh một xã hội Việt Nam trước, trong và sau nội chiến. Trong đó, con người luôn phải tự tìm một lằn ranh cho nhân ái, tàn bạo, yêu thương, hận thù, hy vọng, tuyệt vọng...

Nguyễn Minh Nữu sinh ra ở Hà Nội, lên bốn tuổi thì bố mất, sau đó theo mẹ di cư vào Nam, sống ở Sài Gòn. Năm 18 tuổi, nhập ngũ. Năm 25 tuổi, giải ngũ. Một đời sống trông có vẻ đơn giản, nhưng, không phải. Chúng ta đọc được những vần thơ nói về những ngày đầu đời:

Ngày phôi thai trên nôi
Tiếng khóc chưa quen nụ cười
Chọn sóng cuốn xa khơi
Cho vừa đất nước buồn vui
(Lá Xanh Đời)

Để rồi, qua tác phẩm Nguyễn Minh Nữu, người đọc theo anh gần như bất cứ nơi nào anh đã sống, đã đi qua. *"Những địa danh mà tôi đã từng sống, ghi lại trong lòng tôi biết bao cảm xúc. Từ nơi sinh ra ở Hà Nội, di cư vào Sài Gòn từ năm bốn tuổi, lớn lên trong các khu xóm nhỏ ở Sài Gòn như Trương Minh Giảng, Nancy, Bàn Cờ, Long Kiểng. Khi đi lính ở Ban Mê Thuột, Mỹ Tho, Đà Lạt, Nha Trang, và sau này định cư tại tiểu bang Virginia, Hoa Kỳ. Tất cả các nơi đã đến, đã sống đều không do tôi chọn lựa, mà do thời cuộc, do điều động từ trên, và do biến chuyển của dòng đời đưa đẩy."* (Đất Nhớ Người Thương)

Nguyễn Minh Nữu rất thương mẹ. Chỉ vài dòng chữ tả cảnh mẹ thắp nhang lên bàn thờ cho bố vào mỗi sáng sớm, ta cảm nhận được rất nhiều: *"Buổi sáng của mẹ tôi bắt đầu khoảng từ bốn giờ sáng. Bao giờ cũng khởi đầu là kéo cái bếp lò than từ chân giường ra, bỏ vào vài que củi thông nhỏ, vài ba cục than rồi ra nhà sau hứng một siêu nước đặt lên. Trong lúc chờ nước sôi, thắp mấy nén hương lên bàn thờ. Chỗ mẹ ngồi là cái ghế bành mây kê đối diện bàn thờ. Khi nước sôi, người rót nước vào ấm, lắc lắc cho sạch, đổ ra, với tay lấy hộp trà Thiết Quan Âm đổ ra lòng bàn tay một vốc nhỏ, nhẹ nhàng bỏ vào ấm và châm nước sôi vào. Khoảng ba phút, trút trà trong ấm ra chén tống, sau đó lại bỏ nước sôi vào ấm lần thứ hai. Đợi cho ngấm trà, rót từ ấm ra hai cái tách nhỏ xíu, để trên cái đĩa, người đặt hai chén trà trên bàn thờ, trước di ảnh cha tôi. Sau đó mới về chỗ ngồi, rót trà ra hai chén nhỏ còn lại và ngồi im lặng, mắt nhìn đăm đắm lên bàn thờ... Không gian cô tịch và bóng người cô liêu."* (Cuối Năm Nhớ Mẹ)

Nguyễn Minh Nữu làm thơ, viết truyện ngắn, tùy bút, có thơ phổ nhạc, và cả vẽ tranh. Tác phẩm của Nguyễn Minh Nữu biểu hiện chính cuộc đời Nguyễn Minh Nữu. Dù có hư cấu hay không, với tôi, Nguyễn Minh Nữu là một người kể chuyện có tài, có duyên và luôn coi trọng giá trị văn chương. Nữu thích kể về những nơi mình đã sống, làm nổi bật vài chi tiết, không nhiều nhưng đủ để người đọc thấy nét đặc thù và đời sống ở nơi chốn đó. Và, để từ đó, Nữu nói nhiều đến những con người Nữu đã gặp, đã kết bạn, hay đã ảnh hưởng đến cuộc đời. Nguyễn Minh Nữu lôi cuốn người đọc vào câu chuyện một cách tài tình và tự nhiên, khiến người đọc trở thành như thật sự có "quen biết" những nhân vật trong văn Nữu, dù đó là nhân vật lấy từ đời thật hay chỉ trong hư cấu. Thời gian dù có khác, không gian dù có khác, hoàn cảnh dù có khác, nhân vật của Nguyễn Minh Nữu tụ với nhau thành một tập thể đông đảo, rất đông, và sống động. Qua tác phẩm, tôi "quen" với cô Hằng, người yêu đầu đời của tác giả, khi Nguyễn Minh Nữu mới khoảng 14, và người đẹp khoảng 17 hay 18. Một mối tình *"trong sạch và thánh thiện tới mức Hằng vẫn ru tôi ngủ, xoa đầu tôi, và thường xuyên hôn lên trán tôi."* (Dòng Nước Mắt Xanh). *"Tôi "quen" với Ngọc Trai, một người con gái khi gần lại xa, dường như chỉ là tình bạn, nhưng dường như hơn như vậy. Bên cạnh Ngọc Trai là bên cạnh những đợt cuồng phong, cạnh những làn sóng lớn, những chuyển dịch bất ngờ... và đôi khi từ đó vẫn nảy sinh những ước mơ nóng bỏng..."* (Số 19 Kỳ Đồng). Một tình bạn hay tình yêu mà do những lựa chọn hay hoàn cảnh khác nhau trước hay sau kết thúc nội chiến, không có hồi kết. Tôi cũng "quen" nhiều người con gái khác nữa, mỗi người mang một phong cách riêng, đi và đến khác nhau. Đôi khi Nguyễn Minh Nữu cũng pha lẫn thật với hư cấu để tạo nên nhân vật, như trong bài Thu Ơi Là Ơi Thu. Nhưng đằm thắm nhất là khi Nguyễn Minh Nữu viết về một cô gái Nam Bộ chính gốc. *"Cô sinh viên Văn Khoa quê ở Kiên Giang này không có những lời lãng mạn yêu thương, không có cái dịu dàng khéo léo lấy lòng. Những tình cảm được bày tỏ bằng hành động chăm sóc lẫn nhau. Những câu nói đơn giản, chất phác lại là một bến bờ mà tôi đang thiếu thốn. Bên cạnh Bảy Thâu tôi tìm thấy cảm giác an lành như đang hít thở được hương đồng lúa chín miền Tây. Trò chuyện với em, tôi như thấy mình rời bỏ được những vòng vây ràng buộc, như đang nhẹ nhàng trôi lênh đênh giữa trùng khơi Rạch Giá."* (Khu Phố Ngày Xưa)

Không giống như nhiều nhà văn khác, vai trò người nữ hay tình yêu không chiếm vị trí quan trọng nhất trong tác phẩm của Nguyễn Minh Nữu. Ngoại trừ vài truyện ngắn mang hoàn toàn tính hư cấu như Thuồng Luồng Mắt Biếc, Thi Thánh, Hảo Hán Cuối Cùng..., nhân vật của ông hầu hết là những bạn bè, người thân, hay những người mà Nữu hâm mộ. Rất nhiều. Tuy nhiên, kể chuyện về họ không như một nhà báo. Nữu đưa tất cả vào thế giới văn chương của mình, chia sẻ với Nữu những đam mê, bức xúc, vui buồn, âu lo, những quan điểm riêng về cách sống, cùng với những đổi thay của thời thế đã ảnh hưởng sâu đậm đến cuộc đời chính mình.

Ngô Mạnh Thu là một huynh trưởng trong tổ chức Gia Đình Phật Tử, một đàn anh của tác giả khi sinh hoạt trong tổ chức này. *"Huynh trưởng Ngô Mạnh Thu được nhiều người biết tới là một nhạc sĩ có tài, là một trong những người đầu tiên xây dựng phong trào du ca Việt Nam... Nhưng dường như với tôi, đó chỉ mới là những cái bên ngoài. Thâm sâu hơn trong lòng mỗi người là cái chất riêng của Trưởng Ngô Mạnh Thu, cái điềm đạm, tế nhị, sâu lắng nhưng nồng ấm của tình anh em toát ra từ Trưởng... Điều mà tôi nhận được từ Trưởng Thu là mọi hành xử của mọi người chẳng bao giờ sai, mà chỉ đôi khi chưa đúng lắm mà thôi. Đó chính là một khích lệ lớn lao để tôi có thể nói ra tất cả mọi điều, kể cả những điều kín đáo nhất. Và, khi Trưởng Thu mất, tôi bỗng giật mình thấy rằng chúng ta đã làm quá ít những việc cần làm cho những người chung quanh. Dường như chúng ta chưa có sự chuẩn bị gì đối với tuổi 60. Và ngay chính chúng ta, khi lao mình vào cuộc sống, đã có ai một giây dừng lại, xem lại mình và xem lại chung quanh."* (Ngô Mạnh Thu, Một Lần Bay Là Bay Đến Muôn Trùng)

Nhà thơ Đoàn Văn Khánh là bạn thân trên 60 năm. *"Người làm thơ phải là người yêu được cuộc đời. Yêu nỗi đắng cay, yêu niềm hoan lạc. Yêu cuộc tình chung và yêu cả lời phụ bạc... Tôi yêu thơ của Đoàn Văn Khánh, có thể vì cùng lứa tuổi với nhau, có thể vì sống chung rất nhiều những thời điểm bên nhau... lãng đãng cái nhìn về cuộc đời bèo bọt và thanh thản buông thả dần những vướng bận trần ai."* (Thơ Nhỏ Lệ Từ Tâm Người Tĩnh Lặng). Nữu viết nhiều về Đoàn Văn Khánh, ghi lại nhiều kỷ niệm qua nhiều bài viết khác nhau. Đọc về Đoàn Văn Khánh, ta thấy rõ hơn về Nguyễn Minh Nữu.

Nhạc sĩ Nguyễn Quyết Thắng là người đầu tiên phổ thơ của Nguyễn Minh Nữu. Họ gặp nhau một cách tình cờ trong thời gian sau biến cố Mậu Thân, khi cuộc chiến bùng lên cao độ. Họ gặp nhau ở Ban Mê Thuột, khi "chàng lính mới" Nguyễn Minh Nữu lên trình diện đơn vị. *"Nơi đó, ngày xưa, suốt trong một thời thanh niên rực rỡ, suốt trong một khoảng trời mây rộng rãi và chất ngất đam mê đó, chúng tôi đã sống, đã yêu thương, đã đắm mình vào sức chảy của ngút ngàn của rừng núi Tây Nguyên... Cái duyên sơ ngộ đó đã kéo tôi ra chơi với nhóm anh em trong Đoàn Du Ca Lòng Mẹ của Thắng. Nhiều người lắm."* (Cái Thủa Ban Đầu Với Du Ca). Nguyễn Quyết Thắng đã phổ nhạc hơn ba mươi bài thơ của Nguyễn Minh Nữu. Giữa năm 2023, với sự góp mặt của 6 tác giả: Trương Vũ, Nguyễn Quyết Thắng, Nguyễn Minh Nữu, Đoàn Văn Khánh, Phạm Cao Hoàng và Hoàng Kim Oanh, nhà xuất bản Nhân Ảnh đã ấn hành một tuyển tập gồm nhạc, tranh, và họa, tựa đề Chút Tình Đọng Lại.

Cái thế giới nhân vật trong văn chương Nguyễn Minh Nữu rất đông. Cách viết của Nguyễn Minh Nữu về họ cùng với cách họ sống và liên hệ với nhau cho tôi có cảm giác như đọc một truyện Thủy Hử của thời nay. Trong đó, nhân vật làm quen với nhau dễ dàng và tự động tìm đến với nhau như có sức hút tự nhiên của những người có chung nỗi đam mê. Nhân vật đông lắm, nhưng hình như trong mỗi nhân vật đều có chút nào của tác giả. Kể cả, mang cùng nỗi đau và những trăn trở về thế sự.

Truyện hư cấu của Nguyễn Minh Nữu không nhiều, chỉ chiếm một góc nhỏ trong sự nghiệp văn chương của Nữu, nhưng làm cho sự nghiệp đó đầy hơn, nhiều màu sắc hơn. Dù viết dưới hình thức như truyện thần kỳ, chuyện giả tưởng..., đây vẫn là những quyện lẫn của hư cấu với đời sống thật. Truyện viết lôi cuốn. Những mơ ước, những cách nhìn muốn có về cuộc đời, luôn được trang trải, được làm nền cho những truyện này. Trong Sư Ông Chùa Núi: *"Chấp nhận nghịch cảnh, dưỡng tâm an lạc và quán Thân bất tịnh, quán Thọ thị khổ, quán Tâm vô thường, quán Pháp vô ngã. Dường như Chơn Nhã đang thay lời Sư Ông Chùa Núi gửi cho mình những điều khai thị giữa mùa dịch bệnh."* Trong Thi Thánh: *"Một người yêu thơ và sống chí tình với thơ từ thời niên thiếu, liệu có thể sống thanh thản nếu không được làm thơ hay không?"* Trong Con Trai Của Thủy Thần: *"Mỗi cá thể chỉ có một cái tâm, hướng cái tâm tới điều ác thì thành quỷ sứ, hướng cái tâm tới điều thiện thì thành bồ tát, nay con đã tự nguyện hướng cái tâm của mình vào một tình yêu thì con phải được làm con người thôi."*

Một Thoáng Mây Phiêu Bạc là truyện ngắn đầu tay, đăng trên tạp chí Văn năm 1971. Đây là một tự truyện lẫn với hư cấu. Hình ảnh anh lính Nhự trong truyện là hình ảnh anh lính Nguyễn Minh Nữu. Thân phận anh lính Nhự là thân phận Nguyễn Minh Nữu. *"Di cư vào Nam, mẹ Nhự mướn một căn nhà nhỏ trong khu xóm lầy lội ở Sài Gòn làm chỗ thờ bố Nhự. Đó cũng là cái tổ ấm duy nhất của Nhự trong suốt tuổi ấu thời. Nhự là con trai út, đứa con tội nghiệp nhất. Nhự mất cha từ hồi còn bốn tuổi. Cũng cái tuổi này, Nhự mất cả quê hương. Các anh các chị lần lượt lấy vợ lấy chồng. Căn nhà quạnh hiu còn lại hai mẹ con, kế tới khi Nhự thi rớt, đi lính trú ở một tỉnh xa trên cao nguyên."* Truyện không thật sự có chuyện. Mọi thứ đều lãng đãng, kể cả cái liên hệ với người tình. Nhưng, truyện vẽ nên được một hình ảnh sống động về một người lính động viên, nghèo, có học dù thi rớt, xa gia đình, sống trong đơn vị nhưng luôn trong tâm trạng phiêu bạc. Có may, có rủi, bất chợt đến, bất chợt đi như chính đất nước của ông.

Nguyễn Minh Nữu viết nhiều về gia đình, về bố, về mẹ, về anh, về chị. Ấn tượng nhất là tình yêu ông dành cho những công trình văn học của bố ông. Đúng 70 năm sau khi bố đã nằm xuống, Nữu cùng chị và một số người thân, đồng nghiệp nỗ lực không ngừng để sưu tập, hiệu đính toàn tập thơ văn của cụ Phó Bảng Nông Sơn Nguyễn Can Mộng. Một công trình đồ sộ, giá trị, dày 813 trang được xuất bản vào tháng 5 năm 2024.

Nguyễn Minh Nữu sinh ra ở Hà Nội, lớn lên ở Sài Gòn. Nữu đã đi, đã đến nhiều nơi trên đất nước. Mỗi nơi Nữu đều dành cho những tình cảm đặc biệt. Sau khi rời quê hương, thường trở về, thăm nhiều nơi. Bài viết này sẽ rất thiếu sót nếu không ghi lại nơi đây tâm trạng của Nguyễn Minh Nữu khi trở về. Đặc biệt, khi trở về hai nơi quan trọng nhất đời Nữu, Hà Nội và Sài Gòn.

"Tôi mang trong lòng rất nhiều nỗi khát khao. Sự chờ mong lâu ngày, khi chín, nó rạo rực như ai ấp than hồng lên bờ ngực... Hà Nội, nơi sinh ra sau hơn bốn mươi năm, ôm giữ trong lòng chồng chồng chất chất hình ảnh của Hà Nội qua lời kể, qua sách báo và đặc biệt là qua trí tưởng làm sao mà tôi không xao xuyến cho được. Khi di cư vào Nam rất nhiều người đem theo cả Hà Nội... Trong lời nói, trong hành xử, trong thói quen, trong thức ăn thức uống, trong giao tế thường nhật, bất cứ lúc nào không gian Hà Nội vẫn len lỏi chen chúc sống với thời gian Sài Gòn." (Hà Nội Thứ Tư). *"Về là được sống lại với chính mình của một thời đã qua. Về là hồi sinh, là được thoải mái thả mình vào ký ức, là gặp gỡ cảm giác non nớt của mình ngày xưa, và rung động thực của mình bây giờ... Về lại Saigon lần này, tôi không dám nhảy xuống dòng kênh bơi lội, không cần phải núp vào gốc cây trước cổng trường Nguyễn Bá Tòng nhìn em tan học về... Nhưng kỳ lạ là tôi thấy chẳng mất đi đâu, vẫn nguyên vẹn trong tôi cả một thời nào xa lắc, vẫn quẩn quanh bên tôi tiếng cười đùa giọng nói đặc trưng Sài Gòn của người xưa cũ... Ngày mai tôi lại chia tay với Sài Gòn, tôi không đoán được chuyến sau về tôi sẽ gặp ở Sài Gòn điều gì. Những gì tôi thấy và gặp gỡ trong lần về này sẽ thành kỷ niệm? Hay lần sau tôi về tôi lại hoài niệm tới một khoảng xa hơn nữa? Đời sống như một dòng chảy, nhìn thì giống nhau, nhưng có ai được tắm hai lần ở một dòng nước đâu. Thương quá Sài Gòn của mỗi lần trở lại."* (Bên Bờ Kênh Tẻ)

Trương Vũ
Sài Gòn, tháng 10 năm 2024

PHẠM CAO HOÀNG

NGỒI BÊN NHAU CÙNG NHỚ MỘT QUÊ NHÀ

Trong 50 tiểu bang của nước Mỹ, tiểu bang nào cũng có người Việt sinh sống nhưng đông nhất là các tiểu bang: California, Texas, Washington, Florida, New York, Virginia.

Virginia nằm cạnh thủ đô Washington, D.C.. Diện tích tiểu bang Virginia tương đương một phần ba Việt Nam với dân số trên 8 triệu, trong đó người châu Á chiếm khoảng 6 phần trăm. Thủ phủ của Virginia là Richmond. Người Việt có một khu thương mại riêng, có tên là EDEN, giống như một khu chợ rất lớn với nhiều cửa tiệm, nhiều gian hàng. Đến khu thương mại này khỏi phải nói tiếng Anh vì toàn là người Việt.

Nguyễn Minh Nữu và tôi cùng định cư ở Virginia nhưng ở hai thành phố khác nhau. Nữu ở Springfield còn tôi ở Fairfax. Nhà Nữu cách nhà tôi khoảng 25 km, tương đương với đoạn đường từ Đà Lạt xuống Đức Trọng.

Tôi và Nữu chỉ mới biết nhau cách đây 12 năm nhưng mối thân tình thì tưởng chừng như đã rất lâu vì chúng tôi là những người viết cùng thời trên các tạp chí văn học ở Sài Gòn trước 1975. Ở Virginia, Nữu làm báo, lại kiêm nghề MC nên quen biết nhiều, giao tiếp rộng.

Ở Mỹ, ra quán cà phê rồi gọi bạn bè đến là chuyện khó có thể xảy ra vì khoảng cách đi lại khá xa mà thời gian thì lại eo hẹp. Từ chỗ Nữu đến chỗ tôi khoảng 30 phút lái xe, do vậy tuy là chỗ thân tình có khi vài ba tháng mới gặp nhau một lần, thường là tại các buổi họp mặt bạn bè văn nghệ, hoặc gặp nhau để bàn bạc một chuyện gì đó.

Nữu sống gắn bó với văn chương, chí tình với bạn bè văn nghệ. Hồi mới đến Virginia, nhà tôi ở đường Black Horse (Ngựa Ô), thuộc thành phố Centreville.

Hôm nào có gặp gỡ bạn bè là tôi cố mời cho bằng được vợ chồng Nguyễn Minh Nữu – Kim Mai. Buổi họp mặt nào mà không có Nữu thì kém vui một phần.

Lưu lạc ở xứ người, mỗi khi có dịp gặp được người Việt là mừng lắm. Có được người bạn mà gia đình tôi quý mến như Nguyễn Minh Nữu lại càng vui hơn. Gia đình tôi sống ở đường Ngựa Ô được 8 năm thì dời đến sống ở Fairfax, một thành phố gần đó, cách chỗ ở cũ khoảng 20 phút lái xe. Tôi có nhắc đến kỷ niệm với Nguyễn Minh Nữu và bằng hữu trong bài

THƯƠNG NHỚ NGỰA Ô

vậy là mình chia tay Ngựa Ô đã được một năm
nhớ Ngựa Ô là nhớ những ngày mùa đông rất lạnh
ba giờ sáng tôi và em ra trước nhà cào tuyết
gió tạt tê người lòng vẫn thấy vui

vì em vẫn đi bên cạnh cuộc đời tôi
và trong căn nhà nhỏ kia
có những mặt trời đang mọc
có tiếng dương cầm Giovanni như dòng suối mát
có tiếng hát Thái Thanh và Tình Hoài Hương
nhớ Ngựa Ô là nhớ con đường
đêm mùa thu tôi cùng em đi về phía hồ Thạch Thảo
tiếng xào xạc của lá vàng
và giọt sương trên vai áo
tôi thương Ngựa Ô và tôi thương em
vậy là mình chia tay Ngựa Ô đã được một năm
nhớ Ngựa Ô là nhớ những đêm bạn bè hát khúc sầu ca viễn xứ
nhớ Nguyễn Ngọc Phong và Gửi Em, Đà Lạt
nhớ Đinh Cường và Đoạn Ghi Đêm Centreville
nhớ Nguyễn Minh Nữu và Mênh Mông Trời Bất Bạt

nhớ Nguyễn Trọng Khôi và Giấc Mộng Trên Đồi Thơm
nhớ Ngựa Ô là nhớ con đường
in dấu chân bạn bè tôi từ những nơi xa xôi có khi là nửa vòng trái đất
ngồi bên nhau giọt rượu cay trong mắt
ngồi bên nhau cùng nhớ một quê nhà
quê nhà thì xa mây thì bay qua
đời phiêu bạc như những đám mây trôi giạt
nhớ Ngựa Ô là nhớ những bàn tay ấm áp
tôi thương Ngựa Ô và thương bạn bè tôi
(August 1, 2014)

Ngồi bên nhau cùng nhớ một quê nhà. Những lần gặp nhau chúng tôi cứ quẩn quanh những câu chuyện về quê nhà. Quê nhà như một nỗi ám ảnh thường trực trong đời sống của người Việt xa xứ. Những câu hỏi chúng tôi thường nghe:

"Chừng nào về Việt Nam?" "Tết này có về Việt Nam không?". Hôm qua Nữu sang nhà tôi chơi, ngồi uống cà phê bên khu rừng Scibilia, tôi lại hỏi, "Sắp tới có về Việt Nam không?" "Về chứ. Tháng 11 sắp tới Kim Mai và tôi sẽ về". Ừ thì bạn về.

Nhớ ghé Nguyên Minh thăm các bạn Quán Văn và nhớ đến chỗ nhà thờ Đức Bà uống giùm tôi một ly cà phê Bean Nguyễn Minh Nữu nhé.

Rồi lại trở về đây ngồi
bên nhau cùng nhớ một quê nhà.
Quê nhà thì xa
mây
thì
bay qua...

PHẠM CAO HOÀNG
Virginia, 29.7.2018

LUÂN HOÁN

KHÁCH, CHỦ

TẶNG VỢ CHỒNG NHÀ VĂN NGUYỄN MINH NỮU

nhà ta, cái ổ bụi
thường trú đã nhiều năm
lâu lâu một khách quý
sẵn dịp ghé ngang thăm

không là kẻ ẩn dật
chỉ hơi ngại đám đông
dù loại bớt cô độc
nhờ bởi tình cộng đồng

bạn xa tin sẽ đến

hơi lo lo trong lòng

cả đời vụng tiếp khách
tài xã giao số không

lệ thường khách xa đến
gia chủ rót rượu trà
đãi chút gì ấm bụng
tạ lòng người thăm nhà

ta hôm nay không vậy
còn được mời đi ăn
thật tình muốn từ chối
đãi bôi vốn không quen

đang có nhiều bất tiện
cộng thêm cái tính lười
quán xa không hướng dẫn
quán sát nhà tạm thôi

ta ăn uống mạnh miệng
mỗi khi gặp bạn văn
thức ăn trộn trò chuyện
thật không gì ngon bằng

bạn hình như hơi mệt
gắng dùng bữa cầm chừng
quán vắng dòng nắng đậu
nghe lén chuyện tưng bừng

bạn với ta không lạ
nhưng mới gặp lần đầu
những người cùng chơi chữ
thật dễ dàng thân nhau

xuất xứ bạn Hà Nội
bốn tuổi vào Sài Gòn
những người từ miền bắc
vào nam thường chóng ngon

bạn không là ngoại lệ

đi lính sau đến trường
làm thơ, yêu, cưới vợ
một đời mê văn chương

rồi cũng theo thời cuộc
bạn như ta bỏ nhà
lập nghiệp và sinh sống
tốt đẹp ở phương xa
lăn lộn vào nghề báo
lên xuống khá thình lình
bạn cũng làm thượng đế
dựng nhân vật riêng mình

trò dùng chữ sáng tác
thú vị chiếm hàng đầu
mình thấy mình thật đã
mộng phảng phất ngàn sau

định dùng mớ chữ cũ
vẽ chân dung bạn chơi
gom hồn thơ chưa đủ
vẽ ẩu sợ dở hơi

bên bạn còn có chị
người cưng bạn hơi nhiều
dám thả lỏng bạn dạo
cõi dễ nạp người yêu

chừng đó đủ hiểu bạn
giàu hạnh phúc gối chăn
đa phần có vợ quý
thành công đường thơ văn

cảm ơn vợ chồng bạn
ghé thăm hơi bất ngờ
chủ khách đổi vị trí
trong phép tắc xã giao

LUÂN HOÁN
7.29, 27.3.2018

NGUYỄN VY KHANH

NGHĨ VỀ TRUYỆN VÀ BÚT KÝ NGUYỄN MINH NỮU

Nguyễn Minh Nữu là tên thật, sinh ngày 6-1-1950 tại Hà Nội. Di cư vào Nam năm 1954, nhập ngũ năm 1968 và giải ngũ năm 1975. Làm thơ viết văn từ 1970, truyện đầu tiên "Một Thoáng Mây Phiêu Bạc" đăng trên Giai phẩm Văn số mùa Xuân 1971. Định cư tại Hoa Kỳ từ năm 1995 và hiện sống tại Virginia. Sáng lập và thư ký tòa soạn tạp-chí Văn Phong (Washington D.C., 1999-2001) và chủ nhiệm tuần báo Văn Nghệ (Washington D.C., 1997-2014).

Tác-phẩm văn học đã xuất bản: Lời Ghi Trên Đá (thơ; NXB Văn Nghệ Việt-Nam, 2006); Thương Quá Sài Gòn Ngày Trở Lại (bút ký và truyện; Văn Nghệ, 2017), Thuồng Luồng Mắt Biếc (truyện và ký; Nhân Ảnh, 2021); Đất Nhớ Người Thương (bút ký; Nhân Ảnh, 2022).

Qua Lâm văn Sang người bạn chung của thời đi học và thơ thẩn ở Sài-Gòn, tôi "tái ngộ" Nguyễn Minh Nữu ở xứ người qua tờ nguyệt san Văn Phong, tạp-chí văn-học nghệ-thuật vùng Washington D.C., khoảng năm 1999, nơi tôi được đăng một số truyện ngắn và cũng nơi đây tôi "gặp lại" bạn Đoàn Văn Khánh – được đọc thơ của Khánh thì đúng hơn – cho đến năm 2014 gặp lại trong buổi ra mắt Quán Văn 26 về Hoài Khanh. Trước biến cố năm 1975, tôi "kiến kỳ văn" Nguyễn Minh Nữu qua tập truyện anh in ronéo từ Ban-Mê-Thuột năm 1972 - văn chương máu lửa của một thời đảo điên. Phải đến năm 2019 ngay trước khi vi-khuẩn Vũ Hán hoành hành cả thế giới, chúng tôi mới chính thức tay-bắt-mặt-mừng và liên lạc văn nghệ thường xuyên hơn. Thời tôi thường đến Washington D.C., anh chưa sang Mỹ và thời anh sinh hoạt văn nghệ mạnh nhất thì tôi đã dần rút về "tháp ngà" cố tránh vòng cương tỏa cộng đồng. Nói thế để khi đọc những bút ký Thương Quá Sài Gòn Ngày Trở Lại, Số 19 Kỳ Đồng, Thu Ơi Là Ơi Thu, Bên Bờ Kênh Tẻ, Khu Nancy Ở Sài Gòn, Nhớ Về Long Kiểng, Khu Phố Ngày Xưa, Làm Báo ở Washington D.C., Bên Dòng Potomac, ... mới thấy rõ chân dung con người cực lực văn nghệ Nguyễn Minh Nữu và nhờ vậy được biết những sinh hoạt mình không thấy và biết nhiều.

Nguyễn Minh Nữu nhập làng văn từ đầu thập niên 1970 ở Sài-Gòn, cho đến nay lượng tác phẩm không thật nhiều nhưng tôi đã nhận ra chúng song hành với con đường của văn học Việt trong tình cảnh phân ly Nam-Bắc và trong-ngoài. Hai truyện ngắn của một thời chiến tranh - Một Thoáng Mây Phiêu Bạc và Dòng Nước Mắt Xanh, ghi nhận những tâm tình khá nhân bản của người trẻ làm lính trận, cũng là người con của gia đình đáng ra phải sum vầy, hạnh phúc, và của người thanh niên với tình yêu đầu đời (tôi từng có tập Hát Ngợi Ca Tình Nhân thơ NMN và ĐVK, nhạc Nguyễn Quyết Thắng, cũng do Cơ sở Văn nghệ Con Người in năm 1973).

Cũng phải hơn hai thập niên sau, ngòi bút văn chương của Nguyễn Minh Nữu mới có dịp trở lại – với người đọc như tôi? Trở lại nhưng chín muồi và sâu sắc hơn.

Trước hết, bút ký Thương Quá Sài Gòn Ngày Trở Lại với tôi là một bất ngờ thích thú và đặc sắc, về một Sài-Gòn hôm nay lồng trong những mảnh vỡ của ký ức, của tình bạn và thế giới văn chương trước sau năm 1975, đã là những nhìn thấy tận mắt, những thấu tâm can qua quan sát và ký ức của người viết. Nguyễn Minh Nữu sử-dụng thể-loại bút-ký, ở đây đồng thời cũng là tự truyện khi tác-giả viết về mình cũng như bạn hữu và các sinh hoạt văn-nghệ. Tâm sự của anh tức tâm tình, nhung nhớ, lại vừa mang tính sử ký về một thời và những con người thật có tên, có chân dung, từng ở đó, đang còn ở đó hoặc đã rời bỏ cũng như đã mất với những nét đơn sơ mà cụ thể, hữu hình, trung thực, những nét rất riêng, và là gốc gác, xuất xứ những văn bản thơ, văn và nhạc, kèm theo văn bản, cả "tình sử" làm nền, bạn văn, ... Thành công làm sống lại được như vậy, anh phải thân thiết lắm, phải sống-chết-với lắm, dĩ nhiên với tài quan sát, với tình thân thương chân thật, với một trung thành vô vị lợi, ... Anh cảm tình thắm thiết với Nguyên Minh người chủ biên tập san Quán Văn cùng những văn hữu biên tập, cộng tác. Trong hoàn cảnh không dễ, họ kiên trì và gây sống cho đặc san như thế nào, sinh hoạt và chia sẻ kinh nghiệm làm văn-chương và làm báo, làm sống lại không khí sinh hoạt văn nghệ một thời trong hy vọng chuyển lửa cho người trẻ hơn. Thiển nghĩ Thương Quá Sài Gòn Ngày Trở Lại đã như một "tổng quan" về văn học miền Nam của thế hệ trẻ những năm 1970 và sau đó, một "biên khảo" nhẹ nhàng và lôi cuốn người đọc. Khi viết về văn chương lưu đày, chúng tôi đã từng ghi nhận rằng quê nhà đã trở nên điểm tựa, cho những tham khảo đã mất! Nhưng với thời gian, nỗi nhớ cũng trở nên khô cằn, già cỗi, một cách bi thảm, khó khăn. Nỗi nhớ trong cô đơn, giữa những thê thảm của cảnh vật xa lạ, "của người" thường trực chung quanh, ... đã là những yếu tố làm suy bại kẻ lưu đày! Quá khứ quấy rầy đến làm hỏng cuộc sống hiện tại; đã dứt bỏ quá khứ nhưng không dễ, lắm khi bị thương tổn. Thương Quá Sài Gòn Ngày Trở Lại đã thoát ra khỏi phạm trù đó, vì ở đây cái bất hạnh nếu có cũng chỉ do bất lực bình thường, của con người, của cuộc đời, của hoàn cảnh; ảo tưởng do đó không có chỗ trong hiện tại và cả tương lai!

Ngoài bút ký, Nguyễn Minh Nữu làm thơ và viết truyện. Một số truyện ngắn có thể xem là tiêu biểu của anh, tiêu biểu về thể-loại và một nội-dung thường huyền-hoặc, tuy giả tưởng nhưng mang những nét thật, thật như từng xảy ra, thật như không thể khác (biết đâu!), có-không, không-có, như cõi đời vô thường mà chất đầy biến cố, sự việc, ... Hiện thực nhưng không hẳn thực hữu, cũng có thể được hư cấu, vì sự hiện hữu hoặc cái hiện tại đó từng hoặc phải có tố chất của văn hóa, có liên quan đến lịch sử, thiên nhiên. Cái "tôi" khi có đó khi khác lại không, có khi là những tin tưởng của tác giả.

Thuồng Luồng Mắt Biếc xảy ra ở trên phần đất ở ngoài nước mà căn rễ dây dưa với quá-khứ và tín ngưỡng của phương Đông huyền bí. Chuyện khởi từ một thời có thể xa xưa để kết thúc ở duyên số của Lân và Kim: "Kim nhắm mắt lại, gật đầu và ngả hẳn đầu mình vào vai Lân. Cặp mắt màu xanh biếc của nước biển khép nhẹ trên vai chàng trai mang dấu ấn ký thác của Thuồng Luồng. Lân gọi Kim là "Thuồng Luồng Mắt Biếc của riêng anh"" (TLMB, tr. 113).

Con Trai Của Thủy Thần và Hảo Hán Cuối Cùng như những chân dung của con người và không gian từng hiện hữu mà tác-giả như tiếc nuối và thấy hãy còn sống động hoặc muốn như vậy.

Hảo Hán Cuối Cùng gợi không khí những anh hùng Lương Sơn Bạc, với hai anh em kết nghĩa Lê Tùng, Phạm Tuấn cả đời tung hoành cho lý tưởng nhưng cuối cùng đi đến thực tế nhận chân cái khả thi của việc "giương cao ngọn cờ chính nghĩa vì dân trừ bạo không phải là việc một người, một nhóm người, hay một thời, một đời bất ngờ sáng tạo rồi làm nên được" mà "nó âm ỉ khai sinh từ nhiều con người, từ nhiều thế hệ, nó được thêm bớt bằng máu xương nhiều đời để thích nghi và đáp thỏa yêu cầu chính đáng của tất cả. Lúc đó, mọi thế lực dù hung bạo và gian ác cỡ nào nhưng đi ngược với lòng dân thì cũng tự diệt". Sáng tác các truyện ngắn này, tác-giả như để đề cao những nét nhân-bản và tình nghĩa á-đông đáng trân trọng, duy trì, ... (TLMB, tr. 90).

Sư Ông Chùa Núi "ở khu vực núi đồi, giáp ranh giữa ba tiểu bang Virginia, Maryland và West Virginia là nơi đầu nguồn của dòng sông Potomac, là vách núi dựng đứng, soi mình xuống dòng nước cạn lô nhô đá núi chảy miên man về phía đông tìm đường ra biển..." với Chơn Nhã nghiệm ra sau những cuộc đổi đời và phiêu bạc: "Thần thông là có thật, Nhân quả là có thật, Duyên nghiệp là có thật". Buồn, mất hướng vì chuyện cách ly thời Covid-19, nhân vật Thành gặp Chơn Nhã và nghiệm ra "những điều khai thị giữa mùa dịch bệnh" được an tâm hơn, "Chấp nhận nghịch cảnh, dưỡng tâm an lạc và quán Thân bất tịnh, quán Thọ thị khổ, quán Tâm vô thường, quán Pháp vô ngã" (TLMB, tr. 25, 38).

Có thể nói quá khứ luôn theo đuổi bước đường đời của Nguyễn Minh Nữu. Hà Nội Thứ Tư về một Hà Nội tiềm tàng vì đã thành nề nếp, kinh lịch của một thời xa vắng mà ta có thể tìm thấy, như một tấm lòng. Cuối Năm Nhớ Mẹ giãi bày hiếu đạo với người mẹ luôn theo dõi đời con:

"Nâng tách chè thơm buổi sớm mai
Dáng người như một vệt sương phai
Lẫn vào hương thoảng trầm hương cũ
Lẫn cả hương đêm lúc rạng ngày.
Là lúc thời gian đọng giữa chừng
Không gian dường cũng rất mông lung
Mẹ nối bây giờ cùng quá khứ
Và gửi tương lai một tấc lòng (...)
Đời con rồi ghé vào hưng phế
Đã biết bao nhiêu cuộc đổi dời
Tĩnh tâm chỉ có khi ngồi lại
Sớm mai nhớ Mẹ, tách chè thôi.
Sớm mai bên Mẹ tách chè thôi
Tâm nhẹ nhàng theo dáng mẹ ngồi" (TLMB, tr. 169, 170).

Văng Vẳng Bên Trời Tiếng Hạc Qua là ký ức về Phó Bảng Nguyễn Can Mộng, thân sinh của nhà văn, từ trần khi anh mới 4 tuổi: "Bảng Mộng là lớp nhà nho cuối cùng của truyền thống Hán Học ở Việt Nam, sinh ra trong một gia đình chống Pháp, cha và chú bị giặc bắt và hành hình. Nhưng từ ngàn năm lịch sử, con đường tiến thân duy nhất của khách nam nhi là học hành, thi đỗ để làm quan, con đường đó phù hợp với chí khí kẻ làm trai, lại vừa là những khát vọng bình thường của xã hội. Nhưng lúc đó lại là cuối con đường, triều đình vua quan không còn là nơi nương tựa, chữ nghĩa thánh hiền không phải là cái tự tin. Phải sống thế nào và phải làm gì để không ngược lại với cả một quá trình gian khổ tập luyện đã thành một nề nếp một đời, vừa đem được cái kiến thức thực học ra giúp đời sau". Thời bình-sinh làm quan, dạy học và làm văn nay được anh "Ghi lại những ký ức của gia đình như một ký dấu cho con cháu đời sau, mà lòng hoài niệm vẫn mang mang: "Văng vẳng bên trời tiếng hạc qua"" (TLMB, tr. 175, 187).

Thi Thánh: Sinh được Thi Thánh truyền cho cảm nhận về tinh túy thâm sâu mà đa dạng của thi ca, đã vứt bỏ những bài thơ định sẽ gửi đăng báo như là những "Bài Thơ Cuối Cùng cho một thời ảo vọng, viết xuống không bằng cảm xúc mà viết như một kỹ năng, viết xuống không phải bằng niềm khao khát thiết tha nào mà chỉ là ham muốn đập cái tên của mình vào mắt mọi người, những cái trưng bày gần như trơ trẽn" (TLMB, tr. 43).

*

Đọc những nhà văn lớn, đã nổi tiếng, hình như độc giả không thiết yếu phải hồi hộp, cứ thả mình nhẹ nhàng đi vào nội dung. Chính khi đến với các tác giả mới, người đọc sẽ có những bất ngờ có thể ít nhiều mong tìm hoặc không chờ đợi. Với tôi, văn xuôi của Nguyễn Minh Nữu ở vào trường hợp sau này. Truyện và bút ký của anh mang ký vãng và người xưa trở về như tất yếu, như nền móng của cuộc đời nắng mưa của con người Việt Nam ở hậu bán thế kỷ XX nhiều đa đoan, chìm nổi. Con chữ ở đây không để than mây khóc gió hoặc tham vọng để lưu dấu văn chương cho đời. Nguyễn Minh Nữu nếu có buồn, than là vì cuộc đời nhiều đày đọa đắng cay, vì phần số không thoát được kiếp làm người ở đất Việt thời nhiễu nhương tàn bạo. Ở Nguyễn Minh Nữu không có nhiều dấu vết "lưu vong" và "hội nhập" như những tác giả ở ngoài sau năm 1975, nhưng nhiều hoài niệm mang âm hưởng tâm linh và huyền hoặc. Thiển nghĩ chính những nội dung vừa kể và cách nghĩ và viết mang tính hậu hiện đại đã làm nên văn chương Nguyễn Minh Nữu, độc đáo khác người giữa nền văn học hải ngoại.

15-8-2024

HOÀNG KIM OANH

THI PHÁP MẢNH VỠ VÀ TÂM THỨC CỘI NGUỒN TRONG THUỒNG LUỒNG MẮT BIẾC CỦA NGUYỄN MINH NỮU

Trăm năm cuộc lớn nguyên là mộng
Một ngọn đèn con biết với ai
(Nông Sơn Nguyễn Can Mộng, Nông Sơn toàn tập, tr. 811)

1. Giở từng trang bản thảo bút ký-hồi ký-tản văn-truyện và tự truyện vừa nhận qua email của tác giả Nguyễn Minh Nữu, đêm tháng sáu Sài Gòn mùa giãn cách chợt ngưng đọng lại, ngọn đèn và tôi, và những câu chuyện không phải tôi vừa đọc mới đây, mà từ những ngày tháng trước, 1 năm, 2 năm trên Quán Văn, lâu hơn, có truyện đã 3, 4 năm... bất chợt cứ trở đi trở lại làm tôi băn khoăn không dứt. Đi ngược chiều thời gian, tập

truyện mở ra không gian quen thuộc là đầu nguồn dòng Potomac, và thời gian hiện tại với truyện mới nhất như mới viết hôm qua, hôm nay giữa mùa đại dịch cúm Tàu tháng 5.2020. Rồi kết thúc với truyện đầu tay đăng báo đến nay vừa tròn nửa thế kỷ (1971). Câu thơ bất chợt "lẩy" từ trang sách cụ Phó Bảng trong bài "Thức đêm" (Nông Sơn toàn tập, nxb Tổng hợp, 2004) làm lời đề từ bỗng như một khai mở cho tâm cảm người viết. 50 năm. Thời gian phải chăng vốn cũng chỉ là giấc mộng Nam Kha mà trăm năm, ngàn năm trước trong cái bí ẩn bất lực huyền diệu người xưa vẫn ví von... Có chăng những tiền duyên nhân quả trong cõi bụi bặm này? Có chăng kiếp lai sinh kỳ diệu? Có chăng lời nguyền họa phúc báo ứng hiện tiền? Có chăng ta còn gặp lại ta lần nữa? 19 truyện, ký của tác giả Nguyễn Minh Nữu đây trong vô tình hay hữu ý đã lặng lẽ đi lại hành trình cuộc mộng lớn nhân sinh ấy.

Nếu trong tác phẩm tôi được đọc 4 năm trước Thương quá Sài Gòn chủ đề khá tập trung là đất Sài Gòn, người Sài Gòn, là tình bạn, tình yêu trong dòng chảy ký ức miên man ân tình "thương quá" để mỗi bước đi về làm tác giả ngẩn ngơ thì tập Thuồng luồng mắt biếc lần này không hoàn toàn chỉ dừng lại ở đó. Vẫn thấp thoáng từng cái tên Bình Đông, Kênh Tẻ, Long Kiểng, Tân Quy; từng con đường Duy Tân, Kỳ Đồng, Trần Bình Trọng... mở ra không gian Sài Gòn quen thuộc yêu thương thao thiết làm nền cho toàn tập truyện ký này, nhưng từ tâm cảm "một ngọn đèn con biết với ai" ấy, những lớp ẩn ngữ, ám dụ và cả sự chọn lựa các truyện, ký không cho phép tôi dừng lại ở chủ đề quen thuộc cũ. Quả là không có sự đọc cuối cùng. Bài đã đọc, đã viết 4 năm trước sao giản đơn hời hợt 3/10 bề mặt cốt truyện, sự kiện, tình tiết... dường như chưa chạm được phần chìm của tảng băng mà tác giả Nguyễn Minh Nữu muốn gửi trao cho người đọc hôm nay?

2. Thuồng luồng mắt biếc gồm 19 truyện lẫn tự truyện, cũng có thể gọi là bút ký hay hồi ký, vì thi pháp nổi bật là những truyện kể theo dòng ký ức và nhân vật trần thuật có đến 14/19 truyện xuất hiện ở điểm nhìn người trong cuộc. Xin tạm gọi chung là truyện-ký. Điều rõ nhất là luôn có sự đan xen trộn lẫn khó phân biệt ranh giới tách bạch các thể loại cũng như cấu trúc

trong từng truyện khiến người đọc không khỏi không nghĩ đến thi pháp mảnh vỡ (Fragmentation) đặc trưng của văn xuôi khuynh hướng hậu hiện đại (Postmodernism). Theo lý thuyết, Mờ hóa (Declearisation) là bản chất của văn xuôi tự sự hậu hiện đại, bao gồm những khuynh hướng chính kế thừa và phát triển từ văn chương hiện đại như Dòng ý thức (Stream of consciousness) Huyền ảo (Magical), Mảnh vỡ (Fragmentation), Tối giản (Minimalism), Giễu nhại (Parody), Giả trinh thám (Pseudo-Detectivity) tùy trường hợp, được sử dụng một cách có chủ đích nhằm tạo ra hiệu quả thẩm mỹ.

Trong kiểu đan xen thể loại đó, đặc trưng của thi pháp mảnh vỡ hiện rõ trong cấu trúc các truyện gắn với hình thức hồi ký như loạt 10 truyện về Sài Gòn từ Khu Nancy ở Sài Gòn, Số 19 Kỳ Đồng, Chuyện cổ tích trên bến Bình Đông, Nhớ về Long Kiểng... đến những trang tự truyện, tự thuật trong Cuối năm nhớ mẹ, Văng vẳng bên trời tiếng hạc qua, Thanh Ca tác động, Nguyễn Minh Diễm anh tôi, Bên bờ Kênh Tẻ, Khu phố ngày xưa... Dấu vết của thủ pháp mảnh vỡ nổi rõ ở điểm tuy là hồi ký, tự truyện song cũng không còn là chuyện riêng một cá nhân tác giả, mà là một kiểu nhật ký, hồi ký dành cho tất cả mọi người. Bởi, lồng trong những câu chuyện của người trần thuật xưng "tôi" ấy, người đọc có thể nhìn lại, nhớ lại như cuốn phác thảo biên niên của một vùng đất, một bờ kênh, một khu phố, một tên tuổi danh nhân lừng lẫy, một phong trào du ca của tuổi trẻ Sài Gòn, các thi văn đoàn tuổi học trò trước và sau 1975, kể cả những tâm tình chân chất, nết ăn nết ở phóng khoáng ân tình của con người Sài Gòn trọng nghĩa khinh tài mà ngày nay ngỡ như chỉ là "chuyện cổ tích". Cả đến câu chuyện rõ ràng chỉ là chuyện một gia tộc, một gia đình, ký ức yêu thương xót xa về mẹ, về cha, về anh, về chị... rất cá biệt, rất riêng của mỗi Nguyễn Minh Nữu, nhưng bóc tách từng lớp ký ức chồng chéo ấy, phải chăng lại ẩn sau nó những giá trị rất chung. Đó là hồn cốt dân tộc, là nền nếp gia phong cốt cách của cả một thế hệ trí thức Nho học trước 1945 mà dẫu bao phân ly thất tán, tâm thức những người con Việt chúng ta hôm nay vẫn cung kính tìm về và gìn giữ nâng niu. Đặc biệt là hình ảnh đầy xúc động về người mẹ bản lĩnh một đời lặng lẽ hy sinh giữ tròn tiết hạnh gia phong, người chị hiếu để tất tả thay mẹ chăm chút cậu em nhỏ nên người trong cơn vật đổi sao dời biển dâu dồn dập, thời đại nào, hưng phế đến đâu, cũng là hình ảnh truyền thống đẹp đẽ được trân trọng trong xã hội Việt Nam bao đời nay.

Phải chăng đó cũng là cái Hà Nội thứ tư nền nã, thanh lịch, nghìn năm văn hiến mà Cao và Ông Vượng thợ Khảm đã tin tưởng, đã hy vọng lắng sâu lẩn khuất đâu đó trong hồn người sẽ có dịp hiển lộ ra?

Cấu trúc nhiều truyện trong Thuồng luồng mắt biếc còn mang đậm đặc trưng mảnh vỡ ở lối viết rời rạc, ngắt quãng, chuyển cảnh đột ngột và kết thúc bỏ lửng giống như tác phẩm chưa hoàn tất. Tính ghép mảnh, phi trung tâm cũng khá đậm nét trong những hồi ký-tự truyện như Khu Nancy ở Sài Gòn, Nhớ về Long Kiểng... Ví dụ như ở truyện thứ nhất, tác giả nhắc lại rất tường tận không gian địa lý đường đi lối rẽ của khu Nancy là một nơi chốn gia đình từng ở, tiếp theo là liên tưởng về Ông Hoàng Tango Hoàng Trọng cũng từng ở khu Nancy này. Nhưng những trang tiếp không phải kể về Hoàng Trọng ở khu Nancy mà lại chuyển người đọc sang nửa vòng trái đất với Club du Jeudi ở nhà Nguyễn Túc, một người có tài nấu phở Việt, nhiếp ảnh và sưu tập nhật báo... và cách ứng xử tế nhị, lịch sự của nhóm anh em văn nghệ sĩ vùng D.C.. Cũng thi pháp mảnh vỡ ấy, lần nữa cho phép tác giả lại quay về khu Nancy với phường Cầu Kho nơi còn đó dấu tích Cụ Nguyễn Đình Chiểu chào đời hai thế kỷ trước, với trường tiểu học Trần Bình Trọng - nơi có khu nhà mồ học giả Trương Vĩnh Ký và tài học uyên bác của nhà khoa học lỗi lạc này.

Còn truyện thứ hai, Nhớ về Long Kiểng, bắt đầu với những miêu tả về vị trí địa lý, người kể chuyện "tôi" sau đó mới xuất hiện khi nói về chị Bội Cẩn, nhưng không đi sâu vào phân tích tâm trạng hay nội tâm, tình cảm nhân vật mà rời khỏi ngôi nhà ở Long Kiểng của chị Bội Cẩn, ráp tiếp những trang ký ức rất sống động mà ngậm ngùi về cuộc đời tài hoa thăng trầm khốn khó của nhạc sĩ Châu Kỳ. Nghe như còn vẳng vọng tiếng hát của ông: "Chỉ có đôi ta không bao giờ ly biệt, chỉ có đôi ta tha thiết mộng ban đầu. Đừng khóc cho tương lai mai thuyền ngược về đâu. Với một tiếng tin yêu nhau, mối tình đẹp ngàn sau...". Chưa dừng ở đó, tác giả tiếp tục dẫn người đọc đi xa hơn ngắm Chùa Ông, Cư xá

Ngân Hàng... Để rồi cũng chính ông hụt hẫng cùng những cánh đồng ngập mặn, những con lạch quanh co, những rừng dừa biến mất, trong miên man nỗi nhớ về miền đất thân thương một thời gắn bó, dù giờ đã thay đổi nguy nga tráng lệ không ngờ...

Tâm cảm đó, ông đã gặp lại nguyên xi trong Bên bờ Kênh Tẻ...

Riêng hai truyện ngắn cuối cùng của tập truyện lại là một bất ngờ khác.

Nửa thế kỷ tròn. Thời gian vời vợi. Không gian mịt mù. Quá khứ tưởng đã lùi xa lăng lắc vậy mà Một thoáng mây phiêu bạc, truyện ngắn đầu tay của Nguyễn Minh Nữu, đăng trên tạp chí Văn – Sài Gòn, 1971, khi còn là một chàng trai 22 tuổi, vẫn đem lại cho người đọc nhiều sức lay động. Hiện thực chiến tranh là không gian bao trùm mang diễn ngôn sống chết nghiệt ngã định mệnh, không gian hẹp hơn là tiền đồn và những ngày doanh trại ở miền núi heo hút khốc liệt thì chứa đựng trong bản thân nó diễn ngôn phản kháng sinh tồn. Tác giả không xuất hiện mà ẩn vào lời kể và nhân vật. Kỹ thuật viết truyện được xây dựng từ điểm tâm trạng của nhân vật người lính tên Nhự. Mở đầu trực tiếp bằng những câu ngắn, dồn dập với các tình tiết dồn nén cực độ, gần như không còn có thể dồn nén hơn. Tình thế của anh mở ra một thế giới hiện thực đổ vỡ, hỗn độn, mất mát, đổi thay, chua chát... chi phối toàn bộ mạch truyện.

"Tết năm đó, Nhự không về thăm nhà. Lý do thật dễ hiểu là còn nhà đâu nữa mà thăm. Di cư vào Nam, mẹ Nhự mướn một căn nhà nhỏ trong khu xóm lầy lội ở Sài Gòn làm chỗ thờ bố Nhự, đó cũng là cái tổ ấm duy nhất của Nhự, trong suốt tuổi ấu thời. Nhự là con trai út, đứa con tội nghiệp nhất. Nhự mất cha từ hồi còn bốn tuổi. Cũng cái tuổi này, Nhự mất cả quê hương."

Càng lúc, cảm thức mất mát bơ vơ càng siết chặt cuộc đời Nhự: "Nhưng càng ngày, Nhự càng cảm thấy một thất thoát khác, chua xót hơn, man mác mà giày vò Nhự từng ngày từng đêm từng sớm từng chiều. Đó là chỗ trở về." Mất quê hương. Mất tuổi thơ. Một chỗ trở về. Một chỗ không chỉ để sống, mà còn để chết. Vậy mà, trong mong manh côi cút của số phận, Nhự đã không để cái yếu hèn nhỏ nhoi làm mình gục ngã. Nhự vượt thoát nó bằng những giá trị và danh dự người lính, bằng tình yêu rất đỗi chân thành đằm thắm của Thúy và niềm tin mãnh liệt ở tình yêu, ở những giấc mơ cho ngày mai...

Tôi cũng thích cách miêu tả chân thật về mối tình đầu ngây thơ và cách ứng xử đậm chất hảo hán trọng nghĩa khinh tài của nhân vật "tôi" trong Dòng nước mắt xanh. Cảm giác có một chút ám ảnh vô thức trong motif-yêu-chị ở mối tình đầu trong veo theo cách lý giải của Sigmund Freud. Nhân vật kể: "Tôi mồ côi cha từ năm bốn tuổi, tôi thèm khát cái không khí nghiêm khắc nhưng không kém phần chiều chuộng của người cha, mà tôi không có được, nên tôi thích chạy qua nhà Hằng chơi, Hằng cũng vậy, mỗi lần tôi qua là mỗi lần được chiều chuộng, và tha hồ làm nũng, tôi chỉ thành thật yêu mến Hằng, tới độ không thể xa rời." Ám ảnh vô thức này hiện diện không ít lần trong tập truyện. Ngay trong tác phẩm đầu tay, được Thúy yêu và ngỏ ý đợi chờ, Như xúc động tới muốn khóc vì cảm thấy: "như mình trở lại tuổi bé thơ, sống tự nhiên và thanh thản bên người chị đôn hậu khoan dung." (tr. 203)

Trong Dòng nước mắt xanh, sự sáng tạo có thể ghi nhận ở cách thay đổi điểm nhìn trần thuật bằng hình thức đối thoại "tôi" và "anh" tưởng tượng nào đó. Đối thoại ở đây cũng chính là dạng tự nhân đôi chính mình để tự phân tích tâm trạng mình cũng như tạo sự khách quan cho nội dung trần thuật. Tình non dại trong veo. Ẩn ức tuổi thơ. Tình thương và cái tâm hào hiệp đáng yêu chính là khởi điểm cho truyện ngắn Nguyễn Minh Nữu neo mãi hình tượng đẹp trong lòng người đọc.

Sử dụng kết cấu mở, ngắt đoạn, rời rạc, không gian ghép mảnh, phi trung tâm, cốt truyện chưa hoàn tất, tác giả chỉ mô tả lịch sử biến thiên, trình bày đời sống như nó vốn có, không lý giải phân tích là những dấu hiệu điển hình của thi pháp văn xuôi hậu hiện đại, cho dù Nguyễn Minh Nữu ý thức hay không ý thức, những đặc trưng này cứ lặp đi lặp lại định hình một phong cách sáng tác riêng, những mảnh vỡ hiện thực ấy dường như là phần chìm bật lên từ tiềm thức nỗi niềm của riêng ông: hối hả đi tìm lại một cái gì đó đã không còn và luôn thôi thúc trở về, trở về. Sài Gòn và tuổi thơ. "Chúng tôi đã lớn lên, các Thi văn đoàn và bút nhóm đã lụi tàn." (Khu phố ngày xưa); đau đáu xót xa một thế giới hoài niệm đẹp đẽ đầy yêu thương đã mất, một thế giới vụn vỡ, không toàn vẹn đã và đang thay đổi không ngừng, đã và đang xa lạ không cùng...

Nhưng lòng thì mãi sao nỡ nguôi quên...

"Nói cho cùng, trở về chính là nhân đôi kỷ niệm, được sống, được thở và được vui buồn một lần nữa cái tuổi thanh xuân đã qua của mình." (Bên bờ Kênh Tẻ)

3. Ngoài những truyện – ký mang yếu tố hồi ký-tự thuật trên, đặc trưng của văn xuôi hậu hiện đại còn rõ nét hơn ở những truyện truyền kỳ hay có yếu tố siêu nhiên huyền ảo trong tập Thuồng luồng mắt biếc. Ngòi bút của Nguyễn Minh Nữu ở thể loại này vẫn giữ lối kể chuyện tự nhiên song có những kết hợp khá mới mẻ. Bút pháp kỳ ảo, con người miền Tây hiền hòa và các thế lực siêu nhiên như Thần Sông, Thần Biển, Thần Mưa... đưa người đọc trở về thế giới huyền thoại. Nguyễn Minh Nữu không nhằm gieo cảm giác sợ hãi và khiếp đảm như các truyện kỳ ảo nói chung khi mượn những chi tiết hư cấu quen thuộc của truyền thuyết dân gian về Con Rồng Cháu Tiên, về sự tích Núi Cấm, về chín khúc sông Cửu Long...

Vận dụng vào trường hợp Con trai thủy thần, Thuồng luồng mắt biếc, và chi tiết huyền ảo "lai sinh" của cậu bé Nguyễn Minh Kha trong Văng vẳng bên trời tiếng hạc qua có thể thấy tác giả đã cố tình xóa mờ ranh giới thực hư và mượn yếu tố siêu nhiên như Thần sông Tử Kim Long, con Vua Rồng Bát Lang... làm mờ hóa ranh giới con người tự nhiên và lực lượng siêu nhiên quyền năng thần kỳ khi cho những cuộc hôn phối kỳ lạ giữa Trang và Tử Kim Long, Lân và Kim hay Bát Lang và em Lành... Người đọc bị lẫn vào không khí hư hư thực thực không phân định như trường hợp đêm định mệnh giữa Chơn Nhã và cô gái làng chài Phú Quốc hỗn loạn mê mê hoặc hoặc trong Sư ông chùa Núi, cả câu chuyện "lai sinh" hi hữu ngàn năm có một trên đời.

Hay có thể bắt gặp tính chất giễu nhại (Parody) trong Thi thánh. Các chi tiết hư cấu theo ý đồ nghệ thuật tác giả được tưởng tượng thật thú vị: khi đọc một câu thơ của một tài năng lớn thì cây "rùng rùng chuyển động âm thanh như sáo trúc" hoặc "cây vạm vỡ vươn cao rùng mình như tiếng sóng". Ngược lại những kẻ bất tài vô danh tiểu tốt, hợm hĩnh ưa phỉnh nịnh thì tiếng "rung yếu như gió thoảng và âm thanh nhỏ xíu như tiếng muỗi kêu. Trên cây có dăm ba lá xanh, nhiều nhất là lá vàng, và mươi chồi non, chồi nào cũng héo úa không thể phát triển được." Cách hư cấu cuộc gặp giữa Thi Lâm quả nhiều ý nghĩa sâu sắc. Hình tượng ám dụ vô cùng sinh động, như một lời nhắc nhở nhẹ nhàng, thâm thúy: "Cái vĩnh viễn sống đời là Tác Phẩm chứ không phải tác giả" (Thi Thánh).

Motif sông nước và hôn nhân giữa người-thần linh trong truyện cổ dân gian từ thời công xã nguyên thủy được lặp lại trong truyện có cùng tên tập sách và cũng là truyện chiếm dung lượng dài nhất (24 trang): Thuồng luồng mắt biếc. Mở đầu với không gian bờ sông Potomac ở Washington Hoa Kỳ và cuộc sống yên bình của ba mẹ con bà cháu, nhưng theo dòng hồi tưởng và thi pháp mảnh vỡ, tác giả lại dẫn ngược về quá khứ một căn bệnh lạ được người bình dân gọi là "Mắc Đàng Dưới" của nhân vật Trang, một cô gái hiền lành nết na những năm tháng bên bờ sông Hậu ở Hồng Ngự - Đồng Tháp, Việt Nam, bỗng dưng có mang... Thủ pháp đồng hiện thông qua các sự kiện, các tình tiết hoang đường, các nhân vật đời thường lẫn nhân vật siêu nhiên được kết cấu theo trình tự thời gian, xuất hiện trong nhiều thời điểm, nhiều không gian cụ thể, cách biệt rất xa về địa lý nhưng có thật, làm tính chất hư hư thực thực cứ quyện lẫn vào nhau. Thực tại là chuyện gia đình ông Thái Lao sau năm năm ông đi học tập cải tạo, về Hồng Ngự sinh sống rồi duyên may, định cư tại Mỹ. Thực tại là Trang và đứa con trai của nàng nay là một bác sĩ khôi ngô tuấn tú đang sống và làm việc bình thường như một người bình thường. Là chuyện Lân yêu đương và khao khát tìm kiếm một cô gái đích thực của mình. Kỳ kỳ ảo ảo là chuyện Trang té xuống nước, thoát chết, nhờ được Tử Kim Long - là một trong 18 thần tướng của dòng sông này, mấy trăm năm trước – cứu mạng và có mang sinh ra Lân. Khoa học tới nay vẫn chưa chứng minh được hiện tượng căn bệnh lạ dân gian vẫn lưu truyền này. Thuồng luồng trong đời sống tâm linh người Việt cổ là một con vật vừa có thực trong Đại Việt Sử ký toàn thư (kỷ Hùng Vương) vừa là con vật tưởng tượng, có sức mạnh siêu nhiên ở dưới nước và thường cứu giúp thuyền bè hay con người khi lâm nạn trên sông nước. Thậm chí, còn là vật thiêng trong tín ngưỡng của đồng bào tộc Thái ở Cao Bằng, Bắc Kạn. Tác giả đã khéo léo tận dụng điều người đọc có thể biết sẵn ấy để nói lên một điều bí ẩn mà chỉ có tình yêu đích thực mới có thể lý giải. Màu sắc nghiệp duyên trong học thuyết nhà Phật dễ dàng được nhiều đối tượng người đọc tiếp nhận khi tác giả mượn lời vị Hòa Thượng ở chùa Quán Thế Âm đầu nguồn sông Potomac nói với Lân và cô gái thiên duyên tiền định của anh: "Các con tìm đến nhau và sẽ trộn lẫn vào nhau bởi vì đó là luật sinh tồn của tạo hóa".

Phải chăng tác giả muốn mượn mùi hương kinh giới lạ đặc trưng mà Lân được truyền hưởng từ người cha rồng Tử Kim Long, từng là vật cản khi Lân đến với Thúy, với Jennifer và chỉ hòa hợp khi gặp con gái Bạch Y Long bởi đó không phải căn bệnh bí ẩn nào hết, mà là mật hiệu ký thác của thần linh như một thông điệp: Tình yêu là duyên tiền định, là ngàn năm gặp gỡ. Và tình yêu đích thực là tình yêu thủy chung tuyệt đối. Trăm dặm, ngàn dặm, đại dương mênh mông cách trở vậy mà "chỉ cần nàng gọi tên ta, Tử Kim Long, ngay lập tức ta sẽ đến bên nàng, phù trợ nàng, bảo trợ cho con..." Những đoạn văn dịu dàng cảm động. Ôi, người hay thần linh ma quái, thế giới nào có thể thiếu tình yêu! Phải chăng chính trong cuộc sống càng xô bồ giả trá này, con người chúng ta càng luôn khao khát đi tìm một nửa đích thực của mình, khao khát một tình yêu đẹp thủy chung và tuyệt đối như thế.

Con trai thủy thần cũng nằm trong hệ đề tài và thi pháp huyền ảo ấy. Ở truyện này, Nguyễn Minh Nữu đã nhại motif thần thoại Sơn Tinh Thủy Tinh nhằm lý giải hiện tượng tự nhiên bằng một mối tình cảm động: Thủy Thần biển Đông có 9 người con trai, và ông Tám Rắn đó chính là người con trai thứ tám phụ trách thông thương cho cửa Ba Thắc (thuộc địa phận tỉnh Sóc Trăng bây giờ). Nhiệm vụ của họ là mỗi ngày đi vào đất liền bằng chín lối khác nhau. Mỗi khi đi vào, họ hóa thân thành chín luồng nước lớn, những lớp vảy là những con sóng bạc, khi họ đi vào là nước thủy triều dâng lên, vừa làm lòng sông sâu thêm, vừa làm bờ sông mịn láng, và khi lên tới đầu nguồn, họ quay về biển đông, đó là khi người ta nhìn thấy nước triều xuống. Hàng ngày, thủy triều lên xuống tạo cân bằng cho sinh thái tự nhiên và là hoạt động của thiên nhiên chi phối và hỗ trợ con người. Những long thần này còn làm ra những cơn mưa tưới cho vùng đồng ruộng bát ngát của đồng bằng miền Nam.

Không quá biến hóa và dữ dội như Mẹ Cả trong Con gái thủy thần của Nguyễn Huy Thiệp, vì tình yêu, Bát Lang trong Con trai thủy thần đã tự nguyện từ bỏ giống rồng cao quý bất tử để làm người trần gian, làm ông Tám Rắn bình thường nơi dân dã. Chẳng những thế, để giữ tình yêu, Bát Lang còn phải chịu đớn đau không nhả viên ngọc rồng tỏa sáng, chịu quy luật thế gian sinh lão bệnh tử để được yêu em Lành, được sống và chết bên cạnh em Lành... Bởi chàng nhận ra phép thần thông mà chàng có chỉ có thể giúp chàng hóa thân làm đủ mọi loài hình dáng khác nhau, xấu đẹp, hiền dữ.... "Nhưng có một thứ chúng ta không nhân bản được, vĩnh viễn không làm được vì ai trong chúng ta cũng chỉ có một cái hồn. Cái Hồn đó là cái bản chất riêng tư mỗi cá thể, là cái tâm để hành xử thiện ác, và là cái mang theo trong suốt cuộc luân hồi" (tr. 41). Để từ đó, với thân phận con người, nhờ có hồn người, Bát Lang biết yêu thương, biết giận hờn, biết trách nhiệm, hiểu được thế nào là tình yêu và chấp nhận chết cho tình yêu.

Một dòng chảy Cửu Long cạn nhưng hai ngọn đồi bên cạnh núi Két vùng Thất Sơn - nấm mồ của đôi uyên ương lại nổi lên như một minh chứng đẹp của tình yêu. Điều tôi suy ngẫm mãi là quyết định bất ngờ của người cha. Thủy Thần đầy quyền năng có thể cải lão hoàn đồng đó chẳng những không đùng đùng giận dữ, dùng quyền uy cưỡng bức Bát Lang trở về cõi Bất Tử mà lại thuận theo những lý lẽ con trai phân giải, nghĩa là thuận theo chữ Tâm, thuận theo lẽ tự nhiên...

Trong nhiều tư liệu lịch sử (mà hiện nay vẫn còn tranh cãi), sông Tiền sông Hậu chảy vào đất Việt, đổ ra 9 cửa sông gọi là Cửu Long theo thứ tự gồm cửa Tiểu, cửa Đại, Ba Lai, Hàm Luông, Cổ Chiên, Cung Hầu, Định An, Ba Thắc, Trần Đề. Nhưng do hiện tượng cát bồi và biến thiên của dòng chảy theo thời gian, khoảng thập niên 1960, cửa sông thứ 8 là Ba Thắc đã bị bồi lấp nên sông Hậu chỉ còn hai cửa biển ngày nay là cửa Định An và cửa Trần Đề (Sóc Trăng). Gạt đi những yếu tố siêu nhiên, câu chuyện tình cảm động của người con trai thứ tám của Thủy

Thần phụ trách thông thương cho cửa Ba Thắc cũng là một cách lý giải thật lãng mạn vì sao 9 cửa sông Cửu Long trên phần đất Việt nay chỉ còn có tám. (Cũng vì sức hấp dẫn hư thực của câu chuyện này, giáp tết năm 2018, chúng tôi đã rong ruổi các đường quê ven sông đầy hương sả hương cau để đi tìm 9 cửa sông. Huyền thoại 9 Rồng chính thức chỉ còn có 7, do cửa thứ 3 Ba Lai đã bị hệ thống cống đập ngăn lại. Hệ thống này nằm trong dự án ngọt hóa vùng ven biển của tỉnh Bến Tre.)

Con người và thiên nhiên qua trang viết của Nguyễn Minh Nữu có một sự tương thông giao hảo tuyệt vời. Ngược lại, quan hệ con người với con người trong Hảo hán cuối cùng phức tạp đầy dằn vặt mâu thuẫn nghi ngờ, tuyệt vọng. Thoạt đầu, cứ tưởng tác giả đưa người đọc lùi về không gian bến nước hậu Lương Sơn Bạc xa xưa 108 anh hùng tụ nghĩa do "quan bức dân phản", nhưng rồi câu chuyện về Tống Giang được viết thêm với nhiều ám dụ. Sự tan rã của Lương Sơn Bạc là một đề tài lịch sử nhiều tranh cãi và suy ngẫm cho nhiều thời đại, nhiều quốc gia. Nguyễn Minh Nữu dường như không chủ đích kể chuyện các hảo hán Trung Hoa mà đằng sau những sự kiện là những gửi gắm nói về các "hảo hán" Việt, những người mang lý tưởng vì nghĩa quên thân. Qua đó, bàn luận, chiêm nghiệm về chữ "bạo" và việc "trừ bạo" thời nay. Tuy đau đớn trước hiện thực nhiễu nhương, diệt tên tham quan này thì vẫn còn tên tham quan khác nhưng lẽ nào chỉ còn Phạm Tuấn độc cô thế thiên hành đạo? Không. "Phải trả cho Lương Sơn cái chính nghĩa vì dân trừ bạo. Dù rằng muốn trừ bạo thì phải dùng bạo, nhưng cái bạo của người chính nghĩa là cái bạo lực nhân ái." Cái Ác cho dù có đang ngạo nghễ thắng thế, kết thúc buồn nhân vật tự rơi vào khủng hoảng nhưng bàng bạc trong nỗi ngậm ngùi vẫn ánh lên niềm tin Phạm Tuấn sẽ không phải là hảo hán cuối cùng!

"Giương cao ngọn cờ chính nghĩa vì dân trừ bạo không phải là việc một người, một nhóm người, hay một thời, một đời bất ngờ sáng tạo rồi làm nên được. Tao nghĩ nó âm ỉ khai sinh từ nhiều con người, từ nhiều thế hệ, nó được thêm bớt bằng máu xương nhiều đời để thích nghi và đáp thỏa yêu cầu chính đáng của tất cả. Lúc đó, mọi thế lực dù hung bạo và gian ác cỡ nào nhưng đi ngược với lòng dân thì cũng tự diệt." (tr. 73)

4. Gấp 238 trang sách lại, ám ảnh sông nước kênh rạch mênh mang xuyên suốt 2/3 số truyện trong Thuồng luồng mắt biếc vẫn dập dờn. Đó cũng là một cách cảm nhận và thái độ thẩm mỹ của tác giả đối với con người và thế giới. Bằng không gian hoài niệm, thời gian hồi tưởng, chiêm nghiệm, cái nhìn trong văn xuôi Nguyễn Minh Nữu mang cảm thức cội nguồn đậm nét với nhiều hình tượng đầy sức gợi. Tâm thức là tình cảm và nhận thức đã ăn sâu bền vững vào tâm hồn con người trong không gian ba chiều: trí tuệ, tâm trí và tiềm thức nằm sâu bên trong tâm hồn con người để rồi do những tác động nào đó bất chợt chạm vào, khai mở tiềm thức. Từ cội nguồn thẳm sâu, trùng hợp sao, mảnh đất quê cha đất tổ Duyên Hà Thái Bình của Nguyễn Minh Nữu cũng vốn là vùng đất 4 bề sông biển từ thế kỷ thứ 7, 8 cư dân các miền đã tụ hội. Tâm thức cội nguồn thôi thúc tác giả trở về đi tìm một Hà Nội thứ nhất đẹp cổ kính của ký ức gia đình, về Sơn Tây quỳ bên mộ cha cho lòng mơn man thương nhớ được âu yếm vỗ về. Tìm lại chính mình trong từng trang cổ thi cha truyền lại và lòng nhủ lòng "tiếp mạch thư hương, giữ nếp nhà" (NMN, Mênh mông trời Bất Bạt). Tâm thức cội nguồn khiến Sài Gòn và những dòng kênh Đôi, kênh Tẻ cùng những phận đời nổi trôi nhưng khí khái thiện lành lúc nào cũng đọng lại trong chiều sâu yêu thương tủi buồn bơ vơ tâm hồn thất thổ tứ tán điêu linh ngày bỏ xứ. Và cũng tâm thức ấy, dòng Potomac bây giờ cũng là nơi chốn trở về. Linh hồn sông nước Nam bộ - quê hương cô sinh viên Đại học Văn Khoa Bảy Thâu dịu dàng ít lời hoa mỹ bước vào gắn bó đời anh - cũng hào sảng hóa thân vào từng tên đất tên sông, hòa đồng, gắn bó với thiên nhiên bằng chính cả sinh mệnh đời mình. Mối quan hệ sinh thái hết sức tự nhiên cộng hưởng như hình ảnh Trang một đời lúc nào cũng mơ màng bên bờ sông định mệnh đời mình.

Tình nghĩa thủy chung son sắt cũng là một motif đặc biệt trong tác phẩm mà Nguyễn Minh Nữu gửi gắm với mọi người, với thế hệ mai sau. Có nhau kiếp này vốn duyên ngàn năm hạnh ngộ. Thủy chung trong tình yêu, Bát Lang chấp nhận không quay trở lại thiên đình, chịu kiếp vô thường sinh tử bệnh lão để trọn nghĩa cùng người con gái mình yêu. Thủy chung trong tình bạn, ấu thơ đùa vui bắn bi đánh đáo hát hò đến phút ngậm ngùi tiễn nhau lần cuối quên đi những lọc lừa toan tính của đời (Hòa Bình áo đen, Thanh Ca tác động...). Giá trị nhân văn xúc động trong Chuyện cổ tích trên bến Bình Đông đọc mấy lần tôi vẫn rưng rưng. Ngòi bút kể chuyện như chụp như quay lại từng khúc phim đời cảm động cho thấy tác giả chắt chiu từng chút tình người, và cứ để sự kiện dẫn dắt người đọc suy ngẫm... Đạo lý. Nhơn nghĩa. Gieo nhân lành ắt gặt quả ngọt. Cội nguồn đạo lý ngàn năm của dân tộc bao đời không cần những lời hoa mỹ, đầy tự sự mà nhẹ nhàng như những dòng sông con suối lặng lẽ dào dạt đôi bờ...

Thi pháp phân mảnh (Fragmentation) là một chọn lựa độc đáo của tác phẩm này với kết cấu ngắt đoạn tự nhiên theo dòng chảy ký ức, có khi như dở dang bỏ lửng, có khi mờ hóa ranh giới không gian thời gian nghệ thuật. Không có không gian nào trung tâm, không gian hiện tại bên này dòng Potomac gần nửa đời gắn bó hay không gian kỷ niệm bên ấy quê nhà thương nhớ cứ đan xen trộn lẫn kết nối thành những mối dây ân tình níu giữ cuộc đời người xin chọn nơi này làm quê hương vẫn không thôi thương nhớ cội nguồn. Không có và cũng không còn khoảng cách. Những yếu tố hoang đường được vận dụng linh hoạt trong Thuồng luồng mắt biếc cùng cách trần thuật theo dòng ký ức cho phép tác giả đan lồng giữa hiện thực mở đầu là bờ sông Potomac của bang Virginia nước Mỹ với con sông Tiền tận Hồng Ngự Đồng Tháp xa xôi, hay con đường Nuisap. St với dãy Thất Sơn thiêng liêng bên kia bờ đại dương cách nửa vòng trái đất mà vẫn không làm người đọc bất ngờ. Một kết nối thật ý nghĩa.

Hay bởi trong mỗi chúng ta cũng đang đau đáu một dòng sông cội nguồn thao thiết của chính mình...
Để làm gì trong cõi "trăm năm cuộc lớn nguyên là mộng" này?
Tôi đến đây và ghi dấu đây
Biết trước chỉ trong một phút giây
Cái vô cùng của rất vô cùng đó
Xóa sạch đi bằng cơn gió bay
(Lời ghi trên đá, tr. 92)
Một gửi gắm. Một nỗi niềm. Một kỳ vọng.
Thị Nghè, 6.6.2021
Hoàng Kim Oanh

NGUYỄN ÂU HỒNG

VĂN TÂM TRONG VĂN XUÔI NGUYỄN MINH NỮU

Tôi học được cách đọc văn xuôi như đọc ca dao từ nhà văn Sơn Nam. Đó là cách ông đọc truyện dài Nhốt Gió của nhà văn Bình Nguyên Lộc... "Chúng tôi đọc Nhốt Gió để tìm một vài phút lâng lâng... Muốn thưởng thức Nhốt Gió thì nên lật ra, đọc một vài hàng, hoặc vài chục hàng để rồi xếp lại... Cứ đọc Nhốt Gió khi nào mình thấy thiếu thốn một chút hương vị quen thân... Nó giống như ca dao, những câu ca dao bằng văn xuôi" (Tạp chí Thời Tập, Sài Gòn - 10-10-1974).

Hơn một năm trở lại đây, tôi thường đọc Đinh Cường, Phạm Cao Hoàng để tìm "một vài phút lâng lâng", đọc Trần Huiền Ân, Trần

Hoài Thư "khi nào mình thấy thiếu thốn một chút hương vị quen thân" của Phú Yên-Khánh Hòa và Nha Trang. Gần đây tôi thường đọc Nguyễn Minh Nữu. Với truyện ngắn "Con Trai Của Thủy Thần", Nguyễn Minh Nữu đã làm tôi mê đắm ngay từ lần đọc đầu tiên; sau đó cứ mở ra đọc "một vài hàng, hoặc vài chục hàng để rồi xếp lại... Nó giống như ca dao, những câu ca dao bằng văn xuôi".

Những câu ca dao bằng văn xuôi đó là:

"... Cô gái ngước mặt lên, khuôn mặt trắng hồng và đôi mắt to đen ngạc nhiên:
- Ông là ai? Một mình là sao khi ruộng lúa này là ruộng lúa của quê hương tôi, chung quanh còn có xóm giềng làng nước, trên dưới còn có đất trời, trái phải còn có thánh thần hai bên.
- Vậy ta... có thể làm gì giúp nàng hay không?
- Có chứ, chàng có thể làm cho cái nhìn của em thân thiết hơn bằng cách bôi chút sình lên mặt để giống con trai vùng Núi Cấm, có thể trộn màu quần áo tinh tươm kia với nước phù sa để đồng điệu với dân quê.
- Nếu ta làm theo ý nàng thì...
- Chưa đâu, vì chàng đã biết em tên gì đâu...
- Nàng tên gì...
- Chèng ơi... hỏi tên người ta dễ dàng vậy sao, vậy chàng tên gì?
... Họ quen nhau như thế. Bát Lang (con trai thứ tám của thủy thần) thành anh Tám mộc mạc sống bên người vợ hiền là cô gái nghèo mồ côi làm nghề gặt lúa mướn bên Núi Cấm... Họ sống trong yêu thương, quấn quýt bên nhau cho đến một ngày cô gái già yếu đi, bệnh hoạn và từ trần. Bát Lang chôn cất nàng dưới chân Núi Cấm và cam tâm chịu sống hiu quạnh một mình cho thương nhớ vô vàn người phối ngẫu".

Với đoạn văn vừa dẫn, hàng chữ nào cũng đáng để đọc đi đọc lại như đọc ca dao, nhưng quan trọng nhất là câu nói của cô gái: *"Một mình là sao khi ruộng lúa này là ruộng lúa của quê hương tôi, chung quanh còn có xóm giềng làng nước, trên dưới còn có đất trời, trái phải còn có thánh thần hai bên".*

Đây không phải là một câu nói bình thường mà là một câu dân ca, một điệu hò của miền sông nước đồng bằng sông Cửu Long được viết bằng văn xuôi. Đây là bản hòa âm tuyệt vời về mối giao cảm giữa con người với mảnh đất mà họ đang sống. Đây là chất keo thiêng liêng gắn bó con người với quê hương, bản quán. Phải thấm đẫm tình tự dân tộc đến từng chân tơ kẽ tóc, phải yêu mảnh đất quê hương tha thiết đến từng tế bào, phải thừa hưởng được sự thông tuệ của cả một nền văn hiến, nhà văn mới có cơ duyên viết được một câu văn như thế.

Và đây là lời Bát Lang thưa với cha (Thủy Thần):

"... Con yêu em Lành không vì nhan sắc, không vì dục vọng, không vì những lời nói phù phiếm bên nhau, mà vì tự trong tâm hồn của con và tâm hồn của em Lành là những phối nhịp dịu dàng của một hòa âm. Ở bên em Lành con được sống trong hoan lạc và an bình. Em Lành chết đi, nhưng cạnh mộ của em, vẫn là những an ủi sâu lắng, là những tình cảm thiết tha không ngừng trao đổi với nhau".

Đoạn trước tác giả có viết: "Bát Lang chôn cất nàng dưới chân Núi Cấm và cam tâm chịu sống hiu quạnh một mình cho thương nhớ vô vàn người phối ngẫu". Người đọc hiểu được tình cảm này của con người. Lác đác đây đó trong cuộc sống đời thường, ta vẫn gặp những người một mực thủy chung với nghĩa đá vàng như vậy. Nhưng "cam chịu sống hiu quạnh" bên cạnh mộ của người phối ngẫu mà "vẫn là những an ủi sâu lắng, là những tình cảm thiết tha không ngừng trao đổi với nhau" thì đã vượt ra ngoài tình cảm thông thường của con người bình thường. Có thể tạm lý giải - ông Tám Rắn vốn là con trai của thủy thần, là Bát Lang. Nhưng đó là tình cảm, đúng hơn phải gọi là cảm ứng, của con người xuất thân là thần, mà tác giả là người trần mắt thịt, làm sao biết được? Nhưng lạ lùng ở chỗ đọc lên thấy khác thường mà không thấy chõi, mà vẫn muốn cùng tác giả khám phá một miền tâm thức mới lạ của những cảm ứng siêu nhiên! Biết đâu có sự mầu nhiệm khiến một người trần tục có được linh giác! Biết đâu cái tâm vô lượng của nhà văn đã làm cảm động hồn thiêng của chín con sông, bảy ngọn núi khiến hiển linh lên ngòi bút mà hiển thị thành chữ, thành câu văn!

Giới thiệu truyện ngắn Con Trai Của Thủy Thần trên Blog của mình, Phạm Cao Hoàng viết: "Dựa vào truyền thuyết dân gian về nguồn gốc sông Cửu Long và phong cảnh thiên nhiên ở vùng núi Thất Sơn (An Giang), Nguyễn Minh Nữu viết truyện Con Trai Của Thủy Thần. Truyện ca ngợi tình yêu, lòng chung thủy, và đạo làm người".

Lời giới thiệu thật ngắn gọn, súc tích. Đúng mạch, đúng nguồn. Đúng cốt lõi.

Tôi phát hiện ra văn tâm của Nguyễn Minh Nữu từ niềm tin của tác giả vào lòng người, bất chấp vật đổi sao dời, bất chấp mọi thể chế... "Tình yêu, lòng chung thủy, và đạo làm người" vẫn luôn được tác giả ca ngợi.

Tôi không đặt mình vào sự hiển linh của Tản Viên Sơn Thánh hay của Liễu Hạnh Công Chúa hay của một vị thần nào khác. Bởi vì tôi hiểu rằng sự hiển linh của một vị nào đó bất kỳ đều là kết tinh của một niềm tin rộng lớn nhưng thầm kín của cả một thế hệ, của cả một dân tộc.

Anh TRẦN SĨ HUỆ trích lời người xưa cho rằng "trí huệ nhân sĩ có được là nhờ ân sủng mầu nhiệm". Với văn tâm nhân hậu, NGUYỄN MINH NỮU đã tiếp nhận nguồn ân sủng mầu nhiệm đó và đã rộng lượng truyền hết cho người đọc. Cái văn tâm được nuôi dưỡng, rèn đúc rồi ra sẽ hiển linh thành văn tài, nào ai ngờ được, nào ai đoán được.

June 3-2013
Nguyễn Âu Hồng

HOÀNG KHỞI PHONG

VIẾT VỀ NGUYỄN MINH NỮU

Trong một niên học vào cuối thế chiến thứ hai, tại trường Bưởi là trường Trung học Chu Văn An Hà Nội, Đàm Quang Thiện là một học sinh lớp Đệ Nhị của trường, sau này khi trở thành bác sĩ làm việc ở miền Nam, bác sĩ Đàm Quang Thiện có nói đến một giai thoại về giáo sư Nguyễn Can Mộng. Ông kể rằng vào giờ Hán văn thầy Nguyễn Can Mộng nói với học trò là tôi biết giờ Hán văn của tôi không quan trọng bằng các môn học khác, thế nên ai thích thì ở lại học. Còn ai không thích học có thể ra ngoài, hoặc có thể ngồi xuống các bàn cuối lớp làm gì tùy ý. Miễn là giữ trật tự. Một anh nào ra khép hộ tôi cái cửa ra vào. Rồi bây giờ chúng ta học chữ nước ta.

Để nói về Nguyễn Minh Nữu, tôi mạn phép viết đôi dòng về cụ thân sinh ra anh. Nữu là con trai út và là dòng thứ của cụ Phó Bảng Nguyễn Can Mộng. Anh cách người con trai cả thuộc dòng chính tới hơn ba chục tuổi, và ông anh này là chánh án một tòa thượng thẩm ở Saigon. Cháu kêu anh bằng chú có người lớn hơn anh cả chục tuổi. Sở dĩ tôi nhắc tới một chút gốc tích của Nữu để chúng ta có thể mường tượng được sự lúng túng của anh trong đời sống, khi mà các cháu con ông anh cả theo bước chân của phụ thân và đạt được những vị trí vững vàng trong hệ thống tư pháp của miền Nam, thì Nguyễn Minh Nữu lên đường nhập ngũ.

Cái khó của Nguyễn Minh Nữu là anh phải đóng vai trò của một người chú, trong khi các cháu kêu anh bằng Chú Út đa phần lớn hơn anh, đã ra đời và đã thành danh ông nọ bà kia. Nói một cách khác là anh phải khoác lên mình một cái áo quá khổ. Tháng 7/1968, Nữu lên đường nhập ngũ, ra trường anh phải đổi lên Pleiku và tôi gặp Nữu lần đầu khi anh và các bạn đồng khóa bị nhân viên tuần tiễu của tôi bắt giữ vì lang thang ngoài đường trong giờ giới nghiêm.

Thế rồi hai ba chục năm sau anh em gặp lại ở Mỹ. Lần này Nữu đã lập gia đình. Anh chọn định cư ở vùng D.C., trong khi tôi cư ngụ ở Nam Cali. Nguyễn Minh Diễm, bạn thân cùng năm trung học với tôi và là anh ruột Nữu cũng chọn D.C. làm nơi đất lành chim đậu.

Tôi có rất nhiều bạn ở D.C.. Trung bình mỗi năm tôi lên D.C. một lần. Nữu lúc này chọn nghề làm báo để mưu sinh. Anh làm tờ Văn Nghệ, anh có một trợ thủ đắc lực là cậu con trai một tay layout, dàn bài để Nữu chỉ phải lo xin quảng cáo. Anh hỏi xin trích đăng các tác phẩm của tôi. Và cũng chính anh đã cùng Giang Hữu Tuyên đứng ra tổ chức buổi ra mắt tác phẩm Người Trăm Năm Cũ của tôi tại vùng Hoa Thịnh Đốn với gần 300 người tham dự.

Trong thời gian làm báo có hai việc Nữu làm khiến tôi thầm cảm phục. Anh thu thập những tư liệu, bài viết, bài giảng của phụ thân anh để hoàn thành một tác phẩm đồ sộ NÔNG SƠN TOÀN

TẬP. Vào thời điểm mà đa số người Việt định cư còn bận lo cho sinh kế, lo ổn định đời sống trong một quốc gia mới, phải lo làm quen với một ngôn ngữ mới, thì anh lại đi in một cuốn sách về một loại văn tự hầu như đã chết ngay tại chính quê hương. Đồng thời Nữu còn bỏ tiền in bản dịch tác phẩm Saigon của Anthony Grey, do Nguyễn Ước dịch và viết thêm (từ 700 trang nguyên bản Saigon thành 1100 trang của tác phẩm Trăng Huyết ký tên đồng tác giả - Anthony Grey và Nguyễn Ước)

Sau này, Nguyễn Ước đã viết công khai một lời tri ân chân thành: "Cùng với sự biết ơn anh Diễm đã viết Lời giới thiệu tâm đắc, chí tình cho Trăng Huyết, và cho phép anh Ngô Vương Toại phỏng vấn tôi trên đài RFA. Bên cạnh đó là lời báo cáo lên anh rằng chắc chắn sự ưu ái của anh đã góp phần rất lớn cho Trăng Huyết được Nguyễn Minh Nữu bỏ công sức xuất bản (với tiền nhuận bút hẳn hòi cho Anthony Grey và Nguyễn Ước), và cho tới nay, posting trên khoảng 6 trang web với khoảng 1.200.000 lượt vào đọc."

Nguyễn Minh Nữu không phải là người giàu có tiền bạc rủng rỉnh, song anh dứt khoát là một người giàu có tấm lòng. Nếu như in lại Nông Sơn toàn tập do bởi lòng báo hiếu với thân phụ mình, thì bản dịch Trăng Huyết của Nguyễn Ước đối với tác phẩm Saigon của Anthony Grey là dành cho những ai quan tâm tới lịch sử VN trong nửa thế kỷ từ 1925 tới 1975 cần phải đọc.

Sau cùng để nói về văn chương của Nguyễn Minh Nữu thì không thể không nói tới thơ của anh. Tôi cho là THƠ mới là mặt mạnh của anh và để minh chứng cho nhận xét này tôi xin trích một bài thơ của anh để làm kết cho bài viết này.

VỀ NƠI CHỐN ĐÃ RỜI XA

Sóng xô bạc tóc tự bao giờ
Về ngồi ôn lại chuyện xa xưa
Bằng hữu đếm không đầy những ngón
Tay khô điếu thuốc rụng thờ ơ.
Những tưởng một xa là mất cả
Con sông dòng cũ, bóng đò đưa

Ở giữa tim người là sóng dập
Dồn từng tiếc nhớ xuống trang thơ.
Đã biết bao phen dừng gót lại
Quê người nâng chén uống khơi khơi
Đâu cứ phong sương thì mới lạnh
Đêm nay nghe buốt đến tê người.
Thí dụ, chỉ là thí dụ thôi
Bất ngờ từ một chốn xa xôi
Người xưa về trước thềm năm cũ
Sảng khoái thơ vang một góc trời
Thí dụ, chỉ là thí dụ thôi
Mà lòng rào rạt mấy trùng khơi
Đâu cứ phong sương thì mới lạnh
Đêm nay nghe buốt đến tê người.

Hoàng Khởi Phong
5/2021

NGUYỄN THỤY ĐAN

NGUYỄN MINH-NỮU, ÁM ẢNH HÀ NỘI

Nguyễn Minh-Nữu là một tác-giả khó định-vị trên địa-bàn văn-học-sử. Tác-phẩm tiêu-biểu của ông bao gồm thơ, truyện ngắn, bút-ký, chưa kể những tạp-trở báo-chí. Giai-đoạn sáng-tác của ông có những đột-biến khó lường: khởi-bút từ những năm 1966-1967, từ một chàng sinh-viên dùng bút-hiệu Linh-Hồ khi sinh-hoạt trong thi-văn-đoàn, danh tiếng ông đã lan rộng khắp văn-đàn kể từ những năm 1968-1970, sau khi được Nguyễn Xuân-Hoàng đăng truyện ngắn "Một Thoáng Mây Phiêu Bạc" trên tạp-chí Văn. Suốt hai thập-niên từ năm 1975 đến 1995, ông đình-bút, không hề viết gì ngoài đôi vần thơ khiển-hứng, bây giờ còn tồn-tại là do được phổ-nhạc, chứ chẳng phải do tác-giả tự-ý xuất-bản. Năm 1995, dọn sang miền đông Hoa-Kỳ, nội ba tháng đầu tiên đặt chân đến xứ tỵ-địa, nhà văn Nguyễn Minh-Nữu bỗng chợt tái-xuất giang-hồ với truyện ngắn "Hảo Hán Cuối Cùng" in trên tạp-chí Văn (hải-ngoại) của Mai Thảo. Vì những duyên cớ rất mực tình cờ, tập thơ Lời ghi trên đá (2006) của ông được xuất-bản trong nước, cho dù bấy giờ ông đã có uy-tín và danh-thế trong văn-đàn hải-ngoại, đặc-biệt là miền Đông-Bắc. Tập bút-ký Thương quá Sài Gòn ngày trở lại (2017), thậm-chí khi khởi-thảo chỉ là những bài viết lẻ tẻ đăng trên mạng xã-hội, sau khi gây chấn-động khắp độc-chúng, mới soạn lại thành ấn-phẩm hoàn-chỉnh. Sau đại-dịch, Nguyễn Minh-Nữu xuất-bản liên-hồi tập truyện ngắn Thuồng luồng mắt biếc (2021) và tập bút-ký Đất nhớ người thương (2022). Gần đây nhất, ông đã cần-mẫn sưu-tập và chỉnh-lý trước-tác của phụ-thân là phó-bảng tiền-triều Nguyễn Can-Mộng (1880-1954) in thành tập Thơ văn Nông Sơn Nguyễn Can Mộng (2024).

Phê-bình văn-học không phải là việc có thể khinh-suất, khen chê phải quấy một cách cảm-tính. Cái gọi là phê-bình lắm khi không thoát khỏi đánh đồng tác-giả và tác-phẩm, xem cả hai như một chỉnh-thể bất-khả-phân-ly. Sự khen chê vì thế mà thất-thố, không còn nơi căn-cứ ngoài những cảm-nhận võ-đoán. Tôi mạn phép mượn hai chữ tình bạn để nói về quan-hệ giữa tôi và Nguyễn Minh-Nữu. Đó là một mối thân-tình trọn nghĩa vong-niên chi giao, sự hiểu thấu và cảm-thông giữa hai bên hồn-nhiên như nước chảy mây trôi, không vương hư-lễ thế-nhân. Cuộc gặp gỡ chúng-sanh bình-đẳng như vậy là một điều quý hiếm trong giao-tế giữa các thế-hệ hải-ngoại với nhau, đặc-biệt là giữa hai người cầm bút. Nguyễn Minh-Nữu tự-nhận ông không phải là người sáng-tác theo trường phái hay lý-tưởng cụ-thể. Tôi từng nghe ông tâm-sự về sự sáng-tác rằng văn-chương với ông là một nhu-cầu đời thường, một phản-ứng tự-nhiên khi được tiếp-cận với thế-giới xung quanh, khi được duyệt-lịch nhân-gian và chiêm-niệm những mối nhân-duyên kỳ-thú của đời người. Sự viết, với ông, là sự cảm-tạ, là sự tri-ân gửi lại tha-nhân, những người ngẫu-nhiên gặp gỡ giữa đường trên hành-trình trăm năm. Phàm đọc trước-tác Nguyễn Minh-Nữu, sẽ thấy lời giải-thích này không hề kiểu-cách. Nhưng liệu chỉ có thế mà thôi? Vả lại, những bộc-bạch chân-tình như vậy cũng vị-tất đã nói lên điều gì cụ-thể về văn-chương. Ngược lại, chính sự "chân-thật" dễ bị trưng-dụng làm vũ-khí bảo-vệ một thứ chủ-nghĩa cảm-tính không đội trời chung với khái-niệm phẩm-bình sự được mất khéo vụng trong văn-chương. Nhìn tổng-thể trước-tác của ông, phải thừa-nhận Nguyễn Minh-Nữu có đầy đủ tư-cách của một tác-giả—lớn nhỏ dở hay mặc đời sau cái-quan định-luận. Đã gồm đủ tư-cách ấy, tức là đã đưa mình vào cái thế phải chịu thiên-ma bách-chiết của sự phê-bình, dẫu muốn mượn cớ "thật thà" để hồi-tỵ cũng chẳng được.

Rốt cuộc đâu mới là sở-trường và đặc-trưng của sự-nghiệp văn-chương Nguyễn Minh-Nữu? Riêng về thể bút-ký, Nguyễn Minh-Nữu dường như có tài-hoa thiên-bẩm. Dù không cầu-kỳ về mặt văn-phong, bút-pháp trong các bài bút-ký đoản-thiên của Nguyễn Minh-Nữu luôn duyên dáng: khi nhẹ nhàng, khi thâm-trầm, khi trữ-tình, khi đoan-nghiêm; tất cả đều biến-hóa tùy-nghi. Kết-quả là những áng tiểu-phẩm ẩn-hiện vẻ sâu sắc, nhưng vẫn luôn giữ được đặc-tính phong-lưu của thể văn bút-ký. Thơ Nguyễn Minh-Nữu viết cẩn-thận, tuy không sáng-tân điều gì về thi-pháp song vẫn thể-hiện bút-pháp lão-luyện, cho thấy sự dụng-tâm của một người mẫn-cảm và kinh-lịch không ít trong văn-trường. Đọc thơ Nguyễn Minh-Nữu, tôi luôn bất ngờ đọc phải những câu thơ tưởng cựu-sáo, nhưng lại in sâu trong ký-ức như dư-âm của một dạ-khúc khắc khoải những mùa hè tuyệt mù xưa. Hiệu-ứng này liên-quan không ít đến kỹ-thuật. Nguyễn Minh-Nữu là một thợ cả về hình-thức truyền-thống. Nhưng sự thành thạo này được thể-hiện qua trực-cảm hơn là bút-pháp nghiêm ngặt. Như bài "Mưa trên giòng Potomac," một sáng-tác lẻ, viết tại Hoa-Kỳ và không thuộc một tập thơ nào:

Chỉ có mưa bay trên giòng Potomac
Khuya hôm nay bát ngát khói sương bay
Tôi biết em đã xa, xa hút tầm tay
Khi bên tôi là đêm, thì bên em là giữa trưa ngày nóng ẩm

Chỉ có mưa bay trong lòng tôi ướt đẫm
Không nói được gì, độc dược thấm không gian
Có phải dế giun đâu mà buông giọng khóc than
Tôi sẽ hát, giọng vang khuya tịch mịch
Chỉ có mưa bay ngày xưa em thích
Ngồi bên hiên nghịch dòng nước trôi xuôi
Giờ chỉ mình tôi, còn một tôi thôi
Nhưng con nước muôn đời trôi chỗ trũng
Chỉ có mưa bay và gió trời lồng lộng
Tôi ngồi đây lòng trống vắng lạ lùng
Có hiểu gì là hạnh phúc hay không
Tôi sẽ bắt đầu quay một vòng quay mới
Chỉ có mưa bay trên giòng Potomac
Trôi hẳn đi đêm nay, rồi sẽ khác mai này

Bài thơ không tuân-thủ một nhịp cố-định. Tuy-nhiên, sự nổi bật của nhịp bát-ngôn đan xen cửu-ngôn (và các câu dài hơn nữa) gợi nhớ thể hát nói truyền thống hơn là thơ tám chữ trong Thơ Mới. Vốn dĩ, thơ tám chữ có thể xem như một biến-thể của hát nói, vẫn tương-đối chặt chẽ về vận-luật. Nguyễn Minh-Nữu không những nghiêm-thủ cước-vận, song còn thường-xuyên đặt yêu-vận một cách hài-hòa và linh-hoạt. Ông không cố-chấp về cách-luật truyền-thống, song dường như đã đủ quán-thông mỹ-học của vận-luật truyền-thống để gieo vần theo trực-cảm mà ít khi bị võ-đoán hay khổ-độc. Bài thơ có độ dày về âm-hưởng buộc độc-giả phải trầm-tĩnh để thưởng-thức từng chữ, nghiền ngẫm từng câu. Cho dù thơ Nguyễn Minh-Nữu vẫn có thể xem là cũ kỹ về mỹ-học và nguồn cảm-hứng, cái cũ của Nguyễn Minh-Nữu không phải là cái cũ hời hợt hay cảm-tính. Thậm-chí, đọc chỉnh-thể thơ của ông còn đem lại cảm-giác tự-thành phong-cách một nhà—đương-nhiên là một nhà cựu-phái. Dù gì, đọc Nguyễn Minh-Nữu không bao giờ đem lại phản-cảm như khi phải xúc-mục những tác-phẩm rẻ rúng. Nguyễn Minh-Nữu đăng-đàn vào một giai-đoạn mang tính giao-thời. Khi ông mới tập tành cầm bút, di-phong của Tự-lực văn-đoàn vẫn được duy-trì bởi những nhà văn nhỏ như Doãn Dân. Mỹ-học của nhóm Sáng Tạo không thật-sự chiếm thắng-thế toàn-diện, kể cả trong văn-đàn đô-thị. Bây giờ đọc lại Nguyễn Minh-Nữu, cho dù là bằng con mắt đồng-cảm, cũng không thể làm lơ được không-khí bảo-thủ trong ý-cảnh ông tạo ra.

Tính bảo-thủ này không phải của riêng Nguyễn Minh-Nữu, mà cũng không nhất-thiết là chỗ sở-đoản. Suốt một thế-kỷ qua, văn-học Việt nói chung mắc phải những rối loạn về khoảng cách thế-hệ. Sự tồn-tại đồng-thời của những lý-luận và thực-tiễn mỹ-học không chỉ tương-phản mà thậm-chí không có dính líu gì đến nhau, đã là thực-trạng mạn-tính của văn-đàn Việt. Trong một môi-trường hỗn-loạn và bất-trắc đến thế, sự ổn-định của quá-khứ lại trở nên quen thuộc và an-toàn. Bút-pháp thưa nét của tùy-bút trung-cận-đại tự-nhiên lại có sức thu hút lạ lùng. Hấp-dẫn-lực này không đơn-thuần là bởi hoài-niệm mà ra. Có những sự trên đời, ghi lại bằng những nét bút thủy-mặc cổ lỗ lại sinh-động và ý-vị hơn sơn dầu. Có những giằng xé tinh-thần, chẳng cứ màu ảm-đạm của hiện-đại hay kịch-tính bất-cận nhân-tình của hậu-hiện-đại mới có thể giãi bày. Thơ văn của Nguyễn Minh-Nữu là dư-âm của một thời đã qua. Ý-nghĩa của tiếng đồng-vọng đó tùy vào khả-năng thẩm-âm của tai người nghe. Có khi nó khơi lên những cảm-khái ngùi ngùi về một Miền Nam quá-vãng. Có khi nó bàng-hoàng nỗi cô-đơn và buồn tẻ của những thị-trấn hẻo lánh ở Miền Đông nước Mỹ mười, mười mấy năm về trước. Có khi nó lại dìu người đọc vào những nẻo trầm-tư mặc-tưởng về khái-niệm của những Hà-Nội xưa, nay, và vị-lai.

Có lẽ độ dày về văn-tâm—tôi dùng từ này một cách trung-lập theo nghĩa là sự dụng-tâm về văn-chương—là một điểm chung nối kết trước-tác của Nguyễn Minh-Nữu. Cũng như thơ của ông, truyện ngắn của Nguyễn Minh-Nữu có nhiều yếu-tố cũ kỹ không còn thấy trong truyện ngắn đương-đại. Quá-bán truyện ngắn của ông đan xen giữa hồi-ký và hư-cấu. Sự kết-hợp này nhiều khi không được xây dựng một cách hoàn-toàn thuyết-phục: những đoạn chuyển-tiếp giữa hồi-ký và hư-cấu thường xảy ra một cách đột-ngột, như thể mạch văn bị gián-đoạn bởi những bài thơ và kỷ-niệm không thật-sự tương-quan đến kết-cấu nội-tại của truyện. Con người trần-thuật (thường là nhân-vật "tôi") trong truyện ngắn Nguyễn Minh-Nữu thường quá minh-bạch trong việc biểu-lộ bản-chất hồi-ký và tự-truyện của cốt truyện.

Đọc truyện ngắn của Nguyễn Minh-Nữu, tôi luôn có cảm-giác như tác-giả chưa hoàn-toàn quyết-định (hoặc thậm-chí là chưa lưu-ý) lập-trường sáng-tác của mình. Trong một số truyện nặng tính-chất hồi-ký như "Số 19 Kỳ Đồng" hay "Hòa Bình Áo Đen," nỗ-lực hư-cấu-hóa cơ-hồ chỉ bao gồm việc thay tên đổi họ nhân-vật. Hơn nữa, những nhân-vật ẩn-danh đấy lại xuất-hiện bên cạnh những nhân-vật gọi bằng tính-danh thật, khiến cho tính-chất hồi-ký của cốt truyện bị hiển-lộ một cách quá rõ ràng.

Truyện ngắn của Nguyễn Minh-Nữu gần như chia đều giữa các truyện lấy bối-cảnh ở Việt-Nam và những truyện lấy bối-cảnh ở miền Đông-Bắc Hoa-Kỳ. Các truyện lấy bối-cảnh ở Việt-Nam thường dựng truyện ở miền Nam. Phong-khí Saigon trong truyện ngắn Nguyễn Minh-Nữu là một yếu-tố rất đáng để chú-ý. Lời thoại và cảnh-vật được ông sắp đặt một cách tài-tình, tưởng sơ-lược nhưng lại tỷ-mỷ. Saigon của Nguyễn Minh-Nữu không phải là Saigon suy-tưởng của Mai Thảo. Saigon của Nguyễn Minh-Nữu là Saigon của những khu chợ, của những cư-xá, của những hàng quán, của những công-viên xô bồ và tràn đầy một nguồn sinh-lực kinh-hoàng bởi sự bất-tận của nó. Đương-nhiên, cũng có chút khuynh-hướng lãng-mạn được lồng vào đó. Thường thì nhược-điểm này được vãn-hồi bởi những đoạn thoại tuy đời thường nhưng lấy được trọng-lượng từ tính tả-thực. Văn Nguyễn Minh-Nữu không đi sâu vào cảnh-giới triết-lý, cũng không quá chú-trọng về khía cạnh tả-cảnh. Gần như toàn-bộ sự thuyết-phục của truyện ngắn Nguyễn Minh-Nữu là nhờ vào những lời thoại—có thể hiểu rộng là thoại nội-tâm của nhân-vật, đối-thoại giữa nhân-vật, trần-thuật của nhân-vật với độc-giả—có sinh-khí đường phố. Một phong-thái từng trải giang-hồ rất gần với bút-phong phóng-sự và du-ký.

Có thể tính đặc-thù của Saigon và miền Nam qua bút-mặc của Nguyễn Minh-Nữu một phần nào đó có liên-quan đến thân-thế của ông. Ý-thức phức-hợp (double consciousness) của nhóm di-dân "Bắc 54" kỳ-cựu đem lại cho tác-giả khả-năng tiếp-cận khái-niệm Saigon vừa bằng những quan-sát gần, vừa bằng những chiêm-niệm xa. Bản-sắc lưu-lạc khiến cho Nguyễn Minh-Nữu và một số những tác-giả "Bắc 54" khác thoát khỏi định-thế xem miền Nam như một thế-giới chỉnh-thể lấy Saigon làm trungtâm-điểm cho mọi cảm-khái văn-hóa và lịch-sử. Mờ tỏ bên cạnh Saigon và miền Nam đấy luôn luôn là hình bóng của một vùng cố-thổ mang tên là Hà-Nội. Nguyễn Minh-Nữu đối mặt với nghịch-lý này một cách thản-nhiên: "Sinh ra mà không lớn lên ở Hà Nội là một điều may mắn mà mãi sau này tôi mới biết." Một nhận xét tinh-vi, nhất là khi câu đó được nói lên bởi một phong-lưu công-tử mang đầy mình nghĩa-khí phương Nam. May mắn vì không lớn lên ở Hà-Nội là điều ai ai trong bối-cảnh đó cũng thừa-nhận như một sự-thật hiển-nhiên. Nhưng tại sao lại may mắn vì sinh ra ở Hà-Nội? Ý-tưởng này chỉ có thể xuất-phát từ một lập-trường văn-hóa thần-thoại-hóa Hà-Nội thành một thánh-địa vĩnh-cửu. Nó không chỉ tồn-tại trong cộng-đồng lưu-vong, nhưng thậm-chí cũng tiêm-nhiễm tư-duy của người Hà-Nội hiện nay. Khi lên cơn sâu sắc, người Hà-Nội thích suy gẫm về Hà-Nội. Họ gần như tìm được lẽ sống qua việc phân-tích diên-cách của những ngõ hẻm, những đường sá, những tòa nhà quanh quẩn phố cổ. Niềm tin của họ vào khái-niệm "Hà-Nội xưa" và con "người Hà-Nội xưa" nhiều khi còn vững vàng hơn niềm tin của họ vào bất cứ một ý-thức-hệ nào khác. Về định-nghĩa, khuynh-hướng hoài-niệm này luôn mang hàm-ý đi ngược với thực-tế nhãn-tiền. Thực-thể Hà-Nội chỉ có ý-nghĩa khi nó được hiểu là kế-thừa Hà-Nội xưa.

Đương-nhiên, Hà-Nội đấy không phải là một Hà-Nội có thật. Khi đã trở thành đối-tượng của suy-tưởng, hiện-thực phải phân-thân thành ký-ức, thành truyền-kỳ, thành mộng-tưởng. Bất cứ sự va chạm nào với hiện-thực sẽ mang nguy-cơ triệt-hạ công-trình suy-tưởng đấy, hoặc chí ít là thỏa-hiệp nó một cách trầm-trọng, không dễ phục-hồi. Đây là chỗ khuyết-hám trong luận-điểm bài "Saigon Thủ Đô Văn Hóa Việt Nam" của Mai Thảo. Mai Thảo không thật-sự viết về Saigon. Ông ta đem một mớ lý-tưởng về một Hà-Nội không có thật rồi ra sức gắn vào khuôn của một Saigon trước mắt. Vì không thể đem lý-tưởng gắn vào thực-tế, cho nên chung-quy Saigon của Mai Thảo chỉ là một lớp giả-trang hời hợt không đủ để che lấp khuôn mặt và dáng vẻ Hà-Nội luôn ám-ảnh trí tưởng-tượng của ông. Mai Thảo miêu-tả rất chi-tiết về Hà-Nội và người Hà-Nội trong truyện ngắn "Đêm giã từ Hà Nội." Cớ sao trong một tuyên-ngôn về Saigon khẳng-khái đến thế mà Saigon và người Saigon không nằm ngoài phạm-vi của một Hà-Nội mới, của những người Hà-Nội "đi vào Tương Lai" đem theo "lửa văn hóa" từ "một Hà Nội đã tàn lụi," từ một "Hà Nội đã từ bỏ vị trí nhiệm vụ của Hà Nội?" Cũng không thể trách tác-giả, vì nếu đã viết về một Saigon có thật và những người Saigon có thật, ắt đã không thể thần-du cố-quốc mà ứng-tấu những huyễn-tưởng-khúc về Hà-Nội lung-linh làm vậy.

Hà-Nội của Nguyễn Minh-Nữu không hẳn là một Hà-Nội đã bị tước-đoạt hết không-khí thiêng liêng và huyền-bí, nhưng cũng không phải là một Hà-Nội lãng-mạn-hóa theo những lý-tưởng và chủ-trương trừu-tượng như Hà-Nội của Mai Thảo. Truyện "Hà Nội Thứ Tư" của Nguyễn Minh-Nữu được in trên tạp-chí Văn (hải-ngoại) của Mai Thảo vào năm 1996, tức là một năm sau khi di-cư sang Mỹ, và sau khi xuất-bản truyện ngắn "Hảo Hán Cuối Cùng" trên cùng một tạp-chí. Cả hai truyện ngắn này đều mang những hàm-ý và cảm-khái sâu sắc về thời-cuộc. Tôi nghĩ không tình cờ gì mà cả hai truyện được sáng-tác và xuất-bản lần lượt ngay khi tác-giả trẩy bước tha-hương sau hai thập-niên tịch-mịch phó mặc bút nghiên mục nát cùng cỏ cây gỗ đá. Cả hai truyện đều mang tính tuyên-ngôn, đặc-biệt "Hà Nội Thứ Tư" còn có những lời thoại lâm-ly như thổ-lộ phế-phủ sau một cơn uất-ức năm dài tháng trường. Truyện này lại có nhiều giao-điểm lạ lùng với "Đêm giã từ Hà Nội" của Mai Thảo, khiến tôi phải trăn trở không những về những "Hà-Nội" tưởng-tượng của hai tác-giả này, nhưng còn về bản-sắc của những người cầm bút mang thân-phận Hà-Nội lưu-vong. Liệu có một bút-pháp, một mỹ-học cụ-thể có thể nói là đặc-trưng của riêng Hà-Nội lưu-vong? Có lẽ phải có, nếu không thì ở giữa hai tác-giả trái ngược nhau như Mai Thảo và Nguyễn Minh-Nữu sẽ khó có sự đồng-điệu như vậy.

Về mặt kỹ-thuật, truyện của Mai Thảo có những bày biện hư-cấu và trữ-tình khéo léo hơn Nguyễn Minh-Nữu. Điều này là hiển-nhiên. Tôi không định so sánh hai truyện ngắn này như một cách định-giá hơn thua về văn-tài của tác-giả. Mai Thảo đã trừu-tượng-hóa Hà-Nội thành một lý-tưởng không còn sức thuyết-phục sau sự diệt-vong của Việt-Nam Cộng-Hòa. Không những Hà-Nội của Mai Thảo đã chết, mà Saigon của Mai Thảo, với tư-cách là thế-thân cho Hà-Nội đấy, cũng đã chết. "Đêm giã từ Hà

Nội" bây giờ chỉ đem lại cảm-khái như một cổ-vật đìu hiu còn sót lại từ một triều-đại xa xưa. Hay là Hà-Nội của Mai Thảo vốn dĩ chỉ là một cớ, một khái-niệm mượn làm tuyên-ngôn cho một chủ-trương nào đó không thật-sự liên-quan đến một thực-thể Hà-Nội? Hà-Nội của Mai Thảo là Hà-Nội của những hàng cây mùa thu, của những cặp giai-nhân tài-tử, của những thơ thẩn mơ màng về những nơi chốn ít khi được miêu-tả cụ-thể hay đặc-sắc hơn bất cứ một thành phố nào khác. Đây là nguy-cơ cố-hữu của khuynh-hướng lý-tưởng-hóa. Lý-tưởng chỉ có sức mạnh bao lâu vẫn duy-trì được niềm tin. Song cái nhìn hồi-cố lại ép lý-tưởng vào khuôn khổ của lịch-sử. Nhìn trong bối-cảnh đấy, tính-chất thời-sự lại khiến nét đặc-thù của tác-phẩm bị phôi pha đi trong một rừng tác-phẩm và phong-trào đơn-điệu. Tôi nghĩ đây là số-phận của "Đêm giã từ Hà Nội." Đương-nhiên điều đó không có nghĩa là tác-phẩm không còn giá-trị. Nhưng giá-trị đó đã bị thay đổi. Truyện ngắn đã trở thành sử-liệu cung-cấp những tình-tiết và vấn-đề để suy gẫm về tư-tưởng đương-thời. Một tuyên-ngôn mang tính thời-đại. Dẫu hoa-lệ và bi-thương, song vẫn là tuyên-ngôn.

Hà-Nội của Nguyễn Minh-Nữu đã chịu đựng bãi bể nương dâu của thời-gian bền hơn Mai Thảo, chính vì Hà-Nội của Nguyễn Minh-Nữu là một Hà-Nội cụ-thể. Một Hà-Nội của sự náo-loạn. Một Hà-Nội của những thắng-cảnh và linh-địa bị hủy-hoại và biến-tướng đến ngỡ ngàng. Một Hà-Nội của những bức hoành-phi và thần-quái lạc lõng và âm thầm giữa phồn-hoa hiện-đại. Một Hà-Nội của tiếng chửi địt mẹ. Một Hà-Nội bụi bặm. Một Hà-Nội mâu-thuẫn. "Hà-Nội Thứ Tư" của Nguyễn Minh-Nữu cũng có những tuyên-ngôn cũ kỹ và cảm-tính như Mai Thảo. Cụ-thể là bức thư của nhân-vật Vượng đặt ở cuối truyện:

"Rất tâm đắc với ông, khi ông phân tích Hà Nội thành ba cái khác nhau. Cái Hà Nội thứ nhất là cái Hà Nội trong nỗi nhớ của gia đình ông, cho nên nó mơ hồ, nên thơ và tất nhiên không thể có thật. Cái Hà Nội thứ hai của nón cối dép râu mô tả với ông là cái Hà Nội trong 'Hà Nội Ta Đánh Mỹ Giỏi' của Nguyễn Tuân. Đó là cái Hà Nội của bọn văn công ăn cơm thật nói chuyện giả, cái Hà Nội chỉ có trong văn bản của hệ thống truyền thông quốc doanh, và tất nhiên không thể là cái Hà Nội thật được. Và ngay cái Hà Nội thứ ba mà ông trực tiếp đối mặt, gặp gỡ trong lần ông ghé Hà Nội, cũng không phải là Hà Nội đúng nghĩa. Ông mới chỉ nhìn lớp váng để đoán một nồi canh. Mới chỉ cưỡi ngựa để thưởng thức hương hoa. Và nói cho đúng nhất là mới chỉ đứng ở bờ đèo để đoán lòng biển cả. Không phải thế đâu, hãy nghiêng mình xuống để nghe được âm vang, hãy lắng lòng lại mà rung theo địa chấn. Xin mô tả với ông một Hà Nội khác. Đó không phải là thành phố Hà Nội, mà là tấm lòng Hà Nội. Đó không phải là Chính Quyền đang cai trị Hà Nội mà là cái văn hiến bàng bạc trong thói ăn nếp ở của người Hà Nội. Đó là Nề, là Nếp, là Kinh, là Lịch mà không một thể chế nào bôi xóa được. Chỉ có thể lúc nó nổi lên như một phong cách riêng tư, hoặc nó lặn xuống như một luồng sóng ngầm, âm vang mãi mãi trong lòng Hà Nội. Thư viết cho ông không thể viết dài, nhưng thật đấy, sẽ có một ngày ông được nhìn thấy Hà Nội Thứ Tư."

Đúng, đây cũng là một tuyên-ngôn mang tính thời-đại. Tính thời-đại đấy chưa hoàn-toàn lỗi thời, nhưng cũng đã có tuổi. Có lẽ thế-hệ của tôi sẽ là thế-hệ cuối cùng còn chút liên-hệ đến những Hà-Nội được Nguyễn Minh-Nữu miêu-tả như quá-trình suy-vong. Trình-tự của những Hà-Nội kia rốt cuộc là một chuỗi của gián-đoạn nối tiếp gián-đoạn. Điều duy-nhất xâu chuỗi những mảnh vụn đấy thành một chỉnh-thể có tính nhất-quán là niềm tin vào một Hà-Nội thật đang âm thầm chờ cơ-hội tái-thế. Niềm tin đấy ban sức cho người ta thỏa-hiệp với Hà-Nội hiện-thực, như một cam-kết chịu đựng trong khi chờ sự xuất-hiện của một Hà-Nội thứ tư. Hà-Nội vị-lai đấy tuy không còn nguyên vẹn "Hà-Nội xưa" nhưng sẽ kế-thừa "Hà-Nội xưa" một cách đúng nghĩa và tử-tế hơn hiện-thực trước mắt. Lý-tưởng này tuy cao cả nhưng cũng đã hết hạn. Thế-hệ con em Kẻ Chợ ngày nay, hiếm lắm mới có thể mường tượng quá-khứ của thành phố, cho dù quá-khứ đấy vẫn tồn-tại song-song với phồn-hoa đô-thị trước mắt. Một cách trớ trêu, cái Hà-Nội thứ tư được nhân-vật Vượng miêu-tả như sự phục-sinh của một tinh-thần cao-thượng và bất-diệt có khi chính là Hà-Nội của ngày nay. Tức là một Hà-Nội của văn-hóa tiêu-thụ đi kèm với hiện-tượng quốc-tế-hóa. Một Hà-Nội đã biến "văn-hóa" thành một sản-phẩm để kinh-doanh và để che đậy sự trần truồng tột cùng của văn-hóa bằng những khẩu-hiệu và áo mũ mỹ miều. Một Hà-Nội không còn quá-khứ.

Nếu "Đêm giã từ Hà Nội" của Mai Thảo cho chúng ta thấy một Hà-Nội không còn tương-lai, thì "Hà Nội Thứ Tư" của Nguyễn Minh-Nữu buộc chúng ta phải trở về một Hà-Nội không còn quá-khứ. Kết-hợp cả hai, có thể chiêm-niệm toàn-cảnh của một gương mặt khác của Hà-Nội: một nghĩa-địa khổng lồ, nơi đã mục rữa thây ma của không ít những lý-tưởng yểu-mạng vì mảnh đất này.

HOÀNG ĐOAN TRANG

CHÍ SĨ NGOÀI THỜI CUỘC

Thời-cuộc không phải là một khái-niệm có thể dễ-dàng phân-tách riêng-biệt giữa văn-tự-học và diễn-ngôn văn-hóa. Nhưng chính vì sự mập-mờ này, mà cách hiểu về thời-cuộc có phần thiên-lệch nghiêm-trọng. Nếu hai chữ thời-cuộc chỉ mang ý "duy mệnh bất vu thường 惟命不于常" – mệnh không bất-biến, thì tục-ngữ đã chẳng có câu: "thời-thế tạo anh-hùng, bần-cùng sinh đạo-tặc." Trong diễn-ngôn văn-hóa và nhận-thức của người Việt, sự xoay-vần của thời-cuộc không chỉ là sự chuyển-đổi, mà còn gắn với ý-nghĩa là một sự chuyển-đổi được tạo ra từ hỗn-mang. Trong sự lẫn-lộn và chưa phân-định của một cuộc đổi thời như thế, những người dẹp yên được những lẫn-lộn này ắt sẽ trở thành anh-hùng. Bởi vậy mà thời-thế sinh ra anh-hùng. Bởi vậy mà kẻ thức-thời mới là trang-tuấn-kiệt. Cũng theo cách ấy, mà hình-tượng anh-hùng bị ảnh-hưởng bởi diễn-ngôn văn-hóa. Nhắc đến anh-hùng, đa phần sẽ liệt ra những cái tên nổi lên từ cuộc đánh-chiến nọ, kháng-cự kia: "Đinh Bộ Lĩnh dẹp loạn mười hai sứ-quân", "Anh-hùng áo vải Quang Trung, khởi-nghĩa chống chúa Nguyễn Đàng Trong", v.v... Xem chừng để dẹp cái loạn thời-thế, thì anh-hùng chẳng qua chỉ là kẻ sức dài vai rộng, phơi thân dặm trường, chinh-phạt tứ phương, kẻ thắng làm vua, kẻ thua làm giặc hay sao? Xét theo nghĩa ấy, thì cái thời-cuộc, thời-thế, cũng chỉ là một loại bần-cùng được lãng-mạn-hóa. Và xét theo nghĩa ấy, thì anh-hùng không hơn một kẻ chống-cự lại bần-cùng, kẻ cầm đầu khởi-nghĩa, và không bị gán danh đạo-tặc.

Tuy nhiên, có hai cái sai cơ-bản trong quan-niệm này: (1) coi anh-hùng như một loại vũ-phu đắc-thế; (2) đặt anh-hùng trong mối tương-quan là kết-quả của một sự hỗn-loạn mang tính thời-đại.

Muốn thấy được cái sai thứ nhất, phải đặt lại câu hỏi: Điều gì làm nên anh-hùng? Trong những lý-giải phía trên, có thể thấy rõ rằng thời-cuộc và anh-hùng đang được xem là hai thái-cực đối-nghịch nhau – thời-cuộc là cái ác, anh-hùng là cái thiện. Trong sự xâm-lấn của cái ác, cái thiện phải phản-kháng, và cái thiện sẽ chiến-thắng. Vậy những gì không chiến-thắng thì chưa phải là cái thiện hay sao? Và phản-kháng thế nào, chiến-thắng bằng cách nào? Xét về bản-chất, đối với thời-cuộc, sự thắng-thế phải đến từ một nhận-thức rõ ràng và có căn-cứ sáng-suốt, chứ không phải một sự thể-hiện bằng vũ-lực. Không hiểu biết về thời-cuộc, thì không thể thay-đổi thời-cuộc. Nhưng không hiểu-biết về thời-cuộc, vẫn có thể dùng vũ-lực để chống-đối.

Phan-bội-Châu, một anh-hùng không đắc-thế viết về chân-anh-hùng thế này:

"Tuy công việc các người ấy làm, chưa hẳn đều hay cả. Nhưng biết ngăn-ngừa lo xa từ cái nhỏ nhất, thì người sau được hưởng lợi, được nên việc, người sau đều nhờ ơn những người ấy cả. Đấy là những bậc anh-hùng thay đổi thời-thế vậy." (Phan)

Trong bức chân-dung anh-hùng này, không có vũ-lực, và không có thắng thua.

Lại viết:

"Có một hạng người, giống như điên mà không phải là điên, giống như kỳ-lạ mà không phải là kỳ-lạ, tính cách họ không có gì khác với người bình-thường. Nhưng trong khi cố-gắng học-hỏi, dần-dần biến-đổi được khí-chất đi đến chỗ khả-quan. Và cứ thế học mãi, họ có thể tiến đến được địa-vị thánh-hiền. Họ cố-gắng học-hành mãi, mãi-mãi không thôi, thì tinh-thần và thể-chất đều thay-đổi và trở thành một hạng người rất tốt, gánh-vác nổi việc lớn. Muôn dặm phong-hầu, buông hết bút nghiên thường-tục, ra tay mẫn-cán, đạt nhiều công-tích. Đấy là những bậc anh-hùng do sức người gây nên vậy." (Phan)

Như vậy, đã có thể rõ được, chí-sĩ chính là cái gốc của anh-hùng, họ nên anh-hùng từ căn-cơ của học-hành tinh-tấn, thông-tỏ sự vật, nắm được đạo-lý. Trong sự uyên-bác đó, họ là những người định-liệu được hỗn-loạn. Chí-sĩ nhìn ra được cái mục-ruỗng trong xã-hội là tiềm-ẩn của bại-hoại, suy-vong. Chí-sĩ cũng nhìn ra được thời-cuộc trong hình-hài của một cây đại-thụ, chỗ nào cần đốn bỏ, chỗ nào cần tưới-tắm, bồi-dưỡng, chứ không phải cái nhìn "thời-cuộc" trong tư-duy lật-đổ mù-quáng và ấu-trĩ. Cái thay-đổi thời-cuộc của chí-sĩ không mang tính xóa-bỏ nhất-thời, mà mang tính chuẩn-bị – chuẩn-bị cho xã-hội và cho cả bản-thân chí-sĩ trước sự chuyển-đổi từ một thời này sang một thời khác, từ một thế-cuộc này sang một thế-cuộc khác.

Điều này đúng với cả những hệ-giá-trị ngoài phương Đông, khi mà vài chục năm trước cuộc Duy-tân của Phan-bội-Châu, một chí-sĩ lẫy-lừng của New England, Ralph Waldo Emerson cũng từng khẳng-định:

"The scholar is that man who must take up into himself all the ability of the time, all the contributions of the past, all the hopes of the future.

Học-giả là người phải mang trên mình tất-cả năng-lực của thời-gian, tất-cả sự đóng-góp của quá-khứ, tất-cả sự hy-vọng của tương-lai." (Emerson 1113)

Như vậy, chí-sĩ không phải là nhân-vật chính hay sản-phẩm của một cuộc chuyển-dời vận-mệnh, mà là một phương-tiện chuyển-giao. Thời-cuộc không đặt dấu chấm hết cho một giai-đoạn mà giữ chức-năng như một cái phễu lọc; nó hiển-lộ những bất-cập ắt phải có của "duy mệnh bất vu thường", của một sự vận-động tiến lên; nó chắt-chiu tinh-hoa của tiền nhân để làm nền-móng cho tương-lai của hậu thế; nó vọng về hy-vọng từ tương-lai để mời gọi con người phải không ngừng phát-triển. Chí-sĩ là phương-tiện chuyển-giao, bởi sở-học của chí-sĩ cho phép họ lắng-nghe được tiếng gọi của cả quá-khứ và tương-lai ấy.

Tuy nhiên, không phải chí-sĩ nào cũng chủ-động và thành-công trở thành một phương-tiện chuyển-giao như vậy – tôi gọi là chí-sĩ ngoài thời-cuộc. Sở-dĩ họ đứng ngoài thời-cuộc nằm ở một trong hai lý-do: họ là anh-hùng mạt lộ, hoặc họ đang chuẩn-bị cho một thời-cuộc xa hơn, bền hơn.

Ở dạng thứ nhất, tương-tự những kiến-giải ở trên, họ không phải là sản-phẩm thất-bại của thời-cuộc, mà là một phương-tiện chuyển giao của một thế-cuộc đã không hoặc chưa thể xảy ra. Lịch-sử không ít lần nhắc tên những anh-hùng mạt lộ như vậy. Thời Chiến-quốc, có ông Khuất-Nguyên vốn là chí-sĩ được Sở-Hoài-vương trọng dụng. Mà cái thời-cuộc ông đang chuyển-giao lại bị xáo-trộn bởi tiểu-nhân đắc-thế, những kẻ đội lốt sĩ-phu mà chỉ xu-nịnh chứ không thực là chí-sĩ. Khuất-Nguyên nhìn ra sự mục-ruỗng, hoại-tử từ tầng-lớp ấy, mới cất tiếng thán-tức như Sở-từ chép:

「舉世皆濁我獨清。眾人皆醉我獨醒。是以見放。」

"Cử thế giai trọc ngã độc thanh, chúng nhân giai túy ngã độc tỉnh, thị dĩ kiến phóng

Người đời đều đục, mình ta trong, chúng-nhân đều say, mình ta tỉnh, bởi vậy ta mới bị ruồng bỏ." (楚辞)

Khuất-Nguyên rốt cuộc trầm mình xuống dòng Mịch-Lai tự vẫn, đó là cái bi-quan cực-điểm của một chí-sĩ bị đẩy ra ngoài thời-cuộc, nhưng cũng là một motif chung của những anh-hùng mạt lộ, khi mà thời-cuộc họ mong-muốn không còn giống với tương-lai trước mắt. Đó là sự không-thỏa-hiệp của chí-sĩ, cũng là tính anh-hùng, bi-tráng của chí-sĩ.

Người đời hỏi, họ hà-tất phải đi đến bĩ-cực này? Đã nói duy mệnh bất vu thường, thì thời-cuộc ắt sẽ lại đổi, rồi cũng tới đoạn khả-quan. Quả như vậy, nhưng chí-sĩ chẳng phải là bậc lường xa trông rộng ư? Cho nên, mệnh chừng không đổi được trong đời mình, thì sống cũng như chết, xuất cũng như xử mà thôi. Nhưng cái thoái-thác, chết đi của họ, lại có sức cảnh-tỉnh ghê-gớm ở đời. Đến đây, lại thấy chẳng khác nào câu chuyện Socrates uống thuốc độc quyên-sinh chứ quyết không chối-bỏ lòng tin của mình vậy.

Đó là sự khác biệt duy nhất giữa họ và kiểu chí-sĩ ngoài thời-cuộc thứ hai: chí-sĩ ẩn mình. Những người này là kiểu chí-sĩ khó nhận ra nhất trong một xã hội lũng-loạn và lầm-than. Họ lẩn-khuất sau những bóng-dáng thường-dân, làm đủ mọi nghề, sống đủ mọi hoàn cảnh. Họ không mãi sống trong một quá-khứ đẹp-đẽ trước thời-cuộc như một dạng vọng-tưởng, cũng không sống lay-lắt trong thời-cuộc như một dạng ảo-giác. Vậy họ sống cho ai, cho thời nào? Phải đọc thơ Thanh-tâm-Tuyền, mới thấy hết được cái đau-đáu chẳng khác nào anh-hùng mạt-lộ, mà lại thấy cả hy-vọng đang hừng-hực cháy trong những hình-hài tưởng như câm-lặng, kìm-nén:

Hãy cho anh la bằng cổ em
Trời mai bay rực rỡ
Chúng nó say giết người như gạch ngói
Như lòng chúng ta thèm khát tương lai
Hãy cho anh run bằng má em
Khi chúng đóng mọi đường biên giới
Lùa những ngón tay vào nhau
Thân thể anh chờ đợi
Hãy cho anh ngủ bằng trán em

Đau dấu đạn
Đêm không bao giờ không bao giờ đêm
Chúng tấn công hoài những buổi sáng
Hãy cho anh chết bằng da em
Trong dây xích chiến xa tội nghiệp
Anh sẽ sống bằng hơi thở em
Hỡi những người kế tiếp (Thanh)

Lần nào đọc những dòng thơ như bức huyết-thư viết bằng máu của chí-sĩ bại-thời ấy, tôi cũng thấy ngậm-ngùi thay cho những người chí-sĩ ngoài thời-cuộc kiểu này. Tại sao Thanh-tâm-Tuyền phải xin "la bằng cổ em"? Bởi họ không có tiếng nói trong một thời-cuộc đã đàn-áp và loại-bỏ họ. Họ phải đợi. Họ phải đợi đến khi "những người kế tiếp" nói thay ủy-khuất. Tại sao phải "chết bằng da em"? Bởi họ biết mình không được chết, không thể chết, khi còn phải đợi một thời-cuộc mà thi-sĩ gọi là "trời mai bay rực rỡ." Ở một "trời mai" ấy, họ mới được chết đi trong danh dự. Giá thử họ chết đi, họ cũng không có được cái chết bi-tráng như Khuất-Nguyên. Giá thử họ còn sống, họ cũng không bằng lòng bon-chen vào một cái thời-cuộc đi ngược lại giá-trị đạo-đức và đức-tin nơi họ.

Nhà văn Nguyễn Minh Nữu từng viết một truyện ngắn trong tập truyện Thuồng Luồng Mắt Biếc có tên "Hà Nội thứ tư", mà tôi coi là mẫu-mực cho những hình tượng chí-sĩ như vậy. Câu chuyện là hành-trình đi tìm về Hà-Nội trong ký-ức gia đình của ông Cao, một người đã sống ở hải-ngoại nhiều năm. Trong chuyến trở-về, Cao hết lần này tới lần khác phải thảng-thốt và thất-vọng trước một thời-cuộc ở Hà-Nội mà ông chưa từng mường-tượng nổi: cái tiếng rao báo lanh-lảnh của một cậu trai, vài phút sau biến thành tiếng văng tục hằn-học, trong sự đối-nghịch với hình ảnh về Hà-Nội ông vẫn biết, hình ảnh của người mẹ Hà-Nội pha chè buổi sáng:

"Sau này, mỗi khi nghĩ về Hà Nội là tôi nghĩ về những hình ảnh, phong cách và hành xử của người Hà Nội qua biểu tượng và trong trí nhớ nhỏ nhoi của mình." (Nguyễn 64)

May-mắn cho nhân-vật Cao, là ông vẫn tìm được "người Hà Nội" cần tìm ở một thợ khảm trai tên Vượng, ông tình cờ gặp trên chuyến tàu từ Phủ-Lý tới Hà-Nội. Ông Vượng không chỉ là một thợ khảm-trai, mà là một chí-sĩ ẩn trong thân-phận của người nghệ-nhân vẽ tranh thờ – điều chẳng khó để nhận ra qua vài câu thoại, ngay khi ông hỏi Cao:

- Ông biết Nguyễn Tuân?
- Tác giả "Chiếc Lư Đồng Mắt Cua"?

- Phải, nhưng ông ta sống được cho tới tuổi già không nhờ vào tác phẩm đó. Tác phẩm đã cho ông ta những tiêu chuẩn lãnh gạo là tác phẩm "Hà Nội Ta Đánh Mỹ Giỏi".

- Cuốn đó gọi là tác phẩm sao?
- Ở mức độ nào đó, cuốn sách đã là lá chắn cho sự sinh tồn của nhà văn. Ông ta đã chết. Chết sau khi nói một câu vang vọng khắp những người cầm bút miền Bắc, đó là câu trả lời một người bạn văn: Tôi sở dĩ còn sống đến bây giờ là do tôi biết Sợ. (Nguyễn 71)

Câu chuyện tiếp-diễn với những sáng-tác của Chế-lan-Viên: Bánh Vẽ, Điêu Tàn. Cao và ông Vượng còn tái-ngộ vài lần trong hành-trình đi tìm Hà-Nội. Nhưng hình như, khi Cao đứng cạnh ông Vượng ở đền Ngọc-Sơn, chính là đang đứng cạnh thứ mà ông muốn tìm-kiếm. Trong lá thư sau này ông Vượng gửi cho Cao, thì cái Hà-nội ấy mới thực-sự hiển-lộ thân phận mình:

"Xin mô tả với ông một Hà Nội khác. Đó không phải là thành phố Hà Nội, mà là tấm lòng Hà Nội. Đó không phải là Chính Quyền đang cai trị Hà Nội mà là cái văn hiến bàng bạc trong thói ăn nếp ở của người Hà Nội. Đó là Nề, là Nếp, là Kinh, là Lịch mà không một thể chế nào bôi xóa được. Chỉ có thể lúc nó nổi lên như một phong cách riêng tư, hoặc nó lặn xuống như một luồng sóng ngầm, âm vang mãi mãi trong lòng Hà Nội. Thư viết cho ông không thể viết dài, nhưng thật đấy, sẽ có một ngày ông được nhìn thấy Hà Nội Thứ Tư" (Nguyễn 75-76).

Có rất nhiều điểm đáng bàn trong cuộc đối-thoại của Cao và ông Vượng, mà điều được dụ-ý nhiều nhất, chính là thời-cuộc, và một phần những chí-sĩ Hà-Nội đã chọn sống sao trong thời-cuộc ấy. Tôi không đồng-tình với ông Vượng về Nguyễn-Tuân, khi nói rằng Nguyễn-Tuân vẫn là một chí-sĩ, đằng sau tấm lá chắn là một tác-phẩm khẩu-hiệu. Sự thỏa-hiệp và lựa-chọn phát-ngôn cho một hệ giá-trị đi ngược lại đức-tin của mình chính là hành-động biến người ấy từ một chí-sĩ, với sự tự-chủ về vận-mệnh, suy-đồi thành một quân cờ trong trò chơi thời-cuộc. Một chữ "sợ" đã khiến cho những "la bằng cổ em", "run bằng má em", "đau dấu đạn", "chết bằng da em", "dây xích chiến xa tội nghiệp" trở nên những hèn-nhát – hèn-nhát sống và hèn-nhát chết ư? Không phải vậy. Emerson định-nghĩa khá rõ-ràng về sự tự-chủ của một chí-sĩ như vậy:

"Free should the scholar be, – free and brave. Free even to the definition of freedom, "without any hindrance that does not arise out of his own constitution." Brave; for fear is a thing which a scholar by his very function puts behind him. Fear always springs from ignorance. It is a shame to him if his tranquillity, amid dangerous times, arise from the presumption that like children and women, his is a protected class; or if he seek a temporary peace by the diversion of his thoughts from politics and vexed questions, hiding his head like an ostrich in the flowering bushes, peeping into microscopes, and turning rhymes, as a boy whistles to keep his courage up. So is the danger a danger still: so is the fear worse.

Học-giả phải tự-do – tự do và can-đảm. Tự-do ngay cả với định-nghĩa Tự-do, "không có điều gì không do anh tự-tác." Can-đảm; bởi nỗi sợ là thứ mà học-giả phải dùng mọi chức-năng của mình để vượt-qua. Nỗi sợ luôn đến từ sự ngu-dốt. Sẽ thật nhục-nhã cho anh ta nếu sự yên-ổn giữa những thời-khắc nguy-khốn của anh ta đến từ một giả-định rằng, giống như trẻ-con hay phụ-nữ, anh ta cũng là tầng lớp cần được bảo vệ, hoặc như anh ta tìm kiếm một bình-yên tạm-thời bằng cách phân-tách suy-nghĩ khỏi chính-trị và bất-bình, giấu-giếm suy-nghĩ của mình như con đà-điểu rúc đầu trong bụi rậm, trộm nhòm qua kính hiển vi, và ngân-nga vài điệu, như cậu bé huýt sáo để định-thần. Như thế, nguy-hiểm vẫn là hiểm-nguy, nhưng nỗi sợ thì càng tồi-tệ hơn." (Emerson 1109)

Chữ "sợ" của Nguyễn-Tuân đã tự đào-thải nhà văn ra khỏi tầng-lớp chí-sĩ, chứ không thể đại-diện cho tầng-lớp chí-sĩ. Nguyễn-

Tuân có thể còn là người viết, nhưng những sáng-tác may ra chỉ có-thể còn sức-nặng về nghệ-thuật, chứ không còn ý-nghĩa giá-trị và tư-tưởng. Một sáng-tác mà cắt-bỏ một trong hai thì không thể coi là tác-phẩm, người sáng-tác không thể coi là nhà văn, là chí-sĩ. Người chí-sĩ có thể im-lặng, nhưng không được quyền cổ-xúy cho những đồi-bại đang tồn-tại trong thời-cuộc, bởi nội-hàm trong hai từ chí-sĩ, thì chí-hướng thuộc về người ấy, và sẽ không đại-diện cho người khác. Chí-hướng ấy không thể "sợ", mà tự nó phải chứa-đựng lý-lẽ và đạo-lý, để hiên-ngang tồn-tại ở đời:

"The world is nothing, the man is all; in yourself is the law of all nature, and you know not yet how a globule of sap ascends; in yourself slumbers the whole of Reason; it is for you to know all, it is for you to dare all.

Thế-giới là trống-rỗng, và con người là tất-cả; trong ngươi là quy-luật của mọi tự-nhiên, và ngươi chỉ chưa biết một giọt nhựa cây sẽ trỗi-dậy thế nào; trong ngươi, chân-lý đang ngủ say; ngươi phải biết tất-cả, ngươi phải thách-thức tất-cả." (Emerson 1113)

Ngược lại, chính ông Vượng mới thực là người chí-sĩ ngoài thời-cuộc mà nhân-vật Cao cần tìm. Ông đã ẩn mình trong Hà-Nội với đủ mọi thân phận mà những kẻ ngoại cuộc gán cho ông:

"Có đứa nói ông ta không phải là người Kinh, mà là người Thổ, [...]. Đứa thì nói Vượng là con một địa chủ ngày xưa, đã bị đấu tố chết từ năm 1948 ở nông thôn Thái Bình. Vượng lưu lạc và giấu mình vào vỏ bọc lao động cần cù, [...]. Nhưng không đứa nào biết được Vượng là người đọc sách." (Nguyễn 74)

Cớ sao phải giấu mình đọc sách? Bởi một chí-sĩ của thời-cuộc cũ còn đọc, còn tồn-tại, chính là mối đe-dọa lớn nhất đối với thế-cuộc đương thời. Đã là mối đe-dọa, thì sẽ luôn bị rình-rập, triệt-tiêu. Nhưng, sự tồn-tại của họ chính là để làm mối đe-dọa, lung-lay cho một thể-chế ấy không bị mất đi, bởi nó chính là tiền-đề để tạo ra một sự chuyển-giao mới, một thời-cuộc mới. Vì thế, giống như Câu-Tiễn nếm mật nằm gai, những người ấy đứng bên lề thời-cuộc như một nghĩa-cử khảng-khái và chí-khí nhất:

"Thực ra họ cũng chẳng đại diện cho ai, nhưng rõ ràng họ là con người trong đám đông, rất đông những con người như họ, sống ẩn khuất bằng các dạng kiếm cơm không giống nhau, vẫn âm thầm chờ đợi một điều khác sẽ xảy ra." (Nguyễn 72)

Họ chờ-đợi điều gì? Chính ông Vượng cũng biết rất rõ:

"Thật nhiều những bất hợp tác, tẩy chay, nhận định thật rõ chân tướng của sự việc rồi truyền tai nhau để như những vết dầu loang, chỉ một sự kiện nhỏ xảy ra, dù che giấu cách mấy cả thành phố cũng biết tường tận vào một ngày sau." (Nguyễn 72)

Nói là đợi, nhưng họ không chỉ ngồi yên đợi. Những "đám đông" sống ẩn-khuất và tưởng-chừng như rời-rạc đó đang tự-thân làm những công-việc của người chép sử, và của người truyền sử. Những "nhận định thật rõ chân tướng" ấy khiến cho những kẻ đang nắm thời-cuộc phải đối-diện với một hệ-thống giá-trị và ý-thức đạo-đức của những con người mà, khi kết-nối lại, có đủ sức tạo ra chấn-động trong thời-cuộc. Dù họ đang phải "sống ẩn khuất" như ông Vượng, hay "sống bằng hơi thở em" như Thanh-tâm-Tuyền, họ vẫn đang thực-thi những sự chuẩn-bị từ bên ngoài thời-cuộc, vẫn nhen-nhóm và nuôi-cấy trong những người như nhân-vật Cao, về "cái văn hiến bàng bạc" của một Hà-Nội thứ tư, một Hà-Nội – hay nói cách khác, là một thời-cuộc – đã từng sống, sẽ còn quay trở-lại, sẽ còn tiếp-nối. Và những chuẩn-bị ấy, bắt buộc phải làm trong âm-thầm. Những người chọn "giấu mình vào vỏ bọc lao động cần cù" ấy đã hy-sinh âm-thầm cho một thời-cuộc đang chờ-đợi âm-thầm như thế.

Chí-sĩ ngoài thời-cuộc, dẫu là anh-hùng mạt-lộ hay những thân-phận ẩn-khuất, xét cho cùng, vẫn có những bi-kịch riêng, và cũng là những anh-hùng theo một ý-nghĩa riêng. Họ không phải một sản-phẩm của thời-cuộc, càng không phải là một sản-phẩm thất-bại của thời-cuộc. Họ là người nắm-giữ vận-mệnh của một thời-cuộc và tạo-tác ra một thời-cuộc khác vào đúng thời-điểm của nó. Bởi lẽ, họ đang nắm trong tay những giá-trị, ý-thức và đức-tin, mà như nhân-vật ông Vượng trong câu chuyện của Nguyễn Minh Nữu đã khẳng-định: "không thể nào bôi xóa được".

Hoàng Đoan Trang

VÕ PHÚ

NGUYỄN MINH NỮU VỚI THUỒNG LUỒNG MẮT BIẾC

Cách đây vài tuần tôi có gửi lên trang Facebook của mình một status để giới thiệu hai cuốn sách của nhà văn, nhà thơ Nguyễn Minh Nữu đó là quyển Ghi Nhận 2020 - Cảm Xúc Của Nhiều Tác Giả và cuốn bút ký Đất Nhớ Người Thương. Khoảng nửa giờ sau, ông gọi phone cho tôi với nhã ý gửi tặng tập truyện Thuồng Luồng Mắt Biếc.

Thật ra khi mua sách trên mạng lưới Amazon, tôi thấy và tính mua luôn tập truyện, nhưng tôi biết nếu mua một lúc ba quyển sách tôi sẽ đọc truyện ngắn trước và hai quyển kia sẽ còn lâu lắm mới đọc xong. Vì vậy tôi mới chọn mua hai tập bút ký trước. (Tôi vốn thích đọc truyện ngắn hơn bút ký và thơ. Mỗi khi nhận được tạp chí tôi đều xem phần mục lục để đọc truyện ngắn trước, xong rồi mới đến đọc thơ).

Hôm nay, thứ Sáu cuối tuần, vừa đi làm về cô con gái của tôi mở cửa và chìa ra trước mặt tôi tập truyện ngắn Thuồng Luồng Mắt Biếc. Cầm tập truyện trên tay, tôi vội chạy vào phòng riêng và đọc ngấu nghiến. Gần phân nửa truyện ngắn trong tập truyện này tôi đã được đọc trong Tạp Chí Ngôn Ngữ, một tạp chí do Luân Hoán, Song Thao, Nguyễn Vy Khanh, Hồ Đình Nghiêm và Lê Hân chủ trương.

-oOo-

Vào những năm đầu của thập niên 2000, vùng Hoa Thịnh Đốn có rất nhiều sinh hoạt văn hóa. Mỗi cuối tuần đều có các chương trình ra mắt sách, văn nghệ, hội đoàn, nhất là chiều thứ Bảy nào cũng có chương trình văn nghệ ở nhà hàng Sài Gòn House trên đường Arlington. Trong những dịp văn nghệ này, tôi có dịp làm quen với một số cô chú bác trong giới văn nghệ. Ở đó tôi hân hạnh biết được nhà văn, nhà thơ, nhà báo Nguyễn Minh Nữu. Gặp và biết ông làm chủ nhiệm tờ Tuần Báo Văn Nghệ, một trong những tờ báo đẹp nhất vùng Washington D.C. thời bấy giờ. Và sau đó là tờ Văn Phong, một tập san Văn Học rất đẹp về nội dung cũng như hình thức, nhưng không biết vì sao báo đình bản với sự tiếc nuối đến ngẩn ngơ của nhiều người, trong đó có tôi, lúc bấy giờ.

Đến năm 2006, tôi được nhiếp ảnh gia Joseph Hòa Phạm trực tiếp giới thiệu nhà văn, nhà thơ, nhà báo Nguyễn Minh Nữu với tôi ở tiệm phở Xe Lửa của bác Nguyễn Thế Toàn, luật sư tòa thượng thẩm Sài Gòn, trong khu thương mại Eden. Lúc ấy ông Nguyễn Minh Nữu vui vẻ ký tặng tôi tập thơ Lời Ghi Trên Đá.

Bẵng đi một thời gian, do tôi bận rộn gia đình và dọn về thủ phủ Richmond, chứ không còn ở Springfield nữa, nên ít có dịp tham dự những chương trình văn nghệ ở vùng thủ đô. Mãi cho đến khi nhà văn nhà thơ Yên Sơn từ Texas qua vùng Hoa Thịnh Đốn ra mắt tập truyện ngắn "Mưa Nắng Bên Đời" tôi mới có dịp gặp lại ông. Trong ngày ra mắt sách, ông là một trong hai người giới thiệu về tác giả và tác phẩm của nhà văn nhà thơ Yên Sơn. Ngồi nghe ông giới thiệu về cuốn sách rất lôi cuốn (mặc dầu tôi đã đọc qua tập truyện ngắn này trước khi tham dự buổi ra mắt sách. Ông nói chuyện hùng hồn, mạch lạc nhưng rất duyên dáng, lôi cuốn, làm cho người nghe say mê và muốn tìm đọc sách mà ông giới thiệu.)

Đầu năm 2021, khi chuẩn bị in tập thơ Lạc Vào Cõi Thu, tôi đã mạo muội gửi email nhờ ông viết bài giới thiệu cho tập thơ và được ông hoan hỉ.

Hôm nay nhận được tập truyện ngắn của ông, một lần nữa tôi rất vui và vinh dự được ông ký tặng. Theo như những ghi nhận của cuốn sách Thuồng Luồng Mắt Biếc, Nguyễn Minh Nữu sanh ngày 6 tháng Giêng năm 1950 tại Hà Nội. Năm 1954 ông di cư vào Nam và định cư tại Hoa Kỳ vào năm 1995. Hiện sống tại thành phố Springfield, tiểu bang Virginia. "Tôi sinh ra ở Hà Nội, lớn lên ở Saigon và hiện giờ đang sống ở Hoa Kỳ. Sinh ra ở Hà Nội, và rời khỏi Hà Nội khi chưa hình thành ký ức, nên những gì tôi nhớ về Hà Nội là rời rạc, mỏng manh và rất mờ nhạt. Có chăng chỉ là giọng nói và tôi được thừa hưởng từ gia đình. Nhưng tôi lại biết rất nhiều về Hà Nội, bởi vì chung quanh tôi ngay từ thời thơ ấu là những con người của Hà Nội. Mẹ, các anh chị, các bác, các chú, họ đem theo Hà Nội trong tâm tưởng và kỷ niệm, tôi được tiếp nhận một cách vô tình lời ăn tiếng nói, cách cư xử và cùng lúc một đời sống Hà Nội nhiều mộng mơ." (Văng Vẳng Bên Trời Tiếng Hạc Qua, trang 173)

Ngoài những tập truyện và thơ mà tôi đã nhắc đến ở trên ra, ông còn có một CD ca nhạc phổ thơ với tựa đề Về Nơi Chốn Đã Rời Xa được phổ thơ của ông. Được biết Nguyễn Minh Nữu viết văn từ trước năm 1975 với truyện ngắn đầu tay đăng trên tạp chí Văn xuất bản năm 1971, truyện Một Thoáng Mây Phiêu Bạc. Truyện kể về một người con trai út, một người lính trẻ tên Nhự vì hoàn cảnh thời cuộc nên không biết về đâu khi ngày Tết đến. Chua xót khi tác giả viết: "Nhự bỗng giật mình khi nghĩ đến một bất ngờ nào đó, thí dụ như Nhự tử trận. Xác Nhự sẽ đưa về đâu. Không lẽ đem về nhà anh rể? Không lẽ đem về nhà chị dâu?

Hay nhẹ nhàng hơn, suốt một năm có dăm ba ngày phép Nhự cũng chưa nghĩ ra mình sẽ đi đâu." Rồi tác giả kết luận khi tâm sự với đồng đội rằng "nếu lỡ tao có chết, chỉ xin một điều là chết đâu chôn đó." Đọc truyện ngắn này người đọc sẽ liên tưởng đến thân thế của chàng lính trẻ tên Nhự với tác giả đã từng rời nơi chôn nhau cắt rốn di cư vào Nam rồi đến Hoa Kỳ (trang 231).

Sau khi "trốn trong phòng" đọc một cách mải miết và say sưa tập truyện ngắn Thuồng Luồng Mắt Biếc tôi thấy ngoài những truyện ngắn, bút ký ra còn có những truyện mang tính hư cấu, và một số truyện chuyên chở triết lý về đạo Phật.

Những truyện ngắn thiên về bút ký là những truyện/ký sau đây:

Hà Nội Thứ Tư. Truyện/bút ký này nói về tình bạn giữa tác giả và người bạn học thời trung học tên Cao sau bao năm gặp lại trên đất nước Hoa Kỳ tại vùng thủ đô Hoa Thịnh Đốn, nơi tác giả hiện đang sinh sống. "Chúng tôi ngồi ở sân sau, trời đang là mùa thu, những hàng cây phong từ màu xanh chuyển qua vàng rồi đỏ ối suốt tầm mắt nhìn. Cao chiêu ngụm nước trà nóng, và thở khói thuốc ra mờ mịt. Mùa thu ở Virginia là vậy, chen giữa cái nóng của mùa hè còn sót lại là những cơn lạnh bất thường, trên xe, thường khi mới buổi sáng đây còn mở máy heat thì tới trưa đã phải chuyển qua máy lạnh. Tôi chờ đợi đoạn kết câu chuyện mà Cao vừa kể về Hà Nội, hay nói chung ra, là về Việt Nam, vùng đất ông vừa rời bỏ chưa đầy một năm trước đây. Nhưng Cao im lặng nhìn mông lung." (trang 73).

Trong bút ký Khu Nancy Ở Saigon, ông kể lại về khoảng thời gian và kỷ niệm khi gia đình ông cư trú tại nơi đây và những người bạn đã quen. "Gia đình tôi cư trú ở khu Nancy. Khu này có một cái chợ lâu đời và rất nổi tiếng là chợ Nancy. Chợ nằm giữa ranh giới quận 5 và quận 1, hai quận ngăn cách nhau bởi con đường Cộng Hòa, bây giờ gọi là Nguyễn Văn Cừ. (trang 115).

Hay như ông kể về kỷ niệm về những người bạn ở "Số 19 Kỳ Đồng". "Đây là một tòa biệt thự cổ của Pháp, bước vào là một khoảng sân khá rộng, rồi bước tới phòng khách có thể sinh hoạt chung năm bảy chục người, trong nữa là ba phòng dùng làm văn phòng, phòng họp và phòng văn thư." (trang 125).

Gần nữa là buổi gặp mặt với những người bạn hôm ra mắt tạp chí Quán Văn số 41 với Đoàn Văn Khánh, Phan Văn Quang, v.v... (Hòa Bình Áo Đen, trang 137).

Và ở những bút ký khác như "Chuyện Cổ Tích Trên Bến Bình Đông", "Nhớ Về Long Kiểng", "Cuối Năm Nhớ Mẹ", "Văng Vẳng Bên Trời Tiếng Hạc Qua", "Nguyễn Minh Diễm, Anh Tôi", "Thanh Ca - Tác Động Một Thời", "Bên Bờ Kinh Tẻ", "Khu Phố Ngày Xưa", chúng ta thấy thấp thoáng những kỷ niệm về gia đình, ông bà, cha mẹ, anh chị em, bạn bè và những nơi mà tác giả đã đi qua, sống cùng được ghi lại rất đậm đà tình cảm chứa chan.

Ngoài những truyện đời thường/bút ký ra tôi có thấy vài truyện mang tính thiên về hư cấu. Trong truyện ngắn Thuồng Luồng Mắt Biếc cũng là tựa cho tập truyện này, Nguyễn Minh Nữu giải thích về việc cô Trang, một thiếu nữ đang mang thai bị người trong làng xóm chê trách vì không biết cha đứa bé là ai và cô Trang đã nhảy sông để quyên sinh thì gặp ông lão (có thể là Vua Thủy Tề hay Long Vương) nói: "Quay về phía Trang, ông lão nói nhỏ nhẹ, con đừng sợ, người thanh niên này là Tử Kim Long, anh ta là một trong các thần tướng của dòng sông này, mấy trăm năm trước khi anh ta còn là một con Giao Long nhỏ, thì con là một cô gái con nhà hào phú ở đầu dòng sông đã bất ngờ cứu anh ta từ một người dân chài, đem về nuôi và thả trong ao nhà tạo nên một mối ân sâu mà anh ta hứa đền đáp. Con thì đầu thai kiếp này kiếp khác, nhưng anh ta thì tu dưỡng và nay thành một thần tướng bảo hộ sông. Anh ta vẫn thường theo dõi con mà con không biết đó thôi. Tới khi bất ngờ thấy con gặp nạn thì ra tay cứu vớt, nhưng tại do số trời nên khi anh ta quấn quanh người con nhằm mục đích nâng người con lên khỏi dòng nước để cứu lại chính là mùa giao phối của giống rồng, cho nên chất nhớt dính quanh người anh ta đã vô tình thâm nhập vào con để tạo nên bào thai trong bụng con." (trang 98).

Trong Hảo Hán Cuối Cùng, Nguyễn Minh Nữu viết về những "hảo hán" ở Lương Sơn Bạc sau khi tan vỡ, một số đã bị chết, tự vẫn, tìm quên ở núi thẳm rừng sâu, hay sống lay lắt vô định. Có thể ông đã mượn hình ảnh Lương Sơn trong truyện để nói về cuộc chiến tranh Việt Nam chăng? Ông viết: "Thật nhiều đêm trăn trở, tao chợt khám phá ra rằng mình đòi hỏi quá cao nơi người chủ tướng, và nơi ngọn cờ mình phục vụ. Cái gọi là Thế Thiên Hành Đạo thực ra chỉ là đòi hỏi công bằng cho một nhóm người chứ không phải là tất cả. Nó nằm trong một guồng máy, cho nên dẫu giết tên tham quan này thì guồng máy sẽ đẻ ra tên tham quan khác, nhu cầu giết đó chỉ hẹp hòi trong tính vay trả mà thôi. Quan điểm công bằng là quan điểm của người hảo hán." (trang 89).

Trong Con Trai Của Thủy Thần, Nguyễn Minh Nữu kể lại chuyện ông thầy chữa bệnh rắn cắn có tên Tám Rắn: "Thủy Thần biển Đông có 9 con trai, và ông Tám Rắn đó chính là người con trai thứ tám phụ trách thông thương cho cửa Ba Thắc. Nhiệm vụ của họ là mỗi ngày đi vào đất liền bằng chín lối khác nhau. Mỗi khi đi vào, họ hóa thân thành thuồng luồng nước lớn, những lớp vảy là những con sóng bạc, khi họ đi vào là nước thủy triều dâng lên, vừa làm lòng sông sâu thêm, vừa làm bờ sông mịn láng, và khi lên tới đầu nguồn, họ quay về biển Đông, đó là khi người ta nhìn thấy nước triều xuống. Những Long Thần này còn làm ra những cơn mưa tưới cho vùng đồng ruộng bát ngát của đồng bằng miền Nam. Khi cất lên cao để tạo mưa, rồng nhả từ trong miệng ra viên trân châu là linh khí của mình, viên trân châu xoay tròn tạo ra những tia sáng lấp lánh mà chúng ta thường gọi là sét, cùng lúc với tiếng reo vang của Long Thần trở thành tiếng sấm." (trang 51).

Ở truyện ngắn Thi Thánh, một chàng thi sĩ tên Sinh làm rất nhiều thơ và gửi đi mọi nơi. Trong một lần Sinh không tìm được nguồn thi hứng khi ngồi trước bàn máy computer thì mơ màng thấy "thi thánh" xuất hiện: "Bỗng dưng thấy gió thổi rì rào rồi từ xa bước vào một chàng thư sinh mặc trang phục trắng theo như kiểu cách ngày xưa, đầu đội khăn xếp, mặt đẹp như ngọc, cặp mắt sáng, môi đỏ thật duyên dáng... Đất có Thổ Công, sông có Hà Bá. Giữa mênh mông vô tận của đất trời, có một vùng rộng lớn dành cho thơ văn, trong đó có Thi Lâm là nơi nảy sinh và nuôi dưỡng các mầm xanh văn hóa, ta là người canh gác và ghi chép của vùng đất đó nên được phong làm Thi Thánh, chứ không phải là người làm thơ. " (trang 43).

Ngoài ra, ở tập truyện ngắn Thuồng Luồng Mắt Biếc của Nguyễn Minh Nữu tôi thấy có rất nhiều triết lý của đạo Phật hay thấp thoáng đâu đó là bóng dáng của ngôi chùa, bàn thờ Phật và gia đình, xuyên suốt trong tập truyện. Có lẽ do ông là một Phật tử chân chính, nên đạo Phật thấm nhuần trong tư tưởng của nhà văn. Ở truyện ngắn Sư Ông Chùa Núi, kể lại chuyện một người Phật tử tu tại gia với pháp danh là Chơn Nhã mà người kể tên Minh Thành đã tình cờ gặp lại trong thời gian đại dịch Covid-19 bùng phát ở ngoại ô dọc theo bờ sông Potomac, con đường mang tên Nuisap. Người mà Minh Thành đã gặp ở quê hương cách hơn 40 năm khi ấy Chơn Nhã là một Thị Giả của sư trụ trì chùa. Tác giả viết: "Chơn Nhã nghe đây, tám vạn ngàn pháp môn của Đức Thế Tôn thì pháp nào cũng là phương tiện để con người tìm được bến bờ an lạc, nhưng đã là con người thì ai cũng phải vào vòng Duyên nghiệp. Có Duyên khởi thì phải có Quả nghiệp." (trang 32).

"Ngôi chùa đìu hiu lắm, bốn bức tường rêu phong cũ kỹ, chính điện chỉ là một cái kệ xây cao, trên đó pho tượng Phật bằng gỗ mít lâu ngày đã sẫm đen như hắc ín. Vị lão tăng khoác tấm áo nâu bạc màu, thân hình gầy ốm, chỉ có tia mắt là sáng." (Con Trai Của Thủy Thần, trang 51).

Hay như trong truyện ngắn Thuồng Luồng Mắt Biết, khi Lân (con trai của Tử Kim Long) được người bạn gái mới tên Kim dẫn một ngôi chùa để sư thầy giải thích về nguồn cội của chàng, tác giả viết: "Kim dẫn đường cho Lân đi vào phía núi, vượt qua một vài ghềnh thác và con đường nhỏ giữa rừng, thấp thoáng phía xa là một mái nhà nhỏ. Khung cảnh u tịch và tĩnh lặng, phía trước, pho tượng đức Quán Thế Âm như một giới thiệu đây là nơi tu hành, ngoài ra không một biểu tượng gì khác. Khi Lân bước vào nhà, một không gian thanh vắng trang nghiêm, bàn thờ Phật giữa nhà thoang thoảng mùi hương trầm nhè nhẹ, không một bóng người. (trang 109).

Ở truyện ngắn đầu tay, "Một Thoáng Mây Phiêu Bạc" có đoạn: "Thức dậy, Thúy đến, nụ cười đầu ngày rạng rỡ. Như mở cửa phòng nói với Thúy đây là lần giỗ thứ mười bảy của thầy anh, và là lần đầu tiên đứa con trai út giỗ bố... Như lục giỏ ra nải chuối, hai ngọn nến và thẻ hương. Bày trên bàn thờ. Như chỉ biết lễ mà không biết khấn..." (trang 231).

Và sau cùng trong tập truyện ngắn Thuồng Luồng Mắt Biếc đó là truyện ngắn "Dòng Nước Mắt Xanh" kể về mối tình đầu của chàng thiếu niên tên Nguyên thương thầm một người chị của bạn học tên Hằng. "Tối hôm đó tôi nói với Hằng rằng, em yêu chị quá. Nếu phải mất hết để được mình chị hay là mất chị để được tất cả em xin chọn trường hợp một. Hằng cười, nâng mặt tôi lên, em của chị đang làm thơ phải không?" Nhưng vì lý do nào đó (có thể là do tuổi tác) nên Nguyên đã không đến được với Hằng. Sau bao năm Nguyên gặp lại Ngọc, bạn học cũng là em gái của Hằng, cứ tưởng đâu hai tâm hồn cô đơn sẽ có hạnh phúc, nhưng một lần nữa duyên phận không đến dù chị hay em. Nguyên và Ngọc vẫn mình đơn gối chiếc.

Tập truyện ngắn Thuồng Luồng Mắt Biếc của nhà văn Nguyễn Minh Nữu dày 270 trang với 19 truyện ngắn/bút ký. Tranh bìa của Trương Vũ. Chân dung tác giả qua nét vẽ của Đinh Trường Chinh. Lời tựa của Hoàng Khởi Phong và Kim Oanh. Bạt của Nguyễn Thụy Đan. Biên tập Trần Thị Nguyệt Mai. Trình bày bìa do Uyên Nguyên Trần Triết. Trình bày ruột sách Nguyễn Thành. Do nhà xuất bản Nhân Ảnh phát hành.

Một lần nữa, chúng tôi xin chân thành cảm ơn nhà văn, nhà thơ, nhà báo Nguyễn Minh Nữu đã ký tặng sách. Sau khi đọc xong tập truyện/bút ký "Thuồng Luồng Mắt Biếc," tôi không thể không chia sẻ vài dòng viết vội.

"Thuồng Luồng Mắt Biếc" mang đến cho người đọc một hành trình khám phá tâm hồn và những góc khuất của con người. Qua từng trang sách, chúng ta như được chìm đắm trong những câu chuyện sâu sắc, đan xen giữa hiện thực và hư cấu, giữa nỗi buồn và niềm vui. Ngòi bút tinh tế của Nguyễn Minh Nữu đã khắc họa sinh động những nhân vật với số phận đa dạng, khiến chúng ta không khỏi đồng cảm và suy ngẫm.

Hy vọng rằng các bạn sẽ tìm thấy trong "Thuồng Luồng Mắt Biếc" những cảm xúc và suy tư riêng, như tôi đã từng trải nghiệm. Chúc các bạn có những giờ phút thú vị bên cuốn sách này!

Võ Phú - Bích Môn Thành 030323

Từ trái qua: Kim Mai Trương, Nguyễn Minh Nữu, Minh Ngọc (NY), nhà giáo Lam Vân (Mẹ Minh Ngọc)

MINH NGỌC (NY)

"THUỒNG LUỒNG MẮT BIẾC"

MỘNG, THỰC, VÀ KỶ NIỆM

Thuồng Luồng Mắt Biếc, tuyển tập ấn hành giữa năm 2021, nhà văn Nguyễn Minh Nữu gửi tặng cả năm trời, vì nhiều biến cố lớn nhỏ trong gia đình, bạn bè, mãi tới hôm nay tôi mới đọc xong. Đọc xong, tôi mới hiểu ra hậu ý của tác giả khi gửi tặng quyển sách, không chỉ là phép xã giao thông thường trong giới văn nghệ. Tôi cảm động bồi hồi muốn rơi nước mắt.

Là vì trong tuyển tập có bài viết về nơi tôi sinh ra, lớn lên - vùng Tân Quy (Nhớ về Long Kiểng, trang 157). Bài viết đặc tả vùng đất ngoại ô dân dã hiền lành, trong đó có gia đình người chị ruột thân yêu của tác giả, cũng là cô giáo kính mến của tôi thời trung học mà học trò vẫn coi cô như người mẹ thứ hai - cô Nguyễn thị Bội Cẩn. Đọc bài viết chứa chan tình thương mến của người em trai đối với chị, tôi hiểu thêm về cô và càng thương, càng phục cô nhiều hơn. Trong tấm thân cao gầy mảnh mai với tà áo dài nội hóa của cô, không chỉ có trí tuệ mẫn tiệp và tâm hồn văn chương sâu sắc mà còn nghị lực, quyết tâm, và trái tim bao dung nhân hậu. Thầy Chu Hoài Nhân, là thầy dạy Anh văn lớp tôi, cũng dòng dõi thi thư (cháu nội ông Nghè Chu Mạnh Trinh), rất giỏi và nghiêm khắc nên tôi sợ len lét, trong khi được cô cưng, chẳng khác đứa nhỏ sợ cha đeo theo mẹ.

Tôi biết tiếng nhà văn Nguyễn Minh Nữu khi bắt đầu tham gia sinh hoạt văn chương hải ngoại cuối thập niên 90, nhưng không gặp mặt hay quen biết. Bẵng đi một thời gian dài bận rộn gia đình con cái, công việc, khi bắt đầu rảnh rang một chút, tôi muốn góp phần khôi phục lại các tác phẩm trước 1975 đã bị thất lạc, lãng quên sau chiến dịch bài trừ văn hóa. Vốn mang theo một số sách báo cũ, tôi scan và chuyển qua dạng đánh máy đưa lên Facebook các truyện trên tạp chí Văn trước 1975 nay không thấy phổ biến lại. Tìm thấy truyện ngắn "Một thoáng mây phiêu bạc" của nhà văn Nguyễn Minh Nữu trên Văn số Tân Niên 1973 (sau này tôi được biết đó là truyện đầu tay của ông, dù trước đó ông đã có thơ đăng trên Khởi Hành dưới bút hiệu Nguyễn Uyển Thượng), tôi đưa lên Facebook. Ông lập tức liên lạc để cảm ơn và làm quen. Ông gửi tôi bản chụp truyện "Dòng nước mắt xanh" cũng đăng trên Văn cuối năm 1973 nhờ chuyển qua dạng đánh máy. Hai truyện này in lại ở cuối tập Thuồng Luồng Mắt Biếc.

Tôi biết nhà văn Nguyễn Minh Nữu là con học giả Nông Sơn Nguyễn Can Mộng, em nhà báo Nguyễn Minh Diễm - Giám đốc ban Việt ngữ đài phát thanh Á châu tự do, nhưng không hề ngờ ông là người quen thân hơn thế. Vài ngày sau khi quen ông trên Facebook qua truyện ngắn đó, tình cờ tôi thấy ông đăng hình đón chị ruột ở Việt Nam sang chơi, một người rất thân thuộc, tôi không thể nào nhầm lẫn được dù đã không gặp mặt hơn hai chục năm trời. Tôi vội comment hỏi ông "Chú là em của cô Cẩn?", đồng thời hỏi Chu Thế Phong, con trai cô và bạn học cùng lớp với tôi từ nhỏ, "Chú Nữu là cậu ruột của Phong à?". Cả hai đều trả lời, xác nhận đúng. Tôi vui mừng quá đỗi, bèn thu xếp hẹn ngày giờ chạy xuống Virginia thăm cô. Tại đây tôi cũng gặp nhà văn Nguyễn Minh Nữu, tuy nói giọng Bắc nhưng có lẽ vì lớn lên ở miền Nam, ông có vẻ chân chất giản dị, không cầu kỳ khách sáo như một số nhà văn gốc Bắc tôi từng gặp.

Năm trong số sáu truyện đầu tập (trừ Hà Nội Thứ Tư có tính cách tự truyện, hiện thực) lãng đãng giữa mộng và thực, giữa giả và chân, với văn phong thanh thoát mà thâm thúy. Thuồng Luồng Mắt Biếc, truyện làm tựa đề cho quyển sách, là câu chuyện liêu trai về đứa con mang hai dòng máu thần tiên và trần tục, chỉ tìm được hạnh phúc khi gặp người nữ cũng có nguồn gốc tương tự. Tiếp theo là một loạt bài viết đầy ắp kỷ niệm một thời tuổi trẻ ở Sài Gòn, với gia đình, bạn bè, nhóm du ca... Bằng giọng văn nồng nàn tha thiết, trí nhớ tỉ mỉ sống động, tác giả dẫn dắt người đọc từ vùng Long Kiểng, Kinh Tẻ, sang Bến Bình Đông, khu Nancy, Duy Tân... khiến những ai từng gắn bó với Sài Gòn ngày cũ không khỏi bồi hồi nhớ tiếc.

Khi mới đọc bài "Chuyện cổ tích trên Bến Bình Đông" tác giả đăng trên Facebook cuối năm 2017, tôi gởi cho GSBS Nguyễn Tấn Cường, một người anh, người thầy thân thiết từ hồi tôi mới học năm thứ ba Y khoa, vì anh ở rể Bến Bình Đông một thời gian khá lâu. Anh có kể tôi nghe hồi mê chị điều dưỡng Ngọc Sương (chị rất đẹp, hiền, và đảm đang), anh ở đường Trần Bình Trọng quận 5, theo chị qua hai cây cầu miết mới lấy được chị. Đọc được bài này, anh viết thư cho tôi:

"bài viết về Bến Bình Đông rất cảm động và khiến anh bâng khuâng nhớ về căn nhà cũ anh chị đã ở bên ấy. Lúc Má vợ anh còn sống, láng giềng ngày nào cũng qua trò chuyện rất là thân thiết. Khi có đám giỗ thì cả xóm qua giúp, rồi bày cỗ ăn uống linh đình, khi về mỗi người còn được tặng vài cái bánh ít, bánh tét hay là trái cây đem về làm quà. Khi Má vợ anh chết cả xóm đều đi đưa. Đó là lối sống cộng đồng sớm tối có nhau như ở nông thôn mà bây giờ thì mai một nhiều rồi.

Câu chuyện về Bến Bình Đông của tác giả cho thấy lối sống hồn hậu, thủy chung, trọng lễ nghĩa và giữ gìn chữ tín của ông bà ta mà ngày nay đã phai lạt rất nhiều."

Cảm xúc của BS Tấn Cường khi đọc bài về Bến Bình Đông, cảm xúc của tôi khi đọc bài về Tân Quy và cô giáo thân yêu, chính là do tác giả truyền cảm xúc thực sự của mình vào câu văn chữ viết đến trái tim người đọc. Tôi tin chắc độc giả không ít thì nhiều sẽ tìm thấy một phần tâm sự mình đâu đó giữa những mộng và thực, ký ức và hiện tại trong tập Thuồng Luồng Mắt Biếc.

Một lần nữa, cháu cảm ơn chú đã có nhã ý gửi tặng tập sách quý giá này.

Tháng 7/2022

* Thuồng Luồng Mắt Biếc, tập truyện Nguyễn Minh Nữu, Nhân Ảnh xuất bản 2021

ĐẶNG TIẾN (THÁI NGUYÊN)

(trích từ tập 100 Chân Dung)

CHÂN DUNG 22:

NGUYỄN MINH NỮU: TRÒ CHUYỆN VỚI MỘT NGƯỜI VIỆT XA XỨ

Bất ngờ, thật bất ngờ
Từ phương xa... ông gọi,
Tôi sững sờ, bối rối
Điều tôi vẫn mong chờ

Thôi, vòng vèo một chút
Tôi sống ở Bắc kỳ,
Như người trong ấy gọi
Từ độ nước chia ly...

Chia ly ra hai phía
Chia ly ra hai phía
Miền Bắc và miền Nam
Ôi! Bàn cờ thế cuộc

Thân phận nước yếu hèn!
Mấy triệu người bỏ quê,
Xuôi Nam và ngược Bắc
Rùng mình khi nghĩ lại

Lòng vẫn còn tái tê
Đùng đoàng ôi cuộc chiến,
Sông máu và núi xương
Mả mới chen mả cũ

Phế nhân khắp ngả đường...
Những cháu con Vua Hùng,
Tàn hại nhau. Kinh khủng
Truy cùng và diệt tận

Thảm thương đến vô cùng
Bao nhiêu người di tản?
Bao nhiêu người vượt biên
Máu đỏ. Ôi máu đỏ!

Hòa cùng Thái Bình Dương
Bao nhiêu người ra đi,
Gọi là để đoàn tụ
Thì vẫn là chia ly

Thì vẫn là bỏ xứ....
Tôi thằng nhóc Bắc Kỳ,
Lớn lên trong nghèo khó
Bốn bề bưng bít cả

Nào biết gì mô tê
Ếch ngồi nơi đáy giếng
Trời xanh hóa thành vung
Nửa đời như mù điếc

Suýt thì thành phế nhân
Tận cùng của khổ nạn
Thôi cũng đến ngày vui
Những tấm màn bưng bít

Cũng đến lúc hạ rồi
Những gì là tốt đẹp
Dẫu trải bao dập vùi
Vẫn còn nguyên vẹn đó

Như kim cương, vàng mười
Những gì là hàng mã,
Tro bụi và bọt bèo
Thời gian tàn hủy hết

Còn lại được bao nhiêu?
Những trang sách mở ra
Bao chân trời tri thức
Hôn ám dần lui dần

Tin lành lòng mở rộng
Bao văn nhân nghệ sĩ
Bị vùi dập một thời
Tôi đọc lòng thanh nhẹ

Về già bỗng được vui
Được vui vì thêm bạn
Dẫu góc bể chân trời
Một vài giây - nối mạng

Được thấy nhau nói cười
Thật ngạc nhiên quá đỗi
Giọng Hà Nội vang lên
Sài Gòn... pha chút xíu

Giọng quê hương vẹn nguyên
Ra đi từ Hà Nội
"Thiếu tiểu" ... đã "ly gia" (*)
Cố hương. Xa vời vợi
Ngăn cách bởi can qua

Phận người như búi cỏ
Cuồng phong cuốn cuốn theo
Cánh bèo nơi sóng nước
Cuối trời xa phiêu diêu

"Hương âm"...vẫn "vô cải" (**)
Cái già đến trên đầu (***)
Mang mang trời viễn xứ
Cố hương giấc chiêm bao

Ông chuyện trò vui lắm
Tôi thưa với ông rằng
Ơn giời nhờ có mạng
Hết xa mặt cách lòng

Văn chương nhịp cầu nối
Ông đã thuộc vào lớp
"Nhân sinh.... cổ lai hy" (****)
Tôi kém chừng một giáp

Biết rũ bỏ sân si
Cầu trời có ngày đẹp
Được gặp ông ngoài đời
Trái đất tròn. Bé lắm

Hẳn là có. Thế thôi!
Hẳn là có... Thế thôi.

(*) (**) Ý thơ Hạ Tri Chương
(***) Ý thơ Mãn Giác Thiền Sư
(****) Ý thơ Đỗ Phủ

Khai bút

[Để tặng thi huynh Nguyễn Minh Nữu]

Ta về. Một lần. Nơi cố quận,
Để ngắm hoa đã nở chờ ta
Cố hương... cố quốc vời vợi nhớ
Buồn dâng đầy mắt người phương xa.

Ra đi mang theo nỗi muộn phiền
Dằng dặc mây trôi trời viễn xứ
Hoàng hôn đổ bóng cánh chim nghiêng
Cố hương, tuổi ngọc đáy sông chìm.

Cố hương ta đâu có quyền chọn
Ta đành dứt áo một lần đi
Là đi biền biệt không trở lại
Tâm tưởng hằng đêm. Ta trở về...

Nơi ta đến thoạt đầu đất khách
Là nơi con cháu được sinh ra
Cố hương bỗng một mình ta có
Ta bỗng dưng thành kẻ lạ xa.

Những gì ta có là nỗi nhớ
Con cháu thoảng nghe ngơ ngác cười
Ngụ ngôn cổ tích chi chi đó
Vi vu gió thổi phía chân trời.

Bạn cũ vơi dần theo năm tháng
Mẹ cha - di ảnh mấy khuôn hình
Biết bao di bút cùng lưu bút
Những trang xưa mờ như thời gian.

Chiều nay cuối năm ta trở lại
Dẫu là tâm tưởng cùng cố hương
Giật mình như có tiếng ai gọi
Cố hương thấp thoáng bóng cố nhân.

Cố nhân người cũ là ai vậy?
Một nàng tóc biếc mắt xoe tròn?
Bà cụ lưng còng nơi quán dốc?
Hay chiếc thuyền mờ ảo trong sương?

Cố nhân người cũ là ai vậy?
Có thể chính ta ngày thiếu thời
Ngượng ngùng được mặc tấm áo mới
Cứ muốn chạy sang hàng xóm chơi.

Chân trời xưa cũ. Không về được
Thong thả ta mở những trang thơ
Cảm ơn trời đất. Ta còn trí
Chữ nghĩa hiện hình chuyện ngày xưa.

Đặng Tiến (Thái Nguyên)

LÃM THÚY

NGUYỄN MINH NỮU,
DÒNG THƠ MƯỢT MÀ SÂU LẮNG

Khi tôi nhờ Nguyễn Minh Nữu giới thiệu tập thơ Còn Nguyên Nỗi Ngậm Ngùi trong ngày ra mắt 17 năm về trước, tôi chưa biết anh là ai, chỉ mời vì có người giới thiệu. Khi thấy anh ăn nói lưu loát, giới thiệu thơ sâu sắc, tôi cũng không ngạc nhiên vì nghĩ đó là năng khiếu tự nhiên của những người đến từ phía Bắc Việt Nam, di cư sau cuộc chia đôi đất nước.

Cho tới khi nhận được CD nhạc phổ từ thơ anh, tôi mới thực sự cảm phục, và càng ngày càng hiểu ra Nguyễn Minh Nữu có tài năng trong nhiều lãnh vực: thi ca, báo chí, phát ngôn. Ở đây tôi chỉ xin nói một chút về thơ của anh.

Đọc tập thơ Lời Ghi Trên Đá và một số bài ngoài thi tập này, tôi có nhận xét rằng Nguyễn Minh Nữu xuất sắc trong nhiều thể loại thi ca. Thơ anh có chiều sâu, cách diễn tả linh hoạt, ý tưởng mới mẻ, kỹ thuật vững vàng. Nói chung là thơ hay và truyền cảm, nhưng nói gì đi nữa, tôi vẫn thích thơ lục bát của Nguyễn Minh Nữu hơn, những vần thơ ngọt ngào êm dịu, đầy ắp ý tình.

Thử đọc mấy câu trong bài Yêu Dấu:

- Ta tìm em, bóng tìm hình
Phiêu du lỡ cuộc sầu mênh mông sầu.
hay:

- Đắm say cho đến bạc đầu
Cuối vườn lan nhuốm một màu tịch liêu.

Có gì lạ lẫm trong cách nói, cách nhìn, cách diễn đạt, Hình với Bóng há chẳng là sự gắn bó bền bỉ thiết tha sao? Vậy mà Bóng phải tìm Hình? Có phải vì cuộc phiêu du lỡ dở mà nỗi sầu mới mênh mông vô tận đến thế. Chỉ một từ "sầu" trùng điệp mà cho ta thấy hết sự bao la, mênh mông trong nỗi sầu của tác giả.

Trong bài Xa và Xưa

Xa rồi những tối hoa xưa
Cảm ơn chút gió đổi mùa hôm nay
Đường về nhẹ chút heo may
Môi cười mà mắt cay cay tiếng cười.

Tôi nhớ trong một bài nhạc nào đó của nhạc sĩ Văn Cao có câu "Đã từng nghe gió biết thu sang". Đọc thơ Nguyễn Minh Nữu chứng nghiệm thêm một lần nữa sự nhạy cảm của những tâm hồn tài hoa. Chút gió heo may thoáng gợn mà đã biết ngay trời đất đổi mùa, và nỗi nhớ nhung nào đó là cay khóe mắt đa tình.

Một bài thơ khác Gõ tay vào cửa - Đời hư

Gõ tay vào cuộc phù vân
Biển dâu ai biết phong trần bao la.

Tác giả không nói, nhưng dường như những ẩn ngữ đã nói lên những đớn đau, những ngậm ngùi trong đời dâu biển mà gió bụi bao la vùi dập những kiếp người mong manh như bóng phù vân.

Mênh mông không bến không bờ
Gõ làm chi, có bao giờ gõ đâu.

Ý tưởng thật lạ, mênh mông hư ảo, sắc không lẫn lộn, gõ mà không gõ những cửa đời dâu bể phong trần.

Một bài thơ rất dễ thương khác: Giả vờ

- Giả vờ thăm lại xóm xưa
Thử coi người ấy bây giờ ra sao
Tóc còn lộng gió chiêm bao
Mắt còn biêng biếc xôn xao lời tình
Chân đi dẫu chỉ một mình
Mà ta chao đảo như nghìn mắt theo

Đúng là "ngôn bất tận ý" mà "ý bất tận tình". Không nghe Nguyễn Minh Nữu nói người ấy đẹp, nhưng qua những hình ảnh miêu tả "Tóc còn lộng gió chiêm bao", mắt xanh tình tứ khiến người đi chao đảo thì đúng là "nhất cố khuynh thành". Câu thơ làm tôi nhớ đến một câu trong bài hát "Vẫn có em bên đời" của Trịnh Công Sơn, một câu đủ làm nên lòng ngưỡng mộ "Dù em khẽ bước không thành tiếng, cõi đời bao la vẫn ngân dài". Đúng là tuyệt bút.

Thơ tình Nguyễn Minh Nữu hầu hết là lòng hoài vọng, nỗi nhớ nhung về những hình bóng đã xa vời mà còn xót xa chờ đợi. Chờ người cũng nằm trong tình ý đó:

Bao nhiêu buổi đứng đây chờ
Bao nhiêu rêu phủ xanh mờ thềm em.

Người xưa chờ nhau hóa đá, chàng lãng tử đa tình chờ mãi đến rêu phong:

Rừng xưa chừng đã điêu tàn
Người xưa hòa bóng trăng tan bao lần...

Tình ý ấy như câu ca dao:

Gió đưa trăng thì trăng đưa gió
Trăng lặn rồi gió biết đưa ai...

Người xưa hòa bóng trăng tan, trăng đầy nguyệt khuyết bao lần, thu đông hờ hững tình xuân lỡ làng. Nói thế, chứ không phải thơ Nữu lúc nào cũng u hoài thương nhớ, có khi cũng rộn ràng hồn nhiên, tươi thắm, nhiệt thành như trong bài Hát rong giữa đời:

Ôm đàn đến hát bên người
Sớm mai lồng ánh mặt trời ngát hương
Mặt người như hoa Hướng Dương
Thế là có những giọt sương ra đời
Ôm đàn đến hát bên người
Lòng vui thêm khúc nhạc vui hơn lòng
Hỏi rằng em giống ta không?
Mắt trông, chân ngóng, tay mong, dạ chờ
Phải chăng đời chính là thơ
Nguyện bên nhau khúc tình mơ suốt đời.

Ý tưởng nồng nàn, lời thơ sôi nổi, tình thơ đắm say dồn dập: Trông, Ngóng, Mong, Chờ... Đó chỉ là khoảnh khắc vui tươi nồng ấm, còn thì vẫn là những xót xa thương nhớ mỏi mòn như bài Tình Xa:

Xin cho tôi gửi một lời
Tới người xa, cuối chân trời ngày xưa.

Và:

Cổ kim nối một nhịp cầu
Hát khan giọng dưới trăng đau, một mình

Có cần chi nhiều lời, chỉ một câu thôi:

Hát khan giọng dưới trăng đau, một mình. Đủ nói lên nỗi khắc khoải cô đơn, niềm ngậm ngùi trống vắng. Lòng mình đau mà tưởng trăng đau, mình lẻ loi mà tưởng trăng đơn độc. Quá tuyệt.

Thơ Nữu cũng nhiều khi tha thiết mặn nồng:

Nỗi lòng chôn giấu đã lâu
Hôm nay hiểu đến thâm sâu nỗi lòng

Môi trầm hương, mắt bao dung
Mỗi người là một phần chung mỗi người
Về đây ngồi cạnh nhau thôi
Mà nghe rộng suốt một đời cho nhau.

Thơ Nữu không nhiều, mà chắt lọc lời lời châu ngọc, những bài thơ không dài mà triền miên thi tứ vô cùng. Và như trên đã nói, tôi đặc biệt yêu thích những bài thơ lục bát êm ái mượt mà, tuy nhiên nếu không nhắc những thể loại khác, e rằng chúng nó (những bài thơ) sẽ kiện mình kỳ thị, nên cũng xin lược qua vài nét đan thanh.

Về ngũ ngôn:

Trong chừng mực nào đó
Em đã bỏ đi rồi
Mà chiều nay bão nổi
Lại quay về bên tôi
Trong chừng mực nào đó
Giữa hiu quạnh đời người
Có một dòng sông nhỏ
Chảy êm đềm xa xôi...

và chính những hoài niệm ấy, nói là chừng mực, lại dường như là vô chừng vô biên:

Những tưởng một xa là mất cả
Con sông, dòng cũ, bóng đò đưa
Ở giữa tim người là sóng dập...
Dồn từng tiếc nhớ xuống trang thơ.

Thơ Nữu đi ra khỏi những đường mòn, những ước lệ của đời sống, của thi ca. Hãy nghe:

Đã biết bao phen dừng bước lại
Quê người nâng chén uống khơi khơi
Đâu cứ phong sương thì mới lạnh
Đêm nay nghe buốt đến tê người.

Không phong sương, nâng chén rượu nồng uống khơi khơi mà vẫn nghe lạnh, nghe buốt đến tê người. Hóa ra cái lạnh từ trong tâm phát ra, cái lạnh lùng của những ngày Từ Cách Biệt:

Buổi chiều không có gió
Áo trắng làm sao bay
Bàn tay không gắn bó
Ai quay quắt đêm ngày
Buổi chiều bên dòng sông
Thả bóng mình vào sóng
Vỗ mạn thuyền vô tâm
Mà tim mình lạnh cóng....

Thấy chưa! Lãm Thúy nói rồi mà! Nếu với Thâm Tâm thì:

Đưa người ta không đưa qua sông
Sao có tiếng sóng ở trong lòng
Bóng chiều không thắm không vàng vọt
Sao đầy hoàng hôn trong mắt trong.

và Lưu Trọng Lư thì:

Tuy môi em uống mà lòng anh say.

riêng Huy Cận thì:

Không khói hoàng hôn cũng nhớ nhà.

còn Nguyễn Minh Nữu lại:

Đâu cứ phong sương thì mới lạnh

và:

Vỗ mạn thuyền vô tâm
Mà tim mình lạnh cóng.

Những nghịch lý ấy phải chăng là sự gặp gỡ của những tâm hồn đồng điệu trong dòng sông Thi Ca?

Đọc thơ Nữu, chúng ta tìm thấy chất phóng khoáng trong tâm hồn tác giả, dù đó vẫn là một tâm hồn đa cảm, một trái tim nồng nàn, dù đôi khi chỉ là một thí dụ:

Thí dụ, chỉ là thí dụ thôi
Bất ngờ từ một chốn xa xôi
Người xa về trước thềm năm cũ

Sảng khoái thơ vang một góc trời.

Trong khi chờ các Thí Dụ kia trở thành sự thực, thi sĩ ta đành "dừng bước giang hồ". Bài thơ Khi về ở West Virginia là bài thơ tả cảnh rất linh động và rất buồn:

- Bây giờ xin ở lại đây
Với đêm quạnh quẽ với ngày hoang vu
Lên cao có dốc sương mù
Xuống sâu có lũng xuân thu vắng người
Ở đây thiếu hẳn tiếng cười
Thiếu luôn tiếng khóc, thiếu người chung quanh
Xóm xa cách núi cách ghềnh
Tàn cây cổ thụ chênh vênh góc trời
Mưa rừng gió núi chơi vơi
Tựa hiên có một bóng tôi tự tình

Mượn lời thơ bài Tạ từ trước lúc chia xa Lãm Thúy kết thúc cho bài viết này:

Rồi một ngày đất sẽ hiển linh
Khi tôi gửi chính mình vào đất
Cho tôi nói một lời rất thật
Dẫu xa người, người chẳng mất tôi đâu.
Lãm Thúy cũng xin bắt chước tác giả nói một lời rất thật:

Dẫu cho đất có chôn người
Thì thơ anh vẫn tung trời bay xa.

15/8/2018
Lãm Thúy

MINH LƯƠNG

NGUYỄN MINH NỮU, SỐNG CÙNG BẠN BÈ

Tôi quen với Nguyễn Minh Nữu khá lâu từ khi tôi gia nhập tạp chí Quán Văn. Anh là bạn thân với nhà thơ Đoàn Văn Khánh mà Khánh thì với tôi gần nhà, rất thân nhau vì thường uống cà phê và tán gẫu với nhau. Anh Nữu và anh Khánh đều lớn tuổi hơn tôi, được biết trước kia anh cũng ở Tây Nguyên, do vậy mà chúng tôi dễ có tình cảm và thông hiểu nhau. Anh vào làng văn trước năm 75, trong khi lúc đó tôi mới đứng bên ngoài ngó vào làng văn với lòng ngưỡng mộ. Năm 2017, tôi được anh tặng cho quyển bút ký Thương Quá Sài Gòn, để đọc và hiểu anh hơn.

Theo dõi hoạt động văn chương của anh, tôi được biết anh thường xuyên viết cho Ngôn Ngữ, Thư Quán Bản Thảo... [1] Và sau này viết cho Quán Văn. Đọc Thương Quá Sài Gòn mới thấy anh yêu mảnh đất đã từng sống, nhớ từng địa danh như Ban Mê Thuột, Đà Lạt; nhớ các vùng Sài Gòn như Long Kiểng, Tân Quy, Thủ Thiêm... Anh nhắc từng hiệu sách, từng quán cà phê ở Sài Gòn, có những con người cụ thể gắn liền với câu chuyện ngày xưa. Còn những lần về Việt Nam, ngoài việc thăm gia đình anh đều dành thời gian gặp bạn văn ngày cũ, tìm kết giao với bạn văn chỉ cần nghe tên. Anh nhớ đến từng người đã gặp dù một lần, không chọn lựa người nổi tiếng để giao du miễn bạn sống chân tình là được.

Đọc Thương Quá Sài Gòn Ngày Trở Lại tôi biết được nhiều người tài năng nhưng chưa đủ thời gian để thành danh mà nhiều hồi ký các nhà văn kỳ cựu không đề cập hay tại kiến thức hạn hẹp của tôi chưa biết đến (?). Rất thú vị khi biết thêm những tiệm sách ngày xưa ở Sài Gòn như Xuân Thu, Lê Phan, Vĩnh Bảo, Tự Lực mà con mọt sách như tôi thời đó chưa đặt chân đến.

Là tín đồ của cà phê giáo, tôi thích thú khi được anh nhắc nhở về những quán cà phê xưa với những bạn bè văn nhân thời ấy, rồi những quán cà phê đương thời mà tôi hàng ngày lê la ở đó. Mỗi nơi anh đến là một kỷ niệm với bạn bè, với một nhóm bạn và có lẽ vì thế mà tình cảm với anh em mới mặn nồng.

Thời gian Nguyễn Minh Nữu ở Việt Nam rất ít, vậy mà anh xuất hiện trong các sinh hoạt của Quán Văn rất nhiều và lần nào cũng với vai trò là MC rất tuyệt. Ban đầu tôi tưởng Ban tổ chức Quán Văn chọn anh với tính cách xã giao vì anh là khách, là bạn ở phương xa về, nhưng đi dự nhiều lần mới thấy tài nghệ giới thiệu, ứng đáp nhanh nhạy và pha chút khôi hài của anh.
Năm 2023, Nguyễn Minh Nữu từ Mỹ về, muốn đi Phú Yên chơi để gặp nhà văn Trần Huiền Ân, một nhà văn viết và nổi tiếng từ năm 1967. Anh tổ chức đoàn đi sáu người, không hiểu sao tôi được lọt vào mắt xanh của anh. Tôi nghe tiếng Trần Huiền Ân đã lâu, rất muốn gặp ông nên tôi đồng ý ngay. Cùng đi trong chuyến

này có nhà thơ Đoàn Văn Khánh, TS Ngữ văn Hoàng Kim Oanh, nhà văn Nguyễn Châu và bạn văn Nguyễn Kiều Phương.

Với đoạn đường Sài Gòn – Tuy Hòa gần 550 cây số qua các thành phố Phan Thiết, Nha Trang, chúng tôi có thể ghé nghỉ chân nhưng vì nóng lòng muốn đến Tuy Hòa trước nên đi một mạch, nhất là vì có hẹn với anh Ân nên phải đến cho đúng giờ.

Trên đường đi, anh Ân chút lát lại gọi điện hỏi thăm Nữu đến đâu rồi, đoàn có bao nhiêu người? Điều đó cho thấy anh Ân cũng quý mến anh Nữu và nóng lòng gặp chúng tôi.

Đến Tuy Hòa, bỏ hành lý ở khách sạn là chúng tôi tìm đến nhà anh Ân ngay. Nhà anh ở mặt tiền đường nhưng để cho con kinh doanh, anh ở phía sau nhưng diện tích sử dụng còn rộng. Ngoài phòng khách, phòng ngủ, phòng làm việc còn hai phòng chứa sách. Vừa vào nhà, anh đã lấy sáu quyển thơ Thuyền Sông Lá Rừng ra tặng chúng tôi với tên người nhận và chữ ký đầy đủ. Bên ngoài tập thơ anh còn choàng thêm "ruy-băng" đỏ giống như những sách xuất bản trước năm 1975 dành cho sách dịch đạt giải Nobel rất trang trọng. Thì ra lúc xe chạy trên đường, anh Ân đã hỏi tên từng người và anh Nguyễn Minh Nữu có nói, việc tặng sách chu đáo của anh Ân làm cho chúng tôi cảm động. Gia đình anh Ân còn nói đã dành sẵn chỗ ngủ cho Nguyễn Minh Nữu.

Thăm anh Ân ở Tuy Hòa xong, khi về chúng tôi ghé Nha Trang, anh Nữu có chương trình gặp bạn bè ở từng điểm dừng chân này. Ở xứ Trầm Hương thì nhà thơ Từ Sâm có vai trò đại diện không chính thức của Quán Văn ở xứ này. Bạn bè văn nghệ từ Sài Gòn, ai có việc ngang qua đây cũng ghé thăm Từ Sâm vì họ đã nghe tên và cảm mến. Anh là người phụ trách trang web vanchuongviet.org, trang văn này có từ năm 2004 do anh Nguyễn Hòa sáng lập. Hơn mười năm nay Từ Sâm phụ trách vì anh Hòa bị bệnh, trang được nhiều độc giả theo dõi. Đến nay đã có hơn trăm triệu lượt người ghé thăm. Anh nói thẩm định văn khó mà nhu cầu độc giả cao, bài vở ít và kém là lượng người đọc tụt xuống ngay. Từ Sâm gặp Minh Nữu thích lắm, vì nghe tiếng nhau, hai người trò chuyện huyên thuyên gần đến khuya chưa đủ còn hẹn sáng hôm sau ở cà phê Hòn Chồng. Tôi thì ghé nhà Từ Sâm hai lượt, nhà có tủ sách đẹp còn có một tủ rượu tầm cỡ để chiêu đãi khách.

Rời Nha Trang, chúng tôi về Phan Thiết. Ở Phan Thiết có nhà thơ Nguyễn Thị Liên Tâm, cô là Tiến sĩ giảng viên Trường Cao đẳng Cộng đồng Bình Thuận, GV trường Trung cấp Phật học. Về sáng tác, Liên Tâm viết và xuất bản rất nhiều. Tuy nhiên những năm sau này thì cô không còn đạt giải văn thơ nào của Bình Thuận cả, lý do dễ hiểu vì đã lên làm giám khảo các cuộc thi thơ ở địa phương! Cuộc gặp giữa anh Nữu và bạn bè Phan Thiết rất vui, ai cũng mong có lần gặp nữa.

Nguyễn Minh Nữu còn có tính cách đặc biệt mà ít có nhà văn nào có được. Đó là đam mê xuất bản sách mà sách đó không phải cho riêng mình, trong đó có sự tham gia của bạn bè khắp nơi trên thế giới. Hồi năm 2022 khi mùa dịch xuất hiện, anh nghĩ đến đây là sự kiện lớn của nhân loại mà giới cầm bút cần ghi nhận để sau này còn lại một chứng tích của thế kỷ. Dịch bệnh tàn phá ra sao, nhân loại chịu nỗi khổ như thế nào, mỗi một nhà văn có góc nhìn riêng biệt. In lại thành một quyển. Giá trị quyển "Ghi nhận 2022" sau này giới phê bình sẽ đánh giá, nhưng công sức của anh thì không phải chờ lâu. Kêu gọi mọi người viết, tập hợp bài vở, tổ chức in ấn và phát hành... chưa nói đến việc anh tốn hao kinh phí.

LƯƠNG MINH
Hóc Môn ngày 25/9/2024

HOÀNG KIM OANH

MAY MÀ CÓ SÀI GÒN, ĐỂ NHỚ ĐỂ THƯƠNG...

Cho tôi nói một lời rất thật
Dẫu xa người, người chẳng mất tôi đâu.
(NMN, Lời ghi trên đá, tr. 28)

Thương quá Sài Gòn ngày trở lại, tập truyện ký mới của anh Nguyễn Minh Nữu đến với tôi vào những ngày cuối cùng của tháng Tư Sài Gòn. Cơn mưa sáng nay dường như làm cái nóng thiêu đốt gắt gay chuyển mùa của thành phố phần nào dịu lắng lại. Mùa mưa đang trở về thành phố này... Và tập truyện ký ăm ắp bao nhiêu là ký ức xa gần của anh xoay quanh mảnh đất tôi sinh ra và lớn lên này bỗng dịu dàng như một tà áo lụa Hà Đông mềm mại thấp thoáng phố phường...

Thật lòng, không hiểu sao tôi đã nhận lời ngay không ngần ngừ khi từ dòng Potomac bên kia đại dương anh inbox, rồi email bản thảo về... tính chưa đầy 10 ngày. Thời gian tiếp cận quá ngắn cả với tác phẩm lẫn tác giả. Có lẽ bởi ngay từ tựa đề của tập truyện ký đã cuốn hút tôi. Có lẽ bởi nhắc đến Sài Gòn là nhắc đến những gì tha thiết nhất, thương nhớ nhất không chỉ trong tôi mà có lẽ cả thế hệ của tôi - những người đã sinh ra và lớn lên, đã khóc cười cùng những thăng trầm bể dâu của mảnh đất "thương quá" này. Những khuôn mặt thân thương bè bạn cứ lần lượt hiện ra qua từng trang viết thầm thì của anh. Và tôi đã đọc, đã cảm nhận từ điểm nhìn ân tình sâu nặng ấy ngay từ phút chạm cái tựa đề tác giả cố tình đảo trật tự cú pháp một câu kể thành câu cảm... mở ra cả một tâm thế đau đáu hoài niệm yêu thương và tiếc nhớ không nguôi...

198 trang không kể bạt, bìa và phụ bản trong Thương quá Sài Gòn ngày trở lại của anh Nguyễn Minh Nữu được sắp xếp thành bốn phần chính. Phần 1, chiếm hơn nửa dung lượng cuốn sách là 135 trang bút ký cùng tên với tác phẩm. Ba phần còn lại là ba truyện ngắn mang tính chất nửa kỳ ảo nửa lịch sử lẫn hiện thực của anh: Thuồng luồng mắt biếc, Con trai thủy thần và Hảo hán cuối cùng từng được đăng rải rác ở Quán Văn và một số trang mạng văn chương.

Có lẽ không có gì ngạc nhiên khi tác giả chọn thể loại bút ký cho phần 1 Thương quá Sài Gòn ngày trở lại trong suốt 12 chương. Bởi đây là một thể của ký, nằm trung gian giữa ký sự và tùy bút. Nguyễn Minh Nữu đã ghi lại khá chân thực những cảnh vật, sự kiện, chân dung bè bạn gần-xa, cũ-mới mà bản thân anh từng sống, từng đi qua bằng hơn nửa thế kỷ dâu bể đời mình. Gần như là những câu chuyện thật 99.9%... mắt thấy tai nghe, ghi nhận từ các chuyến đi-về và lang thang rong ruổi... trên các dặm đường. Không gian được xác định là Sài Gòn nên bao quát gần như những ngõ ngách mà bất kỳ ai chỉ cần nghe tên gọi đã thấy thân thuộc: Quận 1, Quận 3, Bàn Cờ, Thương xá Tax, Kênh Tẻ, Kênh Tàu Hủ... Những con đường. Những góc phố. Những tiệm sách hầu như ai cũng có lần từng đặt chân vào: Khai Trí, Xuân Thu, Vĩnh Bảo, Tự Lực... hay ngôi nhà ký ức nửa sau thế kỷ trước. Một vài chương tác giả lại ngược chiều không gian hiện thực Sài Gòn bằng không gian kỷ niệm của ông: Đà Lạt, Mỹ Tho, Ban Mê Thuột, Pleiku... thuở thanh xuân. Sự chuyển đổi này được đi theo dòng ký ức tuôn trào hết sức tự nhiên bởi nó được vắt qua và đan xen giữa những trục thời gian cũng vô cùng linh hoạt. Mới ở chương 1 là ngày trở lại gần đây nhất (25.12.2016) và người bạn lâu năm nhất, thân nhất thuở mới lớn là nhà thơ Đoàn Văn Khánh, để từ nhân vật đầu tiên này, Nguyễn Minh Nữu - tác giả-tôi-người kể chuyện mở ra những sợi dây liên kết đến chuỗi những nhân vật khác, ở những không gian khác, thời điểm khác nhưng hữu duyên hay tình cờ đã dự phần đậm nét trong từng khoảnh khắc cuộc đời ông từ... nửa thế kỷ trước, ở các chương tiếp theo.

Tôi thật sự thú vị khi lần theo những mối dây liên kết này, qua cách kể - ghi chép lại tưởng như ngẫu hứng của tác giả. Và qua đó, bắt gặp khuôn mặt Sài Gòn những năm 60, 70, trở đi trở lại cùng thấp thoáng một Sài Gòn hiện tại.

Từ Đoàn Văn Khánh, tác giả mở ra những người bạn Quán Văn và các buổi sinh hoạt ra mắt tập san này như một sinh hoạt thuần túy văn chương nhân bản và tụng ca cái Đẹp (Chương 1, 2, 5). Chân dung chủ biên Nguyên Minh đến từng cây bút Quán Văn tuy chỉ là một lát cắt rõ nét hay thoảng qua nhưng rõ ràng tác giả có sự quan sát tinh tế, miêu tả chân thực, tóm gọn vài dòng mà giúp người đọc cảm thấy như cũng gần gũi thân quen với đôi "trai tài gái sắc" Trương Văn Dân-Elena, hay sẽ tò mò tìm thử "Chuyện Làng Nguyệt Tui" qua giọng châm biếm của Từ Sâm-Nha Trang, biết người góp mặt từ số đầu tiên như Hiếu Tân-Vũng Tàu, Nguyễn Hòa vcv, các anh Khuất Đẩu, Mang Viên Long, Cao Quảng Văn, Vũ Trọng Quang, Thân Trọng Minh, Đỗ Hồng Ngọc... danh giá. Những ấn tượng của tác giả về Nguyễn Sông Ba, Đoàn Đình Thạch, Đặng Châu Long, Ngô Thị Mỹ Lệ, Trần Hữu Hội... cũng đầy chính xác và trìu mến thân tình. Và nơi cái tòa soạn "chuồng cu" đó, là những gặp gỡ đi-về của anh chị Phạm Cao Hoàng-Cúc Hoa, Phạm Thành Châu... cùng món cốm nén truyền thống xúc động tình quê gia truyền mà anh hoan hỷ mang đến đãi bạn bè... cũng đã thành nỗi nhớ.

Từ Đoàn Văn Khánh và những quán café Sài Gòn, tác giả kể với người đọc về phong trào Du ca Sài Gòn từ ngày anh tham dự lần đầu với những tên tuổi một thời Nguyễn Quyết Thắng, Bùi Công Bằng, Đinh Việt Hùng, Nguyễn Ngọc Linh, Phan Ni Tấn, Lê Hồng Thái, Phan Văn Huân... (Chương 4, 6, 8). Những ca khúc phổ nhạc một thời của Nguyễn Quyết Thắng, Phan Ni Tấn và các bạn hữu của ông đã nhắc nhớ lại cả một phong trào sôi nổi của thanh niên Sài Gòn một thời hồn nhiên khát khao lý tưởng, độc lập, hòa bình... Một thời... bản thân tôi như bao thanh niên Sài Gòn từng cũng háo hức đi theo. Tôi cũng xúc động như sống cùng các anh giữa không gian tiếng đàn, tiếng hát hừng hực tuôn tràn trong tiếng đại bác và tiếng còi hú inh ỏi của xe Quân cảnh... xứ núi những năm 1970. Đồng thời cũng lắng nghe tiếng lòng khát khao và những ước mơ tuổi trẻ rất đẹp của các anh:

Nhớ về những ngày tháng đó, trong hào hứng của tuổi thanh niên, chúng tôi ngồi và suy nghĩ thật viễn mơ rằng khoảng năm ba năm nữa, khi không còn chiến tranh, chúng ta cũng vừa vượt qua khỏi cái tuổi mới lớn, mỗi người làm việc từ vị trí riêng, sẽ cùng nhau thực hiện một cơ sở văn nghệ liên kết với nhau thành Ấn Quán, Xuất Bản, Thư Trang, Tạp Chí, và Câu Lạc Bộ. Đã qua rồi cái thời Bút Nhóm, Thi Văn Đoàn, nên chúng tôi đặt tên là Cơ Sở Văn Nghệ Con Người. (tr. 72)

Từ Đoàn Văn Khánh, người đọc cũng bắt gặp một Nguyễn Minh Nữu rất chân thành, chân thật rạch ròi với chính mình và bạn hữu qua những mối quan hệ tình bạn, tình yêu đầu đời. Có chia bùi sẻ ngọt. Có va vấp, ngộ nhận. Có giận hờn, tự ái tuổi trẻ. Nhưng cũng biết lắng nghe và chịu trách nhiệm, biết nhận lỗi, cảm thông. Kể về quá khứ không phải để khóc than tiếc nuối, mà chỉ là để thương lại những niềm thương:
Thương lắm đó khoảng trời xanh bất biến
Giữa đổi thay dâu biển của lòng tôi

(Nguyễn Minh Nữu, Ngát thơm ký ức, tr. 37)

Chương 7 là một chương khá đặc biệt, như biệt lập với dòng ký ức ở các chương trước. Một khuôn mặt khác của tuổi trẻ Sài Gòn thao thức hiện lên và đọng lại trong tôi sau những đoạn miêu tả cặn kẽ của tác giả về những đổi thay của kênh Tàu Hủ nước đen bùn lầy nước đọng nay là con đường Xa lộ Đông Tây mới xây, được mệnh danh là "con đường" dài 300 năm "bởi nó chạy suốt chiều dài lịch sử hình thành và phát triển vùng đất Sài Gòn". Ở đó có Hùng, có Mai, có Phan Ni Tấn những ngày Sài Gòn tao loạn... và người sinh viên Đại học Khoa học hy sinh mùa xuân 1968 cùng tâm trạng một thế hệ lạc lõng mất mát niềm tin qua bài thơ anh để lại trong tập giấy học trò bỏ quên. Người lính ấy đã chết trong lúc di chuyển về căn cứ. Một thế hệ bị đánh cắp tuổi trẻ. Buồn.

...

Nếu đôi lúc nghe giảng bài con ngủ gục
Hoặc reo hò như một chỗ không người
Thầy tha thứ cho con đừng trách phạt
Vì bây giờ không còn chỗ vui chơi.

(trang 62)

Mặc dù chủ đích tái hiện con người và sự việc một cách chân thật, phong phú, sinh động như chính thực tế, nhưng qua đó Thương quá Sài Gòn ngày trở lại còn biểu hiện khá trực tiếp khuynh hướng cảm nghĩ của tác giả, nhiều đoạn đậm màu sắc trữ tình, suy nghĩ về con người và cuộc đời. Nhất là những đoạn viết về những kỷ niệm tình bạn. Chương 10 dành cho Đinh Cường và D'ran là một chương nhiều ký ức lay động tâm tình người đọc. Như Nguyễn Minh Nữu nhận định về Đinh Cường "Cái thú vị là những kỷ niệm nào của Đinh Cường cũng là những kỷ niệm đẹp, ngát thơm từ ký ức, là những chí tình bằng hữu cho nhau". Với tôi, cả Đinh Cường, cả D'ran và người con của D'ran – nhà thơ "hào sảng, chí tình" miền Nam Nguyễn Dương Quang, cùng bức thư cuối cùng người họa sĩ tài hoa của nền mỹ thuật Việt Nam nửa sau thế kỷ XX gửi cho tôi ấy đã là một miền ký ức tình cờ nhưng sâu nặng khó quên...

D'ran, tôi gọi thầm tên người họa sĩ tài hoa ở rừng Natick. Không cần phải ví dụ nữa đâu anh Đinh Cường ơi! Tôi tin rằng từ nơi xa tít tắp đó anh đang về trên miếu mạo đình đài rêu phong của Huế, anh đang về với ngôi trường mái đỏ của Thủ Dầu Một, anh đang về quanh sân của nhà thờ màu hồng ở Tân Định và chắc chắn đang về với rừng thông ngút ngàn sương khói, với mặt hồ xanh ngắt Đa Nhim, về với giàn su xanh, về với bầy két hoang sau vườn nhà gỗ, về với cổng nhà thờ có tháp cao Cầu Đất, về với nhà bưu điện đìu hiu Đơn Dương và về với muôn ngàn kỷ niệm bạn bè từng qua ở thị trấn Dran... (tr. 104).

Người đọc cũng có thể bắt gặp nhiều đồng cảm ở chương 11 qua câu chuyện rất thật của tác giả những ngày bươn chải Sài Gòn-Đà Lạt-Thủ Dầu Một-Bình Dương để tồn tại sau 1975... "Từ một người không liên quan gì tới mỹ nghệ, tôi bắt đầu bước vào và sống suốt hai mươi năm bằng nghề mỹ nghệ khởi đầu từ Thương xá Tax này." (tr. 108)

Khác các chương trước, tác giả như ẩn mình đi, không phẩm bình mà cứ để sự kiện tự lên tiếng. Nào chuyện mua bán hàng mỹ nghệ từ Đà Lạt về ở Thương xá Tax. Nào chuyện bất đắc dĩ chuyển sang nghề cẩn ốc, làm đàn... chạy vạy từ nguyên liệu, đến nguồn mối nguồn hàng... Cả chuyện học nghề cũng được miêu tả chi tiết "làm một sản phẩm cẩn ốc, là phải qua 12 công đoạn: Can, Cưa, Ghép, Gắn, Vạch, Dàm, Đục, Thả, Mài, Chà, Tách, Bóng. Mỗi công đoạn là một nghệ thuật, mà chỉ cần một công đoạn làm ẩu, là sản phẩm thành không có giá trị" (tr. 114). Chuyện bất đắc dĩ nhưng với ông làm gì cũng dành cả tâm huyết. Đây cũng là những trang viết với kỹ thuật dồn nén cao. Ông dẫn người đọc qua những trải nghiệm của chính những năm tháng gập ghềnh nhất của đời mình sau 1975 một cách thản nhiên như sự đời vốn vậy thì phải vậy. Thảng hoặc, tinh ý, người đọc mới bắt gặp những chi tiết đan xen như cảnh "những ngày hàng ế, không giao được, tôi chạy xe đạp lòng vòng trong thành phố. Một nơi thường ghé lại nhất vào những buổi trưa hè là Vườn Tao Đàn. Một buổi trưa, khi chạy xe chầm chậm loanh quanh trong vườn Tao Đàn, tôi bỗng nghe một loạt tiếng động nho nhỏ đều đặn vọng tới, lách cách lách cách...". Nhiều từ "một" nhưng không phải chỉ một lần ế hàng... Chỉ cần liên tưởng một chút thôi, sẽ thấy bao nhiêu là cơ cực dồn nén mà ngòi bút ông vẫn nhẹ như đang đứng ở ngoài quan sát và ghi nhận. Rồi quanh cái Thương xá Tax bao nhiêu cuộc đời dâu bể, kẻ mất người còn như những thước phim chầm chậm xót xa. Điều khiến ta cảm động là từ những câu chuyện kể có vẻ khách quan chỉ là sự kiện nối sự kiện ấy, ta lại học được một quan niệm, một cách sống mạnh mẽ. Không lùi bước. Không nản chí. Không đầu hàng. Vươn lên bằng chính đôi tay và nghị lực của mình. Và theo cách của mình, những trang bút ký của Nguyễn Minh Nữu đã tự nói được biết bao điều về lẽ sống.

Em về đó, gửi một lời cho mộng
Cay đắng mặn nồng ta vẫn chắt chiu
(Hay em đừng về, quan tái biết ra sao, LGTĐ, tr. 69)

Văn phong phần 1 khá linh hoạt. Có chỗ dí dỏm: "Tình yêu là vậy đó, bao giờ cũng tiếc nhớ một... con cá lọt lưới". Có chỗ chỉ thuần sự kiện nối tiếp sự kiện bởi nhiều câu ngắn, rất ngắn, dồn dập. Có chỗ là những lời thoại lẫn trong lời kể như đang trực tiếp đối thoại cùng nhân vật. Song, sang 3 phần còn lại của tập truyện: Thuồng luồng mắt biếc, Con trai thủy thần và Hảo hán cuối cùng ông lại chọn một cách tiếp cận khác. Đây là các truyện ngắn có yếu tố kỳ ảo và hư cấu khá đặc sắc. Ngòi bút của Nguyễn Minh Nữu ở thể loại này vẫn giữ lối kể chuyện tự nhiên song có những kết hợp khá mới mẻ.

Sử dụng bút pháp kỳ ảo, với sự hiện diện của các thế lực siêu nhiên như Thần Sông, Thần Biển, Thần Mưa..., Nguyễn Minh Nữu không nhằm gieo cảm giác sợ hãi và khiếp đảm như các truyện kỳ ảo nói chung khi lồng vào những chi tiết hư cấu quen thuộc theo truyền thuyết dân gian về Con Rồng Cháu Tiên, về sự tích Núi Cấm, về chín khúc sông Cửu Long...

Trong Thuồng luồng mắt biếc, mở đầu với không gian bờ sông Potomac của Hoa Kỳ nhưng tác giả lại dẫn ngược về một căn bệnh lạ được người bình dân gọi là "Mắc Đàng Dưới" của nhân vật Trang, một cô gái hiền lành nết na những năm tháng bên bờ sông Hậu ở Hồng Ngự-Đồng Tháp, Việt Nam bỗng dưng có mang... Thủ pháp đồng hiện thông qua các sự kiện, các tình tiết hoang đường, các nhân vật đời thường lẫn nhân vật siêu nhiên được kết cấu theo trình tự thời gian, xuất hiện trong nhiều thời điểm, nhiều không gian cụ thể, cách biệt rất xa về địa lý nhưng có thật, làm tính chất hư hư thực thực cứ quyện lẫn vào nhau. Thực tại là chuyện gia đình ông Thái Lao sau năm năm ông đi học tập cải tạo, về Hồng Ngự sinh sống rồi định cư tại Mỹ. Thực tại là Trang và đứa con trai của nàng nay là một bác sĩ khôi ngô tuấn tú đang sống và làm việc bình thường như một người bình thường. Là chuyện Lân yêu đương và khao khát tìm kiếm một cô gái đích thực của mình. Kỳ kỳ ảo ảo là chuyện Trang té xuống nước, thoát chết, nhờ được Tử Kim Long - là một trong 18 thần tướng của dòng sông này, mấy trăm năm trước – cứu mạng và có mang sinh ra Lân. Khoa học tới nay vẫn chưa chứng minh được hiện tượng căn bệnh lạ dân gian vẫn lưu truyền này. Thuồng luồng trong đời sống tâm linh người Việt cổ là một con vật tưởng tượng, có sức mạnh siêu nhiên ở dưới nước và thường cứu giúp thuyền bè hay con người khi lâm nạn trên sông nước. Tác giả đã khéo léo tận dụng điều người đọc có thể biết sẵn ấy để nói lên một điều bí ẩn mà chỉ có tình yêu đích thực mới có thể lý giải. Màu sắc nghiệp duyên trong học thuyết nhà Phật dễ dàng được nhiều đối tượng người đọc tiếp nhận khi tác giả mượn lời vị Hòa Thượng ở chùa Quán Thế Âm đầu nguồn sông Potomac nói với Lân và cô gái thiên duyên tiền định của anh: “Các con tìm đến nhau và sẽ trộn lẫn vào nhau bởi vì đó là luật sinh tồn của tạo hóa” (tr. 160).

Phải chăng tác giả muốn mượn mùi hương kinh giới lạ đặc trưng mà Lân được truyền hưởng từ người cha rồng Tử Kim Long, từng là vật cản khi Lân đến với Thúy, với Jennifer và chỉ hòa hợp khi gặp con gái Bạch Y Long bởi đó không phải căn bệnh bí ẩn nào hết, mà là mật hiệu ký thác của thần linh như một thông điệp: Tình yêu là duyên tiền định, là ngàn năm gặp gỡ. Và tình yêu đích thực là tình yêu thủy chung tuyệt đối. Trăm dặm, ngàn dặm, đại dương mênh mông cách trở vậy mà chỉ cần nàng gọi tên ta, Tử Kim Long, ngay lập tức ta sẽ đến bên nàng, phù trợ nàng, bảo trợ cho con... Ôi, người hay thần linh ma quái, thế giới nào có thể thiếu tình yêu! Phải chăng chính trong cuộc sống càng xô bồ này, con người chúng ta càng luôn khao khát tìm được một nửa đích thực của mình, một tình yêu đẹp thủy chung và tuyệt đối như thế.

Con trai thủy thần cũng nằm trong hệ đề tài ấy. Nhưng Nguyễn Minh Nữu còn đưa người đọc vào một thế giới huyền thoại sông nước phương Nam bằng những trang viết đầy cuốn hút:

Thủy Thần biển đông có 9 con trai, và ông Tám Rắn đó chính là người con trai thứ tám phụ trách thông thương cho cửa Ba Thắc. Nhiệm vụ của họ là mỗi ngày đi vào đất liền bằng chín lối khác nhau. Mỗi khi đi vào, họ hóa thân thành chín luồng nước lớn, những lớp vảy là những con sóng bạc, khi họ đi vào là nước thủy triều dâng lên, vừa làm lòng sông sâu thêm, vừa làm bờ sông mịn láng, và khi lên tới đầu nguồn, họ quay về biển đông, đó là khi người ta nhìn thấy nước triều xuống. Hàng ngày, thủy triều lên xuống tạo cân bằng cho sinh thái tự nhiên và là hoạt động của thiên nhiên chi phối và hỗ trợ con người. Những long thần này còn làm ra những cơn mưa tưới cho vùng đồng ruộng bát ngát của đồng bằng miền Nam. (tr. 168)

Không quá biến hóa và dữ dội như Mẹ Cả trong Con gái thủy thần của Nguyễn Huy Thiệp, vì tình yêu, Bát Lang trong Con trai thủy thần đã tự nguyện từ bỏ giống rồng cao quý bất tử để làm người trần gian, làm ông Tám Rắn bình thường nơi dân dã. Chẳng những thế, để giữ tình yêu, Bát Lang còn phải chịu đớn đau không nhả viên ngọc rồng tỏa sáng, chịu quy luật thế gian sinh lão bệnh tử để được yêu em Lành, được sống và chết bên cạnh em Lành... Bởi chàng nhận ra phép thần thông mà chàng có chỉ có thể giúp chàng hóa thân làm đủ mọi loài hình dáng khác nhau, xấu đẹp, hiền dữ... "Nhưng có một thứ chúng ta không nhân bản được, vĩnh viễn không làm được vì ai trong chúng ta cũng chỉ có một cái hồn. Cái Hồn đó là cái bản chất riêng tư mỗi cá thể, là cái tâm để hành xử thiện ác, và là cái mang theo trong suốt cuộc luân hồi". Để từ đó, với thân phận con người, nhờ có hồn người, Bát Lang biết yêu thương, biết giận hờn, biết trách nhiệm, hiểu được thế nào là tình yêu và chấp nhận chết cho tình yêu.

Một dòng chảy Cửu Long cạn nhưng hai ngọn đồi bên cạnh núi Két vùng Thất Sơn - nấm mồ của đôi uyên ương lại nổi lên như một minh chứng đẹp của tình yêu. Điều tôi suy ngẫm mãi là quyết định của người cha. Thủy Thần đầy quyền năng có thể cải lão hoàn đồng đó lại thuận theo những lý lẽ con trai phân giải, nghĩa là thuận theo chữ Tâm, thuận theo tự nhiên... Gạt đi những yếu tố siêu nhiên, câu chuyện tình cảm động của người con trai thứ tám của Thủy Thần phụ trách thông thương cho cửa Ba Thắc cũng là một cách lý giải vì sao 9 cửa sông Cửu Long trên phần đất Việt nay chỉ còn có tám.

Khi mang thân xác con người, Bát Lang cũng chịu sự chi phối của quy luật con người nghĩa là già đi, nghĩa là yếu đi, dòng nước ngày xưa chàng phụ trách mỗi ngày ra vào từ cửa biển, nay lâu ngày không lưu thông, các gò cát phù sa từ thượng nguồn đổ về nhô hẳn lên cao, và dòng nước hẹp dần. (tr. 172)

Khoảng thập niên 1960, cửa sông Ba Thắc đã bị bồi lấp nên sông Hậu chỉ còn hai cửa biển ngày nay là cửa Định An và cửa Trần Đề. Cách lý giải thật thú vị.

Hảo hán cuối cùng tưởng đưa người đọc lùi về không gian bến nước hậu Lương Sơn Bạc nhưng thật ra được hư cấu với nhiều ám dụ. Sự tan rã của Lương Sơn Bạc là một đề tài lịch sử nhiều tranh cãi và suy ngẫm cho nhiều thời đại, nhiều quốc gia. Nguyễn Minh Nữu dường như không kể chuyện các hảo hán Trung Hoa mà đằng sau những sự kiện là những gửi gắm nói về các "hảo hán" Việt, những người mang lý tưởng vì nghĩa quên thân. Truyện cũng làm người đọc suy nghĩ về cái chính nghĩa vì dân trừ bạo. Qua đó, tác giả bàn luận, chiêm nghiệm về chữ "bạo" thời nay. "Dù rằng muốn trừ bạo thì phải dùng bạo, nhưng cái bạo của người chính nghĩa là cái bạo lực nhân ái. Giết người không còn là lòng háo sát mà chính vì lẽ phải làm". Ranh giới vừa dễ vừa khó. Những hảo hán hết thời. Đêm dang dở và những lý tưởng dang dở. Ừ. Đời sau đã tới... "có lẽ cũng chẳng lưu làm gì cái chất hảo hán gốc Lương Sơn".

Đọc mà xót. Mà đau. Có lẽ nào... cái thiện không thể vượt qua cái ác? Đây là truyện mà tôi đắn đo tìm cách giải mã nhiều nhất... song cảm giác gần như bất lực, chưa chạm được phần chìm của tảng băng mà tác giả đã mã hóa...

Khép trang cuối cùng, quá nhiều chất chứa, băn khoăn...

Nguyễn Minh Nữu đã đưa người đọc qua nhiều chặng đường hơn nửa thế kỷ sống và viết của ông với nhiều sắc màu đa dạng, nhiều cung bậc cảm nhận về cuộc đời, cách sống và lý tưởng sống. Có vẻ ông tham lam dồn nén tất cả trong hơn 200 trang viết này nhiều điều hơn chúng ta đọc trên mặt chữ. Có vẻ ông vẫn chưa thỏa hết những nỗi niềm... Những thông tin ngồn ngộn về văn hóa, lịch sử, địa lý, văn học nghệ thuật của mảnh đất Sài Gòn trong tập bút ký và truyện ngắn này làm chúng tôi không khỏi ngạc nhiên về sức đọc, sức viết và những vốn liếng giá trị Nguyễn Minh Nữu đã trải nghiệm. Những khuôn mặt văn nghệ sĩ Sài Gòn lần lượt xuất hiện thật nồng ấm tình bạn. Và tình yêu con người, sự gắn bó với từng nguồn cội sông suối quê hương tuy được huyền thoại hóa nhưng thật đằm thắm thiết tha. Sau tất cả những lớp vỏ ngôn ngữ, hình ảnh, sự kiện... điều đáng quý là tác phẩm đã truyền cho người đọc tinh thần mến yêu cuộc sống này với tất cả mọi thăng trầm hỉ nộ ái ố của nó. Đúng mực. Chí tình. Bút ký hay truyện ngắn. Hiện thực hay kỳ ảo. Phong cách nào cũng toát lên ở ông tình yêu mãnh liệt với cuộc đời và cái Đẹp. Đời vô thường nhưng lòng người bất biến, hồn người mãi theo ta để hướng con người về bến bờ Chân Thiện Mỹ. Đáng trân trọng nhất là những suy nghĩ của ông ở chương 12 phần 1 mà tôi để dành cuối cùng mới dùng để kết những cảm nhận về Thương quá Sài Gòn ngày trở lại này. Sinh ra ở Hà Nội nhưng Sài Gòn gắn với ông hơn 40 năm đầy kỷ niệm buồn vui. Nước sông Sài Gòn đã vỗ quanh hơn 2/3 cuộc đời Nguyễn Minh Nữu cho dù sông Potomac kỳ vĩ 20 năm qua cũng không ngừng tưới tắm tâm hồn và ngòi bút ông những nghĩ suy về cuộc vô thường.

Vì thế cái lẽ Đi - Về đã trở thành những trăn trở chi phối nhiều trang viết của tác giả.

Đi là tìm một cái gì mới, khung cảnh mới, đời sống mới, xã hội mới và rung cảm mới. Còn Về là được sống lại chính mình của một thời đã qua. Về là hồi sinh, là được thoải mái thả mình vào ký ức, là gặp gỡ cảm giác non nớt của mình ngày xưa, và rung động thực của mình bây giờ. (...) Nói cho cùng, trở về chính là nhân đôi kỷ niệm, được sống, được thở và được vui buồn một lần nữa cái tuổi thanh xuân đã qua của mình. (tr. 135)

Một lựa chọn đáng quý của người trí thức giữa bao dâu bể thế sự này. Đất không lành mà chim vẫn quay về đậu dù chỉ những khoảnh khắc trong đời khi mình đã tìm được một mảnh đất hoa thơm cỏ lạ khác. Về và hít thở, sẻ chia cùng Sài Gòn trong vui buồn hạnh phúc lẫn khổ đau. Như tôi và Trương Văn Dân, Elena vừa nói với nhau khi nhắc đến GS Nguyễn Đăng Hưng và những lựa chọn của ông sau hơn 50 năm du học và sinh sống ở Bỉ. Không có quê hương nào thật hơn quê hương trong lòng dân tộc.

Cảm ơn tác giả Nguyễn Minh Nữu về những trang bút ký đẹp dành cho bạn bè, trong đó có tôi. Sài Gòn của anh, của tôi, của những ai yêu mến nó sẽ mãi là điểm tựa tâm hồn để chúng ta đau đáu trở về.

May mà có Sài Gòn, để được nhớ được thương...

Vâng, trở về để được nhân đôi kỷ niệm.
Để sống lại lần nữa cuộc sống của chúng ta.

SG, 5.5.2017
Hoàng Kim Oanh

ELENA PUCILLO TRUONG

MÙI VỊ GIA ĐÌNH

(Nguyên tác tiếng Ý: sapore di casa)
Bản dịch của Trương Văn Dân

Sau mấy ngày mưa thu nhẹ nhàng mà liên tục, sáng hôm ấy trời xanh và có những tia nắng ấm áp chiếu lên những chiếc lá phong đang nhuốm vàng, ửng đỏ.

Bên ngoài yên lặng, và trong căn nhà còn có một người nữa ngoài tôi cũng đã thức.

Trong lúc đun ấm nước để pha cà phê tôi chào chị Kim Mai đang tất bật chuẩn bị các vật dụng cần thiết để bỏ vào túi xách để mang đến chỗ làm.

- Thế đủ rồi... tôi mang theo chút đồ để ăn trưa.

Tôi nhìn chị mặc lên người chiếc áo khoác nặng và dày, quấn chiếc khăn len lên cổ để chống lạnh. Khi cầm thêm một trái chuối, chị nhìn tôi và nói:

- Chuối Mỹ. Nó ít ngọt và dài hơn chuối Việt Nam nhưng có thể để được lâu.

Tôi cũng lấy một trái rồi ngồi xuống bàn, thưởng thức cái hơi ấm từ tách cà phê nóng đang cầm trên tay.

Chị Mai chào tôi rồi bước về phía cửa, và vừa lúc ấy anh Nữu cũng từ trên lầu đang bước xuống cầu thang.

- Chào "mẹ", chúc mừng ngày mới!

- Chào "bố", em nấu sẵn phở để điểm tâm rồi nhé. Hẹn tối gặp lại.

- Em khỏi lo! Lát nữa có thể anh và mọi người ra ngoài ăn. Tối gặp nhé!

Chiếc cửa nhẹ nhàng khép lại và lúc này thì mùi cà phê cũng đang trộn lẫn với mùi phở nóng đang bốc khói và tỏa ra khắp nhà.

Tôi đến Virginia đã vài ngày, đang ở trong căn nhà của Nguyễn Minh Nữu nhưng tôi cứ có cảm giác như mình đang ở Việt Nam, vì trong không gian đều có cùng hơi ấm và hương thơm.

Tất cả những điều này đã cho tôi một sự an tâm, một cảm giác được bảo bọc và thân tình. Lúc này tôi đang ở xa nước Ý, quê hương mình, và nơi đó màu sắc của mùa thu cũng giống hệt những gì mà tôi nhìn thấy qua cửa sổ nơi đây.

Và dù tôi cũng đang rất xa Việt Nam, nhưng tôi vẫn nghe được thứ ngôn ngữ đầy nhạc điệu, cảm nhận được hương thơm và mùi vị... nhưng trên hết là cái không khí ấm cúng của gia đình đã làm lòng tôi ấm áp.

Có rất nhiều người, vì lý do sinh sống buộc phải ra ngoại quốc, mà sống ở nước ngoài thì cần phải có một khả năng thích nghi cao. Họ đâu phải là du khách, lòng chắc chắn là sau vài ngày nuốt các thức ăn không vừa miệng, chịu khó đi các nơi mà sau này không nhớ nổi tên để chụp hình kỷ niệm, nhưng rồi sau đó sẽ được trở lại với đời sống quen thuộc của mình.

Sống ở nơi không phải nước mình thì cũng giống như lạc vào một thế giới khác.

Ngôn ngữ, thói quen, truyền thống. Những giá trị, thức ăn và cả không gian, khí hậu đều khác. Nhưng họ vẫn phải chấp nhận tất cả để có thể làm việc, để mưu cầu một tương lai tốt hơn cho mình và cho gia đình.

Người Ý chúng tôi quá hiểu điều ấy. Trong quá khứ, vào nhiều thời kỳ, đều có nhiều người Ý di cư qua Bắc Âu, nhất là Pháp và Đức hay có khi qua Bỉ, như làn sóng di cư qua Marcinelle (1956) mà nhiều người đã bỏ mạng khi làm việc trong hầm mỏ.

Những người khác thì tìm việc làm trong hãng xưởng ở nơi xa hơn, tận Bắc Mỹ hay có người chọn Nam Mỹ như Brazil hay Argentina để chăn nuôi hay trồng trọt. Số khác nữa di cư qua Úc để chăn nuôi cừu hay làm những con đường trong rừng hoặc khép mình trong hầm mỏ, như ở Kalgoorlie, nằm gần thành phố Perth, một thị trấn được mệnh danh là "Golden Mile", mà từ năm 1893 đã rất nổi tiếng vì có mỏ vàng rất lớn.

Những người Ý thời đó ra đi tìm việc để kiếm chút tiền gửi về gia đình đang sống trong khốn khó. Trong những bức hình đen trắng ở cuối thế kỷ 19 và giữa thế kỷ 20 người ta thường thấy ở những bến cảng có những con tàu và trên những cầu cảng có những đoàn người di cư đứng sắp hàng bên chiếc va li bằng carton được cột với một sợi dây gai. Hành trang của họ chỉ là vài bộ quần áo, mấy mẩu bánh mì, vài thỏi phô-mai và một ít thịt nguội. Cũng có người mang theo vài gốc nho và nhờ họ mà về sau nghề trồng nho đã được phát triển ở Úc và các nơi khác trên thế giới.
Khi ra đi tất cả các di dân đều mang những bức hình gia đình trong chiếc ví của mình. Và chỉ sau vài tháng đường viền trên

các bức hình của vợ hay của mẹ đều bị nhàu nát hay ẩm ướt vì nước mắt của nhớ thương.

Nhưng đó cũng chính là nước mắt từ đôi mắt trũng sâu của những người ở lại. Đó là những người cha già đã không còn nhận ra là thế giới đã thay đổi nhanh chóng như thế nào xung quanh mình. Đó là những bà mẹ ngày đêm ngồi trước cửa trông chờ một bức thư. Đó là những cô dâu trẻ vẫn còn nhớ những cái vuốt ve cháy bỏng đam mê mà lúc này đã bắt đầu nguội lạnh.

Tất cả đều mong thư! Nhưng thời đó làm gì có các phương tiện truyền thông như hôm nay, từ lúc gửi một bức thư đến khi nhận trả lời có khi phải mất vài tháng. Nhiều gia đình suốt nhiều tháng vẫn chưa nhận được thư và tin tức mong đợi. Có khi vài tháng, có khi cả năm, hay bặt vô âm tín. Họ khát khao và thèm muốn lúc nhìn người hàng xóm đang hạnh phúc chuẩn bị hành trang để qua thăm chồng ở Mỹ. Nhưng điều may mắn này xảy ra rất hiếm hoi.

Trong các ngôi làng nhỏ ở nước Ý, cũng có ở miền Bắc, nhưng nhiều nhất là ở miền Nam, đông nhất là ở vùng Sicilia và Calabria, có rất nhiều cô dâu bị bỏ quên, mà ở Ý người ta gọi là những "góa phụ trắng": bị những ông chồng đang sống ở nước ngoài bỏ quên. Có thể họ đã có một gia đình mới nhưng cũng có thể là họ đã chết ở một nơi nào đó mà không ai biết.

Tất nhiên tôi đã quá hiểu là có rất nhiều nỗi đau khi một người nào đó phải sống tha phương tận nước người qua những câu chuyện đầy thương tâm và nước mắt mà người dân nước tôi đã trải, và có lúc tôi cũng có nghĩ đến số phận và định mệnh của mình.

Có người đã ra đi mà trong tim luôn mang theo nguồn gốc của mình và tôi nghĩ đây là điều tuyệt vời đối với những ai còn giữ được những giá trị đó. Nhưng không phải ai cũng làm thế. Có người ước muốn con cháu mình sớm hội nhập với môi trường mới và chóng quên đi những truyền thống của quê hương. Họ quên đi ngôn ngữ, tập quán, quên luôn cả những họ hàng thân thuộc, để không còn vướng bận gì nữa, quên luôn cả hình ảnh chiếc bàn thờ ông bà với lý do là nhà chật, không còn chỗ... Nhưng con người không có cội nguồn thì không thể tồn tại. Nó giống như một cái cây không có rễ. Nó đánh mất tất cả những giá trị, truyền thống và văn hóa.

Ta là ta vì trước đây đã từng có một tổ tiên nào khác đã từng tồn tại trước ta, và người ấy tiếp tục hiện diện trong DNA của chúng ta, vì chúng ta là con người chứ không chỉ là những phân tử hóa học hay tế bào thần kinh, mà chúng ta còn có trái tim, biết rên xiết vì đau đớn hay mừng vui trong những phút giây hạnh phúc. Con người chúng ta còn được cấu tạo bởi những kỷ niệm đến từ quá khứ và nó giúp chúng ta sống cái hiện tại này dù bất cứ định mệnh sẽ đưa ta đến đâu.

Giờ thì tôi đang ở đây, trên đất Mỹ, và khoảng cách từ đây đến Ý chắc cũng gần bằng từ Ý đến Việt Nam, đó là hai đất nước luôn thuộc về trái tim tôi, trong một căn nhà đang tỏa hương cà phê hòa quyện cùng mùi phở nóng để thưởng thức cái không gian ấm áp từ lòng hiếu khách của hai bạn Nữu và Mai.

Đang miên man suy nghĩ, tôi chợt nghe tiếng cười giòn của chồng tôi, của anh Nguyên Minh và anh Đoàn Văn Khánh, có lẽ họ mới vừa thức dậy.

Tôi bắt đầu chuẩn bị múc phở ra tô để mọi người điểm tâm, và lúc này từ bàn thờ gia tiên của gia đình Minh Nữu – Kim Mai mùi nhang khói cũng đang lan tỏa trong căn nhà.

Bên ngoài hình như trời vẫn còn lạnh, nhưng có quan trọng gì đâu vì tôi đang cảm nhận một hơi ấm xung quanh mình, cái cảm giác như đang ở nhà mình.

Bên ngoài, cái thế giới đầy thống khổ kia... hãy cứ chờ đợi nhé.

Viết tặng anh Nguyễn Minh Nữu và chị Kim Mai
Sài Gòn 10-2018
EPT

TRƯƠNG VĂN DÂN

NƠI CHỐN RỜI XA VÀ THƯƠNG QUÁ SÀI GÒN

Tình cờ là một việc xảy ra ngẫu nhiên, không chủ tâm, hẹn hò hay sắp đặt. Như thế thì tình cờ chỉ xảy ra một lần, hai lần đã khó, thế nhưng, cuộc gặp gỡ, quen biết của Nguyễn Minh Nữu với tôi và Quán Văn đã xảy ra rất nhiều lần. Mà lần nào cũng trùng hợp vào những sự kiện đáng nhớ.

Nhiều năm trước, khi về Việt Nam và ở lại nhiều thời gian tôi bắt đầu quen biết một số bạn cầm bút ở Sài Gòn. Một hôm đang ngồi với Nguyễn Hòa, người quản lý trang mạng vanchuongviet.org thì có một người cũng vừa đến. Anh Hòa giới thiệu là một nhà thơ đang sống ở Virginia (USA) mới về Việt Nam.

Trao đổi với nhau một lát rồi anh nói có việc phải đi. Anh có cho tôi số điện thoại và hẹn gặp, nhưng sau đó thì chúng tôi không gặp lại. Khi nhớ ra, hỏi, thì anh Hòa cho biết là anh ấy đã về Mỹ rồi.

Khoảng 2 năm sau, khi lên nhà anh Nguyên Minh cùng nhà thơ Đoàn Văn Khánh để chuẩn bị bài vở để ra mắt Quán Văn số 1 thì thấy có một người đàn ông lạ. "Lạ", nhưng nhìn kỹ thì thấy có nét quen. Khuôn mặt lâu ngày có thể không nhớ, nhưng cái tên thì rất khó quên: Nguyễn Minh Nữu. Một cái tên rất lạ. Cho đến nay cái tên ấy cũng vẫn là cái tên... lạ.

Tay bắt mặt mừng. Nhưng sự tình cờ không dừng ở đó. Vì cái người từ phương xa này luôn xuất hiện đúng vào dịp để làm người dẫn chương trình cho buổi ra mắt Quán Văn số 1 ở cà phê Bros!

Mà đâu phải chỉ một lần! Những lần về nước của anh đều tình cờ, nhưng luôn trùng hợp với một dịp nào đó và nhận làm người dẫn chương trình cho tập san Quán Văn: ra mắt số đặc biệt, giới thiệu một tập sách mới của bạn bè, kỷ niệm sinh nhật Quán Văn, họp mặt tất niên hay chuẩn bị một chuyến đi. Như lần này (10-2018), sinh nhật 8 năm và ra mắt Quán Văn với chủ đề Mùa nước nổi rồi sau đó cùng nhau đi về miền Tây...

Nhờ tài ăn nói hoạt bát, giọng nói oang oang, trí nhớ tuyệt vời và còn biết đùa duyên nên Nguyễn Minh Nữu là một MC nổi tiếng trong và ngoài nước. Khi anh về Việt Nam là nhà thơ Đoàn Văn Khánh thường nhường micro hay cùng nhau đồng dẫn chương trình.

Là bạn chí cốt của Đoàn Văn Khánh, gần nửa thế kỷ tình bạn, hai người từng có thơ đăng trên tạp chí Văn, Khởi Hành, Nghệ Thuật... và cùng tham gia phong trào Du ca Việt Nam từ những năm trước 1975.

Trong thế giới văn chương, có những đôi bạn bè thân thiết, tri âm tri kỷ cùng nhau. Thân hữu Quán Văn cũng có hai bạn thơ thân thiết, Nguyễn Miên Thảo và Từ Hoài Tấn.

Trong văn học Việt Nam thì có cặp đôi nổi tiếng Xuân Diệu và Huy Cận, mà gần như suốt cả cuộc đời họ luôn song hành bên nhau. Quen nhau khi cả hai là học sinh ở Huế, sau này Huy Cận còn lấy Ngô Xuân Như, em gái Xuân Diệu làm vợ nên hai người lại càng thân thiết.

&

Nếu trong đời cầm bút, chỉ cần có một độc giả hiểu và đồng cảm thì là đó điều an ủi cho người cầm bút thì Nguyễn Minh Nữu là một độc giả tuyệt vời của Đoàn Văn Khánh. Anh hiểu cảm thông và thuộc thơ bạn hơn cả thơ mình. Trí nhớ của Nguyễn Minh Nữu mạnh như nam châm. Anh không chỉ thuộc thơ mà nếu thích, anh còn thuộc cả văn xuôi. Hôm ra mắt số QV 51 có chủ đề về nhà văn Nhật Chiêu, lúc dẫn chương trình, tôi bất ngờ nghe anh đọc vanh vách đoạn mở đầu của tôi viết về Nhật Chiêu dù anh chỉ đọc lướt qua khi tình cờ đến thăm tòa soạn Quán Văn.

Tôi nghĩ là người viết nào cũng mơ có một bạn đọc như Nguyễn Minh Nữu. Nhớ một lần gặp mặt, anh cao hứng đọc mấy câu thơ mà Đoàn Văn Khánh đã viết từ thời còn đi học: "Người ta biết cũng đâm liều, còn hơi thở yếu, còn yêu em hoài". Trước sự kinh ngạc của chính tác giả và các bạn văn anh còn đọc tiếp "Cảm ơn riêng một góc ngồi, cho tôi xin nửa vành môi trữ tình". Những lúc như vậy nhà thơ Đoàn Văn Khánh ngồi rung đùi, sung sướng nhổ râu cằm và tận hưởng niềm hạnh phúc mà hiếm ai có được.

Sau khi đọc thơ, Nữu nói: “Tất nhiên thơ Khánh không chỉ là lục bát, nhưng lúc nào nghĩ đến thơ Khánh là tôi nghĩ đến lục bát và thơ tình. Anh biết dùng lục bát chuyên chở chất lãng mạn thiết tha của cái tình đắm đuối”.

Tôi luôn quý mến và ngưỡng mộ cái tình bạn của hai bạn thơ này. Họ đúng là hai kẻ tri âm, tri kỷ. Dù thời gian sau này ít có cơ hội gặp nhau, ít có thời gian gắn bó nhưng trong lòng họ luôn dành những tình cảm tốt đẹp nhất cho nhau, luôn nhớ đến nhau bằng những kỷ niệm thiêng liêng, và chia sẻ cả tâm hồn qua những bài thơ theo dòng năm tháng. Người này luôn đặt người kia ở vị trí trang trọng nhất trong trái tim mình.

&

Gặp và quen nhau qua Quán Văn nên thỉnh thoảng tôi và Nữu có liên lạc và trao đổi với nhau qua email. Và gần gũi nhau hơn sau chuyến đi của đoàn Quán Văn sang Mỹ.

Tháng 10-2015 anh Nguyên Minh báo là trong chuyến đi này đoàn sẽ từ San Jose qua Virginia và ở lại nhà Nguyễn Minh Nữu. Trong suốt thời gian lưu lại nơi này, cả Nguyễn Minh Nữu và Phạm Cao Hoàng đã rất nhiệt tình, thân thiện. Cả hai đã chuẩn bị chu đáo và thu xếp mọi việc ăn ở của đoàn. Một cách khoa học họ đã sắp xếp thời gian và chương trình cụ thể để trong thời gian ngắn nhất mà chúng tôi có thể gặp gỡ bạn bè, thăm viếng các nơi và trên đường đi, ngồi trên xe họ đều thay nhau nói về nước Mỹ. Nhờ những thông tin này tôi đã hiểu thêm và sau chuyến đi, tôi đã ghi lại bút ký "Mùa Thu... những chiếc lá tìm nhau" (1)

Tuy chỉ ở lại Virginia trong một thời gian mươi ngày nhưng Nguyễn Minh Nữu đã tranh thủ đưa chúng tôi đi thăm những bảy tiểu bang ở miền Đông. Một ngày chủ nhật, vợ chồng Nguyễn Minh Nữu - Kim Mai còn thay phiên nhau lái xe đưa chúng tôi đi thăm New York. Đi từ sáng sớm đến nửa đêm. Trên đường đi chúng tôi có ghé lại New Jersey để thăm nhà văn Trần Hoài Thư và ghé lại bệnh viện thăm chị Yến, vợ anh, bị bệnh.
Ở nhà Nữu, hằng ngày chúng tôi đều đọc những bài thơ nhật ký, ghi chép những cảm nhận trong ngày của họa sĩ Đinh Cường trên blog Phạm Cao Hoàng.

Thời gian ở Virginia chúng tôi đã gặp gỡ rất nhiều bạn văn. Nhưng sự kiện quan trọng nhất trong chuyến đi này là buổi gặp mặt ở phòng tranh của họa sĩ - nhà văn Trương Vũ. Anh em văn nghệ từ các tiểu bang xa kéo đến. Phòng tranh rộng như một bảo tàng nghệ thuật, trên vách treo rất nhiều tranh, chân dung... tạo nên một không gian ấm áp và rất... văn nghệ. Sau buổi họp mặt đông đủ này chúng tôi đã quyết định sẽ làm một số Quán Văn với chủ đề Bên dòng Potomac. (Sau này là Quán Văn số 34).

Khi biết ý định này, Nguyễn Minh Nữu đã lái xe đưa Nguyên Minh và vợ chồng tôi chạy cả buổi chiều, đến tận thượng nguồn sông Potomac, nơi giáp giới ba tiểu bang để chụp mấy tấm hình kỷ niệm. Ôi, cái tình văn chương, kết nối qua trang viết và những người từ rất xa đã trải bao dặm đường để đến tìm nhau.

Nguyễn Minh Nữu đã sáng tác một bài thơ "Tan mùa Lễ Hội" đầy cảm xúc để ghi lại lần gặp đông đảo anh em văn nghệ này.

&

Xuất thân từ một gia đình có truyền thống Nho học, cha là Nguyễn Can Mộng (2) và anh trai là Nguyễn Minh Diễm (3)... nên máu văn nghệ đã nhập vào Nguyễn Minh Nữu từ rất sớm. Anh làm thơ viết văn từ năm 16 tuổi và nghiệp văn thơ sau này cứ bám theo anh khi còn trong nước hay khi đã ra nước ngoài. Nhiều bài thơ của anh đã được phổ thành ca khúc (đã in trong tập CD nhạc Về Nơi Chốn Đã Rời Xa).

Anh từng là chủ nhiệm tuần báo Văn Nghệ xuất bản tại Virginia, từ năm 1997 đến 2014, sáng lập và là thư ký tòa soạn tạp chí văn học VĂN PHONG, từ 1999-2001 và hiện phụ trách chương trình "Tác giả & Tác phẩm" của đài phát thanh Nationwide Viet Radio.

(2) Đỗ Phó Bảng triều Nguyễn (1916) Nguyễn Can Mộng là một nhà Nho chính thống nhưng tinh thông cả tiếng Pháp và tiếng Việt; ông là một nhân sĩ yêu nước, có công đóng góp trong sự nghiệp "trăm năm trồng người" và khuyên thanh niên đọc sách. Ông viết "... Đọc cuốn sách mới gặp lần đầu như được người bạn tốt. Thấy quyển sách đã đọc qua như gặp lại cố nhân..." Nguyễn Can Mộng còn là một tác giả nghiên cứu truyện Kiều đầu thế kỷ XX. Ông là người thứ bảy (07) phiên âm, chú giải truyện Kiều từ chữ Nôm sang chữ quốc ngữ xứng đáng được nêu lại công tích đóng góp trong lịch sử nghiên cứu, quảng bá tác phẩm bất hủ của Nguyễn Du.

&

Nguyễn Minh Nữu làm thơ từ rất lâu, nhưng mãi đến năm 2006, anh mới tuyển chọn và tập hợp để chuẩn bị in tập thơ đầu tay mang tên Lời Ghi Trên Đá. Trước khi in, anh đưa tập bản thảo cho anh mình là nhà báo Nguyễn Minh Diễm để nhờ đọc và viết lời tựa.

Thế nhưng, sau khi đọc xong anh Diễm rất băn khoăn, gọi ngay cho Nữu và nói là có hai câu thơ của Nữu mà anh rất thích nhưng không dám nhắc đến để bình luận, bởi vì đọc nghe quen, sợ trùng ý với một người nào đi trước:

Không cứ phong sương thì mới lạnh,
Đêm nay nghe buốt đến tê người.

Anh Diễm nói là đã vào Internet tìm, chưa thấy câu nào trùng, nhưng vẫn chưa chắc nên bảo Nữu tiếp tục tìm thêm. Nữu cũng lên mạng tìm từng câu, từng nhóm chữ mà không thấy. Sau đó, tuy tập thơ đã in rồi mà nhiều năm sau, mỗi khi nhớ lại là anh cứ tìm và tìm mãi vì không tin là mình bị ảnh hưởng ai để viết hai câu thơ đó!

Trong thời đại ngày nay việc đạo thơ, cầm nhầm, ăn cắp ý tưởng rồi xào nấu rồi tranh giành giải thưởng hay kiện tụng nhau xảy ra như chuyện thường ngày... thì câu chuyện của anh Diễm và Nữu thể hiện nhân cách và lòng tự trọng của hai anh em trong một gia đình nề nếp.

Trong cõi thơ của mình, Nguyễn Minh Nữu thường vẽ nên cảnh ngẫu nhiên, tan hợp, mong manh, nhưng vẫn muốn lưu lại chút gì, dù biết chẳng để làm chi. (để gió cuốn đi, chăng?)

Tôi đến đây như một tình cờ,
Và sẽ ra đi rất bất ngờ,

Nên

Ký thác chút tình vào vĩnh cửu
Ghi trên hòn đá cuội vu vơ
(Lời ghi trên hòn đá cuội)

Vu vơ thôi, nhưng cũng có lúc sợ mọi điều tan biến, nên anh cũng có ý mang theo:

Gói cả núi đồi vào ký ức
Ta nhớ, và Sơn Tây nhớ nghe
(Mênh mông trời Bất Bạt)

Khi trải nghiệm khổ đau, ý thức phù du càng thêm đậm nét, hạnh phúc khổ đau chỉ là hư ảo, và chỉ những trải nghiệm và tình người lưu lại mới là đáng quý. Trong bài thơ viết về sự ra đi bất ngờ của nhà báo Nguyễn Minh Diễm là kết tinh của những chiêm nghiệm đó:

"... Những trải qua là ghi dấu trong đời...
Thấy đau khổ, đớn đau hay hạnh phúc
Thấy phiền não, thấy đắng cay lắm lúc
Thấy công danh phù phiếm nhục và vinh.
Thấy chung quanh và thấy cả chính mình
Chiếc lá mỏng lênh đênh dòng sóng cuộn..."

Nguyễn Minh Nữu chủ yếu làm thơ nhưng anh cũng có viết một số truyện ngắn. Số lượng không nhiều nhưng truyện ngắn nào cũng để lại dư âm trong lòng người đọc. Những truyện "Con trai của Thủy Thần", "Thuồng luồng mắt biếc"... đều nói về tình yêu, tình người, lòng chung thủy, nhân quả và đạo làm người.

Gần đây (2017) anh có xuất bản một tập bút ký Thương quá Sài Gòn ngày trở lại.

Nguyễn Minh Nữu lớn lên ở Sài Gòn, nhưng sinh ra ở Hà Nội. Anh lớn lên ở vùng đất gần chân cầu chữ Y, khu vực giáp ranh quận Năm với quận Nhất bên cạnh hai dòng Kênh Tàu Hủ và dòng Kênh Tẻ.

Thế nhưng anh không viết về Hà Nội mà là... "Thương quá Sài Gòn"!

Có ai đó đã nói, tuổi thơ đi qua nơi nào, thì trong trái tim mảnh đất ấy vĩnh cửu là quê hương và có lẽ ngày xa Hà Nội anh còn quá trẻ, chưa có đủ cảm nhận về nơi chôn nhau cắt rốn.

Nếu có lúc tôi băn khoăn Milano - Sài Gòn đang về hay sang? Thì Nguyễn Minh Nữu chỉ có một nỗi nhớ, một niềm thương về cái thành phố SG mà anh đã rời xa...

Thế thì từ xa, về đến SG thì sau khi thăm gia đình, Nữu sẽ làm gì? "... thăm lại những nơi chốn ghi đậm nét ký ức một thời đã qua... Tôi mới chợt khám phá là cảnh nào cũng đẹp, cũng làm chúng ta nhớ, nhưng hắt hiu nhớ, trăn trở nhớ và khao khát mong về lại là những con hẻm nhỏ không tên". Đó là "Những con hẻm uốn éo theo từng vách nhà, chạy len lỏi từ con đường này qua con đường khác... Ở đó có tuổi thơ, có ký ức thời mới lớn, có những kỷ niệm suốt thời trẻ trai của tôi, có gia đình, có bạn bè và có cái phần hồn của thương quá Sài Gòn."

Thế thì đủ hiểu là anh đã không thăm bằng mắt mà bằng cả trái tim với nỗi nhớ và ký ức:

Hai mươi năm sau về lại, anh chứng kiến bao cuộc thay da đổi thịt. Bạn bè xa xôi... cảnh cũ người xưa đã khác nhưng: "... kỳ lạ là tôi thấy chẳng mất đi đâu, vẫn nguyên vẹn trong tôi cả một thời nào xa lắc, vẫn quẩn quanh bên tôi tiếng cười đùa giọng nói đặc trưng Sài Gòn của người xưa cũ". Thế rồi anh đứng lại, thờ thẫn truy lùng trong trí nhớ, viết, kể và nhìn lại những cái hữu hình và cái vô hình đã từng lưu dấu trong tâm mình.

Anh viết: "Đi là tìm một cái gì mới... còn Về là được sống lại chính mình của một thời đã qua... Nói cho cùng trở về chính là nhân đôi kỷ niệm".

Như thế, về sau, mỗi lần về là mỗi lần anh làm mới lại cảm xúc, làm giàu thêm ký ức của mình. Tuy dáng vẻ Sài Gòn có những đổi thay, nhưng bầu trời và kỷ niệm vẫn là ngày cũ. Anh cầm bút để chia sẻ yêu thương:

Thương lắm đó, khoảng trời xanh bất biến
Giữa đổi thay dâu biển của lòng tôi
(Ngát thơm ký ức)

Thương quá Sài Gòn là một tập bút ký mà cũng là tự truyện của đời anh. Bằng cảm nhận tinh tế anh kể lại từ thời tuổi đôi mươi bước đầu văn nghệ, du ca cho đến những người bạn thân quen trong nhóm Quán Văn sau này. Anh nói về mình, vẽ chân dung những bạn bè văn nghệ mà anh có cơ duyên gặp gỡ bằng giọng kể rất có duyên và chân thành.

Những trang viết của Nữu về Sài Gòn làm người đọc có tuổi nào cũng bồi hồi, sống lại một thời trai trẻ và bùi ngùi dõi theo dòng chảy của cuộc phù sinh.

"Đến một tuổi nào đó, người ta ngần ngại cho những chuyến đi, nhưng vẫn náo nức thèm mong một cuộc trở về. Tôi cũng vậy". Đi, Về. Ở lại. Rồi cũng đến lúc chia xa: "Ngày mai tôi lại chia tay với Sài Gòn, tôi không đoán được chuyến sau về tôi sẽ gặp ở Sài Gòn điều gì. Những gì tôi thấy và gặp gỡ trong lần về này sẽ thành kỷ niệm? Hay lần sau tôi về tôi lại hoài niệm tới một khoảng xa hơn nữa?"

Tâm trạng đó nào phải của riêng anh. Nghĩ thế, tôi xin chúc anh và gia đình lên đường bình an, có cuộc sống an lành ở quê người và luôn vui khỏe để còn mãi những chuyến đi về. Với bạn bè, với Quán Văn, như mấy câu thơ mà anh từng viết:

Về ngồi đây cạnh nhau thôi

Mà nghe rộng suốt một đời cho nhau...

Rồi bắt chước Elena, tôi sẽ nói với anh: Ommanh!

Sài Gòn tháng 9-2018
Trương Văn Dân

VIỆT THẠCH NGUYỄN THỤY ĐAN

THAY LỜI BẠT THUỒNG LUỒNG MẮT BIẾC

Văn hào nước Anh G.K. Chesterton (1874 – 1936) tương truyền có câu: "Văn học là một món xa xỉ – hư cấu là một điều thiết thực." Nguyên văn câu tiếng Anh – "Literature is a luxury; fiction is a necessity." – lời văn ngắn gọn, lướt qua có vẻ đơn giản, nhưng kỳ thực bao hàm cả một thế giới quan, một triết lý sống. Để dịch ra tiếng Việt mà truyền tải hết ý nghĩa của câu văn lại càng không dễ dàng – chúng ta, những người cầm bút viết văn tiếng Việt bằng chữ Quốc ngữ, mới chỉ sử dụng và nhìn nhận thế giới qua những khái niệm văn học, hư cấu, v.v... này non nớt hai trăm năm qua. Tức là buổi gặp gỡ không tiền khoáng hậu của hai thế giới Âu châu và Đông Á vào thế kỷ 19, mà kết quả là sự phát triển đột biến của ngôn ngữ và tư duy các nước Đông Á nằm trong khuôn văn hóa Hán tự – tức là những vùng nước sử dụng chữ Hán – thông qua các bản dịch tân thư của học giả Nhật Bổn thời Minh Trị. Tân thư 新書là tên gọi chung của các sách Tây phương được dịch ra Hán văn và Nhật văn – trong tân thư có cái gọi là tân danh từ 新名詞, tức là những từ vựng chuyên môn dịch ra từ các môn học thuật và văn hóa Tây phương. Tân danh từ đa phần không phải do các dịch giả thế kỷ 19 tự sáng tạo, mà là do họ tìm những từ ngữ có sẵn trong kinh điển, có sẵn trong thơ văn các triều đại rồi mượn làm từ vựng để dịch một khái niệm Tây phương nào đó.

Kết quả của sự vay mượn này thường có hai xu hướng – một là sự thu hẹp ý nghĩa của những khái niệm vốn đa nghĩa và trừu tượng thành một tân danh từ tương đối hạn hẹp. Từ văn học 文學 chẳng hạn, vốn mang một nghĩa là sự tu dưỡng của văn chương 文章, mà văn chương lại có nghĩa rất rộng bao hàm cả đức hạnh, lễ nhạc, pháp độ. Từ thời Tiền Tần xuyên suốt lịch sử các triều đại, cổ nhân dùng chữ văn học, chữ văn chương để nói nhiều thứ mà không nhất thiết đã liên quan chủ yếu đến việc viết lách, ra đời tác phẩm. Đương nhiên, ở thời cổ đại và trung đại văn học và văn chương – trong một số bối cảnh và theo một cách hiểu hạn hẹp, vẫn có liên quan gì đó đến cái mà sau này chúng ta gọi là văn học, văn chương. Tuy nhiên, từ thế kỷ 19 trở đi, khi văn học và văn chương đã được mượn để dịch khái niệm literature của Tây phương, khái niệm văn học và văn chương của chúng ta bị thu gọn lại và nghèo nàn đi, cái nghĩa hạn hẹp trước kia bấy giờ đã trở nên nghĩa duy nhất – trừ phi là người chuyên về cổ học, làm việc với kinh điển và cổ văn, hầu như chẳng còn ai liên hệ văn học với đức hạnh hay lễ nhạc, chẳng còn ai hình dung được một thứ văn chương mà không liên quan đến sách vở, xuất bản, hay độc giả.

Xu hướng thứ nhì, khi mượn chữ nghĩa trong kinh điển làm tân danh từ, là mở rộng và cố định hóa ý nghĩa của một từ nào đó có thể chỉ được sử dụng rải rác trong kinh điển và trước kia không hề mang tính thuật ngữ, thế rồi mượn từ này để làm một tân danh từ mang tính chính thức và phổ thông. Từ hư cấu 虛構 là một ví dụ điển hình cho hiện tượng này – hai chữ hư cấu đã xuất hiện rải rác trong thơ văn thời Hán và Nam Triều như trong bài

Vũ quân phú 武軍賦 của Trần Lâm 陳琳 (? – 217) với nghĩa là "xây dựng trên không trung", hay trong Hậu Hán thư 後漢書 của Phạm Diệp 范曄 (398 – 445) với nghĩa là "không căn cứ mà tưởng tượng ra", nhưng hư cấu ở đây không phải thuật ngữ, lại càng không phải một phạm trù hay lý thuyết sáng tác văn học. Ngày nay, từ hư cấu đã đi vào tiếng Việt phổ thông với tư cách một thuật ngữ nói về thể loại văn học tương phản với văn học tả thực, tâm thái của độc giả hiện đại cũng dần dần bị chia đôi theo thế giới quan nhị phân đối lập chặt chẽ giữa tả thực và hư cấu.

Xin trở lại danh ngôn của G.K. Chesterton. Dùng chữ văn học để dịch chữ literature hầu như đã không có lựa chọn khác, coi như tạm được. Thế còn chữ fiction kia thì sao? Chữ hư cấu hơi mang sắc thái tiêu cực, trong khi câu nói của Chesterton đề cao giá trị của hư cấu còn trên cả văn học. Trong tiếng Việt đương đại, chúng ta còn một số từ vựng gốc Hán để lựa chọn khi dịch chữ fiction – giả tưởng 假想, viễn tưởng 遠想, chẳng hạn. Những từ này có thể xem như là tân danh từ của riêng người Việt, tuy có trong tiếng Trung đương đại, nhưng không được sử dụng như thuật ngữ để miêu tả khái niệm văn học hư cấu. Tuy nhiên, sắc thái của hai từ này lại càng không thích hợp để dịch câu nói của Chesterton.

Tôi cho rằng, sự khó khăn tôi gặp phải khi dịch câu này ra tiếng Việt, chỉ nằm một phần ở sự bất cập của cá nhân tôi – còn lại phản ánh một vấn đề lịch sử vẫn còn tiềm ẩn trong cách chúng ta – những người Việt Nam cầm bút và viết văn ở đầu thế kỷ 21 – nhìn nhận văn học. Căn bản, chúng ta chưa có thói quen phân biệt rạch ròi giữa văn tả thực và văn hư cấu. Điều này chưa chắc đã là đặc điểm gì của tác giả và độc giả Việt Nam và Đông Á, nhưng cứ tạm lấy văn học Trung Quốc và Việt Nam làm ví dụ. Hồng Mại 洪邁 (1123 – 1202) đời Tống nổi tiếng với Di kiên chí 夷堅志 hay Bồ Tùng Linh 蒲松齡 (1640 – 1715) đời Thanh nổi tiếng với Liêu trai chí dị 聊齋志異 đều là những tác giả và tác phẩm tầm cỡ, có vị trí trong văn học sử Đông Á. Hai tác phẩm này của họ đều ghi chép những câu chuyện ly kỳ liên quan đến hồ ly, quỷ quái, ma phật – những thứ mà ngày nay chúng ta nhất loạt quy vào thể loại văn học hư cấu. Đồng thời, họ đều khẳng định họ chỉ chép lại những chuyện tai nghe mắt thấy, lại miêu tả rất mực chi tiết về tên tuổi, quê quán, chức tước của nhân vật, về thời điểm, địa điểm, hoàn cảnh của sự kiện, về phản ứng và dư luận của người đương thời, v.v... Đến nỗi, trong học giới ngày nay Di kiên chí của Hồng Mại được tham khảo và trích dẫn như một nguồn tài liệu có thể nói lên nhiều điều về kinh tế và xã hội đời Tống.

Không phải riêng dòng tác phẩm chí quái, chí dị mới thế. Ngay cả trong chính sử cũng có hiện tượng này. Khi dạy Đại Việt sử ký toàn thư 大越史記全書, tôi hay đặt câu hỏi với học trò: "Trong phần Ngoại Kỷ, tại sao Ngô Sĩ Liên chỉ gạt bỏ chuyện Sơn Tinh, Thủy Tinh là hoang đường, còn lại chuyện kim quy, nỏ thần không những không gạt bỏ mà còn cố sức giải thích cho bằng được theo lý lẽ khoa học?" Hoặc giả, "Tại sao Đại Việt sử ký toàn thư có niên đại thành thư muộn nhất, mà khi so với Tư trị thông giám 資治通鑒, Hán thư 漢書, Sử ký 史記 – là những tác phẩm chính sử được sử thần Đại Việt tham khảo khi soạn Đại Việt sử ký toàn thư – mà trong một số trường hợp, chẳng hạn câu chuyện Triệu Đà, Đại Việt sử ký toàn thư lại chi tiết hơn cả những nguồn tham khảo kia? Triệu Đà và Lục Giả, sứ thần nhà Hán, ngồi nói chuyện với nhau – ai là người chép lại cuộc trò chuyện ấy? Sử thần Đại Việt đã căn cứ vào đâu để thay đổi những chi tiết như câu chữ của hai người, hoặc thêm thắt những chi tiết như nét mặt hay giọng nói hay cảm xúc của nhân vật?" Có lần tôi nghe thoáng qua vài người hải nội chê sử gia Tạ Chí Đại Trường (1938 – 2016) làm nghiên cứu cẩu thả, tại sao trong cuốn Lịch sử nội chiến ở Việt Nam từ 1771 đến 1802 lại trích dẫn Hoàng Lê nhất thống chí 皇黎一統志 như một nguồn sử liệu khả tín – cuốn đấy chẳng phải là tiểu thuyết chương hồi sao? Đúng vậy, nhưng điều họ chưa biết là tiểu thuyết 小說 cũng thuộc những từ như văn học hay văn chương, một khái niệm bị thu hẹp ý nghĩa khi mượn làm tân danh từ – trước thế kỷ 19, khái niệm tiểu thuyết còn bao gồm cả cái gọi là dã sử 野史, mà chính các sử thần soạn chính sử lại căn cứ vào tiểu thuyết, vào dã sử để bổ sung và đối chiếu các tiểu tiết trong chính sử. Đâu là ranh giới giữa tả thực và hư cấu, sự thật lịch sử và tưởng tượng?

Phải chăng cổ nhân đã nhạy cảm với những dòng chân lý huyền bí tiềm ẩn sâu trong vũ trụ, mà chúng ta – những kẻ sinh sau đẻ muộn trong buổi mạt đại này – đã bị chai cứng, không còn cảm nhận rõ rệt được nữa? Phải chăng chúng ta bị quản thúc trong chính những hạn chế trắng đen chúng ta tự đặt ra và đặt tên cho gông cùm mình những danh hiệu mỹ miều như "khoa học", "khách quan", "duy vật"? Tôi nghĩ, cổ nhân không phải không biết điều này – ngược lại, cổ nhân đã thấy trước ngõ cụt của lối suy nghĩ, lối sống hạn hẹp này. Chính vì thế, bên cạnh những chân lý của khoa học, những chân lý của minh triết, họ đã không khước từ những dòng chân lý khác – chân lý của ngụ ngôn, chân lý của nghịch lý, chân lý của những điều nằm ngoài kinh nghiệm và ngôn ngữ thường nhật của con người. Hoặc, nói như Chesterton là chân lý và sự thiết thực của hư cấu.

Dù tác giả không viết cổ văn, đọc tập truyện Nguyễn Minh Nữu, tôi đã không ngăn được những trầm tư, những cảm khái ấy dậy lên trong tôi một cách hồn nhiên và bất chợt. Nguyễn Minh Nữu xuất hiện trên văn đàn từ năm 1971 – đến nay đã tròn năm chục năm đời người chan chứa những biến cố thương hải tang điền của lịch sử nhân loại, của lịch sử đất nước, của lịch sử gia tộc và cá nhân. Phải chăng, như một định mệnh lịch sử, nét bút của Nguyễn Minh Nữu cũng mang đầy những vết thương, những ấp ủ, những chờ mong dở dang và thầm kín của thời gian và ký ức? Tôi nghĩ, như đối với bất cứ tác giả nào, biết thêm về lai lịch, về thời cuộc của Nguyễn Minh Nữu thì sẽ hiểu được thêm một phần về tác phẩm của ông. Tuy nhiên, với Nguyễn Minh Nữu thì biết thêm những cái tiểu tiết ngoại diện ấy cũng chưa đủ – mà thậm chí, cũng không cần thiết lắm. Nguyễn Minh Nữu không phải là nhà cầm bút của sự vĩ đại – tác phẩm văn vần văn xuôi của ông đều có quy mô và số lượng khiêm nhượng, giữa một thế hệ bao la là đại gia, danh gia cuồn cuộn như sóng trường giang tuôn ra bể đông, thơ văn Nguyễn Minh Nữu như thể một ngọn tiểu khê, chảy âm thầm theo một lối của riêng mình:

Trong chừng mực nào đó
Giữa hiu quạnh đời người
Có một dòng sông nhỏ
Chảy êm đềm xa xôi

...

(Trong chừng mực nào đó)

Lối riêng ấy, nếu không có bề ngang rộng bát ngát bao trùm cả vũ trụ nhân sinh xưa nay, thì lại có chiều sâu thâm nhập vào những vùng sâu kín tưởng chừng bất khả xâm phạm của tâm khảm con người. Giữa những tấn bi kịch đại hưng vong của nước nhà, những cuộc tang thương biến huyễn của cả một nền văn hóa, Nguyễn Minh Nữu đã chọn một con đường riêng khi chấp bút – Nguyễn Minh Nữu kể lại những câu chuyện "tiểu hưng vong" của từng cá nhân, những câu chuyện tang thương biến huyễn của những cuộc tình mong manh giữa thời loạn. Những vấn đề mang tính thời sự không được tác giả miêu tả trực tiếp – gián hoặc có chăng nữa, cũng chỉ là vài nét qua loa, không làm nặng không khí. Văn của Nguyễn Minh Nữu không phải thứ văn viết ra như một cái cớ để lập ngôn về chính trị hay lịch sử, đạo đức; cũng không hẳn chỉ là một thứ văn viết ra để gửi gắm những nỗi niềm cá nhân qua lời ngụ ngôn mơ hồ. Kỳ thực, nếu ai đó buộc tôi phải truy cho ra nguồn cội của văn tâm Nguyễn Minh Nữu, tôi sẽ rất lúng túng – cũng như nhật nguyệt là văn của trời, non sông là văn của đất, văn tâm của Nguyễn Minh Nữu dường như không có tuổi. Những truyện viết hồi tác giả còn là chàng lính phương Nam, tuổi đời mới trên đôi mươi, tôi đọc bên cạnh những truyện viết sau chiến tranh, viết sau khi đã về hưu ở miền Đông Bắc Hoa Kỳ, mà giật mình thấy không khác gì mấy giữa chàng đôi mươi nhạy cảm, mơ mộng năm xưa với bậc di lão tuổi thất thập cổ lai hy ngày nay. Hay nói cách khác, không hề có Nguyễn Minh Nữu bậc di lão tuổi thất thập cổ lai hy. Chỉ có Nguyễn Minh Nữu, chàng trai nhạy cảm, mơ mộng, lãng mạn – hôm qua, hôm nay, và ngày mai:

...

Thương lắm đó khoảng trời xanh bất biến
Giữa đổi thay dâu biển của lòng tôi
Áo lính thay rồi, áo thợ cũng thôi
Còn trong vắt cả một thời niên thiếu

...

(Ngát thơm ký ức)

Độc giả chớ để khoảng trời xanh bất biến ấy ru ngủ mình bằng giọng văn trữ tình êm đềm của tác giả. Tôi không lấy làm lạ khi Nguyễn Minh Nữu đã chọn thể truyện để lập thân trên văn đàn. Thể truyện 傳 đối với các nhà cầm bút Đông Á xưa nay là nơi trú ẩn cuối cùng của kẻ sĩ cùng đường, hoặc bất mãn thế sự, hoặc lận đận quan trường, hoặc đơn giản đã trải qua quá nhiều, tuổi già tưởng lui về vui thú điền viên, mà bên lòng còn khắc khoải mãi những niềm riêng từ thủa nào xa xưa. Với đa phần tác giả và độc giả ngày nay, khi nói đến thể truyện, họ sẽ mặc nhiên cho rằng viết truyện là viết hư cấu, tưởng tượng ra mà viết. Hoặc giả, cho dù cốt truyện dựa trên sự thật, song phần tưởng tượng, thêm thắt vào mới là phần chính, khiến cho truyện ấy sinh sắc, nổi bật. Ngược lại, thể truyện trong văn học cổ điển, cũng như các thể loại văn chương cổ điển khác, hầu như không phân biệt rõ rệt giữa tả thực và hư cấu – cũng như sự vô cùng phức tạp của đời sống thật, vốn không thể tách rời từng manh mối gọn gàng, thể truyện cổ điển là nơi gặp gỡ và xen lẫn của cái chúng ta khiên cưỡng gọi là sự thật và tưởng tượng.

Trong tập truyện của Nguyễn Minh Nữu, số truyện đậm mùi hư cấu không nhiều – có thể kể đến ba truyện Thuồng luồng mắt biếc, Con trai của thủy thần, Hảo hán cuối cùng tiêu biểu cho dòng sáng tác mang tính thiên về hư cấu của Nguyễn Minh Nữu. Tuy không phải dòng sáng tác chủ đạo của tác giả, tôi nghĩ sự hiện diện của ba truyện này trong tập truyện của Nguyễn Minh Nữu cũng nói lên đôi điều về tác giả. Truyện thần tiên tôi cho rằng đại loại chỉ xuất hiện trong sáng tác của hai lứa tác giả – tuổi trẻ và lão thành. Tuổi trẻ và lão thành ở đây không nhất thiết căn cứ vào tuổi tác niên kỷ của tác giả, mà là một trạng thái, một cảnh giới tâm hồn. Dù biết dòng truyện này xuất hiện muộn trong sáng tác của tác giả, không hiểu vì đâu tôi đọc lại thấy nét bút hãy còn trẻ trung và mơ mộng lắm:

...

Này cô gái, sao cô ở đây một mình? Cô không biết là trời gần tối rồi sao?

Cô gái ngước mặt lên, khuôn mặt trắng hồng và đôi mắt to đen ngạc nhiên.

(Con trai của thủy thần)

Tôi không thể lấy căn cứ từ đâu – chỉ biết là đọc sáu chữ đôi mắt to đen ngạc nhiên, tôi cảm giác như đạt tới cảnh giới này, chỉ có thể là tác giả thiếu niên đang tả thực những rung động đầu đời của mình, hoặc giả là tác giả từng trải bể dâu nhân thế, đã nếm đủ mùi thế thái viêm lương, nhân tình lãnh noãn, mà sau cùng, hơn bao giờ, hơn ai hết, đã thấu hiểu chân lý của tình yêu ẩn trong đôi mắt to đen ngạc nhiên kia.

Phải, thơ văn của Nguyễn Minh Nữu thường đem lại những cảm giác bồi hồi man mác như thế bằng một giọng văn tưởng chừng không có gì là trau chuốt hay phô trương. Cũng như bản thân thể truyện hòa quyện giữa hiện thực và hư cấu, ngôn ngữ của Nguyễn Minh Nữu là sự phối hợp tự nhiên giữa cái gọi là "văn vẻ" và văn nói. Độc giả nào chỉ lướt qua hấp ta hấp tấp để tìm những triết lý cao siêu kế cổ khai kim, những bình luận lịch sử khốc quỷ kinh nhân, tôi nghĩ sẽ chóng chán mà phát quạu: "Đây là trò viết lách tiêu khiển, trai gái lan man, tâm sự tuổi già, chứ văn chương gì!" Truyện Nguyễn Minh Nữu, thoạt đầu đúng là có vẻ như thế – văn thường nhật kể lại những sự biến thường nhật của những nhân vật tưởng cũng rất mực thường nhật. Nhưng, không đơn giản chỉ là thế. Ngay từ truyện đầu tay in trên tạp chí Văn năm 1971, đọc kỹ chúng ta sẽ thấy tàng hình trong từng câu từng chữ những trăn trở và trầm tư về số phận của một thế hệ bất hạnh, hai lần mất quê hương:

Tết năm đó, Nhự không về thăm nhà. Lý do thật dễ hiểu là còn nhà đâu nữa mà thăm. Di cư vào Nam, mẹ Nhự mướn một căn nhà nhỏ trong khu xóm lầy lội ở Sài Gòn làm chỗ thờ bố Nhự, đó cũng là cái tổ ấm duy nhất của Nhự, trong suốt tuổi ấu thời. Nhự là con trai út, đứa con tội nghiệp nhất. Nhự mất cha từ hồi còn bốn tuổi, cũng cái tuổi này. Nhự mất cả quê hương... Nhự đọc thư mà muốn khóc. Mới đầu còn tưởng vì nhớ tới bà con xóm giềng, nhớ tới những con trai con gái đã cùng Nhự một thời lăn lộn trên đất, chơi đùa, đã cùng Nhự đánh đáo, u mọi, bắn bi, tạt lon. Nhớ tới sân cỏ, nhớ tới cây trứng cá, cái giếng. Nhưng càng ngày, Nhự càng cảm thấy một thất thoát khác, chua xót hơn, man mác mà giày vò Như từng ngày từng đêm từng sớm từng chiều. Đó là chỗ trở về.

··· (Một thoáng mây phiêu bạc)

Tôi nghĩ hầu hết độc giả sẽ không khó để liên tưởng liền giữa thân thế chàng lính mang tên Như và bản thân tác giả Nguyễn Minh Nữu. Ôi, vận nước đã ra làm sao, sự đời đã hề chi, mà ép bước chàng cầm bút mới tuổi đôi mươi đã phải cảm thán cho thân thế trăm năm nam bắc vô sở quy? Đọc Nguyễn Minh Nữu, chúng ta không thấy nhắc trực tiếp đến sự hưng vong của nhà Nguyễn, đến cuộc di cư của hàng triệu đồng bào từ Bắc vào Nam năm 1954, đến những chi tiết cụ thể của chiến tranh Nam Bắc, đến những cuộc tỵ nạn sau năm 1975. Tuy nhiên ảnh hưởng và chuỗi hệ quả những biến cố lịch sử ấy luôn bàng bạc trong truyện Nguyễn Minh Nữu như một cái gì đó không cần nhắc đến mà ai đọc vào cũng đã tự hiểu. Tôi trộm cho rằng quyết định này của tác giả là một lựa chọn đúng đắn, thậm chí là một lựa chọn dũng cảm, thể hiện được nghị lực của một nhà cầm bút thụ lập, không xu thời mị chúng bằng những khẩu hiệu vô nghĩa, những điệp khúc cũ rích, những phê phán và định luận "đao to búa lớn" không đúng với sở trường mình, vả lại không xứng với một dòng lịch sử khúc chiết, hỗn độn, dễ chừng trăm năm sau vẫn để lại nhiều nghi án cho sử gia Nam Bắc, trung ngoại. Thay vào đó, Nguyễn Minh Nữu nhìn nhận mọi thứ qua lăng kính của con người, của những thân phận bé bỏng và cụ thể. Nỗi đau và ký ức tập thể của cả một thế hệ di dân được tác giả gói trọn trong nỗi đau và ký ức rất riêng tư của từng cá nhân nhân vật:

...

Thắp nén nhang thơm ở giữa đồi
Nghe lòng thương nhớ đã trùng khơi
Xa trong cõi khác người quay lại
Rộng lượng Ba Vì, mây trắng thôi.

Muốn khóc lên cho nhẹ ngậm ngùi
Xin quỳ để thấy xót xa nguôi
Ai xui chim Việt về Nam nhỉ
Bốn chục năm trường nhạn lẻ đôi.

...

(Mênh mông trời Bất Bạt)

Đọc truyện Văng vẳng bên trời tiếng hạc qua, tôi nghĩ không nhất thiết phải là Nguyễn Minh Nữu kính nhớ và thương tiếc thân phụ mình mới cảm động, mà kỳ thực Nguyễn Minh Nữu đã nói thay cả một thế hệ đã phải xa lìa quê cha đất tổ ngay từ khi còn sống trên mảnh đất Việt Nam. Sự ám ảnh của hình bóng người cha đã khuất mặt vĩnh viễn, sự khao khát về "cái không khí nghiêm khắc nhưng không kém phần chiều chuộng của người cha" (Dòng nước mắt xanh) của nhân vật trong truyện Nguyễn Minh Nữu không còn chỉ đơn thuần là ngụ ngôn nói thay nỗi lòng tác giả, mà còn là ngụ ngôn thổ lộ và thấu hiểu cho nhiều thế hệ độc giả Việt Nam, vô luận quốc tịch hay chiến tuyến.

Phần tôi thường ngần ngại sử dụng các phạm trù và danh hiệu khuôn sáo và mơ hồ để khiên cưỡng đánh giá hay định nghĩa về tác giả và tác phẩm. Tuy nhiên, câu cửa miệng của nhiều nhà phê bình khi miêu tả văn học miền Nam thời chiến là văn học nhân bản, mượn để nói văn Nguyễn Minh Nữu tôi trộm cho là thậm phải. Vì là nhân bản – lấy con người làm gốc – cho nên mới cự tuyệt được những ảo tưởng mập mờ vô thực hay gây chia rẽ và đau thương, mà thay thế vào đó những gửi gắm tuy không kém phần cảm khái, nhưng lại tạo được một không gian gặp gỡ cho con người với con người cùng đau, cùng khóc, cùng cười, cùng trầm tư và phản tỉnh quá khứ để rồi cùng hướng tới một tương lai với nhau. Con người – dù là của tác giả hay nhân vật trong truyện – trong văn học nhân bản ấy, là con người thật – có nghĩa là một cá thể vô cùng phức tạp, được tạo thành từ những phần tử lịch sử và văn hóa thường khi mâu thuẫn và chênh lệch với nhau. Con người ấy không thể nói khái quát là người Bắc Hà hay người Nam Hà, người trong hay người ngoài. Văn đàn hải nội hải ngoại đã có nhiều người nhận xét và hân thưởng tính "Bắc Hà" trong văn Nguyễn Minh Nữu, kể cũng đúng nhưng chưa phản ánh được hết khía cạnh của tác giả và tác phẩm. Đọc truyện Nguyễn Minh Nữu, chúng ta còn gặp một chàng lãng tử chân chính của Saigon, không thể nào lẫn lộn được với những cậu công tử thuần túy của Bắc Hà. Chúng ta gặp một người con – dù là con nuôi – nhưng vẫn là người con thật của phương Nam: Với những người khó tính thì Saigon chỉ là thành phố với 11 quận ngày xưa. Nhưng với tôi, Saigon không chỉ có vậy, mà bao quát hơn nhiều, chẳng những bao gồm 19 quận nội thành, 5 huyện ngoại thành như nghị định năm 2003 của chính phủ, mà còn kể thêm rất nhiều tỉnh, thành phố chung quanh từ phía bắc như Bình Long, Biên Hòa xuống tận cực nam như Rạch Giá, Cà Mau... Ở đâu đó, mọi người có thể nói quê quán là một địa danh xa xa như Mỹ Tho, Bình Chánh, nhưng trong nỗi nhớ thì lại mênh mông là nhớ Saigon.

...

(Khu Nancy ở Saigon)

Phải là người con rất mực yêu miền Nam, yêu và hiểu con người miền Nam mới có những truyện như Chuyện cổ tích trên bến Bình Đông, dù rất khó để miêu tả cụ thể nhưng từ nhân vật đến cốt truyện đến câu văn đều đượm phong khí miền Nam vào những năm chiến tranh và sau chiến tranh. Chúng ta không thể nào lẫn lộn được, chỉ có người Bắc di cư mới có cách nhìn nhận, thưởng thức, và trân quý miền Nam bằng một lối rất riêng ấy. Những sinh hoạt và tập quán tưởng chừng tầm thường không đáng nói, qua nét bút của Nguyễn Minh Nữu lại gợi mở bao nhiêu là suy tư lý thú:

...

Tôi sinh trưởng ở miền Nam, niềm vui từ thủa thanh niên là cà phê, là thuốc lá, là bia rượu và là hào sảng ngân dài một câu vọng cổ.

...

(Hà Nội thứ tư)

Chỉ một câu thế mà đã bảo tồn được những nét phong lưu một thời của cộng đồng di cư 1954, thường dù vẫn giữ nếp riêng của các truyền thống văn hóa Bắc Hà, nhưng lại hồn nhiên đón nhận và yêu lấy những nét văn hóa bình dân của miền Nam, mà kết quả là một sự duyên dáng ngộ nghĩnh và dễ thương của riêng cộng đồng và giai đoạn lịch sử ấy, sau này hầu như không còn tái lập được nữa. Nghĩ đến nhân vật dòng dõi thư hương Thăng Long, mà thứ ẩm liệu trong chén tiêu sầu kia không phải là chè mà lại là cà phê sữa, câu khiển muộn nọ không phải là Kiều mà lại là vọng cổ, tôi bất chợt nhận ra hình ảnh của thân thế và lai lịch cá nhân tôi. Tôi cũng sinh trưởng trong gia tộc Bắc 1954, từ bé dù trong nhà vẫn nói tiếng Bắc, nhưng – một cách không thể giải thích được – trong khá nhiều trường hợp lại sử dụng từ vựng của tiếng Nam, thậm chí vô ý trung lại phát âm theo tiếng Nam. Cho dù khi ở với người gốc Nam thuần túy thường bị bạn bè và người thân quen quy là người Bắc nói giọng Bắc, phải đến sau này tôi lớn lên và ra Hà Nội, tôi mới nhận ra rõ rệt, từ văn hóa đến tiếng nói câu chào, quả thực tôi là con lai của hai miền Nam Bắc.

Những sự "gặp gỡ" ấy trong truyện Nguyễn Minh Nữu không phải chỉ dành riêng cho một đối tượng độc giả hạn hẹp trong cộng đồng di cư và hải ngoại của tác giả, mà còn dành cho nhiều người nữa. Riêng truyện Hà Nội Thứ Tư, khi tôi gửi bạn bè và đồng nghiệp hải nội – trong đó đa phần nếu không phải là người Hà Nội, thì cũng là người Bắc, có cả những người cán bộ, những người sinh trưởng sau chiến tranh mà, một cách hoàn toàn có thể thông cảm được, nặng lòng và tự hào về thân thế và lai lịch của riêng họ – nhiều người đã sửng sốt bày tỏ mối đồng cảm sâu sắc với nỗi lòng của tác giả. Họ đã nhận ra nơi Nguyễn Minh Nữu một người tri kỷ thật sự yêu Hà Nội, yêu miền Bắc, không khác mấy tình yêu và niềm tự hào chính họ vẫn luôn dành cho quê hương, dù lắm khi không thổ lộ được một cách chân tình. Đọc truyện Nguyễn Minh Nữu, một độc giả Hà thành trong học giới hải nội đã chia sẻ rất mực cảm khái: "Hà Nội thứ nhất đã chết. Hà Nội thứ hai và thứ ba không phải là Hà Nội. Hà Nội thứ tư – có thì có đấy, nhưng tiếc là không dễ nhìn ra và một ngày càng một thêm mờ... Xin cảm ơn câu truyện, mà có lẽ là phần thật ít nhất chiếm tới 90%, và cũng xin chia sẻ với nỗi lòng tác giả...". Phản ứng này – sự hoang mang trước một câu truyện tưởng hư cấu mà lại thiết thực hơn cả hiện thực – không phải phản ứng của riêng người độc giả này, mà còn là phản ứng chung của rất nhiều độc giả hải nội khi đọc Hà Nội Thứ Tư. Còn nhớ, khi tôi gửi truyện này cho một cô hồng nhan tri kỷ xứ Ái Châu, con nhà danh gia đương triều, thuộc thành phần tri thức trẻ sinh ra và lớn lên sau 1975, tuy tự hào về gốc gác gia đình, nhưng vẫn luôn rộng rãi và mong được hiểu biết hơn và thông cảm với những người "bên kia cuộc", cô ta đã ngạc nhiên hỏi lại tôi: "Đan, đây là truyện hay là ký? Đan nói từ đầu là truyện, mà tôi đọc sao thấy lại chân thực một cách phi hư cấu..."

Hiện thực với hư cấu, xưa với nay, Nam với Bắc, trong với ngoài – những khái niệm và phạm trù nhị phân này trong truyện Nguyễn Minh Nữu không dễ gì để phân tích gọn gàng. Dù là tả thực hay hư cấu, chung quy lại không thành vấn đề - vì từ truyện Nguyễn Minh Nữu, chúng ta gặt lấy một thứ khác, đó là sự thiết thực của tình yêu và niềm tin xuyên suốt những thăng trầm, những buồn vui, những tuyệt vọng và hy vọng lần lượt của đời người. Trong một thời buổi quá nhiều tiếng nói, quá nhiều tác giả và tác phẩm chạy đua theo những phương trời lý tưởng, ôm mộng lớn cải cách xã hội, điều chỉnh nhân loại, cứu vãn trái đất, đôi khi chúng ta lại quên mất những điều căn bản nhất. Chúng ta không còn thời gian cho truyện tình yêu đầu đời của một anh chàng mơ mộng, không còn thời gian cho truyện thần tiên viển vông, không còn thời gian cho những truyện chỉ quan hệ một gia tộc hoặc một cá nhân bình thường. Lắm lúc, chúng ta đã quên mất sự thiết thực của hư cấu đã được Chesterton nhắc nhở chúng ta một trăm năm về trước, như lời cảnh cáo tiên tri về thời đại đen tối và yếu lòng tin sắp bao trùm nhân loại.

Tôi quen và đọc Nguyễn Minh Nữu chưa đầy nửa năm – tuy nhiên sự gặp gỡ ấy, kể cả về con người ngoài đời, lẫn con người qua tác phẩm, kể cả khi đọc tác phẩm qua tác phẩm, lẫn cả khi đọc tác phẩm qua tác giả, tôi đã cảm kích trước mối tri âm nhất kiến như cố, mới gặp đã như cố nhân. Không những thế, tôi thậm chí chỉ là một người hậu sinh đến với văn thơ của Nguyễn Minh Nữu như một đứa trẻ đến trường tựu học, mà sự học ở đây không đơn thuần chỉ là học vẹt những mẹo ráp câu điền chữ cho ra một bài văn chương hoa lệ. Điều tôi học ở Nguyễn Minh Nữu là sự cẩn trọng khi cầm bút, sự tinh tế trong việc cảm nhận, và sự bao dung và yêu thương dành cho con người – kể cả những người quen biết được tác giả đưa vào văn chương, lẫn những người độc giả chưa quen biết mà tác giả đã nghĩ ngợi từ trước, để khi chấp bút sẽ không gieo mầm chia rẽ và đau thương bằng những lời bất cẩn và thiếu suy nghĩ. Tôi phải thú thật, rằng không phải tôi vừa mới đọc Nguyễn Minh Nữu lần đầu tiên là hiểu được hết những điều này. Cũng chưa chắc là đọc đến lần thứ nhì, lần thứ ba là đã hiểu. Chỉ khi tôi đọc Nguyễn Minh Nữu không phải để đọc văn chương, mà để soi gương những khúc mắc và trăn trở trong chính đời sống tôi, dần dần tôi mới nhận ra và đồng cảm sâu sắc, đôi khi là sâu sắc ngoài khả năng diễn đạt bằng ngôn ngữ. Tập truyện Thuồng Luồng Mắt Biếc này sẽ xuất hiện trên văn đàn hải ngoại vào năm 2021 một cách lặng lẽ và khiêm nhường đúng bản chất tác giả và tác phẩm. Trong đây có những truyện đã đăng báo và xuất bản từ khi Việt Nam Cộng Hòa vẫn còn là một quốc gia ở miền Nam Việt Nam. Có những truyện đã được viết ra trong thời gian cách ly giữa cơn khủng hoảng của đại dịch Vũ Hán năm 2020. Nơi đây đã gồm đủ sự nghiệp trăm năm của một nhà văn đã đi suốt hành trình của lịch sử đất nước và nhân loại thế kỷ 20, 21. Điều này, chưa chắc tác giả đã muốn phô trương hay thể hiện với độc giả, cũng chưa chắc là phần tôi cần phải phân tích để thuyết phục bất cứ ai. Tốt hơn, chúng ta hãy cố gắng làm quen lắng nghe trở lại, làm quen tin tưởng trở lại, làm quen nhạy cảm trở lại, để rồi, một ngày nào đó, chúng ta có thể cùng Nguyễn Minh Nữu:

Về ngồi đây cạnh nhau thôi
Mà nghe rộng suốt một đời cho nhau...
(Lời chào năm mới)

Việt Thạch Nguyễn Thụy Đan
Placerville, Tiết Tiểu Mãn, Tháng 5/2021

NGUYỄN CHÂU

BÊN TRỜI TIẾNG HẠC QUA

Tìm đâu cho thấy Trương Thăng Phủ
Văng vẳng bên trời tiếng hạc qua
(Thơ Phó bảng Nguyễn Can Mộng)

Nguyễn Minh Nữu là con thứ 8 của cụ Phó bảng Nguyễn Can Mộng. Cụ Nguyễn Can Mộng đỗ Phó bảng năm 1916 nên thường gọi là Bảng Mộng. Cụ là một nhà giáo dục, hiệu Nông Sơn, quê làng Hoằng Nông, huyện Duyên Hà, phủ Tiên Hưng, tỉnh Thái Bình, nay thuộc huyện Hưng Hà, tỉnh Thái Bình.

"... Sau khi từ quan về nhà dạy học và viết sách, tới khi theo bà Ba về Hà Nội, Bảng Mộng bắt đầu đi dạy học lại ở Trường Bưởi (lúc bấy giờ gọi là Trung học Bảo Hộ), là người cùng với Phó bảng

Ngô Thúc Địch, Học giả Trần Trọng Kim mở các lớp chữ Nho tại đền Ngọc Sơn mà về sau từ căn bản đó để hình thành ra Đại học Văn khoa Hà Nội. Phó bảng Nguyễn Can Mộng dành nhiều thời gian cho viết sách, trên báo Tứ Dân Văn Uyển ông viết nhiều biên khảo về văn học, lịch sử địa lý, phong tục tập quán của người Việt nhằm bảo vệ quốc hồn quốc túy của dân tộc. Năm 1949, Đại học Văn khoa Hà Nội thành lập, ông được mời phụ trách dạy Hán văn ở trường cho đến cuối đời... (Văng vẳng bên trời tiếng hạc qua – Nguyễn Minh Nữu)

Nguyễn Minh Nữu sinh ra tại Hà Nội, lớn lên ở Sài Gòn và nay định cư tại Hoa Kỳ. Tôi không có ý định viết về sự nghiệp văn chương của Nữu, nhưng từ khi biết Nguyễn Minh Nữu thông qua nhà thơ Đoàn Văn Khánh, rồi thân nhau. Tôi thực sự ngưỡng mộ gia phong của Nguyễn Minh Nữu khi đến thăm nhà chị Bội Cẩn. Sự nghiêm khắc của các anh chị ảnh hưởng từ nền giáo dục của bố, nề nếp chuẩn mực chu đáo của mẹ. Dù thương yêu em hết lòng nhưng không hề nuông chiều đứa em trai đã sớm mồ côi cha từ năm lên bốn tuổi (Cụ Phó bảng Nguyễn Can Mộng mất ngày 27 tháng Chạp năm Quý Tỵ, 1954).

Những ngày ấu thơ ham chơi biếng học, nhưng ở nhà mẹ và các chị cũng là cô thầy giáo. Nguyễn Minh Nữu chưa hề được mẹ hay các chị ôm vào lòng âu yếm như các đứa trẻ khác nhưng thấm đẫm tình yêu thương, chăm sóc ân cần.
Tôi không lạ khi tình bạn giữa Nguyễn Minh Nữu và Đoàn Văn Khánh tồn tại gần sáu mươi năm bởi tính cách ngay thẳng và tương kính lẫn nhau. Gặp bất cứ người nào Nữu cũng nói về và đọc nhiều bài thơ của Đoàn Văn Khánh. Những kỷ niệm không dễ có, đậm đà tình "chí cốt" như keo sơn gắn chặt tình bằng hữu, Nữu luôn gọi Khánh bằng anh dù tuổi đời Nữu chỉ thua mấy tháng! Dái tai dài trên khuôn mặt chữ điền cương nghị kèm theo đôi mắt luôn "ngạc nhiên" với nụ cười rạng rỡ trên môi, tưởng

chừng sự đời luôn là điều Nữu muốn khám phá kể cả con người. Nữu dễ gần nhưng không phải ai cũng là "bạn" Nữu.

Tình yêu của Nguyễn Minh Nữu và Trương Thị Kim Mai như hình tượng hóa buổi giao thời sau ngày quê hương không còn tiếng súng, như những con sóng chao đảo ngang dọc đại dương trong cơn bão tố. Cô sinh viên Văn khoa hồn nhiên nhìn thời cuộc bằng ánh mắt trong veo, lòng đầy nhiệt huyết đã trao trọn tình yêu đầu đời cho người đàn ông đang cưỡi lên lưng con ngựa buông bỏ dây cương... Như con thuyền đã mất bánh lái nghiêng ngả giữa dòng nước xoáy, nhưng Nữu vẫn hiên ngang bảo vệ quan niệm sống và tình yêu của mình. Mai đã bất chấp và dâng hiến cuộc đời mình song hành bên Nữu, dù đôi lúc anh chàng trông có vẻ "hậu đậu" vụng về...

Nguyễn Minh Nữu tâm sự:
"... tháng 9 năm 2004, tôi qua California dự buổi sinh hoạt ra mắt sách tại hội trường báo Người Việt. Hôm đó, nhà văn Hoàng Khởi Phong, nhà văn Nguyễn Nam đã làm diễn giả giới thiệu tác phẩm và nhà văn Huy Trâm làm người giới thiệu thân thế sự nghiệp của Phó Bảng Nguyễn Can Mộng.
Thân phụ tôi có ba dòng con, dòng thứ hai chỉ có một con trai là Nguyễn Mạnh Nhụ, anh Nhụ làm ngành Tư Pháp, chức vụ cuối cùng là Chánh Thẩm tòa Thượng Thẩm Sài Gòn.
Huy Trâm là con trai thứ của anh Nguyễn Mạnh Nhụ. Còn tôi là con trai út của dòng ba, cho nên dù là chú nhưng tôi kém Huy Trâm 12 tuổi. Tôi thường xưng hô với Huy Trâm theo kiểu ruột thịt nghĩa là gọi Huy Trâm là Nhuận Tam và xưng Chú. Tam là tên gọi trong nhà khác với Nhuận Tâm là tên trên giấy tờ.
Huy Trâm làm thơ, soạn nhạc, viết văn và nổi tiếng từ khi tôi còn là thiếu niên. Còn nhớ khoảng năm 1962 gì đó, hai gia đình có thời gian ở gần bên nhau ở đường Trương Minh Giảng, buổi trưa, trời nắng tôi chạy qua nhà chơi gặp lúc Huy Trâm đang

tiếp bạn văn nghệ, đông lắm khoảng năm bảy người gì đó trò chuyện đàn hát. Thấy tôi lững thững từ cửa bước vào, Huy Trâm kêu lên, chú vào đây cháu nhờ một chút, chú ra đầu ngõ mua cho cháu gói thuốc lá nhe. Tôi cầm tiền chạy đi mua, rồi đem vào đưa cho Huy Trâm, Huy Trâm vui vẻ: tiền thối lại cháu cho chú mua bánh nhé. Huy Trâm vui vẻ cho và tôi cũng vui vẻ nhận, nhưng mẹ của Huy Trâm là chị dâu tôi bước ra mắng Huy Trâm sao anh lại sai chú như vậy, Bà mà biết thì chết, rồi chị dâu dắt tay tôi vào phòng trong lấy thức ăn ra cho ăn và dặn dò đừng kể lại cho Bà nghe chuyện Huy Trâm sai đi mua thuốc lá nhé. Tôi ngạc nhiên sao vậy, em đang rảnh thì đi mua cho Tam có sao đâu? - Ấy chết, không được đâu, chú không hiểu thôi, nhưng đừng kể cho Bà nghe nhé..." (Vĩnh biệt Huy Trâm – Nguyễn Minh Nữu).

Hãy nghe Nữu kể trước ngày anh định cư Hoa Kỳ: "... Hai chị em im lặng thật lâu, lúc đứng dậy rời khỏi bờ hồ, chị Bội Thanh vỗ vai tôi, em đừng quá phấn chấn vì được đi Mỹ, lại càng không nên quá âu lo vì chưa biết sống ra sao, chị đã nhìn thấy và gặp được những người nông dân, ngư dân chân lấm tay bùn ở đồng bằng sông Cửu Long, khi bất ngờ trở thành di dân, họ vẫn sống rất tốt, nuôi được bản thân, lo được gia đình và nuôi dạy được con cái thành đạt. Họ chỉ có một điều duy nhất là quyết tâm làm lại cuộc đời thôi. Chị mỉm cười nhìn tôi, em làm được mà, đúng không?". (Chia tay Kênh Tẻ)

....

"... Lời di huấn để lại là con cháu đặt tên theo thứ tự chữ lót Minh, Hồng, Tài, Bỉnh, Cơ, nghĩa là con của Nguyễn Minh là Nguyễn Hồng, con của Nguyễn Hồng là Nguyễn Tài, con của Nguyễn Tài là... Nay người con trai út Nguyễn Minh Nữu đã ở tuổi gần 70, đã có con có cháu nội ngoại. Ghi lại những ký ức của gia đình như một ký dấu cho con cháu đời sau, mà lòng hoài niệm vẫn mang mang..." (Trích: Văng vẳng bên trời tiếng hạc qua – Nguyễn Minh Nữu).

PHAN TRANG HY

NGUYỄN MINH NỮU VÀ "LỜI GHI TRÊN ĐÁ"

Trung tuần tháng 10/ 2018, tôi có dịp tham gia cùng các văn hữu của Quán Văn, chu du vùng sông nước miền Tây, nước Việt. Phải nói rằng, đây là dịp tôi được biết thêm và gặp một số người mà tôi từng đọc trên văn đàn. Hôm tham dự buổi họp mặt mừng sinh nhật lần thứ 7 tập san Quán Văn, đồng thời phát hành QV số 59 chủ đề "Mùa nước nổi" và chân dung văn học: nhà văn Trịnh Bửu Hoài, tổ chức ngày 16-10-2018 tại café Cội Nguồn, số 40 đường Lam Sơn, phường 6, quận Bình Thạnh, thành phố Hồ Chí Minh, tôi có dịp gặp anh Nguyễn Minh Nữu.

Và chúng tôi trò chuyện. Rồi quanh đi quẩn lại cũng chuyện văn chương. Theo cảm nhận riêng tôi, anh như muốn cất tiếng lòng để khẳng định mình có mặt trên cõi trần gian này, mong lời của mình thổ lộ như lời ghi trên đá. Cũng chính như thế, tôi có đôi lời bày tỏ chút tình của mình đối với anh qua bài thơ "Lời ghi trên đá", cũng là tên tập thơ do nhà xuất bản Văn Nghệ và Công ty Phương Nam phát hành năm 2006.

Bài thơ được lấy tên đặt cho cả tập thơ, theo tôi, đó là những gì cô đọng nhất của từng nhà thơ, được giãi bày qua từng con chữ, và anh cũng vậy. Cái tôi của nhà thơ có dịp phô trương, có dịp khoe cùng người đọc. Không thể không phơi bày khi cái tôi của nhà thơ "như không như có" luân hồi trong cõi nhân gian:

"Tôi đến đây từ một tình cờ
Và sẽ ra đi rất bất ngờ
Ký thác chút tình vào vĩnh cửu
Ghi trên hòn đá cuội vu vơ".

Con người sinh ra trên cõi đời này đều có căn nguyên duyên nghiệp. Tôi nhớ đâu đó có người nói "Trời sinh ra ta có ý". Và Nguyễn Minh Nữu cũng thế. Được sinh ra là để ghi lại lời trên đá. Mới đọc câu thơ "Tôi đến đây từ một tình cờ/ Và sẽ ra đi rất bất ngờ", ban đầu, tôi nghĩ, không lẽ anh sinh ra trên đời này là tình cờ duyên khởi bởi tình yêu của mẹ cha?

Nhưng rồi, tôi nhận ra rằng, anh đã được sinh ra ở trần gian này, và rồi trong cuộc ngao du cùng thơ ca, anh đến với văn nghệ như một sự tình cờ. Và có lẽ, khi từ giã nó, theo tôi, cũng bất ngờ. Khi đọc khổ thơ này, tôi liên tưởng đến ca khúc "Ngẫu nhiên" của Trịnh: "Không có đâu em này/ Không có cái chết đầu tiên/ Và có đâu bao giờ?/ Đâu có cái chết sau cùng?".

Đến tình cờ và đi bất ngờ, như thoáng qua, nhưng rồi vẫn khát khao có chút tình góp mặt: "Ký thác chút tình vào vĩnh cửu/ Ghi trên hòn đá cuội vu vơ". Rõ là khát khao của anh quá lớn. Không lớn sao được khi tình được ghi trên đá! Ghi trên đá có tồn tại cùng thời gian? Biết là mọi điều rồi cũng sẽ qua, mọi lời dễ gì tồn tại: "Đã có hàng triệu lời như thế/ Nhạt nhòa khắp những bãi hoang vu". Biết là vậy, nhưng không thể không ghi những gì chân thật của cõi lòng trước cái vô cùng của vũ trụ:

"Tôi đến đây và ghi dấu đây
Biết trước chỉ trong một phút giây
Cái vô cùng của rất vô cùng đó
Xóa sạch đi bằng cơn gió bay"

Rồi mọi thứ cũng sẽ qua theo thời gian. Chỉ có khát khao vẫn cứ ám ảnh trong lòng của nhà thơ thời hiện tại. Ám ảnh đến độ phải thốt lên:

"Tôi làm gì được, làm sao được
Khi thật lòng trân trọng lúc này"

Lúc này đây là lúc được hiện hữu giữa chốn trần ai. Được sống hết mình trong cõi thơ ca cùng bằng hữu, cùng trải lòng với bạn văn chương. Điều đó chính là nỗi khao khát của bao người thơ để rồi cứ khát khao thèm được trong cõi luân hồi để làm lại những gì mình khao khát:

"Chắc chắn ngày sau tôi trở lại
Vẫn trên bờ cũ, chỗ này đây
Làm lại những điều làm trước đó
Rồi hân hoan chờ đợi gió tung bay".

Câu thơ cuối của bài "Rồi hân hoan chờ đợi gió tung bay" là sự chờ đợi trong niềm vui sướng. Vui sướng bởi lời được ghi, bởi gió tung bay cuốn hết những phiền não, hận thù. Có chăng còn đọng lại ân tình, nhân nghĩa. Trong một bài văn mà tôi đã đọc, đó là bài "Lỗi lầm và sự biết ơn" (theo "Hạt giống tâm hồn", tập 4, Nxb Tổng hợp TP Hồ Chí Minh, 2004) khép lại với thông điệp: "... Hãy học cách viết những nỗi buồn, thù hận lên cát và khắc ghi những ân nghĩa lên đá". Có phải chăng lòng nhà thơ vui sướng bởi lòng ngộ được cõi luân hồi theo nghĩa thủy chung?

Bài thơ viết theo thi pháp nghệ thuật thời gian. Có trước, có sau. Có hiện tại, có tương lai. Theo vòng quay của tạo vật.
Chính thời gian sẽ chắt lọc những lời được ghi trên đá. Hy vọng rằng, những tâm tình của nhà thơ Nguyễn Minh Nữu qua thời gian sẽ được ký thác, khắc ghi:
*"Ký thác chút tình vào vĩnh cửu
Ghi trên hòn đá cuội vu vơ".*

Tháng 10/ 2018

TRIỀU HOA ĐẠI

TRÒ CHUYỆN VỚI NHÀ VĂN NGUYỄN MINH NỮU

Viết về nhà văn Nguyễn Minh Nữu, Nguyễn Thụy Đan một nhà nghiên cứu văn học đã viết: "Tôi phải thú thật, rằng không phải tôi vừa mới đọc Nguyễn Minh Nữu lần đầu tiên là hiểu được hết những điều này. Cũng chưa chắc là đọc đến lần thứ nhì, lần thứ ba là đã hiểu. Chỉ khi tôi đọc Nguyễn Minh Nữu không phải để đọc văn chương, mà để soi gương những khúc mắc và trăn trở trong chính đời sống tôi, dần dần tôi mới nhận ra và đồng cảm sâu sắc, đôi khi là sâu sắc ngoài khả năng diễn đạt bằng ngôn ngữ."

Còn với nhà văn và phê bình Hoàng Kim Oanh khi nhận xét về chữ và nghĩa của Nguyễn Minh Nữu thì sao, đây chúng ta hãy đọc: "đêm tháng sáu Sài Gòn mùa giãn cách chợt ngưng đọng lại, ngọn đèn và tôi, và những câu chuyện không phải tôi vừa đọc mới đây, mà từ những ngày tháng trước, 1 năm, 2 năm trên Quán Văn, lâu hơn, có truyện đã 3, 4 năm... bất chợt cứ trở đi trở lại làm tôi băn khoăn không dứt." Dấu vết của thủ pháp mảnh vỡ nổi rõ ở điểm tuy là hồi ký, tự truyện song cũng không còn là chuyện riêng một cá nhân tác giả, mà là một kiểu nhật ký, hồi ký dành cho tất cả mọi người. Bởi, lồng trong những câu chuyện của người trần thuật xưng "tôi" ấy, người đọc có thể nhìn lại, nhớ lại như cuốn phác thảo biên niên của một vùng đất, một bờ kênh, một khu phố, một tên tuổi danh nhân lừng lẫy, một phong trào du ca của tuổi trẻ Sài Gòn, các thi văn đoàn tuổi học trò trước và sau 1975, kể cả những tâm tình chân chất, nết ăn nết ở phóng khoáng ân tình của con người Sài Gòn trọng nghĩa khinh tài mà ngày nay ngỡ như chỉ là "chuyện cổ tích".

Nhà văn Hoàng Kim Oanh đã đọc ở Nguyễn Minh Nữu nhiều lắm, nào là: Thương Quá Sài Gòn Ngày Trở Lại, Thuồng Luồng Mắt Biếc, Cuối Năm Nhớ Mẹ, v.v... Hôm nay giữa không khí mênh mang những ngày vào thu được ngồi trò chuyện cùng với nhà văn Nguyễn Minh Nữu để nghe anh chia sẻ những tháng ngày xa xưa, chúng ta cùng nhau và cùng anh ôn lại những "ngậm ngùi, ghét bỏ, những yêu thương và miệt thị" của thói đời.

Triều Hoa Đại: *Thưa anh Nguyễn Minh Nữu, được đọc anh đã lâu nhưng đến bây giờ mới có dịp trò chuyện với anh. Trước khi bắt đầu câu chuyện, xin anh vui lòng giới thiệu một chút về bản thân mình và sự nghiệp văn chương của anh.*

Nguyễn Minh Nữu: Tôi sinh năm 1950 ở Hà Nội trong một gia đình nhà nho nghèo. Di cư vào Nam năm 1954 và sống ở đó suốt 40 năm. Nhưng phải chia ra thành hai giai đoạn, giai đoạn 20 năm đầu lớn lên ở Miền Nam, và 20 năm sau vẫn sống ở miền Nam nhưng trong một chế độ khác. Đến năm 1995 thì định cư tại Hoa Kỳ và sống tại tiểu bang Virginia.

Chính vì được sinh ra và lớn lên trải qua ba mảng đời sống Việt Nam Cộng Hòa, Việt Nam Xã Hội Chủ Nghĩa và Hợp Chủng Quốc Hoa Kỳ đã cho tôi những thực nghiệm về các khác biệt của xã hội, những biến động xã hội, văn hóa, từ đó cũng là những biến động của con người sống trong đó. Tôi cảm ơn đời sống và những hoàn cảnh có vui có buồn, có đớn đau và có hạnh phúc đã cho tôi nhiều cung bậc cảm xúc của được sót chia, bị bỏ rơi, được yêu thương bị ghét bỏ, được nâng niu và cả bị miệt thị. Để rồi tất cả những điều đó tạo cho tôi những ký ức nồng nàn. Xin được ghi lại như một giới thiệu về nhân thân của mình.

Triều Hoa Đại: *Anh chưa nói về sự nghiệp?*

Nguyễn Minh Nữu: Những điều viết xuống từ thời thanh niên tới giờ có được gọi là Sự Nghiệp không anh? Có lẽ là không. Tôi chỉ là một người đam mê văn chương, thích đọc và viết. Truyện đầu tiên (không phải Truyện đầu tay) đăng trên tạp chí Văn, số xuất bản tháng 1 năm 1971 ở Sài Gòn, thời Nguyễn Xuân Hoàng làm Thư Ký Tòa Soạn. Lúc đó tôi 21 tuổi, là lính, thuộc Sư Đoàn 23 Bộ Binh đóng ở Ban Mê Thuột. Giai đoạn viết khá sung sức, gửi bài và được đăng tải trên nhiều tạp chí không nhớ hết. Tất cả đều dừng lại sau 30/4/75. Tôi không viết gì suốt 20 năm cho đến khi định cư ở Mỹ. Năm 1997 sau khi đến Mỹ hai năm, tôi thực hiện Tuần Báo Văn Nghệ, và năm 1999 sáng lập và là thư ký tòa soạn Tạp Chí Văn Phong, tờ tạp chí văn học đầu tiên ở Miền Đông Hoa Kỳ. Tờ Tuần Báo Văn Nghệ sống bằng quảng cáo thì duy trì được 18 năm, còn Tạp Chí Văn Phong chỉ phát hành được 15 số thì đình bản. Về tác phẩm đã ấn hành thì tôi có một CD nhạc Về Nơi Chốn Đã Rời Xa (2006), gồm 9 ca khúc phổ từ thơ Nguyễn Minh Nữu, Tập thơ Lời Ghi Trên Đá, do NXB Phương Nam phát hành (2006), Tập truyện ngắn Thuồng Luồng Mắt Biếc (Nhân Ảnh 2016), Bút Ký Đất Nhớ Người Thương (Nhân Ảnh 2019), Chủ trương tuyển tập Ghi Nhận 2020 gồm 30 tác giả (Nhân Ảnh 2021) và gần đây Tuyển tập Thơ-Văn-Nhạc-Họa Chút Tình Đọng Lại gồm 6 tác giả Trương Vũ, Nguyễn Quyết Thắng, Phạm Cao Hoàng, Đoàn Văn Khánh, Hoàng Kim Oanh và Nguyễn Minh Nữu, sách do Nhân Ảnh xuất bản 2023. Về biên khảo năm 2024, tôi và gia đình biên tập lại tổng hợp các tác phẩm Thơ văn biên khảo chữ Hán và chữ Việt của Phó Bảng Nông Sơn Nguyễn Can Mộng (1880-1954). Sách dày 900 trang khổ lớn để ghi nhận lại các tác phẩm có giá trị về Văn Hóa từ trăm năm trước của thân phụ chúng tôi. Có lẽ như thế là đủ cho một quãng đời hoạt động với chữ nghĩa rồi phải không anh?

***Triều Hoa Đại**: Ngoài văn xuôi anh còn làm thơ. Giữa Văn và Thơ anh yêu thích công việc nào hơn? Anh muốn được gọi mình là nhà văn hay nhà thơ?*

Nguyễn Minh Nữu: Nhà Thơ hay Nhà Văn đều là những danh xưng cao quý, nhưng đó là do người đọc tôn vinh chứ không thể tự xưng được. Thú thật là anh muốn gọi tôi là nhà gì tôi đều cảm kích và sung sướng, vì đó là những danh xưng tôi vẫn hằng mong sẽ có ngày mình được như thế. Tôi có làm thơ, và làm thơ không nhiều. Tôi yêu thích văn xuôi và cho là với tôi viết văn xuôi thoải mái và thích thú hơn.

***Triều Hoa Đại**: Anh nghĩ gì về mối quan hệ giữa người viết và người đọc?*

Nguyễn Minh Nữu: Mỗi người cầm bút sẽ tự tìm thấy một cách giải quyết khác nhau để tiệm cận người đọc, nếu những dòng chữ viết ra từ sâu lắng một tâm tình có thật, khởi đi từ những xúc động chân thành với đời sống, với thời cuộc, với con người, sau đó mã hóa thêm bằng chút tưởng tượng sẽ tương hợp với thao thức nhiều người cùng cảnh ngộ, thì tôi tin rằng sẽ thuyết phục được người đọc bằng sự đồng cảm. Sẽ đi vào tâm thức người thưởng ngoạn.

***Triều Hoa Đại**: Có một lần nhân trả lời một cuộc phỏng vấn, nhà văn Nguyễn Huy Thiệp nói rằng: "Xuất xứ của nhà văn nó quan trọng lắm, bởi vì mình phải làm sao có mặt đúng lúc chứ sớm hơn hoặc muộn hơn thì có tài giỏi đến đâu, nhiệt huyết lớn lao đến đâu mà nó lỡ trớn cũng bại". Có người cho rằng đấy chẳng qua chỉ là bọn chủ nghĩa cơ hội, xin cho biết ý kiến của anh.*

Nguyễn Minh Nữu: Nói về xuất xứ thì xuất xứ nhân thân hay xuất xứ tác phẩm? Xuất xứ nhân thân thì ai có thể chọn được nơi sinh ra và lúc sinh ra để mà chọn. Còn xuất xứ tác phẩm thì một tác phẩm xuất hiện vào đúng với tâm tình thầm kín của thế hệ, những thao thức chung chưa nói lên được của dân tộc, hay rộng ra của con người, thì tác phẩm tự nhiên sẽ thành một tác phẩm tiêu biểu cho thời điểm đó. Tạo thành một chấn động không chỉ lúc xuất hiện mà về lâu về dài còn được nhắc đến. Như Gone with the Wind (Cuốn Theo Chiều Gió) của Margaret Mitchell xuất bản năm 1936 ngay trong bối cảnh hậu chiến Hoa Kỳ, hay như The Grapes of Wrath (Chùm Nho Uất Hận) của John Steinbeck xuất bản năm 1939 vào thời điểm Đại Khủng Hoảng Hoa Kỳ, hay bài thơ Đổi Cả Thiên Thu Tiếng Mẹ Cười của Trần Trung Đạo xuất hiện trong thập niên đầu sau 1975 mang đầy tâm trạng xa quê hương, thương nhớ gia đình của tất cả người Việt xa xứ. Những tác phẩm ấy ghi dấu của một thời không thể nào quên. Những tác phẩm đó mà gọi là thời cơ sao?
Vấn đề sẽ là tác giả có đủ tầm để thấu thị thời thế và đủ tâm huyết, tài năng để viết xuống những điều cần bày giãi hay không.

***Triều Hoa Đại**: Điều gì đã thôi thúc anh viết? Có người nói văn chương là "công việc nhọc nhằn", là cái "nghiệp". Có đúng vậy không?*

Nguyễn Minh Nữu: Tôi không cảm thấy nhọc nhằn trong việc cầm bút viết xuống những điều mình nghĩ. Có thể là tôi không mang trên người một sứ mệnh văn chương nào cả. Sự thôi thúc khi tôi ngồi viết chỉ là những lời ghi nhận. Tôi thường tự phóng đại mình như một cá thể được chọn để tồn tại giữa ngàn trùng thịnh suy và hưng vong của đất nước. Tồn tại được nhờ hoàn cảnh đưa đẩy, từ những bài học thực tiễn trong đời sống, và còn từ rất nhiều những cá thể khác tôi được kết giao và học hỏi. Cho nên tôi muốn viết lại những câu chuyện đó như một lời tri ân tự đáy lòng.
Không bó buộc mình theo một thời khóa biểu mỗi ngày, mà trong một bất ngờ gợi nhớ nào đó, tôi dồn suy nghĩ mình về một ký ức đẹp, một con người thật, một vùng đất kỷ niệm để rồi rất

thảnh thơi ghi chép những rung động của một thời nào đó. Nếu nghiệp là một hành vi tự phát mà mình yêu thích lâu dài, thì đúng là văn chương như một cái nghiệp.

***Triều Hoa Đại**: Anh nghĩ sao về mối quan hệ giữa văn chương và chính trị? Văn chương có cần thiết phải tách rời chính trị không?*

Nguyễn Minh Nữu: Đâu phải viết những lời hoan hô hay đả đảo mới là hoạt động chính trị mà ngay trong những dòng chữ viết xuống về đời sống bình thường cũng đã là một thái độ chính trị trong văn chương. Từ thế đứng riêng mình, mỗi dòng viết xuống dù kể chuyện ngày xưa hay viễn tượng tương lai đều thấp thoáng cái nhận thức về con người nhân bản. Như thế, có phải chính trị và văn chương vẫn có những giao thoa nhất định, tác giả đâu cần minh thị về quan điểm chính trị mà bàng bạc trong những điều viết xuống đã bày giải ra đó hay sao?

***Triều Hoa Đại**: Anh đến Hoa Kỳ năm 1995. Chưa tới hai năm sau đó, khi cuộc sống chưa ổn định, làm thế nào anh có thể đi vào con đường làm báo nhanh như vậy?*

Nguyễn Minh Nữu: Chính thời gian vừa đến vùng đất định cư mới, đi tìm cuộc sống ổn định nên tôi đi vào con đường làm báo. Tôi làm Tuần báo Văn Nghệ trước khi làm Tạp chí Văn Phong. Tờ Văn Nghệ xuất bản khi tôi vừa định cư tại Mỹ được hơn một năm. Khi đó, chân ướt chân ráo tới một đất nước xa lạ, tôi ý thức rõ ràng về mình là không còn trẻ để đi học. Cái mà nước Mỹ cần là một tay nghề, hoặc một học vị, còn không thì phải là một sức khỏe cường tráng để lao động. Tôi thì sao? Không bằng cấp chuyên môn, không rành ngôn ngữ giao tiếp và không đủ sức khỏe để đi làm các công việc lao động nuôi con. Cái tôi có là chút kiến thức văn học, lịch sử, và chút kinh nghiệm từ sinh hoạt báo chí thời thanh niên... thì nước Mỹ không cần. Tôi đã tìm kiếm các công việc trong các tờ báo Việt ngữ trong vùng nhưng không thành công. Những cơ may trong đời sống cho tôi tìm gặp cách kiếm sống bằng cách thực hiện một tuần báo sống bằng quảng cáo. Và tờ báo sống được. Như vậy, chuyện tôi làm báo đúng là vì nhu cầu kiếm sống nuôi con, cơm áo gạo tiền.

Ba năm sau, khi tờ Văn Nghệ đã đem đến cho gia đình tôi một đời sống ổn định, lúc đó, mới là nghĩ đến NIỀM VUI CẦM BÚT, Tạp chí Văn Phong ra đời trong tinh thần đó, thỏa mãn được khao khát từ thời thanh niên là cầm bút viết lại, cho nên khi làm Tạp chí Văn Phong chỉ là tạo một sân chơi văn nghệ cho chính mình và những người đồng điệu đầu tiên là ngay trên tiểu bang mình sinh sống, sau đó lan tỏa khắp nơi. Tạp chí này duy trì mười tám tháng, cho tới lúc nó không còn vui nữa thì mình dừng lại thôi. Không còn sân chơi của mình thì còn rất nhiều sân chơi khác để mình nuôi dưỡng thú vui cầm bút là quá hay rồi phải không anh?

Triều Hoa Đại*: Với tư cách là một nhà văn đang làm việc và sinh sống ở bên ngoài đất nước ông có điều gì muốn nói, muốn "tâm sự" với những người cầm viết ở trong nước?*

Nguyễn Minh Nữu: "Với tư cách là một nhà văn đang làm việc và sinh sống ở bên ngoài đất nước", câu này nặng ký quá anh Triều Hoa Đại. Cũng là một người cầm bút mà nơi cư trú và hoàn cảnh xã hội không giống nhau mà thôi. Tôi nghĩ đơn giản họ cũng như tôi, từ những vị trí riêng mình, cầm bút luôn là một đam mê và bày giãi. Sẽ có những thách thức để có dám viết chân thực lòng mình hay không. Cái đó mới làm những điều viết xuống được chia sẻ với người đọc. Tôi đã được đọc nhiều tác phẩm giá trị từ trong nước để hiểu rằng sự đa dạng của văn hóa, chất nhân bản vẫn có những cách để tác phẩm chuyển tới người đọc những tín hiệu lạc quan.

Họ có vốn sống từ thực tiễn xã hội, có trăn trở của người sống trong chăn, nhưng họ viết xuống từ góc nhìn nào thì còn tùy từng tác giả cho chúng ta cảm nhận được cái Viết Thực hay cái Viết Giả, để rồi chúng ta tìm thấy những khác biệt và đồng cảm. Điều đó là điều vui mà. Mặc dù có những khác biệt về cách nghĩ, cách nhìn, nhưng tôi thực sự thú vị với những điều mới lạ mà tác phẩm của họ đem lại.

Triều Hoa Đại*: Ông có những dự tính gì cho những ngày sắp tới, ví như một vài tác phẩm sẽ trình làng chẳng hạn?*

Nguyễn Minh Nữu: Thưa anh, trong tháng cuối năm nay, tạp chí Ngôn Ngữ sẽ ấn hành cuốn Nguyễn Minh Nữu, Văn Chương và Bằng Hữu. Đó là một cuốn tổng hợp Thơ Văn Truyện Ký và một số bài viết của bằng hữu về Nguyễn Minh Nữu. Chưa phải là một tổng tập tất cả những gì đã viết nhưng đã là một sưu tập tương đối cho chính mình với chữ nghĩa và với những ân tình có được cho đến hôm nay.

Triều Hoa Đại: *Trước khi dừng buổi trò chuyện hôm nay ông có cần nhắn gửi gì thêm với người đọc không?*

Nguyễn Minh Nữu: Xin cám ơn anh Triều Hoa Đại đã dành cho tôi buổi trò chuyện ngày hôm nay. Xin phép anh được lưu lại buổi trò chuyện này trong cuốn sách sắp in.

Triều Hoa Đại: *Một lần nữa xin cám ơn nhà văn Nguyễn Minh Nữu. Chúc anh và gia đình mọi điều tốt lành.*

**Nông Sơn Nguyễn Can Mộng, Nông Sơn Toàn Tập, tr. 811*

MỤC LỤC

LIÊN LẠC TÁC GIẢ:

NGUYỄN MINH NỮU
7117 Belinger Ct
Springfield - VA 22150.

Email: nuuminhnguyen@gmail.com
Phone: 703 608 8001

ẤN PHÍ 40 USD
(Bao gồm chỉ cước phí nội địa Hoa Kỳ)

www.ingramcontent.com/pod-product-compliance
Lightning Source LLC
LaVergne TN
LVHW090211051026
849517LV00001B/33